प्रतिदिनी वाचण्यासाठी श्रीतुकाराम महाराजांच्या
गाथेतील निवडक अभंग व त्यांचा अर्थ

।। दैनंदिन तुकाराम गाथा ।।

निवड आणि निरुपण

माधव कानिटकर

 डायमंड पब्लिकेशन्स, पुणे

।। दैनंदिन तुकाराम गाथा ।।

निवड आणि निरुपण

माधव कानिटकर

५, श्री शंकरप्रसाद सोसायटी, १६९१, सदाशिव पेठ,
ग्राहकपेठेजवळ, पुणे - ४११०३०.

प्रथम आवृत्ती - ऑगस्ट २०००
दुसरी आवृत्ती - डिसेंबर २००१
तृतीय आवृत्ती - नोव्हेंबर २००८
तृतीय आवृत्ती पुनर्मुद्रण - नोव्हेंबर २०१४

ISBN 978-81-8483-096-5

© डायमंड पब्लिकेशन्स, पुणे

मुखपृष्ठ :
शाम भालेकर

अक्षरजुळणी :
अक्षरवेल
सी-१८, प्लॉट नं. ५७२, दत्तवाडी,
पुणे ४११ ०३०

मुद्रक :
रेप्रो नॉलेज कास्ट लिमिटेड, ठाणे

प्रकाशक :
दत्तात्रेय गं. पाष्टे
डायमंड पब्लिकेशन्स,
२६४/३ शनिवार पेठ, ३०२ अनुग्रह अपार्टमेंट
ओंकारेश्वर मंदिराजवळ, पुणे-४११ ०३०
☎ ०२०-२४४५२३८७, २४४६६६४२

info@diamondbookspune.com
www.diamondbookspune.com

प्रमुख वितरक :
डायमंड बुक डेपो
६६१, नारायण पेठ, अप्पा बळवंत चौक, पुणे - ३०.
☎ ०२० - २४४८०६७७

श्रीविठ्ठल चरणी...

श्री तुकाराम महाराज
(अल्पचरित्र)

महाराष्ट्राच्या संतपंचकाचा कळस म्हणजे श्रीसंत तुकाराम महाराज. अनेक आपत्तींना, संकटांना तोंड देता देता या महापुरुषानं आपली ईश्वरनिष्ठा तसूभरही उणावू दिली नाही. या थोर संतानं असंख्य शारीरिक, मानसिक क्लेश सोसले आणि शेवटी वैकुंठाला सदेह प्रयाण केलं. लेखन तर असं केलं, की शतकानुशतके महाराष्ट्राला ते मार्गदर्शन करत राहिले. तुकोबांच्या अनेक अभंगानां सुभाषिताचं रूप प्राप्त झालेलं आहे. म्हणून जगद्‌गुरू या पदवीनं तुकाराम महाराजांचा गौरव केला जातो. 'तुका म्हणे' या दोन शब्दांमागे तुकारामानं जी सुंदर वाङ्‌मयमूर्ती निर्माण केली आहे, ती अद्‌भुत, आश्चर्यकारक आणि वंदनीय आहे. तुकारामाच्या शत्रूंनी त्यांचे अनमोल असे अभंग इंद्रायणी नदीत बुडवले. कित्येकांनी चोरले, पण ते अभंग इंद्रायणीतही तरले आणि ज्यांनी चोरले त्यांचं नाव निशाणही उरलं नाही. पण तुकाराम महाराज मात्र अभंग, अमर, अद्वितीय ठरले. तुकारामांचा देह या भूमीवरून अंतर्धान पावला. त्याला साडेतीनशे वर्षे झाली; पण ते महाराष्ट्रातील माणसांच्या मनामनात नित्य प्रकटच झालेले असतात.

तुकारामांच्या चरित्राचा आरंभ तुकारामांच्या आंबिले किंवा मोरे घराण्याच्या मूळ पुरुषापासून केला पाहिजे. कारण या पुरुषाच्या पुण्याईमुळेच या घराण्यात भक्ति परंपरा निर्माण झाली व सातवा वंशज तुकाराम हा जगद्‌गुरू झाला, विठ्ठलमय झाला. पुण्याजवळील देहू गाव म्हणजे त्या वेळी पाच-पन्नास घरांची वस्ती होती. विश्वंभरबुवा हा तुकारामांच्या घराण्याचा मूळ पुरुष. शेतीवाडी आणि व्यापारउदीम करून विश्वंभरबुवा संसारात रमले होते; पण एक दिवस त्यांच्या मातोश्रींनी बुवांना पंढरीची वारी करण्याचा आदेश दिला आणि बुवा पंढरपूरला गेले. पंढरपूरला सावळ्या पंढरीनाथांचं मनमोहक रूप पाहताच त्यांच्या चित्तवृत्ती बहरून आल्या. दोन्ही हातांनी त्यांनी पंढरीनाथाला आलिंगन दिलं आणि 'इतके दिवस का मला नाही भेटलास ?' म्हणून अश्रुपात केला. पंढरपूरला जाण्याची ते एकही संधी सोडत नसत. आषाढी, कार्तिकी, चैत्री, ज्येष्ठी अशा एकादशांना ते पंढरपूर मुक्कामी असत. राजबिंड्या, अमृतमय विठ्ठलाच्या दर्शनसोहोळ्यात मग्न असत. एकदा तर कार्तिकी एकादशीपासून ज्येष्ठी एकादशीपर्यंत त्यांनी सोळा वेळा पंढरपुरी यात्रा केली. पाय दमले पण बुवा दमले नाहीत. घरदार सोडून पंढरीला निवास करावा असं त्यांच्या मनात येऊ लागलं. पण ते कसं शक्य होतं ? शेती, व्यापार सोडून कसं चालणार होतं ? घरी मोठा बारदाना होता. काय करावं हे समजेना आणि एका रात्री आक्रीत घडलं.

साक्षात पंढरीनाथ विठ्ठलानं विश्वंभर बुवांच्या स्वप्नात येऊन सांगितलं, "मी तुझ्या देहू गावात येतो आहे. गावाजवळच्या आमराईत मला शोध. आता पंढरपूरला येण्याचे कष्ट घेऊ नको."

बुवांचे डोळे पाण्यानं भरले. आपल्यासाठी साक्षात विठ्ठल आपल्या गावी येण्याचे ठरवतो आहे या जाणिवेनं ते गहिवरले. उठल्या-उठल्या त्यांनी विठ्ठलाचा नामघोष केला आणि स्नान पूजाअर्चा उरकून बुवा आपल्या आप्तेष्टांसह, मित्रमंडळींसह आमराईत पोहोचले. तोंडात 'विठ्ठल विठ्ठल' असा अखंड जप चालला होता. पण शोधायचं कसं आणि कुंठ ? आमराईत बरीच भ्रमंती झाली; पण विठ्ठलमूर्ती दिसेना. कुठं कुठं माती खणून पाहिली; पण पत्ता लागेना. 'आलो आलो' म्हणून स्वप्नी सांगणारा विठ्ठल दिसेना. बुवाचं मन सैरभैर झालं. तुला कुठं शोधू अशी अवस्था झाली. एवढ्यात तुळशीचा आणि बुक्क्याचा सुगंध वाऱ्याबरोबर वाहात आला. बुवांच्या नाकाशी लडिवाळपणे फिरला. बुवांनी खूण ओळखली ते होते तिथं थांबले. झाडाच्या मुळातून सुगंधाची वरात येत होती. बुवांनी हातानंच माती उकरायला सुरुवात केली, तशी तुळशीच तुळशी हाताला लागल्या. पाठोपाठ मातीऐवजी बुक्का आला आणि शेवटी श्रीविठ्ठलाची आणि श्रीरखुमाईची अशा दोन काळ्याभोर रेखीवपणे घडवलेल्या पाषाणमूर्ती हाती लागल्या. बुवांनी आणि सर्वांनी तिथंच विठ्ठल रखुमाईला साष्टांग नमस्कार घातला आणि 'विठ्ठल विठ्ठल जय हरी विठ्ठल' असं भजन पुष्कळ वेळ केलं. गहिवरलेल्या बुवांच्या डोळ्यांतून अश्रुधारा वाहत होत्या. विठ्ठल स्वप्नात येतो काय, मीच तुझ्याकडे येतो, तू पंढरपूरला येऊ नको. उद्या आमराईत मला शोध सांगतो काय, आपण रामप्रहरी आमराईत मूर्ती शोधायला जातो काय, तुळशी बुक्क्यांच्या सुगंधानं विठ्ठल आपली खूण पटवतो काय आणि आपल्याला तिथंच माती उकरल्यावर विठ्ठल रखुमाईच्या सुंदर मूर्ती मिळतात काय ? सगळंच अद्‌भुत, अतर्क्य, अविश्वसनीय; पण तसं प्रत्यक्षात घडलं होतं आणि त्या अलौकिक अनुभवानं विश्वंभरबुवांच्या डोळ्याचं पाणी खळत नव्हतं.

विश्वंभरबुवांनी मग हौसेनं त्या विठ्ठल रखुमाईसाठी आपल्याच वाड्यात मंदिर बांधलं. तोच देऊळवाडा, मूर्तीची प्राणप्रतिष्ठा झाली. भजन, पूजन, आरत्या, कथा-कीर्तनांचा जल्लोष सुरू झाला. घरी चालत आलेल्या विठ्ठलमूर्तींची दैनंदिन पूजाअर्चा, एकादशीचा उत्सव हे सगळं मग विश्वंभरबुवांच्या घराण्याकडे आलं. देहूच्या विठ्ठलमंदिराची चहूकडे कीर्ती पसरली. थकलेले पंढरपूरचे वारकरी देहूला येऊन विठ्ठलदर्शन घेऊन कृतार्थ होऊ लागले.

विश्वंभरबुवांना दोन मुलगे. हरि आणि मुकुंद. हरिचा मुलगा विठोबा, विठोबाचा पदाजी, पदाजीचा शंकर, शंकराच कन्हैया आणि कन्हैयाचा बोल्होबा. हे बोल्होबा म्हणजे तुकाराम महाराजांचे वडील. कनकाई ही त्यांची पत्नी, तुकारामाची आई.

आमराईत सापडलेल्या मूर्तीची विश्वंभरबुवांनी देऊळ बांधून प्राणप्रतिष्ठा केली. भजन कीर्तनांनी मंदिर गजबजू लागलं. पंढरीच्या वाटे जाणाऱ्यांना आधीच एक पंढरीनाथ देहूत भेटू लागला. विश्वंभर बुवांपासून विठ्ठलभक्तीची जी परंपरा मोरे-अंबिले कुळात सुरू झाली ती अखंड चालू राहिली. या विश्वंभरबुवांच्या सातव्या पिढीत बोल्होबांचा जन्म झाला. बोल्होबांची आर्थिक स्थिती उत्तम होती. पंधरा बिघे जमीन, इंद्रायणी काठावर दोन आणि बाजारपेठेत एक अशी तीन घरं त्याच्या मालकीची होती. बोल्होबा बाजारपेठेतील घरात निवास करत, तर नदीतीरावरचा विठ्ठल मंदिराचा त्यांचा वाडा देउळवाडा म्हणून पंचक्रोशीत प्रसिद्धी पावला. अशा सुखी बोल्होबा- कनकाईच्या संसारात संतश्रेष्ठ तुकाराम महाराज जन्माला आले

आणि मोरे-अंबिले कुळाच्या अनेक पिढ्या विठ्ठलचरणी रूजू झाल्या.

बोल्होबा व्यापारउदीमही करत. त्यांचा थोरला मुलगा सावजी, मधला तुकाराम आणि धाकला कान्ह्या. घरची सुस्थिती असल्यानं मुलं खातपीत, खेळत, पडत, बागडत मजेत वाढत होती. मनसोक्त खेळणं आणि मनसोक्त खाणं यामुळे मुलं बलदंड झाली होती. दररोज घरच्या गाई-गुरांना इंद्रायणीकाठचा हिरवा चारा दाखवायला हीच मुलं जायची; भांडत-तंटत पुन्हा एक होतं. त्यात शिक्षण सुरू झालं. उनाडक्या करणाऱ्या मुलांना शिक्षणाचा मोठा अडसर वाटू लागला; पण बापापुढे काय चालणार ?

बोल्होबांकडे हरिभक्तित भिजलेल्या भाविकांची सतत ये-जा असे. देऊळवाड्यात जाऊन आलेल्या कित्येकजण त्यांच्या भेटीस येत. गूळपाणी घेत, कधी राहत, जेवत, खातपीत. बोल्होबा आणि कनकाईला यात आनंद होता. कुणी गाणारा भक्त आला की बोल्होबा त्याला गायला लावायचे. घरात भक्तिचा मळा फुलायचा. तुकोबा-सावजी त्यात रंगून जायचे. कुणी प्रवचनकार येई, ज्ञानेश्वरीतील ओव्यांचा अर्थ उलगडून सांगू लागे. आईबापांबरोबर तुकोबा आणि सावजी एकचित होऊन प्रवचन ऐकायचे. अशी एकाग्र झालेली कुमारवयातील मुलं पाहून प्रवचनकारांना अप्रूप वाटे, ते या दोघा पोरांच्या भक्तिभावाचं तोंड भरून कौतुक करत. ते ऐकून बोल्होबा म्हणायचे, ''अहो, ज्यांना आमराईत विठ्ठल भेटला या विश्वंभरबुवांचे वंशज आहेत हे. विठ्ठलनामात रंगतील यात नवल काय ?''

बोल्होबाचं बोलणं ऐकून अस्वस्थ झालेली कनकाई प्रवचनकाराच्या माघारी बोल्होबांना म्हणायची, ''पोरांना उगाच आतापासून विठ्ठलाच्या नादी लावू नका. एकदा देवाचं वेड त्यांनी डोक्यात घेतलं तर घरसंसार कशाला करतील ?''

बोल्होबांना ते पटायचं आणि ते मुलांना म्हणायचे, ''उद्यापासून देवळात नाही, दुकानात यायचं. खरेदी विक्रीचे व्यवहार शिकायला लागा. उधारीच्या वह्या पहा. वसुलीचं काम करा.''

पित्याची अशी कडक आज्ञा झाल्यावर दोन्ही मुलगे दुकानात हजर होऊन दिवाणजींपाशी जाऊन बसायची. तुकाराम काहीबाही लिहू लागायचा; पण सावजी नुसताच बसायचा. ते पाहून तुकाराम सावजीला म्हणायचा, ''दादा, असं बसू नको काहीतरी...''

''नको.'' सावजी त्यांच वाक्य पूर्ण होऊ न देता म्हणायचा, ''तुका, माझं यात लक्ष लागत नाही. वही उघडली की वहीच्या पानावर मला विठोबा रखुमाई दिसतात.''

''ते नंतर, आधी आकडेमोड.'' हे संवाद ऐकत असलेले बोल्होबा त्यांना बजावयाचे, ''देव पूजायचा, भजायचा, पण घर-प्रपंच सांभाळून. उद्या आम्ही गेलो की तुम्हालाच हे पहायचं. तेव्हा सगळं नीट माहिती करून घ्या.''

मुलं मोठी होत होती त्या काळानुसार लग्नाची झाली. बोल्होबांना चांगल्या तालेवर घराण्यातल्या दोन सुना आल्या. तुकोबांची बायको रखमाबाई देखणी, पण दमेकरी. सावजी लग्नाला उभा राहिला, पण घरात त्याचा पाय ठरेना. सारखा देऊळवाड्यात भजन-पूजन, कीर्तन, देवळात आलेल्या भाविकांशी-साधुबैराग्यांशी-संतसज्जनांशी देवगोष्टी यातच त्याचं मन रमे. परिणामी, त्याची बायकोही संसारात रमेना. खिन्न होऊन कुठेतरी बसलेली असायची, तर तुकाची बायको आजारी. मग कनकाई एकटी किती दिवस गाडा रेटणार ? पुण्यातील व्यापारी गुळवेशेट यांची सुंदर, निरोगी मुलगी आवल ही तुकोबांची दुसरी

बायको झाली. तुकारामाच्या संसारात आनंद फुलू लागला.

रोज दुकानात जायचं, दुकानाचे व्यवहार पहायचे, खरेदीसाठी पुण्यात किंवा आसपासच्या गावात जायचं. हे तुकारामाचं काम ठरून गेलं. पण म्हणून त्याचं मन अष्टौप्रहर व्यापारात गुंतलं नाही. दुकानाची कामं संपली की तुकोबा देऊळवाड्यात जात. भजन कीर्तनात रमत. वारकरी असले तर त्यांच्याशी गप्पागोष्टी करत. एखादेवेळी एखादा कीर्तनकार आला नाही, तर तुकोबा स्वत: कीर्तनाला उभे रहात आणि उत्तम उपमा दृष्टांतासह निरूपण करत, कथा सांगत.

त्यांची स्मरणशक्ति जबरदस्त होती. अनेक साधुसंतांची वचनं त्यांना तोंडपाठ असत. कमलपुष्पांमुळे सरोवराची जशी शोभा वाढते, त्याप्रमाणे सुभाषितांनी तुकारामबुवांच्या कीर्तनाला अधिकच रंग भरे.

मात्र असं कीर्तन चाललेलं असताना एखादा श्रोता तंबाखू खातोय, पेंगतोय किंवा शेजाऱ्याशी बोलतोय असं दिसलं तर तुकाराम लगेच त्याची कानउघाडणी करत. कीर्तन चाललेलं असताना बुवाचं लक्ष वेधून रंगाचा बेरंग करणाऱ्यांची तुकारामाला चीड येई, पण ते तेवढ्यापुरतंच असे. कीर्तन संपलं की पुन्हा सलोख्याचं वातावरण तयार होई. कीर्तनात तुकाराम गावातील गोष्टी अशा खुबीनं सांगे, की लोकांना बरोबर ही कथा कुणाची आहे हे समजे आणि तो जर हजर असला तर शरमेनं त्याची मान खाली जाई. पण कुणाला लज्जित करणं हा तुकारामाचा हेतु नसे, तर जागृत करणं हा असे.

दिवसेंदिवस तुकारामावर मोठी जबाबदारी येत होती. दोन बायकाचं नवरेपण तर होतंच, शिवाय थोरला भाऊ सावजी प्रपंच उद्योगात लक्ष घालत नसल्यानं त्यांना दोन्हीकडे लक्ष द्यावं लागे; पण त्यांचं अनुसंधान सुटलं नव्हतं. दररोज ते कामं आटोपली की देऊळवाड्यात जात. भजनात भाग घेत. कीर्तन ऐकत प्रसंगी, एखादा कीर्तनकार आला नाही, तर स्वत: कीर्तनाला उभं राहून प्रभुचं गुणगान गात.

मात्र तुकाराम त्या गावातील असल्यानं गावातील लफडी-कुलंगडीही त्यांना माहीत असत. कीर्तनाच्या निमित्तानं ते अशा लोकांची उदाहरणं देऊन नाव न सांगता त्यांची कानउघाडणी करत. संतसज्जनांचे अपमान करायचे आणि दासीची खुशामत करायची, निष्ठावंत पत्नीकडे पाठ फिरवून वेश्यांचे लाड पुरावायचे अशी मंडळीही तुकारामांना माहीत होती. त्यांची ते कीर्तनातून फटफजिती करत. दुकान बाजारपेठेत असल्यानं आल्या-गेल्याकडून वार्ता समजत. पैशांच्या लोभानं लहान मुली प्रौढ बिजवरच्या गळ्यात बांधणारे, बायको सांगते म्हणून आई-वडिलांना हाकलून देणारे महाभाग टाळणारे, तीर्थयात्रेला जाणारे, वरून गोड बोलणारे, पण आतून कडू जहर अशी तऱ्हेतऱ्हेची माणसं; तुकाराम त्यांचा कीर्तनातून समाचार घेत. कुठल्याही दगडाला शेंदूर फासून त्या दगडापुढं बकरी-कोंबडी कापून मेजवान्या झोडणाऱ्यांना ते 'हा खरा देव नाही, तो रक्तमांसाचा नैवेद्य मागत नाही' असं कंठशोष करून सांगत. बुवाबाजी करणारे, जादूटोणा करून साधुसंत म्हणून मिरवणारे, व्यसनासक्त या सर्वांना वठणीवर आणण्याचं काम कीर्तनाद्वारे तुकाराम करत असत.

तुकारामाचं वाणीसामानाचं दुकान जोरात होतं. सगळ्या किराणा-भुसार मालाचा साठा तर त्यांच्याकडेच असे, पण गावापेक्षा सगळा माल स्वस्तही असे. शिवाय तुकाराम बारीक-सारीक सावकारी करत. बोल्होबा बाजूला गादीवर बसून हा व्यवहार पहात. मनातल्या मनात संतुष्ट होत.

आता आपलं इथलं काम संपलं असं मनातल्या मनात म्हणत विठ्ठलाचा धावा करत.

असं सगळं सुरळीत चालेलं असताना एकदा आक्रीत घडलं. सावजीची बायको एकाएकी वारली, त्यामुळे त्याचं मन कशात रमेना. आधी त्याचं दुकानात येणंजाणं कमीच होतं. तो जास्तीत जास्त वेळ देऊळवाड्यातच असायचा. विठ्ठलमूर्तीचं भजन-पूजन अर्चन यात वेळ घालवयाचा. संसाराकडे त्याचं तसं लक्ष नव्हतंच. आता तर मायापाशही तुटला. सावजी मोकळा झाला. मूलही झालं नव्हतं, त्यामुळे कसले कोवळे बंधही नव्हते. अशा सगळ्या परिस्थितीत तो एका रात्री बोल्होबांना म्हणाला, ''बाबा, माझं मन इथं रमत नाही. मला आता अडकवू नका आणि अडवूही नका. मी तीर्थयात्रेला जाणार, पार काशी कैलास गाठणार. जमलं तर येणार, नाहीतर तिकडेच रहाणार.''

''अरे हे तू काय बोलतोस ?'' बोल्होबा एकदम उसळून म्हणाले, ''एक बायको मेली, तर दुसरी करता येते. उगाच का तुझ्यासाठी पोरगी पाहतोय ?''

''नको, नको.'' सावजीनं निग्रहपूर्वक सांगितलं, ''आता मला लग्नाच्या फंदात पडायचं नाही.''

''दादा, असं करू नको.'' तुकारामानं थोरल्या भावाला समजावण्याचा प्रयत्न केला, ''अरे प्रपंचात राहूनही परमार्थ करा येतो. नामदेव, सावतामाळी, गोरा कुंभार या सर्वांनी संसार सांभाळूनच भक्ति केली. तुलाही तसं करता येईल. तुला मला मनात येईल तेव्हा देऊळवाड्यात जा, पण बाबा रे, घर सोडू नको. म्हाताऱ्या आईबापांचा विचार कर.''

पण सावजी कुणाचचं ऐकायला तयार नव्हता. एका पहाटे सगळे गाढ झोपेत असताना सावजी उठला, थोडी कापडं घेतली. धान्यधुन्य घेतलं आणि पंढरीची वाट चालू लागला.

आता तुकारामावरची जबाबदारी वाढली. घर, दुकान हे तर पहायचं होतंच; पण प्रसंगी गावाबाहेर जाऊन खरेदी वसुली करावी लागे. कधी कधी नको त्या प्रसंगांना तोंड द्यावं लागे, पण तुकारामानं पाऊल कधी वाकडं पडू दिलं नाही, की भांडण-तंटा टोकास नेला नाही. धाकट्या कान्होबांची मदत तर होत होतीच. पण आयुष्याची संध्याकाळ हरिनाम घेत घालवायचा बोल्हाबांचा बेत मात्र तडीस गेला नव्हता. त्यांना तब्येत बरी नसतानाही दुकानावर बसावं लागे. देऊळवाड्याकडे पाहावं लागे. परिणामी, त्यांची प्रकृती हळूहळू ढासळू लागली. तशाही स्थितीत एक दिवस त्यांनी देऊळवाड्यात जाऊन तुकारामाचं कीर्तन ऐकलं, त्याचा आवाज, त्याचं निरूपण, त्याचं कथाकथन सगळं काही डोळे भरून पाहिलं. पोटभर ऐकलं, कीर्तन संपल्यावर तुकारामानं बोल्होबांच्या पायी डोई ठेवली, तशी त्याला चार उपदेशाचे शब्द ऐकवले. प्रपंचात राहून परमार्थ कसा साधायचा हे परोपरीनं सांगितलं. मग तुकारामांचाच हात धरून काठी टेकत टेकत बोल्होबा घरी आले. चार घास खाल्ले आणि झोपले ते उठलेच नाहीत !

झोपेतच त्यांचं प्राणोत्क्रमण झालं. पायदेखील न वाजवता मृत्यू आला नि बोल्होबांना घेऊन गेला. पहाटे कनकाई उठवायला गेली, तेव्हा हे समजलं आणि एकच आकांत झाला. तुकारामांचे वडील वैकुंठाला गेले हे कळताच अवघा देहू गाव त्यांच्या बाजारपेठेतील घरी जमला. भजनाच्या दिंड्या पुढं झाल्या. विठ्ठलनाम गात गात बोल्होबांना इंद्रायणी काठी नेलं. थोरला सावजी घरातून निघून गेला होता, मग धाकट्या कान्होबानं चितेला अग्नी दिला. हां हां म्हणता आग पसरली. कृतार्थ आयुष्य जगलेल्या बोल्होबांच्या अस्थि

आणि रक्षा तेवढी उरली. दुसऱ्या दिवशी तुकारामांसह आप्तेष्टांनी येऊन ती गोळा केली आणि इंद्रायणीत विसर्जित केली.

तुकारामांच्या आयुष्यातलं एक पर्व संपलं!

बोल्होबा गेले, कनकाई स्वर्गस्थ झाली. सावजीनं संन्यास घेतला, थोरली भावजय जग सोडून गेली. तुकोबा अनाथ झाले. त्यांच्यावर माया करणारं कुणी उरलं नाही. उरला तो त्यांचा संसार दोन बायका आणि मुलं. बायका दोघी खऱ्या, पण त्या बाहेरून आलेल्या. मुलं लहान. त्यांनाच तुकोबांची छत्रछाया हवीहवीशी वाटणार, पण तुकोबांवर माया करणारे वात्सल्यसिंधु मायबाप गेले. हे सगळं सहन कसं करायचं? आपलं काय चुकलं म्हणून आपल्या नशिबी हे आलं? आपली देवभक्ती कमी पडली, की आपण इतरांशी अहंकारानं वागलो? इतरांना गरजेला उपयोगी पडलो नाही, तहानलेल्याला पाणी दिलं नाही, भुकेल्याला अन्न दिलं नाही की उन्हातून जाणाऱ्याला सावली दिली नाही. काय केलं तरी काय आपण, म्हणून देवानं आपल्याला ही कठोर शिक्षा दिली? तुकोबा दुकानावर जात, व्यवहार पाहात, देणीघेणी उरकत, पण त्यांचं कशात लक्ष नसायचं. घरी आले की चार घास खाऊन अंथरूणावर पडत, पण डोळ्याला डोळा लागायचा नाही. आपला नवरा असा सैरभैर का झाला आहे, हे रखुमाई आणि आवली या दोन्ही बायकांना कळायचं नाही. त्याही दिङ्मूढ होऊन जात.

एका रात्री झोप येईना. डोळ्याचं पाणी खळेना. तुकोबा उठले, सरळ देऊळवाड्यात गेले आणि विठ्ठल रखुमाईच्या मूर्तीपुढे उभं राहून म्हणू लागलेह्व

मी तव अनाथ अपराधी ।
कर्महीन मतिमंद बुद्धी ।।
तुज म्यां आठविले नाही कधी ।
कृपानिधी मायबापा ।।
नाही केला कधी परोपकार ।
नाही दया केली पीडीतावर ।।
करू नये तो केला व्यापार ।
वाहिला भार कुटुंबाचा ।।
अंगसंग घडिले अन्याय ।
बहुत अधर्म उपाय ।।
न कळे हित करावे ते काय ।
नये बोलू आठवू ते ।।
आप आपण्या घातकर ।
शत्रू मी दावेदार ।।
तू बापा कृपेचा सागर ।
उत्तरी पार तुका म्हणे ।।

जणू पदरात अनंत पाप घेऊन अपराधी भावनेनं तुकाराम विठ्ठलाची आळवणी करू लागले. मनोमनी त्यांनी प्रार्थना केली. अपराधांबद्दल क्षमा मागितली. आई-बापांची सावली का काढून घेतली, असं कळवळून विचारलं.

पण विठ्ठलानं काही उत्तर दिलं नाही. तो तसाच कमरेवर हात ठेवून स्तब्ध उभा राहिला. तुकारामांच्या अश्रूंनी किंवा कळकळीच्या भजनानं तो हलला नाही की हेलावला नाही. तुकारामांनी आता आपल्या जीवनातल्या चुका सुधारायचं ठरवलं. आपला अहंकार प्रथम मोडून काढायचा त्यांनी निर्धार केला. कुणी प्रवासी डोक्यावर ओझं घेऊन चालला असला तर तुकाराम जरा वेळ त्याचं ओझं घेऊ लागले, कुणी उपाशी दिसला, तर त्याला घरी नेऊन जेवू घालू लागले. दुकानावर येणाऱ्या कुणा गरीबाजवळ पैसे नसले तरी माल देऊ लागले. आजारी माणसाची सेवाशुश्रुषा करू लागले. एखाद्यानं व्याज दिलं नाही, कर्ज फेडलं नाही, तरी त्याची नड म्हणून त्याला पुन्हा कर्ज देऊ लागले. दुकानापेक्षा देऊळवाड्यावर

येणाऱ्या, संतांच्या साधुसज्जनांच्या संगतीत ते वेळ घालवू लागले. आपलं मन प्रपंचात रमत नाही. दुकानातलं काम आपल्याला जमत नाही. विठ्ठलाशिवाय आता आपला कोणी आप्त नाही, असंच त्यांना वाटू लागलं. भजन कीर्तनातच ते रमू लागले.

रखुमाई दम्यानं आजारी असायची. ती गप्प पडून राहायची, पण तरुण, तडफदार आवलीच्या जिवाची काहिली होई. ती तुकारामाला लाखोली वाही. विठोबाला शिव्याशाप देई. ''दुकानावर जाऊन बसा, थोडा धंदा करा, चार पैसे मिळवा, नाहीतर आपण सगळे उपाशी मरू.'' असं आवलीनं अनेकदा जिवाच्या आकांतानं तुकारामाला सांगितलं; पण एक नाही दोन नाही. एका कानानं ऐकायचं दुसऱ्या कानानं सोडून द्यायचं. फारच बोलली तर शांतपणे म्हणायचे, ''आवले, आता माझं कशात लक्ष लागत नाही. सारखं देवळात जाऊन बसावसं वाटतं, मी आता काही करणार नाही, जे होईल ते विठ्ठलाच्या मर्जीनं होईल.''

हळूहळू घरातील एक एक वस्तू पोटासाठी आवली मोडू लागली. दागदागिने गेले, साठवलेले पैसे संपले, गोठ्यातल्या गाई-म्हशी विकल्या. दुकानातल्या सामानाचा लिलाव करून, दुसऱ्या सावकारानं कोणे एककाळी सावकारी करून गब्बर झालेल्या तुकारामांच्या हातात भिकेचा कटोरा दिला आणि हे कमी पडलं म्हणून की काय, दुष्काळानं होतं नव्हतं ते खाऊन टाकलं. खायला नाही म्हणून रखुमाईनं प्राण सोडला, तर उपासानं मुलगा संतोबा मरून गेला.

तुकारामाचं दिवाळं निघालं, दुकान गेलं, घर गेलं, घरातलं सामान गेलं, बायको, मुलगा गेले, दुष्काळानं गावाला खाल्लं, तसा तुकारामाचाही विध्वंस केला.

तुकाराम हतबल झाले. चारही दिशा सुन्या सुन्या झाल्या. काय करावे ते समजेना विठू भेटावा असं वाटत होतं, पण स्वत:ला करुणासागर म्हणवणारा विठ्ठल तुकारामाला दिसत नव्हता की भासत नव्हता. एकटेपणाची जाणीव खोल खोल व्यापून राहिली होती. उपाशी पोटी तुकारामांनी धरणीवर अंग लोटून दिलं.

आणि त्या व्याकुळ अवस्थेत स्वप्नात तुकारामांना बाबा चैतन्य दिसले. त्यांनी तुकारामांना हलकेच उठवलं आणि म्हणाले, ''तुकोबा, आता मी देतो तो रामकृष्ण हरिचा मंत्र अखंड जपत चल, तुझं कल्याण होईल.''

बाबा चैतन्य गुप्त झाले. तुकाराम जागे झाले ते आनंदमय सृष्टीतच. त्यांना गुरू भेटला होता. गुरुमंत्र मिळाला होता. आता 'अवघाची संसार आनंदे भरीन' अशी अवस्था आली.

पांडुरंगाची आराधना करत आला दिवस घालवत असता अचानक बाबाजी चैतन्य तुकारामांच्या स्वप्नात आले आणि त्यांनी तुकारामाला गुरुमंत्र दिला. एखादं झाड अचानक बहरून यावं किंवा मध्यरात्री एकाएकी सूर्य उगवावा तसं तुकारामांना झालं, ज्या क्षणाची ते वाट पहात होते. ज्या गुरुची प्रतीक्षा करत होते. ते गुरू त्यांना साक्षात् त्यांच्या स्वप्नात येऊन भेटले. तुकारामाचं जीवन धन्य झालं. देऊळवाड्यातील पांडुरंगाच्या मूर्तीला तुकारामांनी मनोमन नमस्कार करून म्हटलं.

बहुत दिवस करत हे आस ।
ते आले सायास फळ आजी ।।

एकाएकी तुकारामांच्या मनाला शांती लाभली. तृषार्त माणसाला थंडगार पाण्यानं तृप्ती लाभावी असं त्यांचं झालं. 'अवघाची संसार आनंदे भरीन' अशी स्थिती आली. नामस्मरणाच्या गुरूपदेशानं त्यांच्या लोखंडी आयुष्याला जणू परिसस्पर्श झाला

आणि त्याचं सोनं झालं. ते सुवर्णतेजानं झळाळू लागलं. नामस्मरणानं त्याचं जीवन नुसतं उजळूनच टाकलं असं नाही, तर बदलूनही टाकलं. काम, क्रोध, मद, मत्सर आदि षड्रिपुंनी आपला गाशा गुंडाळायला सुरवात केली. तुकारामाच्या आयुष्यातल्या कामक्रोधांच्या वस्तीचा अस्त होऊ लागला. नामाविना त्यांच्या जीवनात दुसऱ्या कशाला जणू स्थान उरलं नाही. लौकिक जीवन जगता जगता अलौकिकाचाही ते अनुभव घेऊ लागले. देवाच्या नामस्मरणामुळे कीर्तनात प्रवचनात गायिलेले इतर संतांची कवनं आणि वचनं, अभंग आणि ओव्या, साकी आणि दिंड्या, दोहे आणि चौपाया, सुभाषितं आणि सुवचनं त्यांच्या स्मरणातून जाऊ लागली आणि त्यांची स्वत:ची प्रतिभा जागृत होऊ लागली. साक्षात् नामदेव त्यांच्या स्वप्नात आले आणि म्हणाले,

''तुकोबा, देवाजवळ आलास, पण आणखी जवळ यायचं असेल तर लोकांना परमार्थाकडे वळव. संसार करता करता देवाकडे धावा असं त्यांना सांग.''

''पण देवा, मी हे कसं सांगू ? मी कीर्तनं करतोच आहे.''

''नुसती कीर्तन पुरेशी नाहीत. तू आता अभंग लिही, लोकांना वाट दाखव. तुझे अभंग पुढील अनेक वर्ष या समाजाला तारून नेतील. पारमार्थिकांना वाट दाखवतील, चुकलेल्यांना नीट रस्त्यावर आणतील. विसरलेल्यांना देवाची आठवण करून देतील, देवाकडे पाठ फिरवलेल्यांना सन्मुख करतील.''

एवढं बोलून नामदेवांनी तुकारामांच्या मस्तकावर हात ठेवला. तुकारामांनी नामदेवाला साष्टांग दंडवत घातलं आणि परत वर पाहिलं तर पंढरीची विठ्ठलमूर्ती दिसली. म्हणजे तो नामदेव नव्हता. विठोबाच होता. त्यानंच तुकोबांच्या डोईवर आशीर्वादाचा हात ठेवला होता. आता काय अशक्य होतं ? कामधेनुचं खिल्लारच तुकारामाच्या अंगणात आलं होतं, चंद्रकांतमण्याची खाणच सापडली होती, कल्पवृक्ष बहरला होता. आपल्याला जे गुरूनं सांगितलं ते तुकाराम लोकांना सांगू लागला.

नामसंकीर्तन साधन पै सोपे ।
जळतील पापे जन्मांतरीची ।।
न लागे सायास जावे वनांतरा ।
सुखे येता घरा, नारायण ।।
ठायीच बैसोनि करा एकाचित
आवडी अनंत आळवावा ।।
रामकृष्ण हरि विठ्ठला केशवा
मंत्र हा जपावा सर्वकाळ ।।
न लागे हा लौकिक सांडाता वेव्हार ।
घ्यावे वनांतर, भस्मदंड ।।
तुका म्हणे मज आणिक उपाय
दिसती ती वाव, नामावीण ।।

तुकाराम महाराज म्हणतात, नामस्मरण हे ईश्वरासान्निध जाण्याचं सोपं साधन आहे. नामस्मरणानं जन्मोजन्मीची पापं जळून जातील. त्यासाठी वनात, वनवासाला जायला नको. ईश्वर सुखानं घरीच येईल. एका ठिकाणी बसावं आणि एकाग्र चित्तानं नामस्मरण करावं, अनंताची आळवणी करावी. 'रामकृष्ण', 'हरि विठ्ठला', 'केशवा' हा नामजप करावा, याहून ईश्वरप्राप्तीचं दुसरं आणखी सोपं साधन नाही हे मी विठ्ठलाची शपथ घेऊन सांगतो. लौकिक व्यवहार सोडू नका. वनात जाऊ नका, दंड-कमंडलु घेऊ नका, नामाशिवाय मला तुकारामाला तरी ईश्वरप्राप्तीचा अन्य उपाय दिसत नाही.

असं कळकळीनं सांगणारे तुकाराम आता तुकाराम महाराज झाले. देहूजवळच्या भंडाऱ्याच्या डोंगरावर बसून ते नामस्मरणाचा सोहळा साजरा

करू लागले. कीर्तनाचे रंगी नाचू लागले. देहूवासियांना देवच भेटल्यासारखं वाटलं. महाराजांचे अभंग ऐकता ऐकता त्यांची ब्रह्मानंदी टाळी लागू लागली.

आणि हे वृत्त शिवाजी महाराजांच्या कानी गेलं. मुसलमानी अंमलाचा अंधार संपवून स्वराज्याच्या सूर्यप्रकाश आणणाऱ्या त्या थोर नृपतीला या थोर संताची कीर्ती समजली आणि त्यांचे पायी डोई ठेवावी असं त्यांच्या मनात येऊ लागलं.

शिवाजी महाराजांनी या थोर संतपुरुषाच्या दर्शनाला जायचं ठरवलं; पण त्यापूर्वी काहीतरी भेट द्यावी म्हणून महाराजांनी देहूला तुकारामाच्या घरी नजराणा पाठवला. त्यात दागिने, कपडे, मोहोरा सगळं काही होतं. महाराजांकडून आलेल्या नजराण्यानं तुकारामाच्या कुटुंबात, आनंदाचं उधाण आलं पण भजनात रंगलेल्या तुकोबाला काय त्याचं ? त्यांनी तो नजराणा तसाच परत पाठवला, ''आम्हा संतांना मोहोरा मातीसामान' असं कळवलं आणि महाराजांची भेट प्रेमभरानं परत केली. त्यांच्या या निरिच्छ वृत्तीनं मोहोरलेले महाराज तुकारामांच्या दर्शनाला आले. महाराजांनी तुकोबांच्या पायी डोई ठेवली, हे समग्र देहूकरांनी याची देही याची डोळा पाहिलं आणि ते धन्य झाले. तुकारामानं शिवाजींना थोडाफार हितापदेश केला आणि गुरू समर्थ रामदासांवर निष्ठा ठेवण्याचा संदेश दिला. शिवाजी महाराज तुकोबांचे दर्शन घेऊन गेले, तेव्हा त्याचं मन प्रेमादरानं भरून गेलं होतं.

माणूस कितीही संतसज्जन असला तरी त्याला पाण्यात पाहणारे खलपुरुष असतातच. मंबाजीबुवा चिंचवडकर हे गोसावी देहूत येऊन राहिले होते. तुकारामाचं कवित्व आणि कीर्तनातील कौशल्य त्यामुळे लोक भारावून गेले होते. आपल्याकडे जनसामान्यांनी यावं, आपली कीर्तनं ऐकावी म्हणून मंबाजीबुवा ज्योतिष सांगत. गंडे-दोरे, ताईत बांधत, अरिष्टनिवारणाचे मंत्र-तंत्र देत. हे सर्व तुकोबांच्या लोकप्रियतेला ओहोटी लागावी म्हणून चाले; परंतु त्याचा फारसा परिणाम होत नसे. मंबाजीबुवा मग तुकारामांशी भांडण काढू लागले, ''तू माझे अभंग चोरतोस'' म्हणू लागले. इतकंच नव्हे तर वाघोलीस जाऊन रामेश्वरभटांकडे त्यांनी तुकारामाच्या विरुद्ध फिर्यादच ठोकली. 'तुकाराम हा पाजी, त्याला कवित्वाचा अधिकार नाही, तुकाराम शूद्रांना वेदांचा अर्थ सांगतो, उच्चभ्रू समाजही त्याच्या नादी लागला आहे, कीर्तनातूनक शास्त्री पंडितांची निंदा करतो, वगैरे आरोप तुकारामांवर ठेवले. तुकारामांनी ते साफ नाकारले, पण न्यायासनापुढे मंबाजीची वट असल्यानं रामेश्वरभटानं तुकारामाला त्याची अभंगवाणी इंद्रायणीत बुडवण्याचा आदेश दिला. तुकारामांनी तो शिरोधार्य मानला आणि वह्या इंद्रायणीत बुडवल्या.

मंबाजीला परमसंतोष झाला; पण तुकारामांनी मग इंद्रायणीकाठीच उपोषणाला आरंभ केला. विठ्ठलनाम घेत, अभंग म्हणत म्हणत तुकाराम नदीतीरी वस्तीला राहिले. देहूकरांना हे समजलं, तशी देहूतील मंडळी एक एक साथ देऊ लागली. मंबाजीनं त्यांना हुसकवण्याचा प्रयत्न केला, पण आता मंबाजीचं कोणी ऐकेना. असे आठ-दहा दिवस गेले. तुकाराम पंढरीनाथाला, भगवंताला साद घालीत होते. ''तू द्रौपदीचे शीलरक्षण केलेस, प्रल्हादाचे जीवरक्षण केलेस, सुदाम्याचे दारिद्र्यनिर्मूलन केलेस, अर्जुनावर तर अपार कृपा केलीस, आता देवा, जरा माझ्याकडे पाहा ह्व'' जिवाच्या आकांतानं त्यांनी प्रार्थना केली. तेरा दिवस देवानं दुर्लक्ष केलं आणि चौदाव्या दिवशी इंद्रायणी नदीतून वह्या वर आल्या कोरड्या.

तुकारामानं त्या हृदयाशी धरल्या आणि ते नाचू लागले. जमलेले हजारो लोकही नाचू-गाऊ लागले. विठ्ठलाच्या कृपेनं तुकाराम गहिवरले आणि देवाला म्हणाले, ''देवा म्या चांडाळानं तुझी परीक्षा पाहिली असेल, तर क्षमा कर. देवा मला क्षमा कर.''

आता मंबाजीबुवांना देहूतून गाशा गुंडाळण्यावाचून पर्यायच राहिला नव्हता. तेवढ्यात त्यांना रामेश्वरभट देहूत आल्याची वार्ता कळली. मंबाजीबुवा त्यांच्या स्वागतला धावले. इंद्रायणीतून देवानं वह्या काढून दिल्याची बातमी रामेश्वरभटापर्यंत पोहोचली होती. आणि ती ऐकून तुकारामांची क्षमा मागायला ते देहूत आले होते. मंबाजीकडे लक्ष न देता ते सरळ देऊळवाड्यात गेले आणि तुकारामांच्या पायावर डोकं ठेवून त्यांनी तुकारामांची मनोमन क्षमा मागितली. मंबाजीबुवांनी त्यातंच अनुकरण केलं. तुकारामांची कीर्ती त्या प्रसंगापासून त्याचंच अनुकरण केलं. तुकारामांची कीर्ती त्या प्रसंगापासून सतत वाढू लागली. पण तेव्हापासून तुकाराम अधिकाधिक आत्ममग्न होऊ लागले. भंडाऱ्याच्या डोंगरावर बसून दिवसरात्र भजनानंदात रमून जाणं त्यांना प्रिय वाटू लागलं. तुकोबांची कथा ऐकून देहूला भक्तभाविकांनी मोठी गर्दी केली. मग तुकाराम महाराज कीर्तनाला उभे राहत ह्न

विठोबाची वेडी आम्हा आनंदू सदा ।
गाऊ नाचू वाजवू टाळी रंजवू गोविंदा ।।
सदा सण सात आम्हा नित्य दिवाळी ।
आनंदे निर्भरा आमचा कैवारी बळी ।।
तुका म्हणे आम्हा नाही जन्ममरणाचा धाक।
संत सनकादिक हे तो आमुचे कौतुक।।

आणि आपल्या गोड वाणीनं आपलेच अभंग ते असे म्हणत, की सर्वांची ब्रह्मानंदी टाळी लागे. पण असे प्रसंग हळूहळू कमी होऊ लागले. तुकारामांना लोकांपेक्षा विजनात राहणं आवडू लागलं. देहाचं ओझं त्यांना नकोसं झालं. मग एका श्यामल संध्याकाळी तुकारामांना नेण्यासाठी साक्षात भगवान श्रीविष्णू आले. तेजाचा तो पुतळा गरूडावरील आपल्या आसनावरून उतरला. तुकारामांला त्यानं कवेत घेतलं. पाण्यानं डोळे भरलेल्या तुकारामांनी खाली वसलेल्या देहू गावाला नमस्कार करून म्हटलं, ''आम्ही जातो आमुच्या गावा, आमुचा रामराम घ्यावा विठ्ठल विठ्ठल विठ्ठल.''

– माधव कानिटकर

॥ श्री पांडुरंग ॥

सुंदर तें ध्यान उभें विटेवरी । कर कटावरिं ठेवुनियां ॥
तुळशीहार गळां कासे पीतांबर । आवडे निरंतर हेंचि ध्यान ॥
मकर कुंडलें तळपती श्रवणीं । कंठीं कौस्तुभमणि विराजित ॥
तुका म्हणे माझें हेंचि सर्व सुख । पाहीन श्रीमुख आवडीनें ॥
राजस सुकुमार मदनाचा पुतळा । रविशशिकळा लोपलिया ।
कस्तुरी मळवट चंदनाचे उटी । रुळे माळ कंठीं वैजयंती ॥
मुकुट कुंडलें श्रीमुख शोभलें । सुखाचं ओतलें सकळ ही ॥
कासे सोनकळा पांघरे पाटोळा । घननीळ सावळा बाइयांनो ॥
सकळही तुम्हीं व्हागे एकीसवा । तुका म्हणे जीवा धीर नाहीं ॥

श्री तुकाराम महाराज पांडुरंगाच्या ध्यानाचे प्रथम वर्णन करतात. ते म्हणतात कमरेवर हात ठेवून हे सुंदर ध्यान विटेवर उभे आहे. त्याने गळ्यात तुळशीचा हार घातलेला असून कमरेला पीतांबर नेसलेला आहे. त्याच्या कानात माशाच्या आकाराची कुंडले तळपत आहेत. तर गळ्यात कौस्तुभमणी अगदी शोभून राहिला आहे. तुकाराम महाराज म्हणतात, हेच माझे सर्व सुख आहे. आणि अशा देवमूर्तीकडे मी सतत प्रेमाने, आवडीने पहात राहीन. हा विठ्ठल म्हणजे केवळ मदनमूर्तीच आहे. सूर्यचंद्राचे तेज त्याच्यात अगदी मिळून-मिसळून गेले आहे. त्याने कपाळावर सुगंधी कस्तुरीचा मळवट भरलेला असून अंगाला चंदनाची उटी लावलेली आहे. गळ्यात वैजयंती माळ झळकते आहे. मस्तकावर मुकुट आणि कानात कुंडले यामुळे श्रीमुख सुंदरच दिसते आहे. जणू सर्वसुखाचा रस करून हे श्रीमुख निर्माण केले आहे. कमरेला पितांबर, अंगावर भरजरी शेला. बायांनो, हा घननीळ सावळा पहिल्याखेरीज रहाणे मला शक्य नाही, धीर धरवत नाही, तेव्हा तुम्ही सर्वजणी बाजूला व्हा.

॥ पुंडलीक वरदा हरि विठ्ठल ॥

।। श्री पांडुरंग ।।

विष्णुमय जग वैष्णवांचा धर्म । भेदाभेद भ्रम अमंगळ ।।

आईका जी तुम्हा भक्त भागवत । कराल तें हित सत्य करा ।।

कोणाही जिवाचा न घडावा मत्सर । वर्म सर्वेश्वर पूजनाचें ।।

तुका म्हणे एका देहाचे अवयव । सुखदु:ख जीव, भोग पावे ।।

निंदी कोणी मारी । वंदी कोणी पूजा करी ।।

मज हेंही नाहीं, तेंही नाहीं । वेगळा दोहींपासूनी ।।

देहभोगें घडे जें जें जोडें तें तें बरें । अवघें पाव नारायणीं ।।

जनविजन झालें आम्हा । विठ्ठलनामाप्रमाणे ।।

पाहें तिकडे बापमाय । विठ्ठल आहे रखुमाई ।।

हे सर्व जग विष्णुमय आहे याची जाण ठेवणे हाच वैष्णवांचा धर्म आहे. भेदाभेद हा अमंगळ भ्रम आहे. अहो, भागवत भक्तांनो ऐका आणि जे हित करावयाच असेल ते खरोखरच करा. कुणाचाही मत्सर करू नये हेच सर्वेश्वर परमेश्वराच्या पूजनाचे वर्म आहे. तुकाराम महाराज म्हणतात सर्व इंद्रिये मग ती ज्ञानेंद्रिये असोत कवा कर्मेंद्रिये ती एकाच देहाची आहेत. देहाचे अवयव आहेत. आणि सुख–दु:ख भोगणे जिवाच्या नशिबी असते. आमची कोणी निंदा करोत, कुणी आम्हाला मारहाण करोत, कुणी वंदन करो वा कुणी पूजन करो मला निंदेचे दु:ख नाही, पूजेचे सुख नाही या दोन्हींपासून मी अलिप्त आहे, वेगळा आहे, निराळा आहे. आम्हांला जे जे देहभोग होतात ते आमच्याकडे न येता नारायणाकडे जातात. लोकात असो वा विजनवासात असो सर्व काही आम्हास विठ्ठलनामाप्रमाणे आहे. जिकडे पहावे तिकडे आम्हाला मायबाप विठ्ठल रखुमाईच दिसतात.

।। पुंडलीक वरदा हरि विठ्ठल ।।

।। श्री पांडुरंग ।।

सकळ चिंतामणी शरीर । जरी जाय अहंकार समूळ आशा ।।
निंदा हिंसा नाहीं कपट देहबुद्धि । निर्मळ स्फटिक जैसा ।।
मोक्षाचें तीर्थ नलगे वाराणसी । येती तयापाशी अवघीं जनें ।।
तीर्थासी तीर्थ झाला तोचि एक । मोक्ष तेणें दर्शनें ।।
मन शुद्ध तया काय करिसी माळा । मंडित सकळा भूषणांसी ।।
हरिच्या गुणे गर्जताती सदा । आनंद तयां मानसीं ।।
तनमनधन दिलें पुरुषोतमा । आशा नाहीं कवणाची ।।
तुका म्हणे तो परिसाहुनि आगळा । काय महिमा वर्णू त्याची ।।

ज्याचा सर्व अहंकार तर गेला आहेच; पण आशाही कसलीही कशात राहिलेली नाही, ती समूळ नाहिशी झालेली आहे. निंदा, हिंसा, कपट ज्याच्या देहबुद्धीत नाही, जो स्फटिकासारखा निर्मळ आहे. त्याचे सर्व शरीर चिंतामणीरूपच झालेले आहे. मोक्ष देणारे काशीतीर्थ, त्याची त्यास आवश्यकता राहिलेली नाही. अशा माणसाभोवतीच जग जमते. तीर्थाचा तो तीर्थ झाला आणि त्याच्या दर्शनानेच मोक्षप्राप्ती होते. ज्याचे मन शुद्ध झालेले आहे. अशुद्धतेचा ज्याच्या मनात लवलेशही नाही त्यास माळा हव्यात कशाला ? त्याचे मन शुद्ध असल्याने अनेक दागदागिन्यांनी, भूषणांनी तो जणू मंडितच आहे. जे सदासर्वदा हरिगुण गातात, हरिगुणांची गर्जना करतात त्यांच्या मनात आनंद नुसता भरून राहिलेला असतो त्यांनी आपले तन, मन, धन म्हणजे जणू सर्वस्वच त्या पुरुषोत्तमास अर्पण केलेले आहे. त्यांच्या मनात कसल्याही आशा अपेक्षा नाहीत. तुकाराम महाराज म्हणतात असा पुरुष परिसापेक्षाही आगळा, वेगळा आहे, त्याचा महिमा किती वर्णावा ?

।। पुंडलीक वरदा हरि विठ्ठल ।।

।। श्री पांडुरंग ।।

पराविया नारी, माऊली समान । मानिलिया धन काय वेंचे ।।
न करिता परनिंदा परद्रव्य अभिलाष । काय तुमचें वेंचें सांगा ।।
बैसलिये ठायीं म्हणता रामराम । काय होये श्रम ऐसें सांगा ।।
संतांच्या वचनीं मानितां विश्वास । काय तुमचें यास वेंचें सांगा ।।
तुका म्हणे देव जोडे याजसाठी । आणिक ते आटी नलगे कांहीं ।।
शुद्धबीजा पोटीं फळे रसाळ गोमटीं । मुखीं अमृताची वाणी देह देवाचे कारणीं ।।
सर्वांग निर्मळ चित्त जैसें गंगाजळ । तुका म्हणे जाती ताप दर्शनें विश्रांती ।।
चित्त समाधान तरी विष वाटे सोनें । बहुखोटा अतिशय जाण भले सांगों काय
मनाचे तळमळें, चंदनेंही अंग पोळे । तुका म्हणे दुजा उपचार पीडा पूजा

जर परस्त्री मातेसमान मानली तर, आपले काय द्रव्य खर्च होते ? दुसऱ्याची निंदा केली नाही, दुसऱ्याच्या पैशाची अभिलाषा धरली नाही तरी, आपले काय जाते ? जर तुम्ही बसल्या जागी रामनामाचा जप केलात तर तुम्हास कोणते कष्ट होणार आहेत ? जर तुम्ही संतवचनांवर विश्वास ठेवलात, संतांचा शब्द मानलात तर काय तुमचे चार चव्वल थोडेच खर्च होणार आहेत ? खरे बोलल्यामुळे कोणते कष्ट, श्रम होणार आहेत. असे केल्याने तुमचे काय जाणार आहे, कुठला खर्च होणार आहेत ? तुकाराम महाराज म्हणतात वर सांगितलेल्या उपायांनी, नियमांनी वागल्यास ईश्वरप्राप्ती दूर नाही. मग आणखी कसलेही खटाटोप करायला नकोत किंवा यत्न करायला नकोत. बीज शुद्ध असले की त्यापासून निर्माण होणारी फळेही रसाळ आणि गोमटी असतात गंगाजळाप्रमाणे ज्याचे चित्त निर्मळ आहे अशा व्यक्तींच्या दर्शनाने सर्वताप नाहीसे होऊन मनाला विश्रांती मिळते. चित्तात समाधान असेल तर सोने विषासारखे वाटेल. विषय अतिशय खोटा असतो, मी कशास सांगू ? तळमळणारे मन असेल तर चंदनहि पोळते. तुकाराम महाराज म्हणतात, अशांत मनाला सुखोपचाराचीही पीडा होते.

।। पुंडलीक वरदा हरि विठ्ठल ।।

।। श्री पांडुरंग ।।

करावी ते पूजा मनेंचि उत्तम । लौकिकाचं काम काय असें ।।
कळावें तयासि कळे अंतरीचें । कारण तें साचें साचा अंगीं ।।
अतिशयाअंती लाभ किंवा घात । फळ देतें चित्त बीजा ऐसें ।।
तुका म्हणे जेणें राहे समाधान । ऐसें तें भजन पार पावी ।।
योगाचें तें भाग्य क्षमा । आधी दमा इंद्रियें ।।
अवघी मान्यें येती घरा । देव सोयरा झालिया ।।
मिरासीचं म्हूण सेत । नाहीं देत पीक उगें ।।
तुका म्हणजे उचित जागा । उगं सिणा कशाला ।।
नये नेत्रं जळ नाही अंतरी कळवळा । तो हे चावटीचे बोल, जन रंजवणं फोल ।।
न फळें उत्तर, नाहीं स्वामी जो सादर । तुका म्हणे भेटी जंव नाही दृष्टादृष्टी ।।

देवाची मानसपूजा करणे हे नेहमी चांगले. देव्हारा, गंध, फुले, उदबत्ती, उपकरणी यांचा देखावा हवा कशाला? तो नकोच. परमेश्वराला आपली पूजा समजावी असे वाटत असेल तर मनापासून केलेली मानसपूजाही त्यास पोहोचते. काहीतरी अतिरेक केला तर लाभ किंवा हानि म्हणजे कदाचित् घातही होईल. जसे बी असेल तसेच फळ मिळते. तुकाराम महाराज म्हणतात, ज्या भजनाने मनाला समाधान मिळते तेच भजन भवसागरात पैलतीरी नेते. इंद्रियांचे दमन केल्याशिवाय योगाचे जे भाग्य क्षमाशीलता ते प्राप्त होत नाही. मग देवच आपला सोयरा होतो आणि अनेक भाग्ये घरी चालत येतात. पिकवायला घेतलेले शेत असले तरी ते कष्ट, मेहनत केल्याशिवाय पिकत नाही. तुकाराम महाराज म्हणतात, आपण योग्य ते जाणावे उगीच व्यर्थ शीण करून घेऊ नये. जोपर्यंत डोळ्यात पाणी येत नाही. आपली जोपर्यंत देवाविषयी अंतरी कळवळा नाही तोपर्यंत हे बोल केवळ करमणुकीचेच वाटतील. जोपर्यंत आपला गुरू प्रसाद देत नाही, आणि एकमेकांकडे पाहणे होत नाही. तोपर्यंत भेट झाली असे समजू नये हे तुकाराम महाराज सांगतात.

।। पुंडलीक वरदा हरि विठ्ठल ।।

॥ श्री पांडुरंग ॥

कानडीनें केला मऱ्हाटा भ्रतार । एकाचें उत्तर एका नये ॥

तैसें मज नको करू कमळापती । देई या संगती सज्जनांची ॥

तिनें पाचरिलें इल बा म्हणोन । येरु पळे आण झाली आतां ॥

तुका म्हणे येरा येरा जें विच्छिन्न । तेथे वाटे शीण सुखापोटी ॥

सुख पाहता जवापाडें । दुःख पर्वताएवढें ॥

धरी धरी आठवण । मानीं संतांचें वचन ॥

नेलें रात्रीनें तं अर्ध । बाळपण जरा व्याध ॥

तुका म्हणे पुढा । घाणा जुंतीजसी मूढा ॥

बोलायाचा त्याशीं । नको संबंध मानसीं ॥

जया घडली संतनिंदा । तुज विसरूनि गोविंदा ॥

तुका म्हणे देवा । तया दुरी मज ठेवा ॥

कानडी स्त्रीने मराठी माणसाशी लग्न केले पण तिचे बोलणे त्याला आणि त्याचे बोलणे तिला समजेना. देवा माझी स्थिती अशी करू नका, मला सत्संग द्या. तिने 'इल बा' म्हणून कानडीत नवऱ्यास 'इकडे ये' अशी हाक मारली तर त्याला वाटले ती आपल्यास बाबा म्हणू लागली म्हणून तो तिच्यापासून दूर जाऊ लागला. तुकाराम महाराज म्हणतात असे बदसूर जोडपे असेल तर सुखापेक्षा शीणच व्हायचा. यासंसारात सुख एवढेसे म्हणजे जवाप्रमाणे असेल तर दुःख पर्वताएवढे आहे. यासाठी संतवचनांचे सतत स्मरण ठेवावे आपले अर्धे आयुष्य झोपेत जाते, शंभर वर्षे आयुर्मान धरले तर पन्नास वर्षे झोपेत गेली, बारा वर्षे बाळपणात सरली, वीस वर्षे तारुण्याच्या मस्तीत संपली उरली. सुरली म्हातारपणात आधीव्याधीत गेली. तुकाराम महाराज म्हणतात अशा रीतीने आयुष्य घालवलेस तर जन्ममृत्यूच्या चक्रात सापडशील. दुर्जनांशी माझा संबंध नको. देवा तुला विसरून संतनिंदा करणाऱ्यांपासून मला दूर ठेव.

॥ पुंडलीक वरदा हरि विठ्ठल ॥

७

।। श्री पांडुरंग ।।

संसारतापें तापलों मी देवा । करिता या सेवा कुटुंबाची ।।
म्हणऊनि तुझे आठविलें पाय । ये वो माझे माय पांडुरंगे ।।
बहुतां जन्मीचा झालो भारवाही । सुटीजे हे नाही वर्मठावे ।।
बेढियलोचोरी –अन्तबाह्यात्कारी । कणव न करी कोणी माझी ।।
बहु पांगविलां, बहु नागविलां । बहु दिवस झालां कासावीस ।।
तुका म्हणे आता धावा घाली वेगीं । ब्रीद तुझें जगी दीननाथा ।।
युक्ताहार लगे न आणिक साधने । अल्प नारायणे दाखविलें ।।
कलियुगामाजी करावें कीर्तन । तेणें नारायण देईल भेटी ।।
न लगे लौकिक सांडावा वेव्हार । घ्यावें वनांतर भस्म दंड ।।
तुका म्हणे मज आणिक उपाव । दिसती ते वाव नामेंविण ।।

तुकाराम महाराज म्हणतात मी या संसाराने तापलो आहे. या माझ्या कुटुंबाची सेवा करता करता अगदी दमून त्रासून गेलो आहे. त्यामुळे मला तुझे पाय आठवले, तुझे चरणरज स्मरले तेव्हा देवा पांडुरंगा ये. अनेक जन्मांचे ओझे मी वाहतो आहे. यातून कसे सुटावे, सुटका कशी करून घ्यावी हे मात्र मला समजत नाही. अन्तर्बाह्य मला चोरांनी वेढून टाकले आहे, आणि माझी कुणास दया येत नाही रे, माझी कुणी कणव करीत नाही रे. या कुटुंबकबिल्यापुढे मी पार नागवला गेलो आहे.कितीतरी दिवस माझी ही कासविशी चाललेली आहे. तुकाराम महाराज म्हणतात, देवा आता वेगाने धाव कारण हे दीनानाथ भक्तसंकटी धावून जाणे हेच तुझे ब्रीद आहे. या भवसागरातून तरून जाण्यासाठी युक्ताहार, मिताहार वगैर साधने नकोत. केवळ कीर्तन केल्याने नारायणाची भेट होईल. यासाठी लौकिक व्यवहार सोडायस नको, भस्मलेपन नको, वनात दंडधारी होऊन जायला नको. केवळ हरिनाम पुरे असे तुकाराम महाराज आवर्जून सांगतात.

।। पुंडलीक वरदा हरि विठ्ठल ।।

।। श्री पांडुरंग ।।

पंढरीचा महिमा देतां अणिक उपमा । ऐसा ठाव नाही कोठे देंव उभाउभी भेटे
आहेति सकळ, तीथेंकाळें देती फळ । तुका म्हणे पेठ, भूमिवरी हे वैकुंठ ।।
तीर्थी धोंडा पाणी, देव रोकडा सज्जनी । मिळालिया संतसंग समर्पिता भले अंग ।।
तिर्थीं भाव फळे, येथ अनाड ते वळे । तुका म्हणे पाप गेलं गेल्या कळे ताप ।।
घेऊनियां चक्र गदा, हाचि धंदा करीतो । भक्त राखे पायांपासीं दुर्जनासी संहारी ।।
अव्यक्त ते आकारले, रूपा आलें गुणवंत ।। तुका म्हणे पुरवी इच्छा ।।
शुकसनकादिकी उभारिला बाहो । परिक्षितीला हो दिसां सातां
उठाउठीं करी स्मरणाचा धावा । धरवत देवा नाही धीर ।।
त्वरा जाली गरूड टाकियला मागें । द्रौपदीच्या लागें नारायणें ।।
तुका म्हणे करी बहुच तांतडी । प्रेमाची आवडी लोभा फार ।।

पंढरीच्या महिम्याला दुसरी उपमा नाही. असे देवस्थान कुठेही नाही. जाताक्षणी देव भेटतो. इतर तीर्थे पुष्कळ आहेत; पण ती यथावकाश, विलंबाने फळ देतात. तुकाराम महाराज म्हणतात ही पेठ पंढरी म्हणजे या भूमीवरील वैकुंठच आहे. तीर्थास्नानाला गेले तर तीर्थ म्हणजे पाणी आणि देव म्हणजे पाषाण, जर खरोखर देवभेट व्हावी असे वाटत असेल तर सज्जनांची संगत धरावी, प्रसंगी देहार्पणहि करावे. तीर्थस्थानी स्नानाने पापमुक्ति होते; पण मनात दृढ भाव मात्र हवा. संताजवळ येणारा मात्र कसाही असला नास्तिक किंवा अडाणी, तरी संत त्याला योग्य दिशा दाखवतात. शंख चक्र गदा पद्म हाती घेऊन देव हाच उद्योग करतो, भक्तांचा तो सांभाळ करतो, दुष्टांचा संहार करतो, परमेश्वराचे निराकार स्वरूप साकार झाले आहे. तुकाराम महाराज म्हणतात, श्री विठ्ठल भक्ताची जी इच्छा असेल ती पूर्ण करतो. सात दिवसात परीक्षित कृतार्थ झाल्याचे शुकसनकादिकांनी बाहु उभारून सांगितले. देवाचे तुम्ही स्मरण करा मग देवालाच धीर धरवत नाही. द्रौपदीने धावा केला तेव्हा गरूडला मागे टाकून देव धावला. कारण देवाला भक्तांची आवड आहे.

।। पुंडलीक वरदा हरि विठ्ठल ।।

।। श्री पांडुरंग ।।

हरि तूं निष्ठुर निर्गुण । नाहीं माया बहु कठिण । नव्हे तें करिसी आन । कवणें नाहीं केलें तें ।।
घेऊनि हरिश्चंद्राचें वैभव । राज्य घोडे भाग्य सर्व । पुत्र पत्नी जीव । डोंबाघरीं वोपविलीं ।।
नळ दमयंतीचा वियोग । विघडिला त्यांचा संग । ऐसें जाणे जग । पुराणेंही बोलती ।।
राजा शिबी चक्रवर्ती । कृपाळु दयाळु भूपती । तुळविलें अंतीं । तुळें मास तयाचें ।।
कर्ण भिडतां समरंगणीं । बाणी व्यापियेला रणीं । मागसी पाडोनी । तेथें दांत तयाचे ।।
बळी सर्वस्वें उदार । जेणें उभारिला कर । करुनी काहार । तो पाताळीं घातला ।।
श्रियाळाच्या घरीं । धरणें मांडिलें मुरारी । मारविलें करीं । त्याचे बाळ त्या हातीं ।।
तुज भावें जे भजती त्यांचा संसारा हे गती । ठाव नाहीं पुढती । तुका म्हणे करिसी तें ।।

हे श्रीहरि तू निष्ठुर आणि निर्गुण आहेस, निर्दय आहेस. तुझ्याजवळ मायाममता अशी नाहीच. तू अगदी कठीण हृदयाचा आहेस. जे कधी कुणी केले नाही ते तू करतोस आणि भक्तांना छळतोस. आता हेच पहा, हरिश्चंद्र राजाचे सर्व वैभव, हत्ती, घोडे सर्व काही तुम्ही हरण केलेत. त्याला बायको मुलाची विक्री करायला लावलीत इतकेच नव्हे तर स्मशानात काम करणाऱ्या डोंबा घरी त्याला कामास लावलेत. नल-दमयंती या परस्परांवर नितांत प्रेम करणाऱ्या दांपत्याचा, नवरा-बायकोचा वियोग घडवून आणलात. हे सगळ्या जगाला माहीत आहे. पुराणे हेच सांगतात. एवढा चक्रवर्ती सम्राट शिबी राजा त्याच्याकडून त्याचेच मांस कापवून घेऊन त्याचे वजन केलेत. कणार्जुन युद्धाचे वेळी कर्ण आसन्नमरण रणांगणावर पडलेले असताना त्याचेकडे त्याचे सोन्याचे दात मागितलेत. दातृत्त्वाबद्दल विख्यात असलेल्या बळी राजाला कपटाने पाताळात घातले, राजा श्रियाळाचे पोर मारवले, तेव्हा तुकाराम महाराज म्हणतात भावभक्तिने जे तुला भजतात त्यांची तू काय गत करशील हे सांगता येणार नाही.

।। पुंडलीक वरदा हरि विठ्ठल ।।

।। श्री पांडुरंग ।।

चित्तीं नाहीं तें जवळीं असोनि काय । वत्स सांडी माय तेणें न्याये ।।
प्रीतीचा तो वायु गोड लागे मात । जरी जाय चित्त मिळोनियां ।।
तुका म्हणे अवघें फिकें भावाविण । मीठ नाहीं अन्न तेणें न्यायें ।।
काय काशी करिती गंगा । भीतरीं चांगा नाहीं तो ।।
अधणीं कुचर बाहेर तैसा । नये रसा पाकासी ।।
काय टिळे करिती माळा । भाव खळा नाहीं त्या ।।
तुका म्हणे प्रेमेंविण । अवघा बोले भुंके शीण ।।
उपदेश तो भलत्या हातीं । झाला चित्तीं धरावा ।।
नये जाऊं पात्रावरी । कवटी सार नारळी ।।
स्त्री पुत्र बंदीजन । नारायण स्मरविती ।।
तुका म्हणे रत्नसार । परि आधार चिंधीचा ।।

एखादी गोष्ट आपल्या अगदी जवळ असली पण तिच्याबद्दल आपुलकी नसेल तर उपयोग नाही. एखादे वाढलेले वासरू गाईजवळ बांधले तरी तिला त्याच्याबद्दल मुळीच मायाममता नसते ते तिच्या कांसेपाशी आले तर ती त्यास हाकलून लावते पण परस्परांचे प्रेम असेल तर दूर राहूनही त्याच्याकडून आलेली वायुलहर मधुर वाटते. तुकाराम महाराज म्हणतात परमेश्वराविषयी मनात उत्तम सद्‌भावना, आदरभावच हवा. तो नसेल तर परमार्थ निरर्थक आहे. मिठाशिवाय अन्न जसे अळणी असते तसे मग जीवन होऊन जाईल. जर मन शुद्ध नसेल तर काशीक्षेत्र आणि गंगा नदी काय करणार ? कुचर दाणा असा पाकात टाकला तरी तसाच राहतो तसे होईल. ज्या खळांमध्ये हरिभक्ति नाही त्यांनी टिळेमाळा ही बाह्य भूषणे काहीच करू शकत नाहीत. तुकाराम महाराज म्हणतात, प्रेमाशिवाय बोलणे म्हणजे भुंकणे. नुसता शीण. कुणी सामान्य माणूसही हितोपदेश करीत असेल, तरी तो ग्रहण करावा, तो सामान्य म्हणून त्याच्याकडे दुर्लक्ष करू नये. नारळाच्या बाह्य रूपाकडे पाहून कुणी नारळ टाकील, तर खोबरे मिळणार नाही. बायको, मुलगा, नोकर, कोणीही हरिभक्ती जागवीत असतील, तर त्यांचे ऐकावे, चिंधींत बांधलेले आहे म्हणून रत्न टाकू नये.

।। पुंडलीक वरदा हरि विठ्ठल ।।

।। श्री पांडुरंग ।।

पंडित वाचक जरी झाला पुरता । तरी कृष्णकथा ऐके भावें ।।
क्षीर तुपा साकरे झालिया भेटी । तैसी पडे मिठी गोडपणें ।।
जाणोनियां लाभ घेईं हा पदरीं । गोड गोडावरी सेवीं बापा ।।
जाणिवेचें मूळ उपडोनी खोड । जरी तुज चाड आहे तुझी ।।
नाना परीमळ द्रव्य उपचार । अंगीं उटी सार चंदनाची ।।
जेविलियाविण शून्य ते शृंगार । तैसी गोडी हरिकथेविण ।।
ज्याकारणें वेदश्रुती हीं पुराणे । तेंचि विठ्ठल नाणें तिष्ठे कथे ।।
तुका म्हणे येर दगडाचीं पेवें । खळखळोंचि आघवें मूळ तेथें ।।

तू जरी महापंडित किंवा महावाचक असलास तरी भगवान् श्रीकृष्णाची कथा भक्तिभावनेने ऐक. दूध, तूप आणि साखर एकत्रित केल्यावर जशी गोडी निर्माण होते. त्याप्रमाणे कृष्ण कथा वाचल्याने तुझ्या आयुष्यात गोडी निर्माण होईल. हा मोठा लाभ तू पदरात घे. तुला जर आत्मस्वरूप समजावे असे वाटत असेल तर ऐकून गोडीची गोडी वाढव. आपण फार ज्ञानी आहोत, विद्वान आहोत, पंडित आहोत असा जर तुला अहंकार झाला असेल तर तो मुळापासून उपटून टाक. नाना प्रकारची सुगंधी द्रव्ये शरीराला लावली, चंदनाची उटी फासली पण पोटात जर अन्न नसेल, तू जेवलाच नसशील तर ह्या बाह्योपचारांना शून्य किंमत आहे. हरिकथेची जोड नसेल, तर पांडित्य कुचकामाचेच म्हणावे लागेल. वेद, श्रुती आणि पुराणे ज्याचे गुण गातात तो विठ्ठलच कृष्णकथेतच असतो. तुकाराम महाराज म्हणतात, हरिकथा नसेल तर बाकी सर्व दगडाची पेवे आहेत, घालताना आणि काढताना नुसता आवाज. श्रीविठ्ठलाचे नाणे खणखणीतपणे चालते आणि तेच हरिकथेच दिसते.

।। पुंडलीक वरदा हरि विठ्ठल ।।

।। श्री पांडुरंग ।।

संसार करितां म्हणती हा दोषी । टाकितां आळसी पोटपोसा ।।
आचार करितां म्हणती हा पसारा । न करितां नरा निंदिताती ।।
संतसंग करितां म्हणती हा उपदेशी । येरां अभाग्यासी ज्ञान नाहीं ।।
धन नाहीं त्यासी ठायींचा करंटा । समर्थासी ताठा करिताती ।।
बहु बोलों जातां म्हणती हा वाचाळ । न बोलतां सकळ म्हणती गर्वी ।।
भेटीसी न वजतां म्हणती हा निष्ठुर । येतां जातां घर बुडविलें ।।
लग्न करूं जातां म्हणती हा मातला । न करितां जाला नपूंसक।।
निपुत्रिका म्हणती पहा हो चांडाळ । पातकांचें मूळ पोरवडा ।।
लोक जैसा ओक धरितां धरवेना । अभक्ता जिरेना संतसंग ।।
तुका म्हणे आतां ऐकावें वचन । त्यजूनियां जन भक्ति करा ।।

काय करावं, या जगात कसं वागावं हेच समजत नाही. जर लग्न करून संसार मांडला तर लोक म्हणतात हा अगदी संसारात बुडून गेला आहे. देवाचेही त्याला भान नाही. लग्न केलं नाही तर म्हणतात, हा स्वार्थी, अप्पलपोटा. जर सत्संग केला एखाद्या संतमहंताचा उपदेश घेतला तर लोक म्हणतात हा अमुकतमुक साधुच्या नादी लागला आहे. याचे कसे व्हायचे देव जाणे- जर संतसंग केला नाही तर लोक म्हणतात, हा कुठला साधुसंतांच्या वाटे जातो, हा तर करंटा, नास्तिक, त्यांच्याजवळ धन नसेल तर म्हणतात हा कपाळकरंटा दुर्दैवी याच्याजवळ कुठला पैसा, जर भरपूर धन मिळवले तर लोक म्हणतात. हा आता श्रीमंत झाला, गर्वाने नुसता फुगून गेला आहे. त्याचा ताठा तर पहा. जर पुष्कळ बोलला तर लोक म्हणतात हा अगदी बडबड्या झाला आहे. आणि गप्प राहिला तर म्हणतात हा कुठला सर्वांशी बोलणार, गर्विष्ठ माणूस तो. आप्तेष्ट, मित्र परिवार यांच्या भेटीस गेला नाही तर त्याच्यावर निष्ठुरपणाचा शिक्का बसतो. गेला तर म्हणतात अतीच येतो, आम्हास पार बुडवलं, लग्न केलं तर म्हणतात हा मातला लग्न केलं नाही तर नपुंसक म्हणून संभानना. मूल झालं नाही तर हा निपुत्रिक याचं तोंडही पाहू नका म्हणतात, वर्षाला पोर झालं तर, सगळ्या पातकांचे मूळ अतिसंतती. एवंच लोक वांतीप्रमाणे हातात धरवत नाहीत. म्हणून तुकाराममहाराज म्हणतात लोकांचे न ऐकता हरिभक्तित रमून जा.

।। पुंडलीक वरदा हरि विठ्ठल ।।

।। श्री पांडुरंग ।।

दया तिचें नांव भूतांचें पाळण । आणिक निर्दळपण कंटकांचें ।।
धर्म नीतीचा हा ऐक वेव्हार । निवडीलें सार असार तें ।।
पाप त्याचें नांव न विचारी मीत । भलतेंचि उन्मत्त करी सदा ।।
तुका म्हणे धर्म रक्षावयासाठी । देवासही आटी जन्म घेणें ।
कन्या सासुऱ्यासी जाये । मागें परतोनी पाहे ।।
तैसें झालें माझ्या जिवा । केव्हां भेटसी केशवा ।।
चुकलिया माये । बाळ हुरुहुरू पाहे ।।
जीवना वेगळी मासोळी । तैसा तुका तळमळी ।।

दया म्हणजे केवळ सर्व प्राणीमात्रांवर दया करणे, नव्हे तर दुष्टांचे निर्दालन हाही दयेचाच एक भाग आहे. धर्माचा आणि नीतीचा विचार करून मी सार आणि असार, चांगले आणि वाईट याची निवड केली आहे. एखाद्या उन्मत्त, गर्विष्ठ, नीती-अनीतीचा, बऱ्या-वाईटाचा विचार न करता भलते-सलते वागणे यालाच पाप म्हणतात. धर्मरक्षणासाठी प्रत्यक्ष देवासही जन्म घ्यावा लागतो अवतार घ्यावा लागतो. गीतेत भगवंतांनी हे स्वत:च सांगून ठेवले की धर्मरक्षणासाठी मी अवतार घेईन. मानवरूपाने या पृथ्वीवर अवतीर्ण होईन.

नव्याने लग्न होऊन मुलगी सासरी निघते तेव्हा ती व्याकुळ झालेली असते. आजवर जिथे हसले, रमले, नांदले ते माहेर सोडून जाणे तिच्या अगदी जिवावर येते, ती सासरी जाताना सारखी मागे, घराकडे, माहेराकडे वळून वळून पहात असते. पंढरीनाथा, माझी अवस्था आज अशीच झाली आहे. केशवा, माधवा मला कधी भेटशील ? चुकलेले मूल आई कुठे दिसते का ते पहात असते. पाण्यातून काढलेल्या माशाप्रमाणे हा तुकाराम श्री विठ्ठलाच्या दर्शनासाठी तळमळतो आहे.

।। पुंडलीक वरदा हरि विठ्ठल ।।

।। श्री पांडुरंग ।।

कपट कांहीं एक। नेणें भुलवायाचे लोक।।
तुमचें करितों कीर्तन । गातों उत्तम ते गुण ।।
दाऊं नेणें जडीबुटी । चमत्कार उठाउठी ।।
नाहीं शिष्यशाखा । सांगों अयाचित लोकां ।।
नव्हे मठ–पति । नाहीं चाहुरांची वृत्ति ।।
नाहीं देवार्चन । असे मांडिलें दुकान ।।
नव्हे पुराणिक। करणें सांगणें आणीक।।
नाहीं हालवीत माळ । भोंवतें मेळवुनि गाबाळ ।।
आगमींचें नेणें । स्तंभन मोहन उच्चाटणें ।।
नव्हे यांच्या ऐसा । तुका निरयवासी पिसा ।।

इथे तुकाराम महाराज स्वत: विषयी आपण कसे आहोत हे थोडे विस्ताराने सांगत आहेत. ते म्हणतात, लोकांना भुलविण्यासाठी, फसविण्यासाठी मी काही कट–कपट करीत नाही. देवा, तुमचे गुणगान करणारे कीर्तन मात्र मी करतो, माझ्याजवळ चमत्कार करणारी एखादी वनस्पती किंवा जडीबुटी नाही. तसा मी एकटा आहे. माझा शिष्यपरिवार, शिष्यमेळा नाही. मी मठाची उठाठेव करीत नाही. माझा कोणताही मठ नाही किंवा मला कुणी कुठली जमीनही इनाम वगैरे दिलेली नाही. देवघरात उपकरणी, गंध, फुले, धूप यांचा पसारा घालून मी बसलेलो नाही. किंवा असे दुकान मांडून मी देवपूजा करीत नाही. लोकांना पुराण सांगणारा मी पुराणिकही नाही. ज्याची करणी एक असते आणि सांगतो ते निराळेच असा पुराणिक मी नाही. चार माणसे भोवताली जमवायची आणि माळ करीत बसायचे असला ढोंगी माणूस मी नाही. वेदातील स्तंभन, मोहन उच्चाटन हे काही मी जाणत नाही. मी यांच्यापैकी कुणासारखाच नाही. मी आपला हरिभक्तीत रमलेला आहे. त्यांच्यासारखा वेडा नाही.

।। पुंडलीक वरदा हरि विठ्ठल ।।

।। श्री पांडुरंग ।।

न लगे चंदना पुसावा परिमळ । वनस्पति मेळ हाकारूनी ।।
अंतरींचें धांवे स्वभावें बाहेरी । धरितां ही परी आवरेना ।।
सूर्य नाहीं जागें करीत या जना । प्रकाश किरणा कर म्हूण ।।
दीपा नाहीं पाठीं पोटीं अंधकार । सर्वांगें साकर अवघी गोड ।।
मन करा रे प्रसन्न । सर्वं सिद्धीचें कारण ।।
मोक्ष अथवा बंधन । सुख समाधान इच्छा ते ।।
मनें प्रतिमा स्थापिली । मनें मना पूजा केली ।।
मनें इच्छा पुरविली । मन माउली सकळांची ।।
साधक वाचक पंडित । श्रोते वक्ते ऐका मात ।।
नाहीं नाहीं आन दैवत । तुका म्हणे दुसरें ।।

रानीवनी जो चंदन असतो. त्याला सुगंध विचारावा लागत नाही किंवा इतर वनस्पतींना हाका मारून आपण सुगंधी असल्याचा तोडंका पिटत नाही. कारण ज्याच्या अंतरात जे आहे ते बाहेर स्वभाविकपणेच येणार, आवरू म्हटले तरी त्याला आवरता येणारर नाही. सूर्य जेव्हा सकाळी उगवतो तेव्हा लोकांना उठा, उठा जागे व्हा असे स्वत:ही सांगत नाही किंवा तशी आज्ञा आपल्या किरणांनाही देत नाही. परिस हाहि सर्वांगी परिसच असतो. त्याची कुठलीच बाजू हीन, वाईट नसते. दिव्याच्या मागेपुढे कुठेच अंधार नसतो आणि साखर सर्वांगाने गोड असते. तुकाराम महाराज म्हणतात, आपलं मन सदैव प्रसन्न ठेवा मग अनेक सिद्धी प्राप्त होतील. मोक्ष अथवा सुखसमाधान किंवा बंधन सर्व काही मनावर अवलंबून आहे. मनानेच मूर्ति स्थापन केली, मनानेच पूजा केली आणि मनानेच इच्छापूर्ती केली. मन हीच सर्वांची माऊली आहे. मन हेच गुरू, मन हेच शिष्य असे समजून मनच स्वत:ची सेवा करते. सद्‌गती अथवा अधोगती जे काही प्राप्त व्हावयाचे ते मनापुढेच. वाचक, श्रोते, साधक, पंडित हो, तुकाराम महाराज म्हणतात मनासारखे दुसरे दैवत नाही.

।। पुंडलिक वरदा हरि विठ्ठल ।।

।। श्री पांडुरंग ।।

प्रारब्ध क्रियमाण । भक्तां संचित नाहीं जाण ।।
अवघा देवची जाला पाहीं । भरोनियां अंतर्बाहीं ।।
सत्वरजतमबाधा । नव्हे हरिभक्तांसि कदा ।।
देवभक्तपणा । तुका म्हणे नाहीं भिन्न ।।
शास्त्रांचें जें सार वेदांची जो मूर्ति । तो आम्हां सांगाती प्राणसखा ।।
म्हणउनी नाहीं आणिकांचा पांग । सर्व जालें सांग नामें एका ।।
सगुण निर्गुण जयाचीं ही अंगें । तोचि आम्हांसंगें क्रीडा करी ।।
तुका म्हणे आम्ही विधीचे जनिते । स्वयंभू आइते केले नव्हों ।।
ऐका महिमा आवडीची । बोरें खाय भिल्लटीची ।।
थोर प्रेमाचा भुकेला । हाचि दुष्काळ तयाला ।।
पोहे सुदाम देवाचे । फके मारी कोरडेच ।।
न म्हणे उच्छिष्ट अथवा थोडें । तुका म्हणे भक्तीपुढें ।।

प्रारब्ध, पूर्व संचित, क्रियामाण या सर्व गोष्टी सर्वसामान्यांना असतात देवभक्तांना नसतात. भक्त अन्तर्बाह्य देवच झाले असल्यामुळे त्याचा तोच सर्वस्वी झाला आहे. सत्त्वरजतमची बाधा हरिभक्तांना कधीही होत नाही कारण देव आणि भक्त हे दोघे भिन्न भिन्न नव्हेत असे तुकाराम महाराज म्हणतात. सर्व शास्त्रांचे सार, साक्षात् वेदमूर्ती त्या प्राणसख्याची आम्हास संगत आहे. म्हणून आमची हरिनामानेच सांगता झाली आहे. आम्ही अन्य कुणाचे अंकित नाही. जो सगुणहि आहे आणि निर्गुण आहे. त्याच्याबरोबर आम्ही क्रीडा करतो. तुकाराम महाराज म्हणतात, आम्ही ब्रह्मदेवाचेच पिताश्री आहोत, आम्हाला कोणी निर्मिले नाही. देवाच्या घरी भावाचा दुष्काळ आहे. त्यामुळेच शबरीची उष्टी बोरे श्रीरामचंद्राने खाल्ली आणि श्रीकृष्णाने तर सुदाम्याने आणलेल्या कोरड्या पोह्यांची फक्की मारली. उष्टे असो वा थोडे हे देव एका भक्तीपुढे जाणत नाही असे तुकाराम महाराज म्हणतात.

।। पुंडलिक वरदा हरि विठ्ठल ।।

।। श्री पांडुरंग ।।

बरा देवा कुणबी केलों । नाहीं तरि दंभें असतों मेलों ।।
भलें केलें देवराया । नाचे तुका लागे पायां ।।
विद्या असती कांहीं । तरी पडतों अपायीं ।।
सेवा चुकतों संतांची । हेची नागवण फुकाची ।।
गर्व होता ताठा । जातों यमपंथें वाटा ।।
तुका म्हणे थोरपणें । नरक होती अभिमानें ।।
वैद्य वांचविती जीवा । तरी कोण ध्यातें देवा ।।
काय जाणों कैसी परी । प्रारब्ध तें ठेवी उरी ।।
अंगीं दैवत संचरे । मग तेथें काय उरे ।।
नवसें कन्यापुत्र होती । तरी कां करणें लागे पती ।।
जाणे हा विचार । स्वामी तुकयाचा दातार ।।

देवा, तू मला ब्राह्मण न करता कुणबी केलेस हे बरे केलेस नाही तर गर्वाने फुगूनच मी मेलो असतो. कुणबी केले हे देवा फार भले केलेस त्यामुळे तुमच्या पाया लागून मी नाचतो आहे. जर थोडा फार शिकलो असतो विद्या मिळवली असती तर भलत्याच फंदात पडलो असतो. संतांची सेवा माझ्या हातून घडली नसती आणि उगीचच नागवला गेलो असतो. मी गर्वानं फुगलो असतो आणि यमलोकाच्या मार्गाला लागलो असतो. तुकाराम महाराज म्हणतात, मोठेपणाच्या गर्वामुळेच नरकवासी व्हावे लागते. वैद्य हे औषधोपचाराने जीव वाचवत असतील तर देवाचे नाव कशासाठी घ्यावे ? खरं खोटं काय आहे कुणास ठाऊक पण प्रारब्धाचे भोग भोगावेच लागतात. अंगात देव येत असेल तर आणखी काय हवे आहे ? नवसाने मुले झाली असती तर बायकांनी नवरे कशाला केले असते ? तुकारामाचा स्वामी विठ्ठल हे सगळं जाणतो.

।। पुंडलिक वरदा हरि विठ्ठल ।।

।। श्री पांडुरंग ।।

अन्नाच्या परिमळें जरि जाय भूक। तरि कां हे पाक घरोघरीं ।।
आपुलालें तुम्ही करा रे स्वहित । वाचे स्मरा नित्य राम राम ।।
देखोनियां छाया सुख न पावीजे । जंव न बैसीजे तया तळीं ।।
हित जरी होय गातां आईकतां । जरि राहे चित्ता दृढ भाव ।।
तुका म्हणे होसी भावेंचि तूं मुक्त। काय वारिशी युक्त जाणिवेचि ।।
काय उणें आम्हां विठोबाचे पायीं । नाहीं ऐसें काई येथें एक।।
तो हे भोंवताले ठायीं वाटूं मन । बराडी करून दारोदारीं ।।
कोण बळी माझ्या विठोबा वेगळा । आणिक आगळा दुजा सांगा ।।
तुका म्हणे मोक्ष विठोबाचे गांवीं । फुकाचीं लुटावीं भांडारें तीं ।।

अन्नाचा जर वास घेऊन जर भूक जात असती, भागत असती तर घरोघरी स्वयंपाकाचा आटापिटा कोणी केलाच नसता. यासाठीमनाम घेऊन प्रत्येकाने आपापले हित साधावे. पाणी पाहून तहान भागत असती तर लोकांनी घरोघरी पाण्याची साठवण केलीच नसती. झाडाची सावली बघून सुख होत नाही, प्रत्यक्ष त्या सावलीत जाऊन बसावे लागते तेव्हा जिवास विसावा मिळतो. हरिगुण गाण्यात आणि ऐकण्यातच हित आहे. मात्र चित्तात देवाविषयी दृढ भाव हवा. हा दृढ भावच तुला मुक्त करील तो जर नसेल, तर बाकी काही उपयोगी पडणार नाही. आम्हा विठ्ठलभक्तांना काही एक कमी नाही, कसलीही उणीव नाही. म्हणून एखाद्या आशाळभूताप्रमाणे अन्नाकरिता दारोदारी हिंडू नये हे बरे. माझ्या विठ्ठलापेक्षा अधिक बलाढ्य, अधिक शक्तिमान या जगात दुसरा कोणी नाही. तुकाराम महाराज म्हणतात या श्रीविठ्ठलाची गावी मोक्षाची भांडारे भरली आहेत. पाहिजे त्यांनी ती खुशाल लुटावी, फुकटच आहेत ती.

।। पुंडलिक वरदा हरि विठ्ठल ।।

।। श्री पांडुरंग ।।

भवसागर तरतां । कां रे करीतसां चिंता ।।

पैल उभा दाता । कटीं कर ठेवुनियां ।।

त्याचे पायीं घाला मिठी । मोल नेघे जगजेठी ।।

भाव एकासाठीं । खांदां वाहे आपुल्या ।।

सुखें करावा संसारा । न सांडावे दोन्ही वार ।।

दया क्षमा घर । चोजवीत येतील ।।

भुक्तिमुक्तीची चिंता । दैन्य नाहीं दरिद्रता ।।

तुका म्हणे दाता । पांडुरंग वोळगिल्या ।।

जे कां रंजले गांजले । त्यांसि म्हणे तो आपुले ।।

तोचि साधु वोळखावा । देव तेथेंचि जाणावा ।।

मृदु सबाह्य नवनीत । तैसें सज्जनांचें चित्त ।।

ज्यासि आपंगिता नाहीं । त्यासि धरी जो हृदयीं ।।

दया करणें जे पुत्रासी । तेचि दासा आणि दासी ।।

तुका म्हणे सांगू किती । त्याचि भगवंताच्या मूर्ति ।।

हा भवसागर कसा पार करावयाचा याची चिंता कशासाठी करा ? कटिवर हात ठेवून तुम्हास पैलतीरी नेणारा समर्थ दाता उभा आहे. त्याच्या चरणांना मिठी घाला, बाकी काही तो घेत नाही. मात्र मनात दृढ भक्तिभाव हवा तो असला म्हणजे हा श्रीविठ्ठल तुम्हाला त्याच्या खांद्यावरून भवसागरापलिकडे पोहोचवील. मग सुखाने संसार करा. पण एकादशीचे विस्मरण होऊ देऊ नका. असे केल्याने दयाक्षमादि गुण तुमचे घर शोधीत येतील. भक्तिमुक्तीची काळजी करू नका. तुमचे दैन्य अथवा दारिद्र्य एका पांडुरंगाच्या भक्तिने नाहीसे होईल. रंजल्या-गांजलेल्यांना जो आपले म्हणतो तोच साधु असतो आणि देव तेथेच असतो. लोणी जसे अन्तर्बाह्य मऊ असते तसे सज्जनांचे चित्त असते. जो अनाथांना आश्रय देतो, मुलगा आणि चाकर यांना समान वागवतो तो साक्षात् भगवंतच आहे असे समजा.

।। पुंडलिक वरदा हरि विठ्ठल ।।

।। श्री पांडुरंग ।।

न व्हावें तें झालें देखियेले पाय । आतां फिरूं काय मागें देवा ।।
बहु दिस होतों करीत हे आस । तें आलें सायासें फळ आजि ।।
कोठवरि जिणें संसाराच्या आशा । उगवो हा फांसा एथुनियां ।।
बुडालीं तयांचा मूळ ना मारग । लागला तो लाग सोडूनियां ।।
पुढें उल्लंघितां दु:खाचे डोंगर । नाहीं अंतपार गर्भवासा ।।
तुका म्हणे कास धरीन पीतांबरी । तूं भवसागरीं तारूं देवा ।।
वैकुंठा जावया तपाचे सायास । लागे जिवा नाश करणें बहु ।।
तया पुंडलिकें केला उपकार । फेडावया भार पृथिवीचा ।।
तुका म्हणे सोपी केली पायवाट । पंढरी वैकुंठ भूमीवरी ।।

देवा, जे कधी होणार नाही ते झाले आहे. तुमच्या चरणांचे दर्शन, कधीही न होणारे ते आज झाले आता मागण्यासारखे काहीही उरले नाही. कितीतरी दिवस मी आशा बाळगून होतो तिचे फळ मोठ्या प्रयत्नाने मला आज मिळाले. या संसाराची आशा काही सुटत नाही, संसार, संसार म्हणून किती दिवस जगत रहायचे, त्यापेक्षा श्रीविठ्ठलाच्या दर्शनमात्रे संसाराचा हा फास तोडून टाकू. नरदेहासारखी अपूर्वाई लाभूनही ज्यांनी देवाची आस धरली आणि जे भवसागरात बुडून गेले, तरले नाहीत, त्यांचा ठावठिकाणा उरला नाही. एकापाठोपाठ एक दु:खाचे डोंगर पार करता करता किती वेळा गर्भवासी व्हावं लागेल हे सांगता येणार नाही. देवा, मला तू भवसागराच्या पैलतीरी पोचवावंस म्हणून मी तुझा पीतांबर घट्ट धरून ठेवीन. वैकुंठाला जावयाचे असेल तर तपोसाधनेचे कष्ट करावे लागतात, प्रसंगी प्राणावर बेतेल असेहि तपात घडू शकते; पण पृथ्वीवरील पापाचा भार कमी होण्यासाठी पुंडलिकाने जगावर उपकार केला आहे. तुकाराम महाराज म्हणतात, पंढरी हे पृथ्वीवरील वैकुंठ आहे. त्यामुळे वैकुंठाची वाट सोपी झाली आहे.

।। पुंडलिक वरदा हरि विठ्ठल ।।

॥ श्री पांडुरंग ॥

कृष्ण माझी माता कृष्ण माझा पिता । बहिणी बंधु चुलता कृष्ण माझा ॥
कृष्ण माझा गुरु कृष्ण माझें तारूं। उतरील पैलपारू भवनदीची ॥
कृष्ण माझें मन कृष्ण माझें जन । सोईरा सज्जन कृष्ण माझा ॥
तुका म्हणे माझा श्रीकृष्ण विसांवा । वाटे न करावा परता जीवा ॥
मृत्युलोकीं आम्हां आवडती परि । नाहीं एका हरिनामाविण ॥
विटलें हें चित्त प्रपंचापासूनि । वमन तें मनीं बैसलेंसे ॥
सोने रूपें आम्हां मृत्तिकेसमान । माणिकें पाषाण खडे तैसे ॥
तुका म्हणे तैशा दिसतील नारी । रिसाचियापरि आम्हांपुढें ॥
तुजविण मज कोण वो सोयरे । आणीक दुसरे पांडुरंगा ॥
काम गोड मज नलगे हा धंदा । तुका म्हणे सदा हेंचि ध्यान ॥

माझे सर्वस्व श्रीकृष्णच आहे. तोच माझी आई, तोच माझा पिता, तोच माझी बहीण, तोच माझा भाऊ आणि तोच माझा चुलता, तोच माझा गुरू आहे, इतकेच नव्हे, तर या भवनदीतून मला पैलतीरी नेणारी नौकाही कृष्णच आहे. कृष्ण हेच माझे मन आहे, कृष्ण हेच माझ्याभोवतीचे जन आहेत. तोच सज्जन, माझा सोयरा आहे. तुकाराम महाराज म्हणतात, कृष्ण हाच माझ्या जिवीचा विसावा आहे त्यास माझ्या प्राणापासून कोणी अलग, वेगळा करू नये, या मृत्यूलोकात आम्हाला हरिनामाशिवाय काहीही आवडत नाही. माझे हे चित्त वांतीप्रमाणे प्रपंचाला विटले, कंटाळले आहे. सोने, रूपे आम्हाला मातीसारखे तर माणिकासारखी रत्ने आम्हास खडे, दगड वाटतात. तुकाराम महाराज म्हणतात, सुंदर सुंदर स्त्रिया आम्हाला अस्वली वाटतात. देवा पांडुरंगा, आम्हाला तुझ्याशिवाय कोणी सोयराधायरा नाही. कुठल्याही कामात मन रमत नाही. धंदा गोड लागत नाही. तुकाराम महाराज म्हणतात, देवा रात्रंदिवस तुझ्याकडेच लक्ष लागलेले आहे.

॥ पुंडलिक वरदा हरि विठ्ठल ॥

।। श्री पांडुरंग ।।

कोण पर्वकाळ पहासील तीथ । होतें माझें चित्त कासावीस ।।
पाठवीं भातुकें प्रेम झडकरी । नको राखों उरी पांडुरंगा ।।
न धरावा कोप मजवरी कांहीं । अवगुणी अन्यायी म्हणोनियां ।।
काय रडवीसी नेणतीया पोरां । जाणतिया थोरांचिये परी ।।
काय उभी कर ठेवुनियां कटीं । बुझावीं धाकुटीं लडिवाळें ।।
तुका म्हणे आतां पदरासी पिळा । घालोनि निराळा नव्हे मग ।।
कुमुदिनी काय जाणें परिमळ । भ्रमर सकळ भोगितसे ।।
तैसें तुज ठावें नाहीं तुझें नाम । आम्हीच तें प्रेम सुख जाणो ।।
माते तृण बाळा दुधाची ते गोडी ।। ज्याची नये जोडी त्यासी कामा ।।
तुका म्हणे मुक्ताफळ शिंपी पोटीं । नाहीं त्याची भेटी भोग तिये ।।

देवा, तुझ्या भेटीसाठी माझा जीव कासावीस झाला आहे. आणि तू मात्र तीथ आणि पर्वकाळ शोधत बसला आहेस. तुझ्या अशा वागण्याने माझ्या कासाविशीत आणखीनच भर पडत आहे. देवा पांडुरंगा मनात काहीही न आणता तुझ्या प्रेमरूप खाऊ मला सत्वर पाठव. मी अवगुणी आहे, अन्यायी आहे म्हणून माझ्यावर राग धरू नको. मी नेणता आहे तेव्हा मला जाणता समजून रडवू नकोस. हे विठाई माऊली, नुसती कमरेवर हात ठेवून काय उभी आहेस आम्हा तुझ्या लाडक्या लहानांची, धाकट्यांची समजूत घाल. देवा, आता तुझा पदर मी घट्ट धरून ठेवीन, सोडणार नाही. कमळाचे फूल काही आपला सुगंध जाणत नाही. त्याचा उपभोग भुंगे घेतात. त्याप्रमाणे देवा, तुझ्या नामाची गोडी तुला माहीत नाही. ते प्रेमसुख केवळ आम्हीच जाणतो, प्रत्यक्षात गाय गवत खाते पण त्या गवतापासून उत्पन्न होणाऱ्या दुधाची गोडी केवळ वासरूच जाणे. ज्याचे असते त्याला ते कळतेच असे नाही. शिंपल्यातून एकदा मोती बाहेर काढला की पुन्हा त्याची आणि शिंपल्याची भेट होत नाही !

।। पुंडलिक वरदा हरि विठ्ठल ।।

।। श्री पांडुरंग ।।

संवसार तींहीं केला पाठमोरा । नाहीं द्रव्य दारा जया चित्तीं ।।
शुभाशुभ नाहीं हर्षामर्ष अंगीं । जनार्दन जगीं होऊनि ठेला ।।
तुका म्हणे देह दिला एकसरें । जयासि दुसरें नाहीं मग ।।
देहबुद्धि जयां वसे लोक चित्तीं । आपुलें जाणती परावें जें ।।
तयासी चालतां पाहिजे सिदोरी । दु:ख पावे करी असत्य तो ।।
तुका म्हणे धर्म रक्षाया करणें । छाया इच्छी उन्हें तापला तो ।।
कां रे माझा तुज नये कळवळा । असोनि जवळा हृदयस्था ।।
अगा नारायणा निष्ठूरा निर्गुणा । केला शोक नेणां कंठस्फोट ।।
कां हे चित्त नाहीं पावत विश्रांती । इंद्रियांची गती कुंठेचिना ।।
तुका म्हणे कां हो धरियेला कोप । सरलें नेणों पाप पांडुरंगा ।।

संसाराकडे पाठ फिरवली, संपत्ती आणि स्त्री यांचा हव्यास संपला आहे. सुख-दु:ख, शुभ-अशुभ हे ज्याच्या लेखी सर्व काही विराम पावले आहे तो स्वत:च ईश्वरस्वरूप होऊन राहिला आहे. ज्याची देहाविषयीची आसक्ति संपलेली नाही. मनातले लोभ सरलेले नाहीत जे हे आपलं ते परक्याचं असं त्यांच्या मनातून गेलेलं नाही त्याला जीवनप्रवासात पुण्यकर्माची शिदोरी हवी. त्यासाठी सत्कर्म हवे ते तो न करील तर केवळ दु:खच त्याच्या वाट्यास येईल. तुकाराम महाराज म्हणतात, सुखाची अपेक्षा असेल तर धार्मिकवृत्ती जोपासली पाहिजे, जो उन्हानं तापला आहे तो सावली शोधत असतो. देवा, तुला माझी दया कशी येत नाही ? तू तर माझ्या अगदी निकट म्हणजे माझ्या हृदयात आहेस. हे निर्गुण निष्ठुर नारायणा आम्ही कंठशोष करून तुला आळवतो आहे, तुझ्यासाठी अश्रू ढाळतो आहे तरी तू आमच्याकडे लक्ष देत नाहीस. माझ्या मनाला विश्रांती का मिळत नाही ? अजून इंद्रिये विषयाकडे का धाव घेत आहेत ? तुकाराम महाराज म्हणतात, देवा, का एवढा माझ्यावर कोप केलास, का माझं पाप अजून संपलं नाही म्हणून !

।। पुंडलिक वरदा हरि विठ्ठल ।।

।। श्री पांडुरंग ।।

न मिळो खावया न वाढो संतान । परि हा नारायण कृपा करो ।।
ऐशी माझी वाचा मज उपदेशी । आणीक न लोकांसी हेंचि सांगें ।।
विटंबो शरीर होत कां विपत्ती । परि राहो चित्तीं नारायण ।।
तुका म्हणे नाशिवंत हें सकळ । आठवे गोपाल तेंचि हित ।।
जरी माझी कोणी कापितील मान । तरी नको आन वदो जिव्हे ।।
सकळां इंद्रियां हे माझी विनंती । नका होऊं परतीं पांडुरंगा ।।
आणिकांची मात नायकावी कानीं । आणीका नयनीं न पाहावें ।।
चित्ता तुवां पायीं रहावें अखंडित । होउनी निश्चित एकविध ।।
चाला हात पाय हेंचि काम करा । माझ्या नमस्कार विठोबासी ।।
तुका म्हणे तुम्हां भय काय करी । आमुचा कैवारी नारायण ।।

मला खायला मिळालं नाही तरी चालेल. माझी संतती वाढली नाही तरी चालेल; पण या नारायणाने माझ्यावर कृपा करावी. माझी वाचा मला हाच उपदेश करते आणि लोकांनाही मी हेच सांगतो. कितीही संकटे येवोत, शरीराची विटंबना होवो पण मनात अखंड नारायण राहू दे. तुकाराम महाराज म्हणतात, हे सर्व नाशिवंत आहे. त्यामुळे नारायणाचे, श्रीगोपाळाचे स्मरण ठेवणे यातच हित आहे. जरी माझी कुणी मान कापली तरी हे जिव्हे, जिभले, तू पांडुरंगाशिवाय दुसरं काही बोलू नकोस. माझी सर्व इंद्रियांना विनंती आहे की, पांडुरंगाला सोडू नका. माझ्या कानांनी पांडुरंगाविषयी इतर कुणाबद्दलही काही ऐकू नये, डोळ्यांनी दुसरं काही पाहू नये, चित्तानं पांडुरंगाच्या पायी सर्व चिंता टाकून अखंडित रहावे. माझ्या पायांनो चला, माझ्या हातांनो माझ्या विठोबाला नमस्कार करा. साक्षात् पांडुरंगच कैवारी असल्यावर तुम्हाला भीती कशाची, असे तुकाराम महाराज म्हणतात.

।। पुंडलिक वरदा हरि विठ्ठल ।।

।। श्री पांडुरंग ।।

शांतीपरतें नाहीं सुख । येर अवघेंचि दु:ख ।।
म्हणउनी शांति धरा । उतराल पैल तीरा ।।
खवळलिया कामक्रोधीं । अंगीं भरती आधी व्याधी ।।
तुका म्हणे त्रिविध ताप । जाती मग आपोआप ।।
झाड कल्पतरू। न करी याचकीं आव्हेरू।।
तुम्ही सर्वां सर्वोत्तम । ऐसे विसरतां धर्म ।।
परिसा तुमचें देणें । तो त्या जागे अभिमानें ।।
गाऱ्हाण्यानें तुका । गर्जे मारूनियां हाका ।।

या जगात शांतीसारखे सुख नाही. बाकी सर्व दु:खच भरून राहिले आहे. म्हणून शांती धारण करावी. शांतीने राहल तर, ही जन्ममृत्यूची भवनदी पार करून पैलतीरास पोहोचाल. जर काम आणि क्रोध तुमच्या अंगी खवळले असतील तर अनेक आधिव्याधींना सामोरे जावे लागेल. तुकाराम महाराज म्हणतात, एकदा शांती धारण केलीत तर त्रिविध तापातून तुमची सुटका होईल. शांततेने राहिलात तर तीन प्रकाराचे ताप तुम्हास आपोआप सोडून जातील. कल्पतरू नावाचा वृक्ष याचकांचा कधीच अव्हेर करीत नाही. देवा आपण सर्वोत्तम आहात पण तरीही आपला धर्म आपण विसरत आहात. लोखंडास परिसाने स्पर्श केला की, लोखंडाचे सुवर्णात रूपांतर होते. हा गुण परिसास तुम्हीच दिला आहे आणि परिस तो गुण विसरलेला नाही, तो आपल्या या गुणाविषयी जागृत आणि अभिमानी आहे. तुकाराम महाराज म्हणतात, देवा, ही हकीगत मी तुझा मोठमोठ्याने ओरडून, गर्जून सांगतो आहे.

।। पुंडलिक वरदा हरि विठ्ठल ।।

।। श्री पांडुरंग ।।

मुखें बोले ब्रह्मज्ञान । मनीं धन आणि मान ।।
ऐसियाची करितां सेवा । काय सुख होय जीवा ।।
पोटासाठीं संत । झाले कलींत बहुत ।।
विरळा ऐसा कोणी । तुका त्यासि लोटांगणीं ।।
त्रैलोक्य पाळितां उबगला नाहीं । आमचें त्या काई असेल ओझें ।।
पाषाणाचे पोटीं बैसला दर्दुर । तया मुखीं चारा कोण घाली ।।
पक्षी अजगर न करी संचित । तयासी अनंत प्रतिपाळी ।।
तुका म्हणे या तया भार घातलीया । उपेक्षीना दयासिंधु माझा ।।

तोंडाने ब्रह्मज्ञान सांगतो, पण मनात मात्र धनाची आणि मानाची अपेक्षा असते. अशा पुरुषाची सेवा करून काही सुख मिळणार नाही. या कलियुगात उदरनिर्वाहासाठी, स्वतःचे पोट भरण्यासाठी अनेकजण संत झाले आहेत; पण ज्याला खरोखर संत म्हणता येईल असा विरळाच असतो. तुकाराम महाराज म्हणतात, अशा संतापुढे माझे लोटांगण आहे, अगदी साष्टांग नमस्कार आहे. या तिन्ही लोकांचे, त्रैलोक्याचे रक्षण करताना देवाला उबग, कंटाळा येत नाही, त्रास होत नाही. त्याला आमच्या रक्षणाचे थोडेच ओझे होणार आहे ? दगडाचे पोटात राहणाऱ्या बेडकाला खाऊ कोण घालतो, पक्षी किती प्रकारचे असतात. ते आणि अजगरासारखे प्राणी अन्नसंचय करीत नाहीत माणसाप्रमाणे कोठारे भरून ठेवीत नाहीत; पण देव त्यांची उदरनिर्वाहाची सोय करतो. तुकाराम महाराज म्हणतात, देवावर एकदा भार टाकला म्हणजे दयासिंधु, दयेचा साक्षात् समुद्राच असलेला परमेश्वर आपली उपेक्षा करणार नाही.

।। पुंडलिक वरदा हरि विठ्ठल ।।

।। श्री पांडुरंग ।।

संत मागे पाणी नेदी एक चूळी । दासीस आंघोळी ठेवी पाणी ।।
संतांसी देखोनी होय पाठमोरा । दासीचिया पोरा चुंबन देतो ।।
संतांसी देखोनी करितो टवाळ्या । भावें धुतो चोळ्या दासीचिया ।।
तुका म्हणे त्याच्या तोंडावरी थुंका । जातो यमलोका भोगावया ।।
सोईऱ्यासी करी पाहुणेर बरा । कांडितो ठोंबरा संतालागीं ।।
गाईसी देखोनि बदबदा मारी । घोड्याची चाकरी गोड वाटे ।।
फुलें पानें नेतो वेश्येसी उदंड । ब्राह्मणासी खांड देऊं नेदी ।।
बाईलेच्या गोता आवडीनें पोसी । मातापितयांसी दवडोनि ।।
तुका म्हणे त्याच्या थुंका तोंडावरी । जातो यमपुरी भोगावया ।।

संतांनी पाणी मागितलं तर चुळकाभर पाणीसुद्धा त्यांना देत नाही पण दासीसाठी मात्र तिच्या आंघोळीला घंगाळभर पाणी काढून ठेवतो. संत दिसले की त्यांच्याकडे पाठ फिरवतो; पण मोलकरणीच्या मुलाचे मात्र पापे घेतो. तुकाराम महाराज म्हणतात, अशा माणसाच्या तोंडावर थुंका, त्याला नरकाच्या वाटेनेच जावे लागते. आपले नातेवाईक आप्तेष्ट किंवा सोयरे आले की त्यांचे आगतस्वागत अतिशय आनंदाने करतो पण संतांना मात्र जाड्या तांदळाचा भात खाऊ घालतो. गाय दिसली की गाईला बदाबदा मारतो पण घोड्याची सेवा अगदी मनापासून करतो. त्याचा खरारा करण्यात त्यास गोडी वाटते. वेश्येला पानेफुले देतो पण ब्राह्मणाला सुपारीचे खांडहि देत नाही. आपल्या आईबापांना घरातून घालवून देतो आणि सासुरवाडीचा गोतावळा प्रेमाने सांभाळतो. तुकाराम महाराज म्हणतात, अशा माणसाच्या तोंडावर थुंका, त्याने जे काही कुकर्म केले त्याचे फळ भोगायला त्याला यमपुरीला जावेच लागेल.

।। पुंडलिक वरदा हरि विठ्ठल ।।

।। श्री पांडुरंग ।।

माप म्हणे मी मवितें । भरी धणी ठेवी रितें ।।
देवा अभिमान नको । माझे ठायीं देऊं सकों ।।
देशी चाले सिका । रितें कोण लेखी रंका ।।
हातीं सूत्रदोरी । तुका म्हणे त्याची थोरी ।।
सकळिकांच्या पायां माझी विनवणी । मस्तक चरणीं ठेवीतसें ।।
अहो श्रोते वक्ते सकळही जन । बरें पारखून बांधा गांठीं ।।
फोडिलें भांडार धन्याचा हा माल । मी तंव हमाल भारवाही ।।
तुका म्हणे चाली झाली चहूंदेशीं । उतरला कसीं खरा माल ।।

माप म्हणते मी मोजणारा आहे पण प्रत्यक्षात भरणारा जो धनी आहे तोच माप भरतो आणि परत रिकामे करून ठेवतो, देवा मला अभिमान, गर्व या गोष्टी देऊ नका. देशात राजाचा शिक्का चालतो, तर तो नसेल तर गोरगरीबांना कोण विचारणार ? तुकाराम महाराज म्हणतात ज्याचे हाती दोरी आहे तोच मोठा आहे, थोर आहे. आणि दोरी आहे ती साक्षात् परमेश्वराच्या हातात आणि तोच सर्वश्रेष्ठ आहे. सर्वांच्या पायावर डोके ठेवून मी विनंती करतो, अहो श्रोते, कामे जे काही स्वीकारायचे असेल, त्याची पारख करून मग पदरात बांधा. माझं स्वत:चं यात काही नाही मी भांडार फोडले आहे. हे भांडार आहे भक्तिचे, परमार्थाचे. पण ते माझे नाही, ते धन्याचे म्हणजे देवाचे आहे मी भार वाहणारा, ओझी वाहणारा यत्किंचित् हमाल आहे. तुकाराम महाराज म्हणतात, हा नामस्मरणाचा ईश्वरभक्तीचा माल कसोटीस उतरला त्यामुळे तो देशोदेशी चालू लागला. खपू लागला, घेतला जाऊ लागला. ही सुद्धा देवाचीच कृपा आहे.

।। पुंडलिक वरदा हरि विठ्ठल ।।

२९

॥ श्री पांडुरंग ॥

पूर आला आनंदाचा । लाटा उसळती प्रेमाच्या ॥
बांधूं विठ्ठल सांगडी । पोहुनि जाऊं पैल थडी ॥
अवघे जन गडी । घाला उडी भाईंनो ॥
हें तों नाहीं सर्वकाळ । अमुप आनंदाचें जळ ॥
तुका म्हणे थोरा पुण्यें । ओघ आला पंथें येणें ॥
आणिक दुसरें मज नाहीं आतां । नेमिलें या चित्ता पासूनियां ॥
पांडुरंग ध्यानीं पांडुरंग मनीं । जागृतीं स्वप्नीं पांडुरंग ॥
पडिलें वळण इंद्रियां सकळां । भाव ते निराळा नाहीं कोणा ॥
तुका म्हणे नेत्रीं केली ओळखण । तटस्थ तें ध्यान विटेवरी ॥
तुका म्हणे जरी मोकलिशी आतां । तरी मी अनंता वायां गेलों ॥

आनंदाचा नुसता पूर आला आहे, प्रेमाच्या लाटा उसळत आहेत विठ्ठलनामाची सांगड बांधून आपण पोहत-पोहत पैलतीरी जाऊ. लोक हो, भाईंनो माझ्या मित्रांनो तुम्ही पण या पुरात उडी घ्या आणि भवसिंधु पार करा. हरिनामाच्या आनंदाचे हे पाणी काही सर्वकाळ रहाणार नाही. आपल्या पूर्व-पुण्याईमुळेच या पुरात पोहोण्याची संधि आपणास लाभली आहे, हा भक्तिचा ओघ इथवर आला आहे. याचे कारण आपले पूर्वसुकृत्च होय. माझ्या मनाला आता पांडुरंगाशिवाय कुणाचाहि ध्यास नाही. माझ्या मनात पांडुरंग, ध्यानात पांडुरंग, झोपेत इतकेच नव्हे तर जागेपणीही मला पांडुरंगच आठवतो, दिसतो की त्याला भजतो. माझ्या इंद्रियांना आता पांडुरंग प्रेमाचेच वळण पडले आहे, त्यांना पांडुरंगाशिवाय अन्य विषय नाही. तुकाराम महाराज म्हणतात, विटेवर उभ्या असलेल्या पांडुरंगाची मला पुरती ओळख पटली आहे, देवा आता जर तू मला सोडशील तर माझा जन्म फुकट जाईल.

॥ पुंडलिक वरदा हरि विठ्ठल ॥

।। श्री पांडुरंग ।।

काय दरा करील वन । समाधान नाहीं जंव ।।
तरी काय तेथें असतीं थोडीं । काय जोडी तयांसी ।।
रिघतां धांवा पेंवामधीं । जोडे सिद्धि ते ठायीं ।।
काय भस्म करील राख । अंतर पाक नाहीं तों ।।
बोल बोलतां वाटे सोपें । करणी करितां टीर कांपे ।।
नव्हे वैराग्य सोपारें । मज बोलतां न वाटे खरें ।।
विष खावें ग्रासोग्रासीं । धन्य तोचि एक सोसी ।।
तुका म्हणे करूनि दावी । त्याचे पाय माझे जीवीं ।।

जोपर्यंत मन वासनारहित झालेले नाही, इंद्रियांवर ताबा मिळालेला नाही तोपर्यंत एखाद्या वनात, गुहेत किंवा दरीत जाऊन बसून काय मिळणार ? रानावनात पशुपक्षी रहातात, त्यांना वनात राहून कोणता लाभ झाला आहे ? पेवामधील धान्य काढण्यासाठी वेगाने झडप घातली तर सिद्धी प्राप्त होतात काय ? जर अंत:करण शुद्ध नसेल तर अंगाला राख किंवा भस्म फासून उपयोग होईल का ? बोलायला सगळ्या गोष्टी सोप्या असतात; पण त्याप्रमाणे वागायचे म्हटले तर थरकाप होतो. वैराग्याची वाट सोपी नाही जर कोणी आपण विरागी झालो असे म्हणत असेल तर आपण काही त्यावर लगेच विश्वास ठेवणार नाही. विषाचे घास घेण्यास जसे दु:ख भरलेले आहे. त्याप्रमाणे वैराग्यात क्षणोक्षणी दु:ख आहे ते ज्याने सहन केले, सोसले तो या जगात धन्य म्हणावा लागेल. तुकाराम महाराज म्हणतात, असा जो वैराग्यशील मला भेटेल, त्याच्या चरणांवर मी मस्तक ठेवीन, त्याचे पाय मनात साठवीन.

।। पुंडलिक वरदा हरि विठ्ठल ।।

।। श्री पांडुरंग ।।

भवसिंधूचें काय कोडें । दावी वाट चाले पुढें ।।
तारूं भला पांडुरंग । पाय भिजों नेदी अंग ।।
मागे उतरिले बहुत । पैल तिरीं साधुसंत ।।
तुका म्हणे लागवेगें । जाऊं तयाचिया मागें ।।
नाहीं साजत हा मोठा । मज अळंकार खोटा ।।
असे तुमचा रजरेण । संतां पायींची वाहाण ।।
नाहीं स्वरूपीं ओळखी । भक्तिभाव करीं देखीं ।।
नाहीं शून्याकारीं । क्षर ओळखी अक्षरीं ।।
नाही विवेक या ठायी । आत्मा अनात्मा ते काई ।।
कांहीं नव्हे तुका । पायां पडणें हें ऐका ।।

जर स्वत: खुद्द पांडुरंगच वाट दाखवीत असेल तर भवसागरातून पार होणे कठीण नाही. ते कोडे उलगडलेच समजा. आपले अंग भिजू न देता पाय ओले होऊ न देता संसारसागरातून पैलतीरी नेणारी पांडुरंग ही सर्वोत्तम नौका आहे. या नौकेत बसून पूर्वी अनेक साधुसंत पैलतीरी पोहोचले. तुकाराम महाराज म्हणतात, आपण आता वेगाने, लगबग करून त्यांच्या मागे जाऊ. माझी स्तुती काहीजण करतात, मला संतमहात्मा म्हणतात; पण हा मोठा दागिना मला शोभत नाही. मी तुमची पायधूळ आहे, संतांच्या पायीची वहाण आहे. मला देवाची ओळख नाही. इतरांचे पाहून मी माझा भक्तिभाव दाखवतो. क्षर आणि अक्षर, आत्मा अनात्मा यातलं मला काहीएक माहीत नाही. माझ्याजवळ विवेक नाही, माझ्या जवळ कसलाही अधिकार नाही आणि अधिकार असलातर केवळ संतांच्या पायी पडण्याचा आहे.

।। पुंडलिक वरदा हरि विठ्ठल ।।

।। श्री पांडुरंग ।।

चहूं आश्रमांचे धर्म । न राखतां जोडे कर्म ।।
तैसी नव्हे भोळी सेवा । एक भावचि कारण देवा ।।
तपें इंद्रियां आघात । क्षण एका वाताहात ।।
मंत्र चळे थोडा । तरि धडचि होय वेडा ।।
व्रतें करितां सांग । तरी एक चुकतां भंग ।।
धर्म सत्वचि कारण । नाहीं तरी केला सिण ।।
भूतदयेसि आघात । उंचनीच वाताहात ।।
तुका म्हणे दुजें ।। विधिनिषेधाचें ओझें ।।

पुरुषांच्या जीवनाचे चार भाग वैदिक धर्माने केले आहेत. हे चार भाग म्हणजे चार आश्रम. ब्रह्मचर्य, गृहस्थ, वानप्रस्थ आणि संन्यास हे आश्रम. या आश्रमांप्रमाणे वागणूक न ठेवल्यास काही लाभ होतील का ? देवाची सेवा भोळ्या भावाने न करता शुद्ध भावानेच केली पाहिजे. तर केले म्हणजे इंद्रिय निग्रह होत नाही, उलट मोहाच्या एका क्षणाने वाताहात होते. विश्वामित्राची घोर तपस्या, मेनकेच्या एका विभ्रमाने धुळीस मिळाली. मंत्रमार्ग सिद्धी प्राप्त करणारे मांत्रिक असतात पण मंत्र पठणात जरा जरी चूक झाली तर ते वेडे होतात. व्रते अगदी यथासांग केली पण त्यात जरा जरी चूक झाली तरी व्रत वाया जाते. धर्मानं वागायचं म्हणजे सात्त्विकतेनं वागायला हवं.

सत्त्वगुणाची पाठराखण करायला हवी. भूतदया करताना लहान-मोठा असा भेदाभेद करणे योग्य नाही. तेव्हा हरिभजनाचा आश्रय घ्यावा. हरिभजनास कसलेही यमनियम नाहीत. हरिभजनाशिवाय बाकी सर्वांना विधिनिषेधाचे ओझे असते.

।। पुंडलिक वरदा हरि विठ्ठल ।।

।। श्री पांडुरंग ।।

सोडिला संसार । माया तयावरि फार ।।
धांवे चाले मागें मागें । सुखदुःख साहे अंगें ।।
यानें घ्यावें नाम । तींसी करणें त्याचें काम ।।
तुका म्हणे भोळी । विठाई कृपेची कोंवळी ।।
बुडतां आवरीं । मज भवाचे सागरीं ।।
नको मानूं भार । पाहों दोषाचें डोंगर ।।
आहे तें सांभाळीं । तुझी कैसी ब्रिदावळी ।।
तुका म्हणे दोषी । मी तों पातकाची राशी ।।

जो संसार सोडतो, प्रपंचाचा त्याग करतो, त्याच्यावर देवाचे प्रेम असते. देव अशा भक्तांचा पाठीराखा असतो, त्यांच्या मागे मागे जात असतो आणि त्यांची सुखदुःखे सोसतो भक्ताने सदासर्वदा देवाचे नाव घेत रहावे आणि देवाने भक्ताचे काम करीत रहावे. तुकाराम महाराज म्हणतात, विठाई माऊली भोळी आणि मनाने कोवळी आहे. भगवंता, या भवसागरामध्ये मी बुडलो आहे, मला वाचव, माझे रक्षण कर, मला तारून ने. मी दोषांचा डोंगर आहे पण तिकडे तू लक्ष देऊ नकोस. तुझे ब्रीद काय आहे तर पतितांना पावन करणे, त्यांचा उद्धार करणे ते तू सांभाळ. तू त्या ब्रीदापासून दूर जाऊ नकोस. तुकाराम महाराज म्हणतात, मी नुसता दोषी नाही तर पापाची राशी आहे !

।। पुंडलिक वरदा हरि विठ्ठल ।।

।। श्री पांडुरंग ।।

तुझे थोर थोर । भक्त करिती विचार ।।
जपतपादि साधनें । मज चिंतवेना मनें ।।
करुणावचनें । म्या भाकावीं तुम्हां दीनें ।।
तुका म्हणे घेईं । माझें थोडें फार ठायीं ।।
भाव तैसें फळ । न चले देवापाशीं बळ ।।
धांवे जातीपाशीं जाती । खुण येरयेरां चित्तीं ।।
हिरा हिरकणी । काढी आंतुनि अहिरणीं ।।
तुका म्हणे केलें । मन शुद्ध हें चांगलें ।।
वरी बोला रस । कथी ज्ञान माजी फोस ।।
ऐसे लटिके जे ठक। तयां इह ना परलोक।।
परिसे एक सांगे । अंगा धुळी हे नलगे ।।
तुका म्हणे हाडें । कुतऱ्या लाविले झगडे ।।

देवा तुझे थोर थोर भक्त तुझ्या स्वरूपाचा खोलवर विचार करतात, जपतपादि साधनांचाही अवलंब करतात. पण मी इतका सामान्य आहे की, या गोष्टी माझ्या मनातही येत नाहीत. मी अगदी हीनदीन आहे म्हणून मी तुमची आर्जवे करतो आहे. देवा मी जी वेडीवाकडी, कशीतरी सेवा करीन ती गोड मानून घ्या. ज्याचा देवाबद्दल जसा भाव असेल तसे त्याला फळ मिळते. तिथं अन्य कोणत्याही बळाचा किंवा शक्तिचा उपयोग चालणार नाही. जो ज्या जातीचा आहे त्या जातीकडेच धाव घेईल. कारण परस्परांचे चित्त जाणलेले असते, खुणा पटलेल्या असतात. हिरा ऐरणीवर ठेवून घाव घातला तर हिरा दुभंगत नाही तो ऐरणीत शिरतो. तुकाराम महाराज म्हणतात, मन शुद्ध करणे उत्तम. वर वर काहींचे बोल रसभरित वाटतात, पण प्रत्यक्षात ते पोकळ असतात. अशा ठकांना नाही इहलोक नाही परलोक जो ऐकतो एक आणि सांगतो एक, तो अलिप्त असतो. तुकाराम महाराज म्हणतात कुत्री हाडकासाठी भांडतात.

।। पुंडलिक वरदा हरि विठ्ठल ।।

॥ श्री पांडुरंग ॥

आपलें तों काहीं । येथें सांगिजेसें नाहीं ॥
परि हे वाणी वायचळे । छंद करवित बरळे ॥
पंचभूतांचा हा मेळा । देह सत्यत्वें निराळा ॥
तुका म्हणे भुली । इच्या उफराट्या चाली ॥
कृपावंत किती । दीनें बहुत आवडती ॥
त्यांचा भार वाहे माथां । करी योगक्षेम चिंता ॥
भुलों नेदी वाट । करीं धरूनि दावी नीट ॥
तुका म्हणे जीवें । अनुसरल्या एका भावें ॥

प्रपंचामधील आपले काही आहे आपली काही तत्त्वे आहेत नियम आहेत, असे काहीजण सांगतात. परंतु प्रत्यक्षात आपले काहीही नसते. पण हे लक्षात न घेता ही माझी बायको, ही माझी मुले, हे माझे घर असे वाणी व्यर्थपणे बरळत असते. पंच महाभूतांपासून निर्माण झालेला हा देह आत्मतत्त्वापासून प्रत्यक्षात निराळा आहे. पण आपली वाचा अगदी भुलून गेली आहे. मी, माझे, माझे अंग, माझे शरीर असे बडबडत रहाण्याची या वाचेला अगदी सवय लागली आहे. देव हा अतिशय कृपावंत, करुणाघन आहे. त्याला हीनदीन भक्त आधिक प्रिय आहेत. त्यांच्या प्रपंचाचे ओझे तोच वाहतो. त्यांच्या योगक्षेमाची उदरनिर्वाहाची चिंता करतो. देवभक्तीचा मार्ग सोडून कोणी इकडे-तिकडे भरकटू लागला. तर त्याचे बोट धरून तो त्याला नीट मार्गाला लावतो. जे जे भक्त एकनिष्ठपणे देवभक्ति करतात त्या भक्तांना देव कधी काही कमी पडू देत नाही.

॥ पुंडलिक वरदा हरि विठ्ठल ॥

।। श्री पांडुरंग ।।

नाहीं निर्मळ जीवन । काय करील साबण ।।
तैसें चित्तशुद्धि नाहीं । तेथें बोध करील काई ।।
वृक्ष न धरि पुष्पफळ । काय करील वसंत काळ ।
वांजे न होती लेंकुरें । काय करावें भ्रतारें ।।
नपुंसका पुरुषासी । काय करील बाईल त्यासी ।।
प्राण गेलिया शरीर । काय करील वेव्हार ।।
तुका म्हणे जीवनेंविण । पीक नव्हे नव्हे जाण ।।
नवां नवसांचीं । झालों तुम्हासी वाणीचीं ।।
कोण तुझें नाम घेतें । देवा पिंडदान देतें ।।
कोण होतें मागें पुढें । दुजें बोलाया रोकडें ।।
तुका म्हणे पांडुरंगा ।। कोणा घेतासी वोसंगा ।।

कपडे धुण्यासाठी घेतलेले पाणी जर स्वच्छ नसेल तर साबण तरी काय करणार ? त्याप्रमाणे मुळात मन शुद्ध नसेल तर आत्मबोधाचा काय फायदा होणार ? एखाद्या झाडाला फळे, फुले येतच नाहीत, मग वसंत ऋतू तरी काय करणार ? वांझ स्त्रीला मूल होत नाही तिथे नवरा काय करणार ? नवरा नपुंसक असेल तर बाई बिचारी काय करू शकणार ? प्राणच गेला की शरीर कसा व्यवहार करणार ? तुकाराम महाराज म्हणतात जर पाणी नसेल तर पीक कसे येणार ? देवा, आम्ही तुमची नवसाने झालेली मुले आहेत. तुझे नाव आमच्याशिवाय घेते तरी का ? तुम्हाला आमच्याशिवाय कुणी पिंडदान केलं असतं आणि आमच्याशिवाय तुमच्यामागे तुझ्याबद्दल स्पष्ट बोलणारं तरी कोण आहे ? देवा आम्ही जर नसतो तर तुमची वास्तपुस्त कोणी केली असती, तुम्हास पदरात कोणी घेतले असते ?

।। पुंडलिक वरदा हरि विठ्ठल ।।

।। श्री पांडुरंग ।।

हो कां दुराचारी । वाचे नाम जो उच्चारी ।।
त्याचा दास मी अंकित । कायावाचामनेंसहित ।।
नसो भाव चित्तीं । हरिचे गुण गातां गीतीं ।।
करी अनाचार । वाचे हरिनाम उच्चार ।।
हो कां भलतें कूळ । शुचि अथवा चांडाळ ।।
म्हणवी हरीचा दास । तुका म्हणे धन्य त्यास ।।
हाकेसरशी उडी । घालुनिया स्तंभ फोडी ।।
ऐसा कृपावंत कोण । माझे विठाईवांचुन ।।
करितां आठव । धांवोनियां घाली कव ।।
तुका म्हणे गीतीं । नामें द्यावी सायुज्यता ।।

एखादा दुराचारी, दुर्वतनी माणूस असला आणि त्याच्या मुखी हरिनाम असेल, तर मी त्याचा तनमनेकरून दास आहे, कायावाचामनेसहित मी त्याला अंकित आहे. मनात भाव नसू दे; पण ओठी हरिनाम असू दे, मग त्याचे कोणतेही कुळ असो उच्च कुळ असो वा नीच, जो स्वत:ला हरिदास म्हणवतो, तुकाराम महाराज म्हणतात तो धन्य होय. देव कसा आहे, तर हाक मारता क्षणी धावून येणारा आहे, माझ्या विठोमाऊलीशिवाय असा कृपावंत कोण असणार आहे ? ही विठाई तिचा आठव करताच धावून येऊन मिठी घालते. तुकाराम महाराज म्हणतात, हरिनामाचा प्रभावच असा आहे की ते म्हटल्याने, त्याचे गीत गायल्यामुळे सायुज्यता मिळते.

।। पुंडलिक वरदा हरि विठ्ठल ।।

।। श्री पांडुरंग ।।

कथा करूनियां दावी प्रेमकळा । अंतरीं जिव्हाळा कुकर्माचा ।।
तुळसी खोवी कानीं दर्भ खोवी शेंडीं । लटिकी धरी बोंडी नासिकाची ।।
टिळा टोपी माळा देवाचें गवाळें । वागवी वोंगळें पोटासाठी ।।
गोसाव्याच्या रूपें हेरी परनारी । तयाच्या अंतरीं काम लोभ ।।
कीर्तनाचे वेळे रडे पडे लोळे । प्रेमेंविण डोळे गळताती ।।
तुका म्हणे ऐसे मावेचे मइंद । त्यापाशी गोविंद नाहीं नाहीं ।।
कलियुगीं कवित्व करिती पाखांड । कुशल हे भांड बहू झाले ।।
द्रव्य दारा चित्तीं प्रजांची आवडी । मुखें बडबडी कोरडेचि ।।
दंभ करी सोंग मानावया जग । मुखें बोले त्याग मनीं नाहीं ।।
वेदाज्ञे करोनी न करिति स्वहित । नव्हती अलिप्त देहाहुनि ।।
तुका म्हणे दंड साहील यमाचे । न करी जो वाचे वोले तैसें ।।

तो देवाची कथा प्रेमानं करतो खरा पण त्याच्या मनात मात्र पापकर्म असते. तो कानात तुळस खोवतो, शेंडीस दर्भ बांधतो, अंगावर टिळे लावतो, डोक्यात टोपी घालतो, गळ्यात माळा घालतो आणि जवळ पोटासाठी बेताची करंटी, बोंगळे ठेवतो. तो रूप घेतो गोसाव्याचे पण त्याचे लक्ष असे परस्त्रियांवर. जेव्हा तो कीर्तन करतो तेव्हा पडतो काय, रडतो काय लोळतो काय नाना तऱ्हेचे अभिनय करतो. डोळ्यातून पाणी काढतो पण त्यात सुद्धा देवभक्ति नसते, हरिप्रेमाचा ओलावा नसतो. तुकाराम महाराज म्हणतात, असले जे सोंगीढोंगी असतात. त्यांच्याजवळ देव मुळीच नसतो. कलियुगात नास्तिक आणि भांडखोर कवि पुष्कळ आहेत. संपत्ती, स्त्री आणि संतती यांच्या बद्दल मनातून त्यांना ममत्व असते पण ते तोंडाने वैराग्याची कोरडी बडबड करतात. आपल्यास महत्त्व मिळावे म्हणून साधुत्त्वाचे सोंग करतात, त्यागाच्या गोष्टी करतात पण मनात तसे नसते. वेदाज्ञेनुसार अलिप्त राहून स्वहित करीत नाहीत. तुकाराम महाराज म्हणतात, हे लोक एकवेळ यमदंड सहन करतील; पण बोलतील, तसे वागणार नाहीत.

।। पुंडलिक वरदा हरि विठ्ठल ।।

॥ श्री पांडुरंग ॥

जंववरी नाहीं देखिली पंढरी । वर्णीतील थोरी वैकुंठीची ॥
मोक्षसिद्धि तेथें हिंडे दारोदारीं । होऊनि कामारी दीनरूप ॥
वृंदावन सडे चौक रंगमाळा । अभिनव सोहळा घरोघरीं ॥
नाम घोष काथापुराणकीर्तनीं । ओंविया कांडणी पांडुरंग ॥
सर्व सुख तेथें असे सर्वकाळ । ब्रह्म तें केवळ नांदतसे ॥
तुका म्हणे जें न साधे सायासें । प्रत्यक्ष तें दिसे विटेवरी ॥
नाम आठवितां सद्गदित कंठीं । प्रेम वाढे पोटीं ऐसें करीं ॥
रोमांच जीवन आनंदाश्रु नेत्रीं । अष्टांगही गात्रीं प्रेम तुझें ॥
सर्वही शरीर वेंचो या कीर्तनीं । गाऊं निशिदिनीं नाम तुझें ॥
तुका म्हणे दुजें न करीं कल्पांतीं । सर्वदा विश्रांति संतां पायीं ॥

जोपर्यंत तू पंढरपूर नगरी पाहिली नाहीस तोपर्यंत तू वैकुंठाचे मोठेपण वर्णन करशील. तिथे मोक्ष आणि सिद्धी आज्ञाधारक होऊन दारोदारी हिंडत असतात. तिथे घरोघरी तुळशी वृंदावने आहेत. सडासंमार्जन करून रांगोळ्या काढल्या आहेत असा हा अभिनव सोहळा घरोघरी चालला आहे. कथा कीर्तन पुराणात देवाचा नामघोष तर चालला आहेच. जे कुणी किंवा ज्या कुणी कांडत आहेत, दळत आहेत. त्यादेखील आपले काम करताना नामस्मरण करीत आहेत. सर्वसुखाचे ते केवळ माहेर आहे. दुःखाचा येथे लवलेशही नाही, इथे साक्षात् ब्रह्मच नांदत असते. अशा या पंढरीत तुकाराम महाराज म्हणतात जे प्रयत्नाने साध्य होत नाही ते साक्षात् ब्रह्म इथे विटेवर उभे आहे. देवा, तुझ्या नावाचे स्मरण होताच कंठ सद्गदित व्हावा असे प्रेम तू आम्हास दे. सर्वांगी रोमांचांचा मळा फुलावा, डोळ्यांतून आनंदाश्रु यावेत, अष्टसात्त्विक भाव जागृत होऊन सर्वांगी तुझे प्रेम बहरावे, तुझ्या कीर्तनात नामस्मरणात कालव्यय व्हावा, शरीर झिजावे, रात्रंदिवस तुझे नाम गात रहावे. तुकाराम महाराज म्हणतात, कल्पांत झाला तरी दुसरे काही करू नको. खरी विश्रांती संतचरणीच असते.

॥ पुंडलिक वरदा हरि विठ्ठल ॥

।। श्री पांडुरंग ।।

मढें झांकूनियां करिती पेरणी । कुणबियाचे वाणी लवलाहो ही ।।
तयापरी करीं स्वहित आपुले । जयासी फावलें नरदेह ।।
ओटीच्या परिस मुठीचें तें वाढे । यापरी कैवाड स्वहिताचें ।।
नाहीं काळसत्ता आपुलिये होतीं । जाणते हे गुंती उगविती ।।
तुका म्हणे पाहे आपुली सूचना । करि तो शहाणा मृत्युलोकीं ।।
सांठविला वाण । पैसा घातला दुकान ।।
जें ज्या पाहिजे जे काळीं । आहे सिद्धचि जवळी ।।
निवडिलें साचें । उत्तम मध्यम कनिष्ठाचें ।।
तुका बैसला दुकानीं । दावी मोला ऐसी वाणी ।।

कुणबी शेतकरी हा पेरणीचे वेळी पेरणीखेरीज कशाकडेही लक्ष देत नाही. प्रसंगी घरात कुणी मयत झाले, तरी तो बाप असो, मुलगा असो आई असो वा बहीण तो थांबत नाही. मयत, मढे झाकून तो त्वरेने पेरणी करायला पळतो. त्याप्रमाणे ज्याला नरदेह प्राप्त झाला आहे. त्याने आपल्या स्वत:च्या हितासाठी संसारातील इतर गोष्टींकडे दुर्लक्ष करून देवाकडे धाव घ्यावी. मूठभर दाणे पेरले की शेरभर दाणे घेऊन कणीस येते. त्याप्रमाणे तू स्वहिताकडे कधीही दुर्लक्ष करू नकोस. मरण कधी येईल हे सांगता येत नाही. काळसत्ता काही आपल्या हाती नाही. विचारी माणसे हे जाणतात आणि संसारात फार गुंतत नाहीत. तुकाराम महाराज म्हणतात, जो स्वहितदक्ष असतो तोच या मृत्यूलोकात आपले हित साधतो. मी आपली सूचना केली आहे. भक्तिरूपी माल साठवून आम्ही मोठे दुकान घातले आहे. ज्याला ज्या वेळेस जो माल जेव्हां पाहिजे असेल तो आमचेकडे तयार आहे. आम्ही उत्तम, मध्यम आणि कनिष्ठ असा तीन प्रकारचा माल निवडून ठेवला आहे. तुकाराम महाराज म्हणतात. जो जशी किंमत देईल तसा माल आम्ही त्यास दाखवतो.

।। पुंडलिक वरदा हरि विठ्ठल ।।

।। श्री पांडुरंग ।।

लटिकियाच्या आशा । होतों पडिलों वोळसा ।।

होऊनियां दोषा । पात्र मिथ्या अभिमानें ।।

बरवी उघडली दृष्टी । नाहीं तरी होतों कष्टी ।।

आक्रंदसे सृष्टी । मात्र या चेष्टांनीं ।।

मरणाची नाहीं शुद्धी । लोभीं प्रवर्तली बुद्धी ।।

परती तों कधीं । घडेचि ना माघारीं ।।

सांचूनि मरे धन । लावी पोरांसी भांडण ।।

नाहीं नारायण । तुका म्हणे स्मरीला ।।

जवळी मुखापाशीं । असतां नेघे अहर्निशीं ।।

भवनिर्दाळण नाम । विठ्ठल विठ्ठल नासी काम ।।

सुखाचें शेजार । करूं कां नावडे घर ।।

तुका म्हणे ठेवा । कां हा न करीच बरवा ।।

खोटा देह, पत्नी मुले घर यांच्यातला गुंता यामुळे जन्ममृत्यूच्या चक्रात फसलो होतो. खोटा अभिमान माझ्या अंगी भरला होता आणि मी अनेक दोषांना पात्र ठरलो होतो आणि अचानक माझे डोळे उघडले अन्यथा या खोटेपणाच्या आहारी जाऊन मी कष्टी झालो असतो या मिथ्याभिमानाच्या आहारी जाऊन सगळे जग आक्रोश करीत आहे. मरणाचे स्मरण नाही. विषयाकडे वळलेली वृत्ती मागे फिरत नाही. तुकाराम महाराज म्हणतात, एखादा विपुल धनसंचय करतो आणि एक दिवस हे जग सोडून जातो, मग पोरांची भांडणे सुरू होतात, हा जिता होता तेव्हा त्याला देवाची आठवण झाली नाही असे तुकाराम महाराज म्हणतात. देवाचे नाव तुझ्या मुखाजवळ आहे मग तू ते सतत का घेत नाहीस ? विठ्ठलाचे नाव घेतल्याने अनेक कामना, इच्छा नाहीशा होतात. तुकाराम महाराज म्हणतात, हरिनामाची सर्वोत्तम ठेव तू आपल्याजवळ ठेव, त्यानेच तुझे कल्याण होईल.

।। पुंडलिक वरदा हरि विठ्ठल ।।

॥ श्री पांडुरंग ॥

भोगावरी आम्हीं घातला पाषाण । मरणा मरण आणियेलें ॥
विश्व तूं व्यापक काय मी निराळा । काशासाठीं बळा येऊं आतां ॥
काय सारूनियां काढावें बाहेरी । आणूनि भीतरीं काय ठेवूं ॥
केला तरी उरे वादचि कोरडा । बळें घ्यावी पीडा स्वपनींची हे ॥
अवघेचि वाण आले तुम्हां घरा । मजूरी मजुरा रोजकीर्दी ॥
तुका म्हणे कांहीं नेणें लाभ हानी । असेल तो धनी राखो वाडा ॥
काय देह घालूं करवतीं कर्मरीं । टाकूं या भीतरीं अग्नीमाजी ॥
काय सेवूं वन शीत उष्ण तान । साहों कीं मोहन मौन धरुनी बैसों ॥
काय लावूं अंगी भस्म उधळण । हिंडूं देश कोण खुंट चारी ॥
काय त्यजूं अन्न करूनि उपास । काय करूं नास जीवित्वाचा ॥
तुका म्हणे काय करावा उपाव । ऐसा देईं भाव पांडुरंगा ॥

उपभोगापासून आम्ही दूर झालो त्यावर मोठा पाषाणच घातला, मरणाचे भय घालवून मरणालाच मरण आणले. तुम्ही देवा, विश्वव्यापक आहात, म्हणजे त्यात मीही आलोच, मी कुठं निराळा आहे. मग मी बळ कशास आणू ? अन्तर्बाह्य जर तूच भरून राहिला आहेस तर उगीच कोरडा निष्फळ वाद कशाला ? असं जर आहे तर मग स्वप्नासारख्या संसाराची पीडा मुद्दाम कशाला पाठी लावून घ्यावयाची ? सर्व प्रकारचा माल, सर्व वाण तुमच्या घरी आले आहेत. मजुरांच्या मजुरीचा रोजमेळ आहे. तुकाराम महाराज म्हणतात, मी काही फायदा-तोटा, लाभ-हानी पहात नाही. या देहाचा जो धनी, मालक असेल त्यानेच या देहरूप वाड्याचे रक्षण करावे, देवा तुमची प्राप्ती व्हावी भेट व्हावी म्हणून हा देह करवतीने कापू, का अग्नीनं जाळू, का रानात जाऊन थंडीवारा ताप, तहान सहन करू ? का मौन पत्करू? की अंगाला भस्म फासून देशोदेशी हिंडू का उपाशी राहून देह त्याग करू? तुकाराम महाराज म्हणतात, देवा तुझी भेट होईल असा उपाय, युक्तीची गोष्ट मला सांग.

॥ पुंडलिक वरदा हरि विठ्ठल ॥

।। श्री पांडुरंग ।।

आतां गाऊं तुज ओंविया मंगळी । करूं गदारोळी हरिकथा ।।
होसी निवारिता आमुचें सकळ । भय तळमळ पापपुण्य ।।
भोगिले ते भोग लावूं तुझे अंगीं । अलिप्त या जगीं होउनि राहों ।।
तुका म्हणे आम्ही लाडिकीं लेंकूरें । न राहों अंतरें पायांविण ।।
विठ्ठल सोयरा सज्जन सांगाती । विठ्ठल हा चित्तीं बैसलासे ।।
विठ्ठलें हें अंग व्यापिली हे काया । विठ्ठल हे छाया माझी मज ।।
बैसला विठ्ठल जिव्हेचिया माथां । न वदे अन्यथा आन दुजें ।।
सकळ इंद्रियां मन हें प्रधान । तेंही करी ध्यान विठोबाचें ।।
तुका म्हणे या हो विठ्ठलासी आतां । नये विसंबतां माझें मज ।।

देवा आता आम्ही तुझी मंगल गीते गाऊ आणि हरिकथेचा गदारोळ करू. आमच्यावर जर काही आपत्ती आली, संकटे आली तर तू निवारण करणारा आहेस. भीती, तळमळ, पापपुण्य सर्वकाही दूर करणारा तूच आहेस. आजपर्यंत आम्ही जे भोग भोगले ते देवा, तूच भोगलेस असे आम्ही समजू. देवा, आम्ही तुझी लाडकी मुले आहोत तेव्हा तुझे पाय सोडून आम्ही कुठे जाणार नाही. विठ्ठल हाच माझा सोयरा सज्जन आणि सांगाती आहे. तो माझे चित्त व्यापून राहिला आहे. माझ्या चित्तात, मनात घट्ट बसला आहे. त्याने माझे शरीर व्यापले आहे. माझी सावली देखील विठ्ठलच झाला आहे. माझ्या जिभेवर सदैव विठ्ठलाचेच नाव आहे, दुसरं काही नाही. सर्व इंद्रियात मन हे सर्वश्रेष्ठ आहे. प्रधान आहे आणि तेच विठ्ठलध्यानात मग्न झाले आहे. तुकाराम महाराज म्हणतात या विठ्ठलाला आता मला विसरून, विसंबून चालणार नाही.

।। पुंडलिक वरदा हरि विठ्ठल ।।

॥ श्री पांडुरंग ॥

बळें बाह्यात्कारें संपादिलें सोंग । नाहीं झाला त्याग अंतरींचा ॥
ऐसें येतें नित्य माझ्या अनुभवा । मनासी हा ठावा समाचार ॥
जागृतीचा नाहीं अनुभव स्वप्नीं । जातों विसरूनि सकळही ॥
प्रपंचाबाहेरी नाहीं आलें चित्त । केले करीं नित्य वेवसाय ॥
तुका म्हणे मज भोरप्याचि परी । झालें सोंग वरी आंत तैसें ॥
म्हणवितों दास ते नाहीं करणी । आंत वरी दोन्ही भिन्न भाव ॥
गातों नाचतों तें दाखवितों जना । प्रेम नारायणा नाहीं अंगीं ॥
पाविजें तें वर्म न कळेचि कांहीं । बुडालों या डोहीं दंभाचिया ॥
भांडवल काळें हातोहातीं नेलें । माप या लागलें आयुष्यासी ॥
तुका म्हणे वायां गेलों ऐसें दिसे । होईल या हांसें लौकिकाचें ॥

मी वरवर साधुपणाचे सोंग घेतले आहे पण विषयांचा त्याग मनापासून नीट झालेला नाही. हा माझा नित्याचा अनुभव आहे आणि खरं काय ते माझ्या मनाला माहीत आहे. जो अनुभव जागेपणी येतो तो स्वप्नात येत नाही. आणि ते सगळं विसरायला होतं. कितीही म्हटलं तरी माझं चित्त काही प्रपंचाच्या बाहेर आलं नाही. माझे उद्योग मी करतोच आहे. जो व्यवसाय मी करीत होतो तो चाललेलाच आहे, थांबलेला नाही म्हणजे मी जणू बहुरूपीच झालो आहे, वर साधुपणाचे सोंग आणि आतून प्रापंचिक अशी माझी स्थिती झाली आहे. असं तुकाराम महाराज म्हणतात– मी हरिचा दास स्वत:ला म्हणवतो पण माझे तसे वागणे नाही. आत आणि बाहेर निरनिराळेच भाव आहेत. मी हरिगुण गातो, हरिचे नाव घेऊन नाचतो; पण मनात नारायणाविषयी खरे प्रेम नाही. जे वर्म मला कळायला पाहिजे ते कळलंच नाही. मी दंभाच्या डोहात बुडत गेलो आहे. माझ्याजवळचे भांडवल काळाने हिरावून नेले आहे. आयुष्यास तर माप लागलेच आहे. तुकाराम महाराज म्हणतात, बाह्यत: मी वाया गेलो आहे, त्यामुळे तुमचा दास झालो हा लौकिक व्यर्थ ठरला आहे.

॥ पुंडलिक वरदा हरि विठ्ठल ॥

।। श्री पांडुरंग ।।

गंगेचिया अंतेंविण काय चाड। आपुलें तें कोड तृषेपाशीं ।।
विठ्ठल राहे मूर्ति साजिरी सुंदर। घालूं निरंतर हृदयपुटीं ।।
कारण तें असे नवनीतापाशीं। गबाळ तें सोसी येर कोण ।।
बाळाचे सोईतें घांस घाली माता। अट्टाहास चिंता नाहीं तया ।।
गाऊं नाचूं करूं आनंद सोहळा। भावचि वेगळा नाहीं आतां ।।
तुका म्हणे अवघें झाले एकमय। परलोकीची काय चाड आतां ।।
पडिलों भोवणीं। होतों बहु चिंतावणीं ।।
होतों चुकलों मारग। लाहो केला लागवेग ।।
इंद्रियांचे संदी। होतों सांपडलों बंदी ।।
तुका म्हणे बरें झालें। विठ्ठलसें वाचे आलें ।।

ज्याला खरोखर तहान लागली आहे. त्याला गंगेची खोली किती आहे त्याच्याशी कर्तव्य नसते. ही अप्रतिम सुंदर विठ्ठलमूर्ति आम्ही आपल्या हृदय संपुटात साठवून ठेवू. आपल्यास लोण्याशी मतलब बाकीचे गबाळ काय करायचे ? बाळाला जातील असेच घास आई बाळाला भरवीत असते. त्याबद्दल बाळास काळजी किंवा चिंता नसते. आम्ही हरिनाम घेऊ नाचू आनंदसोहळा करू आता मनात दुसरा कुसलाही भाव नाही. तुकाराम महाराज म्हणतात, आता आम्ही देवाशी एकरूप झालो. आम्हाला परलोकाची चाड उरलेली नाही. संसाराच्या भोवऱ्यात मी सापडलो होतो. चिंतेने मला घेरून टाकले होते. माझा मार्ग चुकला होता; पण यातून निसटून मी योग्य मार्गाला लागलो. इंद्रियाचे पेचात अडकलो होतो. बंदी झालो होतो. तुकाराम महाराज म्हणतात, माझ्या मुखी विठ्ठलनाम आले हे बरे झाले.

।। पुंडलिक वरदा हरि विठ्ठल ।।

।। श्री पांडुरंग ।।

न करावी आतां पोटासाठीं चिंता । आहे त्या संचिता माप लावूं ।।
दृष्टि ते घालावी परमार्थाठायीं । क्षुल्लका उपायीं सीण झाला ।।
येथें तंव नाहीं घेइजेसें सवें । कांहीं नये जीवें वेंचों मिथ्या ।।
खंडणेंचि नाहीं उद्वेग वेरझारीं । बापुडे संसारीं सदा असों ।।
शेवटा पाववी नावेचें बैसणें । भुजाबळें कोणें कष्टी व्हावे ।।
तुका म्हणे आतां सकळांचें सार । करावा व्यापार तरी ऐसा ।।
खरें भांडवल सांपडलें गांठीं । जेणें नये तुटी उदिमासी ।।
सवंगाचें केणें सांपडलें घरीं । भरूनि वैखरी सांठविलें ।।
घेतां देतां लाभ होतसे सकळां । सदैवा दुर्बळा भाव तैसा ।।
फडा आलिया तो न वजे निरास । जरि कांहीं त्यास न कळतां ।।
तुका म्हणे आतां झालीसे निश्चिंती । आणीक तें चित्तीं न धरूं दुजें ।।

आता उदरनिर्वाहाची, पोटाची चिंता करावयाची नाही. जे धन–धान्य साठवून ठेवले आहे. त्याच्यावरच गुजराण करावयाची. आता आपली दृष्टी परमार्थावर स्थिर करावी, इतर उपायांनी कष्ट मात्र होतात. शीण होतो. आपल्याबरोबर घेण्यासारखे इथे काही नाही. व्यर्थ लाभासाठी उगाच जीव पाखडू नये. आम्ही काळजी केली म्हणून जन्ममृत्यूच्या येरझारात खंड पडणार नाही. संसारात आम्ही सदाच दीन आहोत. नावेत, नौकेत बसल्यावर ती पैलतीरी सुखरूप पोचवते, मग हात मारीत पोहत जाण्याचे कष्ट कशाला करावेत ? तुकाराम महाराज म्हणतात, सर्वांचे सार असलेल्या हरिनामाचाच व्यापार करावा, व्यवहारात कधीही तूट येणार नाही, असे विठ्ठलनामाचे खरे भांडवल आमच्या सामानात सापडले आहे. असा स्वस्त माल घरातच सापडल्यामुळे आम्ही तो वाणीत साठवून ठेवला. हे भांडवल देता घेता लाभच होतो; मग तो सुदैवी असो वा दुर्दैवी, ज्याचा जसा भाव असेल तसा त्याला लाभ होतो. एकदा तो वैष्णवांच्या मेळाव्यात आला की, तो अज्ञानी असला तरी त्याची निराशा होणार नाही. तुकाराम महाराज म्हणतात, आम्ही आता निश्चिंत झालो. आम्ही आता मनात दुसरं काही आणणार नाही.

।। पुंडलिक वरदा हरि विठ्ठल ।।

।। श्री पांडुरंग ।।

दु:खाचे डोंगर लागती सोसावे । ऐसें तंव ठावें सकळांसी ।।
कांहीं न करिती विचार हिताचा । न करिती वाचा नामघोष ।।
तुका म्हणे येथें झांकितील डोळे । भोग देतेवेळे येइल कळों ।।
सदैव तुम्हां अवघें आहे । हातपाय चालाया ।।
मुखीं वाणी कानीं कीर्ति । डोळे मूर्ति देखाया ।।
अंध बहिर ठकलीं किती । मुकीं होती पांगुळ ।।
घरा आगी लावुनि जागा । न पळे तो गा वांचेना ।।
तुका म्हणे जागा हिता । कांहीं आतां आपुल्या ।।
ऐसे पुढती मिळतां आतां । नाहीं सत्ता स्वतंत्र ।।
म्हणउनि फावलें तें घ्यावें । नाम गावें आवडी ।।
संचित प्रारब्ध गाढें । धांवे पुढें क्रियमाण ।।
तुका म्हणे घुबडा ऐसें । जन्म सरिसें शुकराचें ।।

एकदा प्रपंचात पडले की दु:खाचे डोंगर येऊन कोसळतात आणि ते सोसावे लागते. हे सर्वजण जाणतात. पण तरीही स्वहिताचा विचार करीत नाहीत, नामघोष, नामस्मरण करीत नाहीत. या जन्मी जे भोगावे लागते ते गेल्या जन्मीचे फळ असते, हे सोसतानाच कळते. तुकाराम महाराज म्हणतात, आता डोळे झाकतील. पण संकटं आलं की समजेल. अहो, आपण फार सुदैवी आहात आपल्याला द्यायला-घ्यायला हात, चालावयास पाय, ऐकायला कान, हरिमूर्ती पहायला दृष्टि, हरिनाम घेण्यासाठी मुख आहे. आतापर्यंत आंधळे, पांगळे, बहिरे होऊन कितीतरी जण हरिभजनाला दुरावले आहेत. जागा असून आग लागलेल्या घरातून जो बाहेर पडत नाही. तो कसा वांचणार ? तुकाराम महाराज म्हणतात, आता तरी स्वत:चे हित ओळखा. पुन्हा नरदेहच मिळेल अशी सत्ता आपल्या हाती नाही. म्हणून हरिनाम सतत आणि सहज घ्यावे. संचित आणि प्रारब्ध यापुढे आपले काही चालत नाही. क्रियामाण धावत असते हरिनामाला जे पारखे होतील त्यांना घुबडाचे, डुकराचे जन्म मिळतील असे तुकाराम महाराज म्हणतात.

।। पुंडलिक वरदा हरि विठ्ठल ।।

॥ श्री पांडुरंग ॥

संतांचीं उच्छिष्टें बोलतों उत्तरें । काय म्यां गव्हारें जाणावें हें ॥
विठ्ठलाचें नाम घेतां नये शुद्ध । तेथें मज बोध काय कळे ॥
करितों कवित्व बोबड्या उत्तरीं । झणी मजवरि कोप धरा ॥
काय माझी याति नेणां हा विचार । काय मीं तें फार बोलों नेणें ॥
तुका म्हणे मज बोलावितो देव । अर्थ गुह्य भाव तोचि जाणे ॥
तुज ऐसा कोण उदाराची रासी । आपुलेंचि देसी पद दासा ॥
शुद्ध हीन कांहीं न पाहासी कुळ । करिसी निर्मळ वास देहीं ॥
भावें हें कदान्न खासी त्याचे घरीं । अभक्तांच्या परी नावडती ॥
नवजासी जेथें दुरी दवडितां । न येसी जो चित्ता योगियांच्या ॥
तुका म्हणे ऐसीं ब्रिदें तुझीं खरीं । बोलतील चारी वेद मुखें ॥

मी जे काही बोलतो ते माझे काही नाही. ते सर्व शब्द संतांचे आहेत. त्यांचे उष्टे मी बोलतो. अन्यथा मला अडाण्याला काय कळते आहे ? मला त्या विठोबाचे नावदेखील नीट घेता येत नाही. अशा जडबुद्धीला आत्मबोध. काय समजणार ? माझे कवित्व म्हणजे बोबडे बोल आहेत. याबद्दल माझ्यावर रागावलात री चालेल माझी जात काय हे तुम्ही जाणता, आता त्याबद्दल मी काही बोलत नाही. तुकाराम महाराज म्हणतात मी जे काही बोलतो ते देव मला सांगतो, तो माझ्याकडून वदवून घेतो त्यामुळे त्यातील गूढार्थ तोच जाणतो, मला काही एक समजत नाही. देवा, तुझ्याइतका उदार कोणी नाही. तू असा की तुझे पद तू तुझ्या दासांना देतोस तो कोणत्या जातीपातीचा, कोणत्या कुळातला हे तू पहात नाहीस. ज्याचा देह निर्मळ असेल, त्याच्या देहात तू राहतोस तुझे जे निष्ठावंत भक्त आहेत. त्यांच्या घरी जाऊन तू कदन्नाही खातोस; पण अभक्ताचे घरचे नाना रूचकर प्रकार तुला आवडत नाहीत. एखाद्या भक्ताने हाकलून दिले तर तू जात नाहीस; पण रात्रंदिवस तुझे ध्यान लावलेल्या योग्यांना मात्र प्रसन्न होत नाहीस. तुझी खरी ब्रीदे वेदच सांगू शकतील.

॥ पुंडलिक वरदा हरि विठ्ठल ॥

।। श्री पांडुरंग ।।

कोणाच्या आधारें करूं मी विचार । कोण देईल धीर माझ्या जीवा ।।
शास्त्रज्ञ पंडित नव्हे मी वाचक। यातिशुद्ध एक ठाव नाहीं ।।
कलियुगीं बहु कुशल हे जन । छळितील गुण तुझे गातां ।।
मज हा संदेह झाला दोहीं सवा । भजन करूं देवा किंवा नको ।।
तुका म्हणे आतां दुरावितां जन । किंवा हें मरण भलें दोन्ही ।।
पाहतां श्रीमुख सुखावलें सुख । डोळियांची भूक न वजे माझ्या ।।
जिव्हे गोड तीन अक्षरांचा रस । अमृत जयास फिकें पुढें ।।
श्रवणाची वाट चोखाळली शुद्ध । गेले भेदाभेद निवारोनी ।।
महामळें मन होतें जें गांदलें । शुद्ध चोखाळलें स्फटिक जैसें ।।
तुका म्हणे माझ्या जीवाचें जीवन । विठ्ठल निधान सांपडलें ।।

कुणाच्या आधाराने मी विचार करू, मला धीर कोण देईल ? मी शास्त्रज्ञ नाही, पंडित नाही वाचकही नाही, बरं माझी जातीही शुद्ध नाही त्यामुळे मला कुणाचाच आधार नाही. या कलियुगातील लोक फार हुषार आहेत, मी तुझे गुणगान करू लागलो, तर मला छळतात, पिडतात, त्रास देतात. मग मी तुमचे भजन करू की नको हा संदेह चित्तात निर्माण झाला आहे. लोकांना सोडणे किंवा मरून जाणे या दोन्ही गोष्टी मला आता भल्या वाटतात. श्रीहरीचे मुखमंडल पाहिल्याने सुखच सुखावले आहे. तुझे मुख पाहण्याची इच्छा कधी संपत नाही. जात नाही. अमृतालाही फिके पाडणारा विठ्ठल या तीन अक्षरांचा रस जिभेला अति गोड लागतो आहे. भेदाभेद निवारले गेले ते श्रवणाची वाट शुद्ध केल्यामुळे. मन मलिन झाले होते ते आता स्फटिकाप्रमाणे स्वच्छ झाले. तुकाराम महाराज म्हणतात, विठ्ठल हाच माझा जिवीचा विसावा माझ्या जीवाचे जीवन आणि ते विठ्ठल निधान मला सापडले आहे.

।। पुंडलिक वरदा हरि विठ्ठल ।।

।। श्री पांडुरंग ।।

उपकारासाठी केले हे उपाय । येणेंविण काय चाड आम्हां ।।
बुडतां हे जन न देखवे डोळां । येतो कळवळा म्हणउनि ।।
तुका म्हणे माझे देखतील डोळे । भोग देतेवेळ येईल कळों ।।
आठवे देव तो करावा उपाय । येर त्यजीं वाव खटापटा ।।
होईं बा जागा होईं बा जागा । वाउगा कां गा सिणसील ।।
जाणिवेच्या भारें भवाचिये डोहीं । बुडसी तों काहीं निघेसि ना ।।
तुका म्हणे देवा पावसील भावें । जाणतां तें ठावें कांहीं नव्हे ।।
माझ्या मुखावाटा न यो हें वचन । व्हावें हें संतान द्रव्य कोणा ।।
फुकाचा विभाग पतन दु:खासी । दोहींमुळें त्यासी तेंचि साध्य ।।
नाइकावी निंदा स्तुति माझ्या कानें । सादर या मनें होऊनियां ।।
तुका म्हणे देव असाध्य यामुळें । आशामोहजाळें गुंतलिया ।।

आम्ही जे उपाय सांगितले ते कुणावर उपकार करण्यासाठी नव्हे, आम्हाला त्याची गरज नव्हती; पण या जगात लोक बुडत आहेत हे पहावेना, त्यांचा कळवळा, कणव आमच्या मनात दाटून आली. तुकाराम महाराज म्हणतात. ज्यावेळी प्रत्यक्ष भोगायची वेळ येईल तेव्हा त्यांना आमचा आठव होईल त्या वेळेस ते आमचेच डोळे पाहतील, काय करायचं ? देवाची आठवण होईल, परमेश्वराचे स्मरण होईल असे काहीतरी करीत रहावे इतर खटाटोप करीत बसू नये. बाबांनो, लोकहो वेळेवर जागे व्हा, उगीच कष्ट करू नकोस. तू एकदा जाणीवेच्या भाराने एकदा भवसागरात बुडलास की, वर निघण्याची आशा नको. तुझ्याजवळ निर्मळ भक्तिभाव असेल तर तुकाराम महाराज म्हणतात, तुला देव पावेल. केवळ ज्ञान उपयोगी पडणार नाही. कुणाला धन मिळो, कुणाला मूल होवो असो. माझ्या तोंडून कधीही निघू नये. कारण या गोष्टीची प्राप्ती म्हणजे दु:ख आणि पतन. माझ्या मना, कुणाची निंदा स्तुती ऐकू नकोस. तुकाराम महाराज म्हणतात, आशा आणि मोह यांच्या जाळ्यात गुंतून देव प्राप्त होत नाही.

।। पुंडलिक वरदा हरि विठ्ठल ।।

।। श्री पांडुरंग ।।

काळ सारावा चिंतनें । एकांतवासीं गंगास्नानें ।
देवाचे पूजनें । प्रदक्षणा तुळसीच्या ।।
युक्त आहार वेव्हार । नेम इंद्रियांसी सार ।।
नसावी बासर । निद्रा बहु भाषण ।।
परमार्थ महाधन । जोडी देवाचे चरण ।।
व्हावया जतन । हे उपाय लाभाचे ।।
देह समर्पिजे देवा । भार कांहींच न घ्यावा ।।
होईल अवघा । तुका म्हणे आनंद ।।
मऊ मेणाहूनि आम्ही विष्णुदास । कठिण वज्रास भेदूं ऐसे ।।
मेले जित असों निजोनियां जागे । जो जो जें जें मागे तें तें देऊं।।
भले तरी देऊं कांसेची लंगोटी । नाठाळाचे काठी देऊं माथां ।।
मायबापाहूनि बहु मायावंत । करूं घातपात शत्रूहूनि ।।
अमृत तें काय गोड आम्हांपुढें । विष ते बापुडें कडू किती ।।
तुका म्हणे आम्ही अवघेचि गोड । जया पुरे कोड त्याचेपरि ।।

आपला सर्वाधिक वेळ देवाच्या, हरिचिंतनात घालवावा. एकांतवासात रहावे. गंगास्नान, तुळशीच्या प्रदक्षिणा कराव्यात. नियमित पण मिताहार करावा. विश्रांतीही नियमित असावी. नियमितपणा हेच सुखाचे सार आहे. फार झोपू नये, अति बोलू नये. परमार्थ हे महाधन आहे. परमार्थ मार्ग हा देवाच्या चरणांची प्राप्त करून घेण्याचा मार्ग आहे. आपला देह देवाला अर्पण कर, तो तुझी काळजी घेईल, तुझा भार वाहील मग तुकाराम महाराज म्हणतात, सर्वत्र आनंदीआनंद होईल. आम्ही विष्णुदास मेणाहुनही मऊ आहोत पण कठीण अशा वज्रासहि भेदू आम्ही मरूनहि जिवंत आहोत, झोपूनही जागे आहोत, जो जे जे मागेल ते ते आम्ही त्यास देऊ. जे भले आहेत, चांगले आहेत. त्यांना कमरेची लंगोटीसुद्धा प्रसंगी देऊ आणि जे नाठाळ असतील त्यांच्या डोक्यात काठी घालू. आम्ही आईबापांपेक्षाही अधिक माया करणारे आहोत व शत्रूपेक्षाहि अधिक घातपात करणारे आहोत. आमच्यापुढे अमृताची ती गोडी काय आणि विषाचा काय पाड ? तुकाराम महाराज म्हणतात, आम्ही अवघेचि गोड आहोत, ज्याची जशी इच्छा असेल ते ते देऊ.

।। पुंडलिक वरदा हरि विठ्ठल ।।

॥ श्री पांडुरंग ॥

जळो तैसा प्रेमरंग । जाय भुलोनि पतंग ।।
सासूसाठीं रडे सून । भाव अंतरींचा भिन्न ।।
मैंद मुखींचा कोंवळा । भाव अंतरी निराळा ।।
जैशी वृंदावनकांती । उत्तम धरूं नये हातीं ।।
बक ध्यान धरी । दावीं सोंग मत्स्य मारी ।।
तुका म्हणे सर्प डोले । तैसा कथेमाजी खुले ।।
धन्य आजि दिन । झालें संतांचें दर्शन ।।
झाली पापातापा तुटी । दैन्य गेलें उठाउठी ।।
झालें समाधान । पायीं विसांवलें मन ।।
तुका म्हणे आले घरा । तोचि दिवाळी दसरा ।।

पतंग दिव्यावर भुलतो, त्याच्यावर उडी घेतो आणि जळून मरतो अशा प्रेमरंगाला आग लागो. सासू मेली म्हणून सून रडते पण तिच्या मनातील भाव निराळा असतो कडू भोपळा बाहेरून कांतीमान दिसतो पण आतून तो कडूढाण असतो, तो हातात सुद्धा घेऊ नये. नदीच्या पाण्यात उभा राहून बगळा ध्यान करतो. आणि पटकन् मासा पकडतो. तुकाराम महाराज म्हणतात, गारूड्याच्य पुंगीने साप जसा डुलतो. त्याप्रमाणे ढोंगी हरिकथेत, कीर्तनप्रसंगी नुसती डुलत असतो पण त्याच्या अंतरंगात काही शिरत नसते. संतांचे दर्शन झाल्यामुळे आजचा दिवस धन्यच होय. पापताप संपले, दैन्य लयाला गेले. संतांच्या पायी मन विसावले. त्यामुळे समाधान प्राप्त झाले. जेव्हा संतमंडळी घरी येतात. तेव्हाच खरा दिवाळी-दसरा असतो असे तुकाराम महाराज आवर्जून म्हणतात.

॥ पुंडलिक वरदा हरि विठ्ठल ॥

॥ श्री पांडुरंग ॥

जळो माझी ऐसी बुद्धी । मज घालीं तुजमधीं । आवडी हे विधि । निषेधींच चांगली ॥
तूं स्वामी मी सेवक। उंच पद निंच एक। ऐसें करावें कौतुक। नको करूं खंडणा ॥
जळ न खाती जळा । वृक्ष आपुलिया फळा । भोक्ता तो निराळा । तेणें गोडी निवडिली ॥
हिरा शोभला कोंदणें । अळंकारीं मिरवे सोनें । एक असतां तेणें । काय दुजे जाणावें ॥
उष्णें छाये सुख वाटे । बाळें माते पान्हा फुटे । एका एक भेटे । कोण सुख ते काळीं ॥
तुका म्हणे हित । हेंचि मानी माझें चित्त । नव्हे आतां मुक्त। ऐसा झाला भरंवसा ॥

नव्हे आराणूक परि मनीं वाहे । होईल त्या साहे पांडुरंग ॥
पंढरीसि जावें उद्वेग मानसीं । धरिल्या पावसी संदेह नाहीं ॥
नसो बळ देह असो पराधीन । परी हें चिंतन टाकों नको ॥
तुका म्हणे देह पडो या चिंतनें । पुढें लागे येणें याजसाठीं ॥

देवा, तुमच्यात मी मिळून-मिसळून जावे, एकरूप व्हावे असे जर माझी बुद्धि म्हणत असेल तर तिला आग लागो, ती जळून जावो. ऐक्यबुद्धिच्या निषेधाचीच मला आवड आहे. देवा मी सेवक असावे आणि तू माझा स्वामी, तुमची पदवी उंच असावी आणि माझी नीच असावी. असेच अखंड कौतुक करीत रहा. यात भेद होऊ नये. पाणी पाण्याला पीत नाही. झाड आपली फळे खात नाही, याहून वेगळा जो असतो तोच फळाची गोडी अनुभवतो. हिरा कोंदणात शोभतो, सोने दागिन्यांच्या रूपातच शोभते. उन्हामुळे सावलीचे सुख कळते. बाळामुळे आईला पान्हा फुटतो. एकाला दुसरे भेटले नाही तर त्यात सुख कसले ? तुकाराम महाराज म्हणतात, असे वेगळे राहण्यातच सुख आहे असे माझे चित्त सांगते, मी मुक्त न होण्याचा निश्चय केला आहे. जो अस्वस्थ असून पांडुरंग भेटीसाठी आसुसलेला असतो. त्यालाच पांडुरंग सहाय्य करतो. पंढरीला जाण्यासाठी तिळ तिळ तुटशील तरच तिथे जाशील. अंगी बळ नसेल, देह पराधीन असेल तरी देवाचे चिंतन सोडू नकोस. तुकाराम महाराज म्हणतात, ईश्वर चिंतनातच देहपात व्हावा कारण, पुढे याच कारणासाठी मनुष्यदेह हवा असतो.

॥ पुंडलिक वरदा हरि विठ्ठल ॥

।। श्री पांडुरंग ।।

आम्हीं गावें तुम्हीं कोणीं कांहीं न म्हणावें । ऐसें तंव आम्हां सांगितलें नाहीं देवें ।।
म्हणा राम राम टाळी वाजवा हातें । नाचा डोला प्रेमें आपुलिया स्वहितें ।।
सहज घडे तया आळस करणें तें काई । अग्नीचें भातुकें हात पाळितां कां पायीं ।।
येथें नाहीं लाज भक्तिभाव लौकिक। हांसे तया घडे ब्रह्महत्यापातक।।
जया जैसे भाव निरोपण करावा । येथें नाहीं चाड ताल विताल या देवा ।।
सदैव ज्या कथाकाळीं घडे श्रवण । तुका म्हणे येर जन्मा आले ते पाषाण ।।
देव घ्या कोणी देव घ्या कोणी । आइता आला घर पुसोनि ।।
देव न लगे देव न लगे । सांठवणेचे रूधले जागे ।।
देव मंदला देव मंदला । भाव बुडाला काय करूं।।
देव घ्या फुका देव घ्या फुका । न लगे रुका मोल कांहीं ।।
दुबळा तुका भावहीन । उधारा देव घेतला ऋण ।।

देवाचे नाव फक्त आम्हीच घ्यावे इतर कोणी घेऊ नय असं काही देवानं आम्हांला सांगितलेलं नाही. तुम्ही राम राम म्हणा, टाळी वाजवा, नाचा डोला स्वहितासाठी हे सर्व प्रेमाने करा. जे सहज होते आहे. घडते आहे त्यासाठी आळस कशाला करता ? हातपाय शेवटी अग्नीच्या भक्ष्यस्थानी पडणार मग हरिभजनापासून का दूर राहता ? ज्याचा जसा भाव असेल त्याप्रमाणे त्याने निरूपण करावे, ताल त्रितालाशी देवाचे काही देणेघेणे नाही, भक्तिभावाचे ठायी लाज लाज लौकिक नाहीत त्यास जो हसेल त्याला ब्रह्महत्येचे पातक लागेल. कथाश्रवण करतात ते सुदैवी आहेत. तुकाराम महाराज म्हणतात बाकी सर्व पाषाण आहेत, 'देव घ्या देव घ्या' असे तुम्ही कुणाला म्हणालात, किंवा एखादा आयताच असे घरी विचारायला आला तर तुम्ही म्हणाल, "मला देव नको ह्न माझी साठवणीची जागा अगदी भरून गेली आहे." साहजिकच देव मंदावला. मग देव फुकट घ्या म्हणतात. कारण देवाला काही किंमत द्यावी लागत नाही. तुकाराम महाराज म्हणतात, मी दुबळा असल्याने भावाखेरीज देव उधार घेतला आहे.

।। पुंडलिक वरदा हरि विठ्ठल ।।

।। श्री पांडुरंग ।।

सर्प भुलोन गुंतला नादा । गारुडिये फांदा घातलासे ।
हिंडवुनि पोट भरी दारोदारी । कोंडुनि पेटारीं असे रया ।।
तैसी परी मज झाली पांडुरंगा । गुंतलों तो मी गा सोडवीं आतां ।
माझें मज कांहीं न चलेसें झालें । कृपा हे तुज न करितां ।।
आमिसें मीन लावियला गळीं । भक्ष तो गिळी म्हणउनियां ।
काढूनि बाहेरी प्राण घेऊं पाहे । तेथे बापमाये कवण तया ।।
पक्षी पिलयां पातलें आशा । देखोनियां फांसा गुंते बळें ।
मरण नेणें सायासें धांवोनि वोरसे । जीवित्वा नाश झालीं बाळें ।।
गोडपणें मासी गुंतली लिगाडीं । सांपडे फडफडी अधिकाधिक।
तुका म्हणे प्राण घेतला आशा । पंढरीनिवासा धांव घालीं ।।

पुंगीच्या आवाजाने सर्प नादावतो मग गारूडी त्याच्यावर फास टाकून त्याला धरतो आणि मग स्वत:चे पोट भरण्यासाठी त्याला पेटाऱ्यात कोंडून दारोदार फिरतो. त्याप्रमाणे पांडुरंगा, मी या संसारात गुंतलो आहे. मला तू सोडव. तुझी कृपा हवी. माझे काही एक चालेनासे झाले आहे. कोळ्याने मासा पकडण्यासाठी गळाला आमिष लावले, ते खाण्याच्या मोहाने मासा तो गळ गिळतो, त्याला कोळ्याने बाहेर पाण्याबाहेर काढला; मग तिथे त्याचे रक्षण करण्यासाठी कोणी आई-बाप अवतरतात का ? पिलांना घरट्यात ठेऊन पक्ष्यांचे जोडपे चारा आणण्यासाठी गेले, एवढ्यात पारध्याने जाळे टाकून पिलांना त्या जाळ्यात पकडले. आपली पिले जाळ्यात अडकली आहेत हे पाहून पिलाचे आईबाप मरणाचे भय न बाळगता पिलांना वाचवण्यासाठी जाळ्यात शिरले. त्यामुळे पिले तर गेलीच पण आईबापांचाहि जीव गेला. गोडीच्या लोभाने माशी चिकट गुळात गुंतते. तुकाराम महाराज म्हणतात, त्याप्रमाणे आशा ही माझा प्राण घेऊ पहात आहे तरी पंढरीनिवासा पांडुरंगा तूच धाव घे.

।। पुंडलिक वरदा हरि विठ्ठल ।।

।। श्री पांडुरंग ।।

विठ्ठल गीतीं विठ्ठल चित्तीं । विठ्ठल विश्रांति भोग जया ।।
विठ्ठल आसनीं विठ्ठल शयनीं । विठ्ठल भोजनीं ग्रासोग्रासीं ।।
विठ्ठल जागृति स्वप्नसुषुप्तीं । आन दुजें नेणती विठ्ठलेंविण ।।
भूषण अळंकार सुखाचे प्रकार । विठ्ठलीं निर्धार जया नरा ।।
तुका म्हणे तेही विठ्ठलचि झाले । संकल्प मुराले दुजेपणें ।।
पंढरीस दु:ख न मिळे ओखदा । प्रेमसुख सदा सर्वकाळ ।।
पुंडलिकें हाट भरियेली पेठ । अवघें वैकुंठ आणियेलें ।।
उदिमासी तुटी नाहीं कोणा हानि । घेऊनियां धणी लाभ घेती ।।
पुरलें देशासी भरलें सिगेसी । अवघी पंचक्रोशी दुमदुमीत ।।
तुका म्हणे संतां लागलीसे धणी । बैसले राहोनि पंढरीस ।।

ज्यांच्या मनात, चित्तात, गाण्यात केवळ विठ्ठलच आहे त्यांची विश्रांती आणि भोग दोन्ही विठ्ठलच आहे. बसता, उठता, झोपता, घास घेता स्वप्नात, जागेपणी जे विठ्ठला वाचून दुसरे काही जाणीत नाहीत. अलंकार भूषणे सुखाचे प्रकार विठ्ठल हा ज्या पुरुषांचा निर्धार आहे. तुकाराम महाराज म्हणतात असे पुरुष विठ्ठलरूपच झाले आहेत. विठ्ठल आणि ते यातील द्वैत सरले आहे. पंढरीत दु:खाचा लवलेश नाही, तिथे दु:ख औषधालाही मिळत नाही. तिथे सदा सर्वकाळ प्रेमसुखच असते. पंढरपूरचा पेठबाजार पुंडलीकाने वसवला आहे आणि तिथे त्याने अवघे वैकुंठच आणले आहे. येथील व्यापारात कुणाला तूट येत नाही केवळ फायदाच होतो. या बाजारपेठेत पांडुरंग हा माल शिगोशीग भरलेला आहे. सगळ्या देशाला पुरून उरेल एवढा हा माल इथे आहे. पंढरीची पंचक्रोशी या मालाने दुमदुमून गेली आहे. संतांना तृप्ती देणारा हा माल असल्याने ते पंढरीत बसून राहिले आहेत.

।। पुंडलिक वरदा हरि विठ्ठल ।।

।। श्री पांडुरंग ।।

नमो विश्वरूपा विष्णुमायबापा नारायणा । अपारा अमूपा पांडुरंगा ।।
विनवितों रंक दास मी सेवक। वचन तें एक आइकावें ।।
तुझी स्तुति वेद करितां भागला । निवांतचि ठेला नेति नेती ।।
ऋषि मुनि बहु सिद्ध कविजन । वर्णितां तुझे गुण न सरती ।।
तुका म्हणे तेथें काय माझी वाणी । जे तुझी वाखाणी कीर्ति देवा ।।
उदार कृपाळु अनाथांचा नाथ । ऐकसी मात शरणागतां ।।
सर्व भार माथां चालविसी त्यांचा । अनुसरलीं वाचाकायामनें ।।
पाचारितां उभा राहासी जवळी । पाहिजे ते काळीं पुरवावें ।।
चालतांही पंथ सांभाळीसी वाटे । वारिसील कांटे खडे हातें ।।
तुका म्हणे चिंता नाहीं तुझ्या दासां । तूं त्यांचा कोंवसा सर्वभावें ।।

अवघ्या विश्वाचेच रूप असणाऱ्या आणि आम्हाला मातापित्यांच्या ठायी असणाऱ्या नारायणा, तू अपार आणि अमूप आहेस. मी तुझा एक गरीब सेवक मी तुला एक विनंती करतो, ती आपण ऐकावी देवा, तुमची स्तुती करता करता वेदही दमले आणि नेति नेति म्हणत निवांत झाले. ऋषिमुनी सिद्धजन, कविवर्य यांनी तुझ्या गुणांचे कितीही वर्णन केले तरी ते संपत नाही. तुकाराम महाराज म्हणतात, देवा तुमच्या कीर्तीचे वर्णन करणे माझ्या वाणीला शक्य नाही. तू उदार आहेस, कृपाळू, अनाथांचा नाथ आहेस. जे तुला शरण येतात त्यांचे तू ऐकतोस. त्यांचा सर्व भार तू तुझ्या मस्तकावर घेतोस. ते कायावाचामने तुझ्याशी एकरूप झाले आहेत. त्यांनी हाक मारताक्षणी तू त्यांच्याजवळ जातोस आणि त्यांना जे काही पाहिजे ते पुरवतोस. त्यांना वाटेने जाताना सांभाळून नेतोस, वाटेत खडे, काटे आले तर ते दूर करतोस. तुकाराम महाराज म्हणतात तुझ्या दासांना कसलीही चिंता नाही कारण त्यांचा तू सर्वभावे रक्षकच आहेस.

।। पुंडलिक वरदा हरि विठ्ठल ।।

।। श्री पांडुरंग ।।

ऐकें रे जना । तुझ्या स्वहिताच्या खुणा । पंढरीचा राणा । मनामाजीं स्मरावा ।।
मग कैंचें रे बंधन । वाचे गातां नारायण । भवसिंधु तो जाण । येचि तीरीं सरेल ।।
दास्य करील कालिकाळ । बंद तुटेल मायाजाळ ।
होतील सकळ । रिद्धिसिद्धी म्हणियाऱ्या ।।
सकळ शास्त्रांचें सार । हें वेदांचें गव्हर । पाहतां विचार । हाचि करिती पुराणें ।।
ब्राह्मण क्षत्रिय वैश्य शूद्र । चांडाळांही अधिकार । बाळें नारीनर । आदिकरोनि वेश्याही ।।
तुका म्हणे अनुभवें । आम्हीं पाडियलें ठावें । आणीकही दैवें । सुख घेती भाविकें।।
कां रे दास होसी संसाराचा खर । दु:खाचे डोंगर भोगावया ।।
मिष्टान्नाची गोडी जिव्हेच्या अगरीं । मसक भरल्यावरी स्वाद नेणे ।।
आणीकही भोग आणिकां इंद्रियांचें । नाहीं ऐसे साचे जवळीं कांहीं ।।
तुका म्हणे कां रे नाशिवंतासाठीं । देवासवें तुटी करितोसी ।।

लोक हा तुमच्या हितासाठी एक खूण सांगतो, पंढरीनाथ पंढरीचा राणा त्याचे नित्य स्मरण करीत रहावे. मुखे नारायणाचे नाम येत असेल तर संसाराचे कसले बंधन ? मग हा भवसागर अलिकडच्या तीरावरच नाहीसा होईल. प्रत्यक्ष कळिकाळ तुझे दास्य करील, मायाजाळातून मुक्ति मिळेल, ऋद्धि सिद्धी तुझ्या सेविका होतील हे जे मी सांगितले. ते अनुसरण्याचा ब्राह्मण, क्षत्रिय, वैश्य, शूद्र इतकेच नव्हे, तर वेश्यांनाही अधिकार आहे. तुकाराम महाराज म्हणतात हे आमचे अनुभवाचे बोल आहेत, हे नामसुख दैववान् भाविक घेतच असतात. गाढवा, तू संसाराचा दास का होतो आहेस, त्यामुळे दु:खाचे डोंगर कोसळतात. मिष्टान्नाची रूचि जिभेवर असते; पण पोट भरले की कशाची चव लागत नाही. तसेच अन्य इंद्रियांचे भोग भोगण्यात खऱ्या सुखाचा लाभ होतोच असे नाही. तुकाराम महाराज म्हणतात, या नाशिवंत देहासाठी देवापासून का दुरावतोस असे करू नको.

।। पुंडलिक वरदा हरि विठ्ठल ।।

।। श्री पांडुरंग ।।

सुखें होतों कोठें घेतली सुती । बांधविला गळा आपुले हातीं ।।
काय करूं बहु गुंतलों आतां । नये सरतां मागें पुढें ।।
होतें गांठीं तें सरलें आतां । आणीक माथां ऋण जालें ।।
सोंकरलियाविण गमाविलें पिकें। रांडापोरें भिके लावियेलीं ।।
बहुतांचीं बहु घेतलीं घरें । न पडे पुरें कांहीं केल्या ।।
तुका म्हणे कांहीं न धरावी आस । जावें हें सर्वस्व टाकोनियां ।।
अरे गिळिलें हो संसारें । कांहीं तरि राखा खरें ।
दिला करुणाकरें । मनुष्यदेह सत्संग ।।
येथें न घलीं न घलीं आड । संचितसा शब्द नाड ।
उठाउठी गोड । बीजें बीज वाढवी ।।
केलें तें क्रियमाण । झालें तें संचित म्हण ।
प्रारब्ध जाण । उरवरित उरलें तें ।।
चित्त खोटें चालीवरी । रोग भोगाचे अंतरीं ।
रसने अनावरी । तुका म्हणे ढुंग वाहे ।।

खरा मी सुखात होतो, पण संसाराच्या लोभाने मी माझा गळा जणू बांधून घेतला. मी या प्रपंचात इतका गुंतलो आहे की, मागेपुढे सरकायला जागा नाही. जे काही गाठी होते. साठवले होते ते तर संपलेच पण डोक्यावर कर्जाचे ओझे आले. शेताची राखण न केल्याने हातचे पीक गेले, परिणामी बायकापोरे भिकेस लागली. खटपट लटपट करून पुष्कळांची घरे घेतली, पण तरीही संसाराला पुरे पडेना. तुकाराम महाराज म्हणतात, आता कशाचीही इच्छा न धरता सर्वस्वाचा त्याग करून श्रीहरीला शरण जावे. अहो, संसाराने तुम्हाला पुरते गिळून टाकले आहे. काहीतरी खरे राखा. देवाने हा मनुष्यदेह दिला आहे, सत्संग दिला आहे अशा वेळी माझ्या नशिबात हरिभक्ति नाही असे म्हणू नका. बीजाने बीज वाढवावे. जे कर्म घडत आहे ते क्रियामाण, पूर्वी होऊन गेलेत संचित आणि जे भोगायचे उरले आहे प्रारब्ध समजावे. रोगाचे कारण आपणच असतो, जिभेवर ताबा न ठेवल्याने जुलाब होतात असे तुकाराम महाराज म्हणतात.

।। पुंडलिक वरदा हरि विठ्ठल ।।

।। श्री पांडुरंग ।।

घेसी तरी घेईं संतांची हे भेटी । आणीक ते गोष्टी नको मना ।।
सर्वभावें त्यांचें देव भांडवल । आणीक ते बोल न बोलती ।।
करिशील तो करीं संतांचा सांगात । आणीक ते मात नको मना ।।
बैससी तरी बैस संतांचे मधीं । आणीक ते बुद्धि नको मना ।।
जासी तरी जाईं संतांचिया गांवा । होईल विसावा तेथें मना ।।
तुका म्हणे संत सुखाचे सागर । मना निरंतर धणी घेईं ।।
संतांचा महिमा तो बहु दुर्गम । शब्दादिकांचे काम नाही येथे ।।
बहु दुघड जरी झाली म्हैस गाय । तरी होईल काय कामधेनु ।।
नाही संतपण मिळत हे हारी । हिंडत कपारी रानी वनी ।।
नये मोल देता धनचिया राशी । नाही ते आकाशी पाताळीते ।।
तुका म्हणे जिवाचियेसां । नाही तरी गोष्टी बोलू नये ।।

हे मना तुला जर कुणाची भेट घ्यावीशी वाटती तर संतांची घे, इतर गोष्टी सोडून दे. त्या संताचे सर्वभावे भांडवल एक देवच आहे, दुसरे काही ते बोलत नाहीत. देवाशिवाय त्यांचेजवळ दुसरा विषय नाही. मना, तुला जर संगत करावीशी वाटती तर संतांची कर, इतर काही बोलून नको. तुला कुठे बसावसं वाटलं तर संतांमध्ये बस, याखेरीज दुसरी बुद्धि धरू नको. मना, तुला कुठं जावंसं वाटलं तर संतांच्या गावी जावे, तिथे मनाला विसावा मिळेल. तुकाराम महाराज म्हणतात, संत हे साक्षात् सुखाचे सागर आहेत. त्यासाठी हे मना तेथे तू सदैव समाधानी रहा. संतांचा महिमा समजण्यास मोठा कठीण आहे. त्याचे शब्दात वर्णन करता येणार नाही. कितीही बहुदुधी असली तरी गाय, म्हैस काही कामधेनु होत नाही. तुकाराम महाराज म्हणतात, आपण स्वत: संत झालो म्हणजे संतांचा मोठेपणा कळतो. रानी वनी किंवा बाजारी हिंडून संतपण मिळत नाही. पैशाच्या राशी ओतल्या तरी संतपण प्राप्त होत नाही. आकाशात मिळत नाही, पाताळात मिळत नाही. देवाला जीव अर्पण केल्यानेच संतपण मिळेल बाकी गोष्टी बोलू नयेत.

।। पुंडलिक वरदा हरि विठ्ठल ।।

॥ श्री पांडुरंग ॥

लहानपण दे गा देवा । मुंगी साखरेचा रवा ॥

ऐरावत रत्न थोर । त्यासी अंकुशाचा मार ॥

ज्याचे अंगीं मोठेपण । तया यातना कठीण ॥

तुका म्हणे जाण । व्हावें लहानाहूनि लहान ॥

नीचपण बरवें देवा । न चले कोणाचाही दावा ॥

महापुरें झाडें जाती । तेथें लव्हाळे वांचती ॥

येतां सिंधूच्या लहरी । नम्र होतां जाती वरी ॥

तुका म्हणे कळ । पाय धरिल्या न चले बळ ॥

उष्ट्या पत्रावळी करूनियां गोळा । दाखविती कळा कवित्वाची ॥

ऐसे जे पातकी ते नरकीं पचती । जोंवरी भ्रमती चंद्रसूर्य ॥

तुका म्हणे एका नारायणा ध्याई । वरकडा वाहीं शोक असे ॥

देवा, मला लहानपण दे. मुंगी लहान असते म्हणून तिला साखर खाता येते. ऐरावत हा मोठा प्रचंड हत्ती पण त्याला अंकुशाचे प्रहार सोसावे लागतात. ज्याच्याजवळ किंवा ज्याचे अंगी मोठेपण आहे. त्याला यातना सोसाव्या लागतात. तुकाराम महाराज म्हणतात म्हणून लहानापेक्षाही लहान व्हावे. देवा, लहानपण बरे असते त्यात कोणी कुणाशी शत्रुत्व करीत नाही. महापूर आला की मोठमोठी झाडे वाहून जातात पण लहान लव्हाळी मात्र जिवंत राहतात, वाहून जात नाहीत. त्याचप्रमाणे समुद्रात मोठमोठ्या लाटा येतात पण पोहोणारा नम्र झाला तर त्या वरच्या वर निघून जातात, तुकाराम महाराज म्हणतात सर्वांना शेवटी असलेल्या पायांनी मिठी मारल्यावर बलवानोही काही चालत नाही. काही कवि दुसऱ्याच्या उष्ट्या कविता, कडवी घेऊन आपले काव्यकौशल्य दाखवतात असे पातकी, सूर्यचंद्र आहेत तोपर्यंत नरकात खितपत पडतात. तुकाराम महाराज म्हणतात एका नारायणाचे ध्यान करा अन्यथा या संसारातील शोकात वहात जावे लागेल.

॥ पुंडलिक वरदा हरि विठ्ठल ॥

।। श्री पांडुरंग ।।

रिद्धिसिद्धी दासी कामधेनु घरीं । परि नाहीं भाकरी भक्षावया ।।
लोडें बालिस्तें पलंग सुपत्ती । परि नाहीं लंगोटी नेसावया ।।
पुसाल तरि आम्हां वैकुंठींचा वास । परि नाहीं राह्यास ठाव कोठें ।।
तुका म्हणे आम्ही राजे त्रैलोक्याचे । परि नाहीं कोणाचें उणें पुरें ।।
अवघ्या भूतांचें केलें संतर्पण । अवधीच दान दिली भूमि ।।
अवघाचि काळ दिनरात्र शुद्धी । साधियला विधी पर्वकाळ ।।
अवघींच तीर्थें व्रतें केले याग । अवघेंचि सांग झालें कर्म ।।
अवघेंचि फळ आलें आम्हां हाता । अवघेंचि अनंता समर्पिलें ।।
तुका म्हणे आतां बोलों अबोलणें । कायावाचामनें उरलो नाहीं ।।

आमच्या घरी ऋद्धि, सिद्धी, कामधेनु या दासी आहेत. पण खायला भाकरी नाही. लोड, तक्के, गाद्या, पलंग ही सर्व सुखाची साधने आहेत; पण नेसायला लंगोटी नाही. तुम्ही विचाराल तर आमचे वास्तव्य वैकुंठात आहे पण तशी आम्हाला कुठेच रहायला जागा नाही. तुकाराम महाराज म्हणतात तसे आम्ही तिन्ही लोकांचे राजे आहोत; पण आमचा कोणाशीही संबंध नाही. आम्ही सर्वांना अन्नसंतर्पण केले, सर्वश्रेष्ठ असे जे दान, ते भूदान तेही आम्ही केले. दिवसरात्रीची शुद्धि करून आम्ही पर्वकाळ साधला. सर्व तीर्थयात्रा झाल्या, याग झाले. हे जे आम्ही सर्व काही केले. त्याचे जे काही फळ आम्हाला मिळाले. ते आम्ही श्रीहरीला, अनंतास अर्पण केले आहे. तुकाराम महाराज म्हणतात, आता आम्ही जे काही बोलत आहोत, ते बोलत असून न बोलल्यासारखेच आहे. याचे कारण अगदी उघड आहे. आणि ते म्हणजे कायावाचामने, तनमनधन आम्ही श्रीहरीपासून वेगळे असे उरलोच नाही.

।। पुंडलिक वरदा हरि विठ्ठल ।।

।। श्री पांडुरंग ।।

भक्त ऐसे जाणा जे देहीं उदास । गेले आशापाश निवारूनि ।।
विषय तो त्यांचा जाला नारायणा । नावडे जन धन माता पिता ।।
निर्वाणीं गोविंद असे मागें पुढे । कांहींच सांकडें पडों नेदी ।।
तुका म्हणे सत्य कर्मा व्हावें साह्य । घातलिया भय नर्का जाणें ।।
तोंचि हीं क्षुल्लकें सखीं सहोदरें । नाहीं विश्वंभरे वोळखी तों ।।
नारायण विश्वंभर विश्वपिता । प्रमाण तो होतां सकळ मिथ्या ।।
रवि नुगवे तो दीपकांचें काज । प्रकाशें ते तेज सहज लोपे ।।
तुका म्हणे देहसंबंध संचितें । कारण निरुतें नारायणीं ।।
अभक्त ब्राह्मण जळो त्याचें तोंड । काय त्यासीरांड प्रसवली ।।
वैष्णव चांभार धन्य त्याची माता । शुद्ध उभयतां कूळयाती ।।
ऐसा हा निवाडा झालासे पुराणीं । नोहे माझी वाणी पदरींची ।।
तुका म्हणे आगी लागो थोरपणा ।। दृष्टि त्या दुर्जना न पडो माझी ।।

ज्यांची कसलीही आशा उरलेली नाही. जे देहाविषयी उदास आहेत. त्यांनाच भक्त म्हणावे. त्यांना धन, माता-पिता, लौकिक काहीही नको वाटते कारण नारायण या एकच विषयात ते रमलेले असतात. अशा भक्तांच्या निर्वाण प्रसंगी देवच भक्ताचे रक्षण करतो व त्याच्यावर संकटे आली असता त्याचे निवारण करतो, किंबहुना संकट येऊच देत नाही. तुकाराम महाराज म्हणतात, सत्यकर्म किंवा सत्कार्य असेल त्याला सर्वांनी सहाय्य करावे, त्याला अडथळा आणला किंवा भयभीती घातली तर असे करणारा नरकात जाईल. विश्वव्यापी परमेश्वराची ओळख होत नाही. तोपर्यंत क्षुल्लक असे भाऊबंद, बायकोमुले आवडतात. हा विश्वपिता नारायण विश्वपिता आहे हे कळल्यावर जण मिथ्या वाटेल, सूर्य उगवेपर्यत दिव्याचे महत्त्व. तुकाराम महाराज म्हणतात देहसंबंध प्रारब्धाने होतो, देह प्राप्त झाल्यावर देवभक्ति हेच खरे कार्य आहे. भक्तिहीन ब्राह्मणाचे तोंड जळो अशा माणसाला आईने जन्म कसा दिला ? विष्णुउपासक चांभाराची आई धन्य समजावी. हरिभक्ताशिवाय असलेला थोरपणाला आग लागो अशा दुर्जनाचे मला दर्शनही नको.

।। पुंडलिक वरदा हरि विठ्ठल ।।

।। श्री पांडुरंग ।।

याजसाठीं केला होता अट्टाहास । शेवटचा दीस गोड व्हावा ।।
आतां निश्चितीनें पावलों विसांवा । खुंटलिया धांवा तृष्णेचिया ।।
कवतुक वाटे जालिया वेंचाचें । नांव मंगळाचें तेणें गुणें ।।
तुका म्हणे मुक्ति परिणिली नोवरी । आतां दिवस चारी खेळीमेळीं ।।
भिक्षापात्र अवलंबणें । जळो जिणें लाजिरवाणें ।।
ऐसियाजी नारायणें । उपेक्षिजे सर्वथा ।।
देवापायीं नाहीं भाव । भक्ति वरी वरी वाव ।।
समर्पिला जीव । नाहीं तो व्यभिचार ।।
जगा घालावें सांकडें । दीन होऊनि बापुडें ।।
हेंचि अभाग्य रोकडें । मूळ हा अविश्वास ।।
काय न करी विश्वंभर । सत्य करितां निर्धार ।।
तुका म्हणे सार । दृढ पाय धरावे ।।

शेवटचा दिवस गोड व्हावा ईश्वर चिंतन करीत असतानाच मृत्यू यावा एवढ्या करिताच हट्ट केला होता. आता निश्चिंतपणे विसावा घेतो, सगळी तृष्णा आता विराम पावली, परमेश्वराचे मंगल नाम घेण्यात आयुष्य वेंचले मी मुक्तिलाच नवरी केले. त्यामुळे तिच्याबरोबर माझे दिवस खेळीमेळीत, मौजमजेत जात आहेत. जे उदरनिर्वाहासाठी भिक्षा मागतात किंवा देवाचे नाव घेऊन भिक्षांदेही करतात. त्यांचे जगणे लाजिरवाणे आहे. नारायण अशा लोकांची सदैव उपेक्षा करतो. देवाबद्दल मनात भक्तिभाव नाही. वरवर भक्तिचे सोंग आणतो; पण जोपर्यंत त्याने आपला जीव देवाला अर्पण केला नाही तोपर्यंत तो व्यभिचार आहे. स्वत:च्या स्वार्थासाठी तो जगाला साकडे घालतो. कारण त्याचा देवावर विश्वास नसतो. तुकाराम महाराज म्हणतात, सर्वकाही देव करतो या वचनावर विश्वास ठेवून देवाचे पाय घट्ट धरावे हेच सार आहे.

।। पुंडलिक वरदा हरि विठ्ठल ।।

।। श्री पांडुरंग ।।

भरला दिसे हाट । अवघी वाढली खटपट । संचिताचे वाट । वाटा होऊनि फांकती ।।
भोगा ऐसे ठाया ठाव । कर्मा त्रिविधाचे भाव । द्रष्टा येथें देव । विरहित संकल्पा ।।
दिला पाडोनियां धडा । पापपुण्याचा निवाडा । आचरती गोडा । आचरणें आपुलाल्या ।।
तुका म्हणे पराधीनें । झाली ओढलीया ऋणें । तुटती बंधनें । जरि देवा आळवितीं ।।
आला भागासी तो करीं व्यवसाय । परि राहो भाव तुझ्या पायीं ।।
काय चाले तुम्हीं बांधलें दातारा । वाहिलिया भारा उसंतितों ।।
शरीर तें करी शरीराचे धर्म । नको देऊं वर्म चुकों मना ।।
चळण फिरवी ठाव बहुव । न घडो आळस चिंतनाचा ।।
इंद्रियें करोत आपुले व्यापार । आवडीसी थार देईं पायीं ।।
तुका म्हणे नका देऊं काळा हातीं । येतों काकुलती म्हणऊनि ।।

जगाचा हा बाजार अगदी भरून राहिला आहे. ज्याचे ज्याचे जसे संचित असेल त्याप्रमाणे ते ते त्या त्या गतीला जातात. जसे जसे ज्याचे पूर्वसुकृत असेल त्याप्रमाणे त्याला सुख वा दुःख मिळते. या सर्वांचा साक्षी द्रष्टा देव आहे. देवाने पापपुण्याचा निवाडा करण्याचे काम माणसांवर सोपवले आहे. ज्याचा तो तसे आचरणात आणतो. तुकाराम महाराज म्हणतात, प्रारब्धाच्या कर्जाने सर्व जीव परस्वाधीन झाले आहेत. जर ते देवाला आळवतील तर सर्व कर्मबंधनातून मुक्त होतील. माझ्या नशिबात जो व्यवसाय होता तो देवा, मी करतो पण तुझी आठवण सदा राहू दे. तुझ्यापायी हे चित्त राहो. तुमच्या सूत्रानुसार आम्ही चालतो. नशिबाचा भार घेऊन आमची वाटचाल चाललेली असते. शरीर त्याचे कर्म करीत असते; पण तुझे चिंतन चुकू देऊ नकोस. कितीही ठिकाणी आम्हाला फिरव पण तुझ्या चिंतनाचा आळस न येवो. तुकाराम महाराज म्हणतात, देवा, मला काळाच्या स्वाधीन करू नकोस अशी मी तुला काकुळतीने प्रार्थना करतो.

।। पुंडलिक वरदा हरि विठ्ठल ।।

।। श्री पांडुरंग ।।

खरें बोले तरी । फुकासाठीं जोडे हरी ।।
ऐसे फुकाचे उपाय । सांडुनियां वायां जाय ।।
परउपकार । एका वचनाचा फार ।।
तुका म्हणे मळ । मनें सांडितां शीतळ ।।
दया क्षमा शांति । तेथें देवाचि वसति ।।
पावे धांवोनियां घरा । राहे धरोनियां थारा ।।
कीर्तनाचे वाटे । बराडिया ऐसा लोटे ।।
तुका म्हणे घडे । पूजा नामें देव जोडे ।।
आशा हे समूळ खाणोनि काढावी । तेव्हांचि गोसावी व्हावें तेणें ।।
नाहीं तरी सुखें असावें संसारीं । फजिति दुसरी करूं नये ।।
आशा मारूनियां जयवंत व्हावें । तेव्हांचिच निघावें सर्वांतूनि ।।
तुका म्हणे जरी योगाची तांतडी । आशेची बीबुडी करीं आधीं ।।

केवळ खरे बोलण्याचे माणसाने ठरवले तरी त्याला ईश्वरप्राप्ती होते. इतके सोपे उपाय सोडून उगीच काहीतरी करीत बसून वेळ वाया घालवू नये. एक खरे बोलण्यानेच मोठे उपकार होतात. तुकाराम महाराज म्हणतात, दुर्वासनेचा मनातला मळ काढून टाकावा म्हणजे मनाला शांती मिळेल. जिथे दया, क्षमा, शांति असतात तिथे देवाचे वास्तव्य, वसती असते. अशा भक्ताच्या घरी देव धावत जातो आणि त्याच्या हृदयात वस्ती करतो. कीर्तनाच्या मार्गाने, दुष्काळातून आलेल्या भुकेल्याप्रमाणे देव धाव घेतो. तुकाराम महाराज म्हणतात, नामस्मरणाने देवाची पूजा होते व तो भेटतो, ज्याला गोसावी व्हायचं आहे. त्याने आशा मुळापासून उखडून टाकावी. अन्यथा, सुखाने संसार करावा नाहीतर फजिती होईल. त्यागलेल्या संसाराची आशा धरू नये. मनातील आशेला ठार मारून विजयी होऊन संसारमुक्त व्हावे. तुकाराम महाराज म्हणतात, हे जर तुला करावयाचे असेल, तर मनातून प्रथम आशेला काढून टाक.

।। पुंडलिक वरदा हरि विठ्ठल ।।

।। श्री पांडुरंग ।।

नाम म्हणतां मोक्ष नाहीं । ऐसा उपदेश करितील कांही ।
बधिर व्हावें त्यांचे ठायीं । दुष्ट वचन वाक्य तें ।।
जयाचे राहिलें मानसीं । तेचि पावले तयासी ।
चांचपडतां मेलीं पिसीं । भलतैसीं वाचाळें ।।
नवविधीचा निषेध । जेणें मुखें करिती वाद ।
जन्मा आले निंद्य । सूकर याती संसारा ।।
काय सांगों वेळोवेळां । आठव नाहीं रे (त्या) चांडाळा ।
नामासाठीं बाळा । क्षीरसागरीं कोंडिलें ।।
आपुलिया नामासाठीं । लागे शंखासुरापाठीं ।
फोडोनियां पोटीं । वेद चारी काढले ।।
जगीं प्रसिद्ध बोली । नामें गणिका तारिली ।
आणिकेंही उद्धरिलीं । पातकी महादोषी ।।
जे हे पवाडे गर्जती । नाम प्रल्हादाच्या चित्तीं ।
जळतां बुडतां घातीं । राखे हातीं विषाचे ।।
काय सांगूं ऐशी किर्ती । तुका म्हणे ख्याती ।
नरकाप्रती जाती । निषेधिती तीं एकें।।

नामस्मरणाने मोक्ष प्राप्त होत नाही असे कोणी म्हणेल उपदेश करील तर तिकडे दुर्लक्ष करावे, अशी दुष्ट वाक्ये ऐकण्यापेक्षा बहिरेपण बरे. ज्याला जे जे हवे असते ते ते नामस्मरणाने प्राप्त होते. नामस्मरणाकडे पाठ फिरवून व्यर्थ बडबड करणारे कित्येक वाचाळ मृत्यू पावले. काही लोक उगीच वादावादी करून नवविधा भक्तिंचा निषेध करतात, ते डुकराप्रमाणे या संसारी निंद्य होत. या श्रीहरीने आपल्या लहान बाळाला उपमन्यूला नामासाठी क्षीरसागरात कोंडून ठेवले. शंखासूर नावाच्या असुराने वेद पळवून गिळले होते. श्रीहरीने नामासाठी त्याचे पोट फाडून वेद बाहेर काढले. नामस्मरणाने गणिकाच काय अनेक पातकी उद्धारले. याच नामाच्या प्रभावामुळे प्रल्हाद हा अग्नि, विष आणि पाणी यापासून वाचला. तुकाराम महाराज म्हणतात, नामाची कीर्ती सांगू, नामाची निंदा करणारे नरकाला जातात.

।। पुंडलिक वरदा हरि विठ्ठल ।।

।। श्री पांडुरंग ।।

अग्नीमाजी पडे धातु । लीन होउनि राहे आंतु । होय शुद्ध न पाव धातु । पटतंतुप्रमाणें ।।
बाह्यरंगाचें कारण । मिथ्या अवघेंचि भूषण । गर्व ताठा हें अज्ञान । मरण सवें वाहातसे ।।
पुरें मातलिया नदी । लव्हाळा नांदे जीवनसंधी । वृक्ष उन्मळोनि भेदी । पार तो कधीं भंगेना ।।
हस्ती परदळा जो भंगी । तया पायीं न मरे मुंगी । कोण जाय संगीं । पाणोवाणी तयाच्या ।।
पिटितां घणें वरि सैरा । तया पोटीं राहे हिरा । तैशा काय तगती गारा । तया थोरा होऊनि ।।
लीन दीन हेंचि सार । भव उतरावया पार । बुडे माथां भार । तुका म्हणे वाहोनि ।।
आणिकांसी तारी ऐसा नाहीं कोणी । धडे तें नासोनि भलता टाकी ।।
सोनें शुद्ध होतें अविट तें घरीं । नासिलें सोनारीं अळंकारीं ।।
ओल शुद्ध काळीं काळें जिरें बीज । कैचें लागे निज हातीं तेथें ।।
एक गहुं करिती अनेक प्रकार । सांजा दिवसीं क्षीर घुघरिया ।।
तुका म्हणे विषा रुचि एका हातीं । पाधानी नासिती नवनीत ।।

आगीत पडलेला सोन्याचा तुकडा जळत नाही तर नम्रपणे आत राहून शुद्ध होतो; पण वस्त्र मात्र लगेच जळते. बहिरंगपणा हे खोटे भूषण आहे. गर्विष्ठपणाचे अज्ञान आहे. असे दोष मरेपर्यंत सोबत करतात. महापुराने नदी ओसंडून भरून वाहिली तर लव्हाळे वाचतात; पण वृक्ष भुईसपाट होतात. हत्ती शत्रूचा समुदाय उध्वस्त करतो पण त्याच्या पायाखाली मुंगी काही मरत नाही. अशा हत्तीमागे कोण जाईल ? घणाघातापुढे हिरा टिकून राहतो. त्या घणाखाली हिऱ्यापेक्षा मोठ्या गारा टिकतील का ? तुकाराम महाराज म्हणतात, नम्रता हाच भवसागर पार करण्याचा उपाय आहे. स्वत:ला मोठे समजणारे, मोठेपणाचा भार मस्तकी घेणारे बुडून जातील. अनेकांचा उद्धार करणारा कोणी नसतो. घरी शुद्ध असलेले सोने पण अलंकार करताना भेसळ करतात व त्याची शुद्धता संपवितात.उत्तम जमिनीत काळे जिरे पेरले तर पेरणाराच्या हाती काय लागणार ? सुगरण स्त्री एका गव्हाचे शिरा, दिवे आदि पुष्कळ प्रकार करते. तुकाराम महाराज म्हणतात, चतुर स्त्री विषवत् पदार्थ गोड करते, तर मूर्ख स्वयंपाकीण अमृतासारख्या पदार्थांचाही विचका करते.

।। पुंडलिक वरदा हरि विठ्ठल ।।

।। श्री पांडुरंग ।।

काय एकां झालें तें कां नाहीं ठावें । काय हें सांगावें काय म्हणू ।।
देखतील डोळां ऐकतील कानीं । बोलिलें पुराणीं तेंही ठावें ।।
काय हें शरीर साच कीं जाणार । सकळ विचार जाणती हा ।।
कां हें कळों नये आपुलें आपणां । बाल्यत्व तारुण्य वृद्धदशा ।।
कां हें आवडलें प्रियापुत्रधन । काय कामा कोण कोणा आलें ।।
कां हें जन्म वायां घातलें उत्तम । कां हे रामराम न म्हणती ।।
काय भुली यांसी पडली जाणतां । देखती मरतां आणिकांसी ।।
काय करिती हे बांधलिया काळें । तुका म्हणे बळे वज्रपाशीं ।।
जुंझार ते एक विष्णुदास जगीं । पापपुण्य अंगीं नातळे त्यां ।।
गोविंद आसनीं गोविंद शयनं । गोविंद त्यां मनीं बैसलासे ।।
ऊर्ध्व पुंड्र भाळीं कंठीं शोभे माळ । कांपिजे कळिकाळ तया भेणें ।।
तुका म्हणे शंखचक्रांचे श्रृंगार । नामामृतसार मुखामाजीं ।।

संसारात पडल्याने कित्येकांची अधोगती झाली हे काय त्यांना ठाऊक नाही ? संसारामुळे कशी स्थिती होते हे ते डोळ्यांनी पहातात, कानांनी ऐकतात आणि पुराणे हेच सांगतात हे त्यांना माहीत आहे. हे शरीर खरे आहे पण ते जाणार आहे हे ते जाणतात. या शरीराच्या मागे बाल्य, तारुण्य आणि वृद्धावस्था लागल्या आहेत हे आपल्याला कळत नाही. बायको, मुले आणि पैसा याविषयी त्यांना अजून प्रेम का आहे ? अखेर कोण कोणाच्या कामा आले आहे ? रामनाम न घेता हे हा नरजन्म वाया का घालवीत आहेत ? रोज माणसे मरत आहेत तसे आपल्यालाही एक दिवस जायचे आहे हे जाणत कसे नाहीत, हे कशाला भुलले आहेत ? काळाने झडप घातल्यावर हे काय करतील ? जगात विष्णुदासच केवळ प्रपंचाशी युद्ध करणारे आहेत. त्यांच्यावर पापपुण्याचा परिणाम होत नाही. ते सदैव गोविंदाचे चिंतन करतात. कपाळाला उभा त्रिपुंड्र आणि गळ्यात तुळशीची माळ पाहिल्यावर कळिकाळालाही कापरे भरते. तुकाराम महाराज म्हणतात, त्यांच्या मुखात नामामृत आहे.

।। पुंडलिक वरदा हरि विठ्ठल ।।

।। श्री पांडुरंग ।।

सत्यसंकल्पाचा दाता नारायण । सर्व करी पूर्ण मनोरथ ।।
येथें अळंकार शोभती सकळ । भावबळें फळ इच्छेचें तें ।।
अंतरींचें बीज जाणे कळवळा । व्यापक सकळा ब्रह्मांडाचा ।।
तुका म्हणे नाहीं चालत तांतडी । प्राप्तकळा घडी आल्याविण ।।
काय वाणूं आता न पुरे ही वाणी । मस्तक चरणी ठेवितसे ।।
थोरीव सांडिली आपुली परिसें । नेणे सिवों कैसें लोखंडासी ।।
जगाच्या कल्याणा संतांच्या विभूति । देह कष्टविती उपकारें ।।
भूतांची दया हें भांडवल संतां । आपुली ममता नाहीं देहीं ।।
तुका म्हणे सुख पराविया सुखें । अमृत हें मुखें स्रवतसे ।।

जे देवावर भर टाकून सत्य संकल्प करतील. त्यांच्या सर्व इच्छा दाता नारायण पूर्ण करील. इथे सर्व अलंकार शोभतात आणि भावबळाने इच्छित फलप्राप्ती होते. हा ईश्वर ब्रह्मांडाला व्यापून राहिलेला असल्यामुळे आपल्या अंत:करणातील खऱ्या भक्तिचे बीज तो जाणतो. तुकाराम महाराज म्हणतात, वेळ आल्याशिवाय फलप्राप्ती होत नाही, तिथे घाई करून उपयोग नाही. संसाराचे वर्णन करायला ही वाणी पुरत नाही म्हणून मी त्यांच्या पायी डोई ठेवतो. लोखंड हीन असल्यामुळे लोखंडाला कसा स्पर्श करू असे त्यांनी मनात आणले नाही. उलट त्यांच्या परिस स्पर्शाने माझे सोने केले. संतांच्या विभूती या जगाच्या कल्याणासाठी असतात आणि ते देह कष्टवून परोपकार करतात. भूतदया हे संतांचे भांडवल आहे. त्यांना स्वत:च्या देहाचे प्रेम नाही. तुकाराम महाराज म्हणतात, संतजन हे दुसऱ्याच्या सुखाने सुखी होतात. आणि त्यांच्या मुखातून अमृत स्रवत असते.

।। पुंडलिक वरदा हरि विठ्ठल ।।

।। श्री पांडुरंग ।।

हरिनामाचें करूनि तारूं। भवसिंधुपार उतरलों ।।
फावलें फावलें आतां । पायीं संतां विनटलों ।।
हरिनामाचा शस्त्र घोडा । संसार गाडा छेदिला ।।
हरिनामाचें धनुष्यकांडें । विन्मुख तोंडें कळिकाळ ।।
येणेंचि बळें सरते आम्ही । हरिच्या नामीं लोकीं तिहीं ।।
तुका म्हणे झालें साचे । श्रीविठ्ठलाचे डिंगर ।।
नव्हे हें गुरुत्व मेघवृष्टि वाणी । ऐकावी कानीं संतजनीं ।।
आरुष हा शब्द देवाचा प्रसाद । करविला वाद तैसा केला ।।
देहपिंड दान दिला एकसरें । मुळिचें तें खरें टांकसाळ ।।
तुका म्हणे झरा लागला नवनीत । सेविलिया हित पोट धाय ।।

हरिनामाच्या नौकेतून भवसागर पार केला. संतचरणी लागल्यामुळे आता आम्हाला सर्व काही मिळाले आहे. हरिनामाचे शस्त्र आणि घोडा यांच्या सहाय्याने आम्ही संसार गाडा उध्वस्त केला. हरिनामाचे धनुष्य आमचे हाती पाहून कळिकाळाने तोंड काळे केले. नामस्मरणाच्या बळाने, शक्तिने आम्ही तिन्ही लोकी श्रेष्ठ झालो आहोत. तुकाराम महाराज म्हणतात, त्यामुळे आम्ही श्रीविठ्ठलाचे खरोखरच प्रिय सेवक झालो आहोत. आम्ही जो उपदेश करीत आहोत तो आमचेकडे मोठेपणा किंवा गुरुपदवी घेऊन करीत नसून मेघवृष्टिप्रमाणे करीत आहोत, तो आपण संतजनांनी कानांनी ऐकावा. माझे शब्द माझे बोबडे बोल देवाचा प्रसाद म्हणून ऐकावेत. मी माझा देहरूपी पिंडाचे दान देवचरणी एकदा केले आहे. मूळच्या सत्य असलेल्या ईश्वरी प्रसाद रूपी टांकसाळीतून शब्दरूपी नाणी बाहेर पडत आहेत. तुकाराम महाराज म्हणतात, हरिनामाच्या नवनीताचा जणू झराच माझ्या मुखातून येतो आहे, ते पोटभर सेवन करा.

।। पुंडलिक वरदा हरि विठ्ठल ।।

।। श्री पांडुरंग ।।

भक्ति तों कठिण शुळावरील पोळी । निवडे तो बळी विरळा शूर ।।
जेथें पाहें तेथें देखीचा पर्वत । पायाविण भिंत तांतडीची ।।
कमाविलें तरि पाका ओज घडे । रुचि आणि जोडे श्लाघ्यता हे ।।
तुका म्हणे मना पाहिजे अंकुश । नित्य नवा दिस जागृतीचा ।।
बहुतां जन्मींचें संचित । सबळ होय जरि बहुत ।
तरिचि होय हरिभक्त। कृपावंत मानसीं ।।
म्हणवी म्हणियारा तयांचा । दास आपुल्या दासांचा ।
अनुसरले वाचा । काया मनें विठ्ठलीं ।।
असे भूतदया मानसीं । अवघा देखेल हृषीकेशी ।
जीवें न विसंबे त्यासी । मागें मागें हिंडतसे ।।
तुका म्हणे निर्विकार । शरणागतां वज्रपंजर ।
जे जे अनुसरले नर । तयां जन्म चुकलें ।।

भगवद्‌भक्ति ही महाकर्म कठीण आहे. ती सुळावरची पोळीच आहे. एखादा बलिष्ठ, बलवान शूरच तिचा स्वीकार करतो. खोल पाया न घेता घाईघाईने भिंत उभी करतात. त्याप्रमाणे काहीजणांची भक्ति वरवर असते. उत्तमोत्तम पदार्थ डाळ, तांदूळ, भाज्या वगैरे घेऊन कष्टपूर्वक पाकसिद्धी केली तर अन्नाला चव, गोडी येते आणि सिद्ध करणाऱ्याचे कौतुक होते. तुकाराम महाराज म्हणतात, हत्तीला ज्याप्रमाणे अंकुशाचा मार असतो त्याप्रमाणे भक्तीने आपल्या मनावर अंकुश ठेवून प्रत्येक दिवशी नवी जागृती साधावी. जन्मजन्मांतरीचे संचित असेल तरच हरिभक्त होता येते. जे कायावाचे मने करून विठ्ठलाचे झाले आहेत. त्यांच्या दासांचा मी दास आहे. कारण अशा विठ्ठल भक्तांचे दास्य साक्षात्‌ विठ्ठलच करतो. त्याच्या मनात भूतदया आहे आणि जो सर्वत्र देव भरून राहिला आहे हे जाणते त्याला देव विसंबत नाही, उलट त्याचे मागे फिरतो. देव हा शरणागतांना वज्रासारखा पिंजरा आहे. त्याची भक्ति करणारा जन्ममरणाच्या फेऱ्यातून सुटतो.

।। पुंडलिक वरदा हरि विठ्ठल ।।

।। श्री पांडुरंग ।।

पंढरीये माझें माहेर साजणी । ओंविये कांडणीं गाऊं गीतीं ।।
राही राखुमाई सत्यभामा माता । पांडुरंग पिता माहियेर ।।
उद्धव अक्रूर व्यास अंबऋषि । भाई नारदासी गौरवीन ।।
गरूड बंधु लडिवाळ पुंडलिक। यांचे कवतुक वाटे मज ।।
मज बहु गोत संत आणि महंत । नित्य आठवित ओंवियेसी ।।
निवृत्ति ज्ञानदेव सोपान चांगया । जिवलगा माझिया नामदेवा ।।
नागो जगमित्रा नरहरि सोनारा । रोहिदास कबिरा सोईरिया ।।
परिसा भागवता सूरदास सांवता । गाईन नेणतां सकळिकांसी ।।
चोखामेळा संत जिवाचे सोईरे । न पडे विसर यांचा घडी ।।
जीवींच्या जीवना एका जनार्दना । पाठक हा कान्हा मिराबाई ।।
आणीकही संत महानुभाव मुनि । सकळां चरणीं जीव माझा ।।
आनंदें ओंविया गाईन मी त्यांसी । जाती पंढरीसी वारकरी ।।
तुका म्हणे माझा बळिया मायबाप । हर्षें नांदे सये घराचारी ।।

हे सखे साजणी, पंढरपूर हे माझे माहेर आहे हे दळताना, कांडताना गाऊ. माझ्या माहेरी राही, रखुमाई व सत्यभामा या माझ्या माता आहेत तर पांडुरंग पिता आहे. उद्धव, अक्रूर, व्यास, अंबरऋषि व नारद हे माझे भाऊ आहेत. त्यांचे मी सतत कौतुक करीन. गरूड व लाडका पुंडलीक हे माझे बंधु आहेत. याचा मला अभिमान वाटतो. संत महंतांचा माझा मोठा गोतावळा आहे. त्यांचे मी ओव्यातून गायन करीन. निवृत्ती, ज्ञानदेव, सोपान, चांगदेव हे माझे जिवीचे जिवलग आहेत. तर जगमित्र नागा, नरहरि सोनार, रोहिदास, कबीर हे माझे आवडते सोयरे आहेत. परिसा भागवत, सूरदास, सावता माळी या सर्वांचे त्यांची महत्तमता न जाणता मी गुणगान करीन. चोखा माझा जिवीचा जिवलग आहे याचा विसर जराहि मी पडू देत नाही. एकनाथ, जर्नादन स्वामी हे माझ्या जिवीचे जीवन आहे. तसेच मीराबाई, कान्हो पाठक, महानुभवी संत यांचे चरणी मी नत आहे. पंढरीच्य वारकऱ्यांसाठी मी ओव्या गाईन. माझा मायपिता पंढरीनाथ बलवान आहे. त्यांचे गुणगान मी घरात आनंदाने राहीन.

।। पुंडलिक वरदा हरि विठ्ठल ।।

।। श्री पांडुरंग ।।

आलें देवाचिया मना । तेथें कोणाचें चालेना ।।
हरिश्चंद्र ताराराणी । वाहे डोंबा घरीं पाणी ।।
पांडवांचा साहाकारी । राज्यावरूनि केलें दुरि ।।
तुका म्हणे उगेचि राहा । होईल तें सहज पाहा ।।
काम क्रोध आम्हीं वाहिले विठ्ठलीं । आवडी धरिली पायांसवें ।।
आतां कोण पाहे मागें परतोनि । गेले हारपोनि देहभाव ।।
रिद्धिसिद्धी सुखें हाणितल्या लाता । तेथें त्या प्राकृता कोण मानी ।।
तुका म्हणे आम्ही विठोबाचे दास । करूनि ठेलां ग्रास ब्रह्मांडाचा ।।
भोग भोगावरी द्यावा । संचिताचा करूनी ठेवा ।।
शांती धरणें जिवासाठीं । दशा उत्तम गोमटी ।।
देह लेखावा असार । सत्य पर उपकार ।।
तुका म्हणे हे मिरासी । बुडी द्यावी ब्रह्मरसीं ।।

एखादी गोष्ट देवाच्या मनात आली तर तेथे कुणाचे काही चालत नाही. हरिश्चंद्र राजा आणि तारामतीराणी असूनही त्यांना डोंबाघरी पाणी वाहावे लागले. हा देव पांडवांचा खरं तर सहाय्यक पण त्यांना सुद्धा त्याने राज्यावरून पायउतार केले. म्हणून तुकाराम महाराज म्हणतात, स्वस्थ रहा आणि काय काय होते ते पहात रहा. आम्ही कामक्रोध विठ्ठलाला वाहिले असून त्याच्या चरणांची आवड धरली आहे. त्यामुळे आमचे देहभान हरपले आहे आता मागे वळून कोण पाहतो ? ऋद्धिसिद्धीच्या सुखांवर आम्ही लताप्रहार केला, लाथा हाणल्या. तिथे या प्राकृत प्रपंचाला कोण मानतो ? तुकाराम महाराज म्हणतात आम्ही ब्रह्मांडाचा घास घेऊन विठोबाचे सेवक झालो आहोत. जसे प्रारब्ध असेल त्याप्रमाणे भोगावे लागते. मन शांत ठेवावे ही अवस्था उत्तम होय. देहाकडे दुर्लक्ष करून लोकांवर उपकार करावा. तुकाराम महाराज म्हणतात शांती हीच आपली मिरास आहे हे जाणून ब्रह्मरसात बुडी घ्यावी.

।। पुंडलिक वरदा हरि विठ्ठल ।।

७५

।। श्री पांडुरंग ।।

संध्या करितोसी केशवाच्या नांवें । आरंभी तें ठावें नाहीं कैसें ।।
किती या सांगावें करूनि फजित । खळ नेणें हित जवळी तें ।
माजल्या न कळे उचित तें काय । न द्यावें तें खाय घ्यावें सांडी ।।
तुका म्हणे घेती भिंतीसवें डोकें। वावसी तें एकें अंधारलीं ।।
दुधाचे घागरीं मद्याचा हा बुंद । पडिलिया शुद्ध नव्हे मग ।।
तैसें खळां मुखें न करावें श्रवण । अहंकारें मन विटाळलें ।।
काय करावीं तीं बत्तीस लक्षणें । नाक नाहीं तेणें वाया गेलीं ।।
तुका म्हणे अन्न जिरों नेदी माशी । आपुलिया जैशी संसर्गें ।।
सांगावें तें बरें असतें हें पोटीं । दुःख देते खोटी बुद्धि मग ।।
आपला आपण करावा वेव्हार । जिंकोनि अंतर मन ग्वाही ।।
नाहीं मागें येत बोलिलें वचन । पावावा तो सीण बरा मग ।।
तुका म्हणे बहु भ्यालों खटपटे । आतां देवा खोटे शब्द पुरे ।।

अरे बाबा, ज्या केशवाच्या नावाने तू संध्येची सुरुवात करतोस, त्या केशवाचे तुला कसे ज्ञान नाही ? फजित करून किती सांगू, हा दुष्ट स्वतःचे हीत समजत नाही. जो माजून राहिला आहे. त्याला योग्य ते काय हे कळत नाही, जे घ्यायला नको ते घेतो आणि घ्यायला हवे ते टाकून देतो. तुकाराम महाराज म्हणतात, कित्येकजण अंधारात चाचपडतात आणि भिंतीच्या ठिकाणी दार आहे असे समजून डोके आपटून घेतात. घागरभर दुधात दारूचा एक थेंब जरी पडला तरी दूध नासते अशुद्ध होते त्याप्रमाणे अहंकाराने विटाळले आहे. त्याचा तोंडून परमार्थ ऐकू नये. सुंदरपणाची, सौंदर्याची बत्तीस लक्षणे आहेत. पण एक नाक जर नकटे असेल तर बाकी सर्व व्यर्थ आहेत. तुकाराम महाराज म्हणतात, माशी आपल्या संगतीने कधीही अन्नपचन होऊ देत नाही. जे आपल्या मनात आहे ते गुरुला स्पष्ट सांगावे. खोटेपणाने वागून दुःखाचे धनी होऊ नये. सर्व व्यवहार प्रामाणिकपणे करावा. मन साक्षी ठेवावे. गेला शब्द परत येत नाही. तुकाराम महाराज म्हणतात, संसाराच्या खटपटीने भयग्रस्त झालो, आता खोटेपणा पुरे.

।। पुंडलिक वरदा हरि विठ्ठल ।।

।। श्री पांडुरंग ।।

सांगता गोष्टी लागती गोडा । हा तों रोकडा अनुभव ।।

सुख झालें सुख झालें । नये बोलें बोलतां ।।

अंतर तों नये दिसों । आतां सोस कासया ।।

तुका म्हणे जतन करूं । हेंचि धरूं जीवेंसी ।।

मजशीं पुरें न पडे वादें । सुख दोहींच्या संवादें ।।

तूंचि आगळा काशानें । शिर काय पायांविणें ।।

वाहों तुझा भार । दुःख साहोनि अपार ।।

तुका म्हणे नाहीं भेद । देवा करूं नये वाद ।।

तुज नाहीं शक्ति । काम घेसी आम्हां हातीं ।।

ऐसें अनुभवें पाहीं । उरलें बोलिजेसें नाहीं ।।

लपोनियां आड । आम्हां तुझा कैवाड ।।

तुका म्हणे तुजसाठीं । आम्हां संसारें तुटी ।।

एक अनुभवाची, रोकड्या अनुभवाची गोष्ट सांगतो, देवाच्या गोष्टी नेहमीच गोड वाटतात. या अनुभवाने किती किती सुख होते असे कितीदा सांगू ? ते सुख शब्दात सांगता येत नाही. आता देवात आणि माझ्यात काहीच अंतर राहिलेले नाही. मग बाकीचा सोस कशाला करू ? तुकाराम महाराज म्हणतात हेच सुख जतन करू. देवा, तू माझ्याशी वाद करायला गेलास तर टिकणार नाहीस. संवादातच सुख आहे. तुझा थोरपणा कशाने आला, नुसते मस्तक कशाला हवे ? चरण पाहिजेतच. पुष्कळ दुःखे सहन करून आम्ही तुझा भार सहन करीत आहोत. तुकाराम महाराज म्हणतात तुमच्या आमच्यात भेद नाही. मग वाद कशाला ? देवा, तुला शक्ति नाही म्हणून का तू आमच्याकडून कामे करून घेतोस ? तू विचार करून पहा. तुला माझे बोलणे पटेल. अर्थात आता बोलण्यासारखे काही उरले नाही. तू आमच्या मागे लपतोस आणि आम्ही तुझा कैवार घेत असतो. तुकाराम महाराज म्हणतात देवा, तुझ्यासाठीच आम्ही संसार सोडला आहे. संसारापासून तुटलो आहोत.

।। पुंडलिक वरदा हरि विठ्ठल ।।

।। श्री पांडुरंग ।।

उत्तम घालावें आमुचिये मुखीं । निवारावें दु:खी होऊं नेदी ।।
न बैसे न वजे जवळुनि दूरी । मागें पुढें वारी घातपात ।।
नाहीं शंका असो भलतिये ठायीं । मावळले पाहीं द्वैताद्वैत ।।
तुका म्हणे भार घेतला विठ्ठलें । अंतरीं भरलें बाह्य रूप ।।
आम्हां अळंकार मुद्रांचे शृंगार । तुळसीचे हार वाहूं कंठीं ।।
लाडिके डिंगर पंढरिरायाचे । निरंतर वाचे नामघोष ।।
आम्हां आणिकांची चाड चित्तीं नाहीं । सर्व सुख पायीं विठोबाच्या ।।
तुका म्हणे आम्ही निघोंचि या मुक्ती । एकाविण चित्तीं दुजें नाहीं ।।
चला पंढरीसी जाऊं। रखुमादेवीवरा पाहूं ।।
डोळे निवतील कान । मना तेथें समाधान ।।
संतां महंतां होतील भेटी । आनंदें नाचों वाळवंटीं ।।
तें तीर्थांचे माहेर । सर्वसुखाचें भांडार ।।
जन्म नाहीं रे आणीक। तुका म्हणे माझी भाक।।

हा विठ्ठल जे उत्तम आहे ते आमच्या मुखी घालतो, वाईट जे असेल ते दूर करतो. आमची संकटे दूर करून आम्हाला दु:खी होऊ देत नाही. क्षणभरहि न विसंबता विठाईमाऊली आमचे रक्षण करते. आमच्या मनात आता शंका उरल्या नाहीत. द्वैताद्वैत विराम पावले आहे. तुकाराम महाराज म्हणतात, आमचा भार विठ्ठलाने घेतला आहे; पण त्याचे बाह्यरूपच आमच्या अंत:करणात भरले आहे. टिळे आणि तुळशीची माळ हेच आमचे अलंकार आहेत. आम्ही पंढरीरायाचे लाडके सेवक आहोत. त्याचा नामघोष आम्ही सतत करू. विठ्ठलकृपेने आम्हाला सर्व सुखांचा लाभ होत आहे. त्यामुळे इतर कशाची म्हणून इच्छा उरलेली नाही. आमच्या मनात पंढरीनाथा शिवाय दुसरा विचार नसल्याने आम्ही मुक्तीची पर्वा करीत नाही असे तुकाराम महाराज म्हणतात, चला पंढरीला जाऊ, देवाला पाहू, मग डोळे तृप्त होतील. मनाला समाधान मिळेल, संतमहंतांच्या भेटी होतील. मग वाळवंटात आनंदाने नाचू. पंढरी तीर्थांचे माहेर आहे. सुखाचे भांडार आहे. तिथे गेल्यावर पुन्हा जन्म नाही असे तुकाराम महाराज म्हणतात.

।। पुंडलिक वरदा हरि विठ्ठल ।।

॥ श्री पांडुरंग ॥

संध्या कर्म ध्यान जप तप अनुष्ठान । अवघें जोडे नाम उच्चारितां ।
न वेंचे मोल कांहीं न लगती सायास । तरी कां आळस करिसी झणीं ॥
ऐसें हें सार कां न घेसी फुकाचें । काय तुझें वेंचे मोल तया ॥
पुत्रस्नेहें शोक करी अजामेळ । तंव तो कृपाळ जवळी उभा ।
अनाथांच्या नाथें घातला विमानीं । नेला उचलूनि परलोका ॥
अंतकाळीं गणिका पक्षियाच्या छंदें । राम राम पदें उच्चारिलें ।
तंव त्या दिनानाथा कृपा आली कैशी । त्यानें तियेसि वैकुंठासी नेलें ॥
अवचिता नाम आलिया हे गती । चिंतितां चित्तीं जवळी असे ।
तुका म्हणे भावें स्मरतां राम राम । कोण जाणे वर्म तये दशे ॥

एक श्रीहरिनामाचा उच्चार केला की संध्या, कर्म, जप, तप अनुष्ठान सर्वांचा लाभ होतो. नाम घेण्यासाठी काही सायास करावे लागत नाहीत. तरी का आळस करतोस ? नाम घेणे फुकटचे असून त्यात तुझे काही खर्च होतो काय ? अजामिळाने मरणाच्या दारी असताना नारायण असा उच्चार करताच देव त्याच्या जवळ येऊन उभा राहिला आणि अनाथांचा नाथ तो श्रीहरि त्याने त्या पापी माणसाला विमानातून वैकुंठाला नेले. वेश्या असलेली स्त्री पोपटाला राघव राघव म्हणून हाक मारायची तिला दीनानाथाने वैकुंठी नेले. सहज नकळत, अनिच्छेने हरिनाम घेतले असता वरील गती मिळते तर भक्तिपूर्वक नाम घेतल्यास देव जवळ येऊन रहातो. तुकाराम महाराज म्हणतात, जो श्रद्धापूर्वक नामस्मरण करील. त्याची स्थिती काय वर्णावी ?

॥ पुंडलिक वरदा हरि विठ्ठल ॥

।। श्री पांडुरंग ।।

दुष्टाचें चिंतन भिन्न अंतरीं । जरी जन्मवरी उपदेशिला ।
पालथे घागरीं घातलें जीवन । न धरीच जाण तेंही त्याला ।।
जन्मा येउनि तेणें पतनचि साधिलें । तमोगुणें व्यापिलें जया नरा ।
जळो जळो हें त्याचें ज्यालेपण । कासया हें आलें संवसारा ।।
पाषाण जीवनीं असतां कल्पवरी । पाहतां अंतरीं कोरडा तो ।
कुचर मुग नयेचि पाका । पाहतां सारिखा होता तैसा ।।
तुका म्हणे असे उपाय सकळां । न चल या खळा प्रयत्न कांहीं ।
म्हणउनि संग न करितां भला । धरितां अबोला सर्व हित ।।

जे खलप्रवृत्तीचे आहेत त्यांनी जर जन्मभर उपदेश केला तरी ते पालथ्या घागरीवर पाणी ओतल्यासारखे आहे. कारण त्यांच्या मनात संसाराचेच विचार असतात. जे जन्माला येऊन पतन पावले, तमोगुणाने व्याप्त राहिले. त्यांचे जिणे जळून जावो असले हे दुष्ट जन्माला तरी कशाला आले ? एखादा दगड पाण्यात अगदी कल्पांतापर्यंत जरी ठेवला तरी तो फोडून पाहिल्यावर आतून कोरडाच असतो. कडधान्यापैकी मूग हा कुचर असला म्हणजे किती वेळ शिजवीत राहिलो तर तो शिजत नाही, मऊ होत नाही. तो जसा आधी असतो तसाच राहतो. तुकाराम महाराज म्हणतात, सर्वांच्या ठिकाणी काही न काही तरी उपाय चालतो पण खलांना, दुष्टांना वळविण्याचा कितीही प्रयत्न केला तरी यश येत नाही. यासाठी अशा माणसांची संगत तर मुळीच धरू नये; पण त्याच्याशी बोलू देखील नये. असे केल्यानेच आपले हित होईल, अन्यथा कुसंगतीने आपण बिघडण्याचा धोका आहे. यासाठी दुष्टांपासून दूर रहावे, त्यांचे जवळदेखील जाऊ नये.

।। पुंडलिक वरदा हरि विठ्ठल ।।

॥ श्री पांडुरंग ॥

धन्य पुंडलिका बहु बरें केलें । निधान आणिलें पंढरीये ।।
न करीं आळस आलिया संसारीं । पाहें पां पंढरी भूवैकुंठ ।।
न पवीजे केल्या तपाचिया रासी । तें जनलोकांसी दाखविलें ।।
सर्वोत्तम तीर्थ क्षेत्र आणि देव । शास्त्रांनीं हा भाव निवडिला ।।
विष्णुपद गया रामनाम काशी । अवघीं पायापाशीं विठोबाच्या ।।
तुका म्हणे मोक्ष देखिल्या कळस । तात्काळ हा नाश अहंकाराचा ।।
धन्य ते पंढरी धन्य भीमातीर । आणियेलें सार पुंडलिकें ।।
धन्य तो हा लोक अवघा दैवाचा । सुकाळ प्रेमाचा घरोघरीं ।।
धन्य तेहि भूमि धन्य ते तरुवर । धन्य तें सरोवर तीर्थरूप ।।
धन्य त्या नरनारी मुखीं नाम ध्यान । आनंदें भुवन गर्जतसे ।।
धन्य पशु पक्षी कीटक पाषाण । अवघा नारायण अवतरलासे ।।
तुका म्हणे धन्य संसारा तीं आलीं । हरिरंगीं रंगलीं सर्वभावे ।।

पुंडलीकाने एक फार बरे केले. पंढरीला त्याने निधान आणले. यासाठी संसारात आलेल्या लोकांनो आळस न करता भूवैकुंठ पंढरपूर पहा. जी गोष्ट वर्षानुवर्षे तप करूनही दिसणार नाही ती पुंडलिकाने जनलोकांना दाखवली. पंढरी सर्वोत्तम तीर्थक्षेत्र आहे आणि तेथील पांडुरंगही सर्वोत्तम आहे हे शास्त्रांनी निवड करून सांगितले आहे. विष्णुपद, गया, रामनाम व काशी सर्व काही विठ्ठलाचे पायी आहे. तुकाराम महाराज म्हणतात. नुसता विठ्ठल मंदिराचा कळस पाहिला तरी अहंकाराचा नाश होतो, मोक्षप्राप्ती होते. पंढरीनगरी व भीमा तीर धन्य आहेत. याठिकाणी पुंडलिकाने साऱातील सार आणले आहे. येथील रहिवासी धन्य आहेत, ते सुदैवी आहेत, इथे घरोघरी प्रेमाचा सुकाळ आहे. येथील स्त्री-पुरुषांच्या चित्ती आणि मुखी हरिनाम आहे. त्या नामाने आनंदभुवन दुमदुमले आहे. तेथील पशुपक्षी, कीटक, पाषाण धन्य आहेत, कारण ते सर्व नारायण स्वरूप आहेत. तुकाराम महाराज म्हणतात, जे संसारात येऊन हरिनामात रंगले ते सर्व धन्य होत.

॥ पुंडलिक वरदा हरि विठ्ठल ॥

।। श्री पांडुरंग ।।

लेंकुराचें हित । जाणे माउलीचें चित्त ।।

ऐसी कळवळ्याची जाती । करी लाभाविण प्रीति ।।

पोटीं भार वाहे । त्याचें सर्वस्वही साहे ।।

तुका म्हणे माझें । तुम्हां संतांवरी ओझें ।।

तुम्हीं पाय संतीं । माझे ठेवियेले चित्तीं ।।

आतां बाधूं न शके काळ । जालीं विषम शीतळ ।।

भय नाहीं मनीं । देव वसे घरीं रानीं ।।

तुका म्हणे भये । आतां स्वप्नीं ही नये ।।

काळाचे ही काळ । आम्ही विठोबाचे लडिवाळ ।।

करूं सत्ता सर्वां ठायीं । वसों निकट वास पायीं ।।

ऐसी कोणाची वैखरी । वदे आमुचे समोरी ।।

तुका म्हणे बाण । हातीं हरिनाम तीक्ष्ण ।।

मुलाचे हित एवढेच आई जाणत असते. आपल्या मुलाकडून काही लाभ होईल या अपेक्षेने आई त्याच्यावर माया करीत नाही. तिची जातच कळवळ्याची असते. बाळाचा नऊ महिने पोटात भार वाहते, त्याचा सर्वकाळ सर्वस्वाने सांभाळ करते. तुकाराम महाराज म्हणतात, बाळाचे ओझे ज्याप्रमाणे आईवर असते. त्याप्रमाणे माझे ओझे संतांवर आहे. तुम्हा संतांनी तुमचे चरण माझ्या चित्तात ठेवले, त्यामुळे मनातील भेदभाव नाहीसा झाला आणि कलिकाळाचे ही भय राहिले नाही. घरात रानात सर्वत्र देव असल्याने मनातली सगळी भीती नाहीशी झाली. आता मला स्वप्नातसुद्धा भय वाटत नाही असं तुकाराम महाराज सांगतात. आम्ही विठोबाचे लाडके असल्याने आम्हाला काळाचेही भय नाही. आता आमचीच सर्वत्र सत्ता आहे आणि आम्ही सतत विठ्ठलचरणी वास करू. आता आमच्यापुढे जर आमचे विरोधात कोणी बोलू लागले तर तुकाराम महाराज म्हणतात हरिनामाचे तीक्ष्ण बाण आमच्या हातात आहेत हे त्यांनी विसरू नये.

।। पुंडलिक वरदा हरि विठ्ठल ।।

।। श्री पांडुरंग ।।

जन्मा येऊन उदार झाला । उद्धार केला वंशाचा ।
मेळवूनि धन मेळवी माती । सदा विपत्ती भोगीतसे ।।
नाम घेतां न मिळे अन्न । नव्हे कारण देखिलिया ।
धर्म करितां ऐके कानीं । बांधे निजोनि डोकियासी ।।
घरा व्याही पाहुणा आला । म्हणे त्याला बरें नाहीं ।
तुमचे गांवीं वैद्य आहे । बैसोनि काय प्रयोजन ।।
तीर्थ स्वप्नीं नेणें गंगा । पूजन लिंगा गांविंचिया ।
आडकुनि दार बैसे द्वारीं । आल्या घरीं म्हणे ओस ।।
माझ्या भय वाटे चित्तीं । नरका जाती म्हणोनि ।
तुका म्हणे ऐसे आहेत गा हरी । याही तारीं जिवांसी ।।

एक माणूस जन्माला आला आणि आपले औदार्य दाखवून वंशाचा उद्धार केला. पुष्कळ धन त्याने मिळवले पण ते कुणाला मिळू नये व स्वत:लाही घेण्याचा मोह होऊ नये म्हणून मातीत पुरून टाकले आणि गरिबीत, विपत्तीत दिवस घालवले. असल्या माणसाचे नाव देखील घेऊ नये, नाहीतर अन्न मिळायचे नाही. एखादे कार्य करू इच्छिणाऱ्याला जर तो आरंभी दिसला तर त्याचे काम तडीस जात नाही. दुसरा कोणी दानधर्म करतो आहे असे तयाला समजले तर त्याचे डोके दुखते आणि तो डोके कापडाने बांधून निजून राहतो. त्याचे घरी व्याही पाहुणा आला तर त्यास सांगतो, ''मला बरे नाही, तुमच्या गावचा वैद्य घेऊन या.'' तीर्थयात्रा करण्याचे किंवा महादेवाची पूजा करण्याचे त्याच्या स्वप्नातही येत नाही. तो सदा दार अडवून बसतो आणि कुणी पाहुणा आला तर सांगतो, घर ओस पडले आहे तुकाराम महाराज म्हणतात, देवा, अशी जी माणसे आहेत त्यांच्या उद्धार कर नाहीतर ती नरकात जातील अशी मला भीती वाटते.

।। पुंडलिक वरदा हरि विठ्ठल ।।

।। श्री पांडुरंग ।।

अवघिया चाडा कुंठित करूनि । लावीं आपुलीच गोडी ।।
आशा मनसा तृष्णा कल्पना । करूनियां देशधडी ।
मीतूंपणापासाव गुंतलों मिथ्या । संकल्प तो माझा तोडीं ।
तुझिया चरणीं माझे दोन्ही पक्ष । अवघी करूनि दाखवीं पिंडीं रे रे ।।
माझें साच काय केलें मृगजळें । वर्ण याती कुळ अभिमान ।
कुमारी भातुकें खेळती कवतुकें। काय त्यांचें साचपण ।।
वेगळाल्या भावें चित्ता तडातोडी । केलों देशधडी मायाजाळें ।
गोत वित्त माय बाप बहिणी सुत । बंधुवर्ग माझीं बाळें ।
एका एक न धरी संबंध पुरलिया । पातलि जवळी काळें ।
जाणोनियां त्याग सर्वस्वें केला । सांभाळीं आपुलें जाळें ।।
म्हणोनि चिंतनीं राहिलों श्रीपती । तुका म्हणे भाक माझी ।।

पंढरीनाथा, माझ्या सर्व इच्छा आकांक्षा नष्ट कर. आशा, कल्पना, तृष्णा या सर्व भावना देशोधडीला जाऊ देत. आणि तुझी गोडी मला लाव. मी तू पणात, या खोट्या देहात मी गुंतलो आहे. त्यातून मला मुक्त कर. तुझ्या ठायी माझे ऐक्य होवो कशाचीहि आस माझ्या मनी न उरो. जात, कुळ, वर्ण, अभिमान हे सर्व काही मृगजळाप्रमाणे खोटे आहे.लहान मुली जशा भातुकली खेळतात तसे हे सर्व काही खोटेखोटे आहे. वेगवेगळ्या भावनेने मनाने अनेक तडजोडी केल्या. या मायेने माझी वाट लावली. माझा गोतावळा भाऊ-बहीण, आईबाप, मुलेबाळे हे सर्व माझे आहे असे मी म्हणतो; पण काळाचा घाला पडल्यावर कोण कुणाचं उरतं ? काहीजणांना मी जवळ करतो काहीजणांना दूर करतो पण तरी सर्व माझीच ना ? देवा, पंढरीनाथा तुझी माया मला कळत नाही. तुकाराम महाराज म्हणतात, म्हणून मी तुझ्या चिंतनात राहिलो.

।। पुंडलिक वरदा हरि विठ्ठल ।।

।। श्री पांडुरंग ।।

माझिया संचिता । दृढ देखोनि बळिवंता ।
पळसी पंढरिनाथा । भेणें आतां तयाच्या ।।
तरि मज कळलासी । नव्हतां भेटी जाणीवेसी ।
एक संपादिसी । मान करिसी एकातें ।।
तरि हें प्रारब्ध जी गाढें । कांहीं न चले तयापुढें ।
काय तुज म्यां कोडें । रे सांकडें घालावें ।।
भोगाधिपति क्रियमाण । तें तुज नागवे अझून ।
कां वायांविण । तुज म्यां सीण करावा ।।
तुज न होतां माझें कांहीं । परि मीं न संडीं भक्तिसोई ।
हो कां भलते ठायीं । कुळीं जन्म भलतैसा ।।
तूं भितोसि माझिया दोषां । कांहीं मागणें ते आशा ।
तुका म्हणे ऐसा । कांहीं न धरीं संकोच ।।

माझे संचित बलवंत आहे म्हणून पंढरीनाथा, त्याच्या भयाने तू पळत आहेस. जोपर्यंत मला नीट जाणीव नव्हती. तोपर्यंत तू मला कळला नव्हतास. तू एकाला मिळवतोस आणि एकाचा मान करतोस. माझे प्रारब्ध बळकट आहे. त्याच्यापुढे तुझे काही चालत नाही. आता मी तुला साकडे कशाला घालू ? हे भोगाधिपती देवा क्रियामाण जर तुला अद्याप ताब्यात ठेवला नाही. तर मग मी कशाला कष्ट घेऊ ? तू माझ्यासाठी जरी काही केले नाहीस तरी तुझी भक्ति करणे मी सोडणार नाही, मग मला पुढील जन्म कुठेही मिळो. माझ्या अंगी असलेल्या दोषांचे तुला भय वाटते. मी काहीतरी तुझ्याकडे मागणी करीन असे तुला वाटते पण तुकाराम महाराज म्हणतात, देवा याविषयी तू मनात कसलाही संकोच धरू नकोस. मी तुझ्याकडे काहीही मागणार नाही. तू अगदी निश्चित रहा.

।। पुंडलिक वरदा हरि विठ्ठल ।।

।। श्री पांडुरंग ।।

म्हणसी होऊनि निश्चिंता । हरूनि अवघी चिंता ।
मग जाऊं एकांता । भजन करूं। संसारसंभ्रमें आशा लागे पाठीं ।
तेणें जीवा साटी होईल तुझ्या ।।
सेकीं नाडसील नाडसील । विषयसंगें अवघा नाडसील ।
मागुता पडसील । भवडोही ।।
शरीर सकळ मायेचा बांधा । यासी नाहीं कदा आराणूक।
करिती ताडातोडी अंतर बाह्यात्कारीं । ऐसें जाती चारी दिवस वेगीं ।।
मोलाची घडी जातें वायांविण । न मिळे मोल धन देतां कोडी ।
जागा होईं करीं हिताचा उपाय । तुका म्हणे हाय करिसी मग ।।

अरे माणसा, सर्व चिंता हरूनि, एकांती जाऊन हरीचे भजन करावे म्हणशील ते ते तुला शक्य होणार नाही मी असे करीन हा तुझा भ्रम आहे कारण संसारी माणसाच्या मागे निरनिराळ्या आशा लागलेल्या असतात. संसारी माणूस धनाची, संततीची, पत्नीसुखाची, सुखाची अशा अनेक आशा करतो, पण ती आशाच एक दिवस तुझे प्राण घेईल. बाबा रे, विषयाच्या संगतीने फसशील, साफ फसशील हे मी तुला तीनतीनदा सांगतो आणि असा फसून भवडोहात पडशील. हा भवडोह म्हणजे संसार आणि जन्ममृत्यूचे चक्र. शरीर हे मायेचे असल्यामुळे त्याला तशी विश्रांती नाही. कामक्रोध हे शरीरातील व बायका-मुले हे बाहेरचे चोर तुझी ओढाताण करतील आणि आयुष्य कधी संपून जाईल कळणारही नाही. आणि एकदा ही मूल्यवान वेळ गेली की कितीही धनदौलत दिलीस, कोट्यवधि रुपये दिलेस तरी ती परत मिळणार नाही. म्हणून तुकाराम महाराज म्हणतात, वेळेवर जागा हो, सावध हो नाहीतर हाय हाय करीत रडत बसावे लागेल.

।। पुंडलिक वरदा हरि विठ्ठल ।।

|| श्री पांडुरंग ||

देवाचा भक्त तो देवासीच गोड । आणिकांसी चाड नाहीं त्याची ।।
कवणाचा सोइरा नव्हेचि सांगाती । अवघीयां हातीं अंतरला ।।
जन्मोनि झाला अवघियां वेगळा । म्हणोनि गोपाळा दुर्लभ तो ।।
तुका म्हणे जो संसारा रुसला । तेणेंचि ठाकिला सिद्धपंथ ।।
कस्तुरी भिनली जये मृत्तिकेसी । तये आणिकेसी कैसी सरी ।।
लोखंडाचे अंगीं लागतां परिस । तया आणिकास कैसी सरी ।।
तुका म्हणे मी न वजें यातीवरी । पूज्यमान करीं वैष्णवांसी ।।
अनुहात ध्वनि वाहे सकळां पिंडीं । राम नाहीं तोंडीं कैसा तरे ।।
सकळां जीवांमाजी देव आहे खरा । देखिल्या दुसरा विण न तरे ।।
ज्ञान सकळांमाजी आहे हें साच । भक्तीवीण तेंच ब्रह्म नव्हे ।।
काय मुद्रा कळल्या कराव्या सांगतां । दीप न लागतां उन्मनीचा ।।
तुका म्हणे नका पिंडाचें पाळण । स्थापूं नारायण आतुडेना ।।

देवाचा भक्त हा देवालाच गोड वाटतो, इतरांना त्याच्याबद्दल काही वाटत नसते. जो देवभक्त झाला तो कुणाचा सोयरा नाही कुणाचा सांगाती किंवा मित्र नाही तो सर्वांपासून दूर झाला. जन्मूनही तो वेगळा झाला असा माणूस गोपाळाला, देवाला दुर्लभच होय. तुकाराम महाराज म्हणतात, ज्याने संसार सोडला त्यालाच सिद्धी प्राप्त होतात. ज्या मातीत कस्तुरी मिसळली आहे. त्या मातीशी इतर कोणी स्पर्धा कसे करू शकतील ? एकदा लोखंडाला परिसाचा स्पर्श होऊन त्याचे सुवर्णात रूपांतर झाले की त्याची बरोबरी कोण करील ? तुकाराम महाराज म्हणतात मी जातपात पहात नाही, मी वैष्णवांना, मग ते कोणत्याही जातीचे असोत, पूज्य मानीन. प्रत्येकाच्या ह्रदयात सोऽहं हा अनाहत नाद असतो; पण रामनामाशिवाय तरणोपाय नाही. सर्व जिवात देव आहे. पण सगुण देव पाहिल्याशिवाय काही खरे नाही. सगुण भक्तिशिवाय ब्रह्मज्ञान कसे मिळणार ? योगाच्या मुद्रा समजल्या तरी उन्मनीचा प्रकाश ह्रदयात पसरावा लागतो. तुकाराम महाराज म्हणतात, देहरक्षणाची मते सोडून द्या. अन्यथा, नारायणाची प्राप्ती होणार नाही.

|| पुंडलिक वरदा हरि विठ्ठल ||

।। श्री पांडुरंग ।।

संसाराच्या भेणें । पळों न लाहेसें केलें ।।
जेथें तेथें आपण आहे । आम्ही करावें तें काय ।।
एकांतासी ठाव । तिहीं लोकीं नाहीं वावा ।।
गांवा जातों ऐसें । नलगे म्हणावें तें कैसें ।।
स्वप्नाचे परी । जागा पाहे तंव घरीं ।।
तुका म्हणे काये । तुझें घेतलें म्यां आहे ।।
व्यवहार तो खोटा । आतां न वजों तुझ्या वाटा ।।
एका नामा नाहीं ताळा । केली सहस्त्रांची माळा ।।
पाहों जातां ठायीं । खेळसील लपंडाई ।।
तुका म्हणे चार । बहु करितोसी फार ।।

संसाराच्या भीतीने कुठे पळून जावे म्हणावे तर देवाने तशी सोयच ठेवली नाही. ज्या ज्या ठिकाणी आम्ही जावे तिथे तिथे देव उभा आहे. आता आम्ही काय करावे ? तिन्ही लोकांत एकांतासाठी वाव राहिलेला नाही. आम्ही कुठं गावाला जातो असंही म्हणता येत नाही. कारण स्वप्नामध्ये आपण कितीही दूर गेलो तरी जागे झाल्यावर आपण आपल्या घरीच असतो. देवा, मी तुझे काय घेतले आहे म्हणून तू माझ्याशी असा वागतोस ? देवा, मी तुझे काय घेतले आहे म्हणून तू माझ्याशी लटिका, खोटा आहे म्हणून यापुढे आम्ही तुझ्या वाटेला जाणार नाही. कारण तुला एकच नाव असे नाही. देवा तुला हजारो, सहस्त्रावधी नावे. एका ठिकाणी तुला पहायला गेले तर तू तिथं नसतोस. तू आमच्याशी असा लपंडाव खेळत असतोस. तुकाराम महाराज म्हणतात, देवा तू माझ्याशी अशी सारखी चेष्टा मस्करी करीत असतोस !

।। पुंडलिक वरदा हरि विठ्ठल ।।

।। श्री पांडुरंग ।।

तुज ऐसा कोणी न देखें उदार । अभयदानशूर पांडुरंगा ।।
शरण येती त्यांचे न विचारिसी दोष । न मागतां त्यांस अढळ देसी ।।
धांवसी आडणी ऐकोनियां धांवा । कइवारें देवा भक्तांचिया ।।
दोष त्यांचे जाळीं कल्पकोटिवरी । नामासाठीं हरि आपुलिया ।।
तुका म्हणे तुज वाणूं कैशा परी । एक मुख हरी आयुष्य थोडें ।।
काय तुझे उपकार पांडुरंगा । सांगों मी या जगामाजीं आतां ।।
जतन हें माझें करूनि संचित । दिलें अवचित आणूनियां ।।
घडल्या दोषांचे न घालीच भरी । आली यास थोरी कृपा देवा ।।
नव्हतें ठाउकें आइकिलें नाहीं । न मागतां पाहीं दान दिलें ।।
तुका म्हणे याच्या उपकारासाठीं । नाहीं माझें गांठीं कांहीं एक ।।
आतां नको चुकों आपुल्या उचिता । कृपाळुवा कांता रखुमाईच्या ।।
आचरावे दोष हें आम्हां उचित । तारावे पतित तुमचें तें ।।
आम्ही तों आपुलें केलेंसे जतन । घडो तुम्हांकून घडेल तें ।।
तुका म्हणे विठो चतुराच्या राया । आहे तें कासया मोडों देसी ।।

देवा, तुझ्यासारखा उदार आणि दानशूर मी अन्य कोणी पाहिला नाही. जे तुला सर्वभावे शरण आले आहेत त्यांच्या दोषांचा तू विचार करीत नाहीस, त्यांना न मागताच तू अढळपद देतोस ज्या ज्या वेळी तुझे भ्रम अडचणीत येतात, संकटात सापडतात त्या त्या वेळी तू धावून जातोस, त्यांचा कैवार घेतोस. जे कोणी तुमचे नामस्मरण करतात, नामचिंतन करतात. त्यांचे कोटीकोटी दोष असले तरी तुझ्या नावासाठी त्या भक्तांचे ते दोष तू जाळून टाकतोस. तुकाराम महाराज म्हणतात तुझे किती वर्णन करू. मी एका तोंडाने थोड्या आयुष्यात किती वर्णन करणार ? तुझे उपकार या जगाला मी काय सांगू ? माझे जन्मोजन्मीचे संचित जतन करून माझ्या हाती दिलेत, दोष विसरलात. माझ्यावर दया केलीत मला न मागता तू जे काही दिलेस या उपकाराची फेड करण्यासाठी माझ्याजवळ काही नाही. देवा, आम्ही चुकलो तरी तू कर्तव्यास चुकू नकोस. तुकाराम महाराज म्हणतात. चतुराच्या राजा पांडुरंगा, तू तुझा धोपट मार्ग सोडू नको.

।। पुंडलिक वरदा हरि विठ्ठल ।।

।। श्री पांडुरंग ।।

जेथें देखें तेथें तुझींच पाउलें । विश्व अवघें कोंदाटलें ।
रुपगुण नाम अवघा मेघशाम । वेगळें तें काय उरलें ।
जातां लोटांगणीं अवघीच मेदिनी । सकळ देव पाट झाले ।
सदा सर्वकाळ सुदिन सुवेळ । चित्त प्रेमें असे धालें ।।
अवघा आम्हां तूंच झालासी देवा । संसार हेवा काम धंदा ।
न लगे जाणे कोठें कांहींच करणें । मुखीं नाम ध्यान सदा ।।
झाल्या तीर्थरूप बावी नदी कूप । अवघें गंगाजळ झालें ।
महाल मंदिरें नाड्या तनघरें । झोपड्या अवघीं देवालयें ।
ऐकें कानीं त्या हरिनामध्वनी । नाना शब्द होते झाले ।
तुका म्हणे आम्ही या विठोबाचे दास । सदा प्रेम सुखें धालों रे ।।

देवा, मी जिकडे तिकडे पाहीन तिथे तिथे तुझीच पाऊले दिसतात. अवघे विश्व तुझ्या रूपाने भरले आणि भारले आहे. रूप, गुण, नाम हे तुझे मेघ: श्याम स्वरूप झाले असल्याने आता वेगळे, निराळे असे काहीच उरले नाही. मी कुठेही दंडवत वा लोटांगण घातले तर अवघ्या पृथ्वीवर मला तूच दिसत आहेस. प्रत्येक वेळ ही मला सुवेळ, चांगलीच वेळ असते आणि प्रत्येक दिवस हा सुदिन असतो. कारण तुझ्या प्रेमात चित्त न्हाऊन निघाले आहे. देवा, चहूकडे आम्हाला तूच भरून राहिलेला दिसतोस. संसार नको, धंदा व्यवसाय नको, कुठे जाणे नको, काही करणे नको, मुखी सदासर्वदा केवळ तुझे नाम असावे. विहिरी, नद्या, आड या सर्वांचे पाणी आम्हास तीर्थरूप झाले आहे. जणू गंगाजलच. महाल, माड्या, झोपड्या सर्व काही आम्हास तुझीच देवालये वाटतात. कोणी काही बोलले किंवा कुणाचे काही ऐकले की हरिनामच ऐकू येते. तुकाराम महाराज म्हणतात आम्ही या विठोबाचे दास झालो असल्यामुळे सदासर्वकाळ प्रेमसुखात डुंबत असतो.

।। पुंडलिक वरदा हरि विठ्ठल ।।

।। श्री पांडुरंग ।।

तुज करितां होतें आनाचें आन । तारिले पाषाण उदकीं देवा ।।
कां नये कैवार करूं अंगिकार । माझा बहु भार जड झाला ।।
चुकलासी म्हणों तरी जीवांचाही जीव । रिता नाहीं ठाव उरों दिला ।।
तुका म्हणे ऐसें काय सत्ताबळ । माझे परी कृपाळ आम्हां तुम्ही ।।
फळ देंठीहून झडे । मग मागुतें न जोडे ।।
म्हणउनि तांतडी खोटी । कारण उचिताचे पोटीं ।।
पुढें चढे हात । त्याग मागिला उचित ।।
तुका म्हणे रणीं । नये पाहों परतोनि ।।
फळ पिके देंठीं । निमित्य वारियाची भेटी ।।
हा तो अनुभव रोकडा । कळों येतो खरा कुडा ।।
तोडिलिया बळें । वायां जाती काचीं फळें ।।
तुका म्हणे मन । तेथें सकळ कारण ।।

देवा, तुम्ही म्हणजे काहीचे काय कराल सांगता येत नाही. राम जन्मात तुम्ही पाषाण पाण्यावर तरंगवलेत मग तुम्ही माझा कैवार का घेत नाही, माझा अंगिकार का करीत नाही का मी तुम्हाला जड झालो ? तू मला विसरलास असे म्हणावे तर तुझ्याशिवाय उरू दिली नाहीस. तुला आपलेसे करावे एवढे सत्ताबळ माझ्याजवळ नाही. परंतु मला एक विश्वास आहे की तू कृपाळू आहेस. एखादे फळ देठापासून तुटले की पुन्हा देठाला जोडता येत नाही. म्हणून उगीच तातडी, घाई करू नये, ती खोटी असते. पुढे पुढे प्रगती केल्यावर मागचे विसरणे योग्य ठरते. शूरांनी रणांगणात मागे पाहू नये असे तुकाराम महाराज म्हणतात. पिकलेलं फळ पडायला लहानशी वाऱ्याची झुळुक पुरते. न पिकता कच्ची फळे तोडली तर ती वाया जातात. तुकाराम महाराज म्हणतात, मन हे सगळ्यांचे मूळ कारण आहे.

।। पुंडलिक वरदा हरि विठ्ठल ।।

।। श्री पांडुरंग ।।

देव मजूर देव मजूर । नाहीं उजूर सेवेपुढें ।।
देव गांढ्याळ देव गांढ्याळ । देखोनियां बळ लपतसे ।।
देव तर काई देव तर काई । तुका म्हणे राई तरी मोठी ।।
देव दयाळ देव दयाळ । साहे कोल्हाळ बहुतांचा ।
देव उदार देव उदार । थोड्यासाठीं फार देऊं जाणे ।।
देव चांगला देव चांगला । तुका लागला चरणीं ।
देव बराडी देव बराडी । घाली देंठासाठीं उडी ।।
देव भाविक देव भाविक। होय दासांचा सेवक।।
देव भ्याड देव भ्याड । राखे बळीचें कवाड ।।
देव होया देव होया । जैसा म्हणे तैसा तया ।।
देव लहान देव लहान । तुका म्हणे अणुरेणु ।।

देव भाविकभक्तांचा मजूर आहे भक्त त्याची जी सेवा करतात त्यामुळे भक्तांची मजुरी करण्यात त्याला खंत वाटत नाही. तसा देव भित्रा, घाबरट आहे भक्तांचे भावबल पाहून तो लपून राहतो. तुकाराम महाराज म्हणतात, देव कसा आहे विचाराल तर त्याच्यापुढे मोहरी देखील मोठी वाटेल, इतका सूक्ष्म आहे. देव हा अतिशय दयाळू आहे. भक्तांच्या गाऱ्हाण्यांचा त्रास तो सहन करतो. तसा देव उदारहि आहे. भक्तांनी अल्पसे, थोडे दिले तरी तो पुष्कळ देतो. तुकाराम महाराज म्हणतात, देव इतका चांगला आहे म्हणूनच मी त्याच्या चरणी लागलो आहे. देव हा उपाशी आहे. भक्ताने दिलेल्या भाजीच्या देठासाठीही दुष्काळातून आलेल्या माणसाप्रमाणे तो धाव घेतो. देव भाविक आहे. त्यामुळे आपल्या भक्तांचा तो सेवक होतो. तसा तो देव भित्रा आहे. म्हणून बळीराजाचे दारावर पहारा करतो. देव जो जशी भावना करील तसा होणारा आहे. तुकाराम महाराज म्हणतात, देव अति सूक्ष्म अगदी अणुरेणू एवढा आहे.

।। पुंडलीक वरदा हरि विठ्ठल ।।

१२

।। श्री पांडुरंग ।।

देव आमुचा देव आमुचा । जीव सकळ जीवांचा ।।
देव आहे देव आहे । जवळी आम्हां अंतर बाहे ।।
देव गोड देव गोड । पुरवी कोडाचेंही कोड ।।
देव आम्हां राखे राखे । घाली कळिकाळासी काखे ।।
देव दयाळ देव दयाल । करी तुकयाचा सांभाळ ।।
जाऊं देवाचिया गांवा । देव देईल विसांवा ।।
देवा सांगों सुख दुःख । देव निवारील भूक।।
घालूं देवासीच भार । देव सुखाचा सागर ।।
राहों जवळी देवापाशीं । आतां जडोनि पायांसी ।।
तुका म्हणे आम्हीं बाळें । या देवाचीं लडिवाळें ।।

देव आमचा आहे, आमचा आहे हे पुनःपुन्हा सांगतो कारण सर्व जीवांचा तो जीव आहे. देव हा आमच्याजवळ असून आमच्यात तो अन्तर्बाह्य भरलेला आहे. देव गोड आहे देव गोड आहे. कारण भक्तांच्या इच्छा पूर्ण करतो. देव आमचे रक्षण करताना प्रसंगी कलिकाळालाही खाकोटीस मारतो. तुकाराम महाराज म्हणतात हा देव दयाळू आहे. कारण तो या तुकयाचा सांभाळ करतो. आपण देवाच्याच गावाला जाऊ म्हणजे देव आपल्याला विश्रांती देईल. विसावा देईल. देवाला आपण आपली सुख-दुःखे सांगू म्हणजे ज्याची आपल्याला भूक असेल ती भूक निवारण्याचे काम देव करील. आपण देव हा सुखाचा सागर आहे हे लक्षात घेऊन त्याच्यावर भार टाकू. आपण देवाच्या जवळ राहू त्याच्या चरणांना चिकटून राहू. तुकाराम महाराज म्हणतात, आम्ही देवाची लाडकी बाळे आहोत.

।। पुंडलीक वरदा हरि विठ्ठल ।।

॥ श्री पांडुरंग ॥

बळ बुद्धि वेंचुनियां शक्ती । उदक चालवावें युक्ती ॥
नाहीं चळण तया अंगीं । धांवे लवणामागें वेगीं ॥
पाट मोट कळा । भरित पखाला सागळा ॥
बीज ज्यासी द्यावें । तुका म्हणे तैसें व्हावें ॥
न म्हणे साना थोर । दुष्ट पापी अथवा चोर ॥
सकळां द्यावी एक चवी । तान हरूनि निववी ॥
न म्हणे दिवस राती । सर्व काळ सर्वांभूतीं ॥
तुका म्हणे झारीं । घेतां तांब्यानें खापरीं ॥
इच्छा चाड नाहीं । न धरी संकोचही कांहीं ॥
उदका नेलें तिकडे जावें । केलें तैसें सहज व्हावें ॥
मोहरी कांदा उंस । एक वाफा भिन्न रस ॥
तुका म्हणे सुख । पीडा इच्छा पावे दुःख ॥

आपली बळबुद्धी खर्च करून युक्तिने पाणी हवे तिकडे न्यावे. त्या पाण्याच्या अंगी एकच गुण खोलाकडे धावत जाणे ! पाट काढून मोट भरावी, पखालीने किंवा झारीने भरावे. पाणी ज्या बीजाला द्यावे तसे ते होते. मिरचीला पाणी दिले तर ते तिखट होते. तर उसाला दिलेले गोड होते. तहान भागवण्याचा गुण पाण्याजवळ असल्याने ते लहान, मोठा सांव चोर, दुष्ट असे पाणी काही पहात नाही. सर्वांना चव देऊन त्यांची तहान भागवते. दिवसाच फक्त पाणी प्या. रात्री पिऊ नका असलं काही पाणी म्हणत नाही. ते सर्वांना सर्वकाळ तृप्त करते. तुकाराम महाराज म्हणतात, पाणी झारीनं प्या अथवा मातीच्या भांड्यातून प्या. त्याने येणारी तृप्ती एकच. मला अमकीकडे न्या असे पाणी म्हणत नाही. नेईल तिकडे जाते. एकाच वाफ्यात मोहरी, कांदा, ऊस लावून पाणी दिले तरी त्यांचे गुण वेगवेगळे असतात असे तुकाराम महाराज म्हणतात.

॥ पुंडलीक वरदा हरि विठ्ठल ॥

।। श्री पांडुरंग ।।

न राहे क्षण एक वैकुंठी । क्षीरसागरीं त्रिपुटीं ।

जाय तेथें दाटी । वैष्णवांची धांवोनि ।।

भाविक गे माये भोळें गुणांचे । आवडे तयाचे नाम घेतां तयासी ।।

जो नातुडे कवणेपरी । तपें दानें व्रतें थोरी ।

म्हणतां वाचे हरी । राम कृष्ण गोविंद ।।

चौदा भुवनें जया पोटीं । तो राहे भक्तांचिये कंठीं ।

करूनियों साटी । चित्त प्रेम दोहींची ।।

जया रूप ना आकार । धरी नाना अवतार ।

घेतलीं हजार । नांवें ठेवूनि आपणां ।।

ऐसा भक्तांचा ऋणि । पाहतां आगमीं पुराणीं ।

नाहीं तुका म्हणे ध्यानीं । तो कीर्तनीं नाचतसे ।।

हरि हा क्षणभरसुद्धा वैकुंठात वास्तव्य करीत नाहीत. किंवा शेष, गरूड आणि लक्ष्मी हे तिघे जिथे आहेत तिथेही असत नाहीत. जिथे वैष्णवांची दाटी आहे, असेल तिथे तो धावत जातो. तुम्ही तप करा, दान करा, लहान-मोठी व्रते करा. तीर्थयात्रा करा पण म्हणून तो धावत येईल असे नाही; पण रामकृष्ण हरि गोविंद असे जर तुम्ही त्याचे नामस्मरण केलेत तर धावत येईल. त्याच्या पोटात चौदा भुवने आहेत पण त्याचा निवास मात्र भक्तांच्या कंठात असतो. ज्याला रूप नाही, तो निराकार आहे अशा हरीने अनेक अवतार घेतले आहेत. स्वतःला हजार नावे घेतली आहेत. तुकाराम महाराज म्हणतात हरि हा भक्तांचा ऋणी आहे. शास्त्रात, पुराणात किंवा ध्यानात तो सापडत नाही. मात्र कीर्तनात तो मोठ्या प्रेमाने नाचतो.

।। पुंडलीक वरदा हरि विठ्ठल ।।

।। श्री पांडुरंग ।।

जेथें जातों तेथें तूं माझा सांगाती । चालविसी हातीं धरूनियां ।।
चालों वाटें आम्ही तुझाचि आधार । चालविसी भार सवें माझा ।।
बोलों जातां बरळ करिसी तें नीट । नेली लाज धीट केलों देवा ।।
अवघें जन मज झालें लोकपाळ । सोइरे सकळ प्राणसखे ।।
तुका म्हणे आतां खेळतों कौतुकें। झालें तुझें सुख अंतर्बाहीं ।।
जालें पीक आम्हां अवघा सुकाळ । घेऊं अवघा काळ प्रेमसुख ।।
झाली आराणूक अवघियांपासून । अवघा गेला सीणभाग आतां ।।।
अवघा झाला आम्हां एक पांडुरंग । आतां नाहीं जग माझें तुझें ।।।
अवघेचि आम्हीं ल्यालों अळंकार । शोभलोंहि फार अवघ्यांवरी ।।
तुका म्हणे आम्ही सदैवाचे दास । करणें न लगे आस आणिकांची ।।

देवा, जिथे जिथे मी जातो तिथे तिथे तू माझ्याबरोबर असतोस, हाताला धरून चालवतोस. आम्ही ज्या वाटेने चाललो आहोत त्या वाटेवर तुझाच आम्हाला आधार आहे. तूच माझा भार वहात आहेस आम्ही चुकून काही वेडंवाकडं बडबडलो तर तू आम्हाला मार्गावर आणतोस, देव आमची लज्जा नाहीशी करून तू आम्हाला धीट केले आहेस. सर्व लोक आमचे पालनकर्ते झाले. प्राणसखे, सोयरे झाले आहेत. तुकाराम महाराज म्हणतात, देवा, आता आम्हाला तुमचे सुख अन्तर्बाह्य प्राप्त झाले आहे म्हणून आज आम्ही मौजेमजेने खेळतो. हरिनामाच्या पिकाचा अगदी सुकाळ झाला आहे. संसाराच्या कटकटींपासून आता सुटका झाली आहे. आणि सर्व शीण गेला आहे, उतरला आहे. आता आम्हाला सर्वत्र पांडुरंगच दिसतो आहे. त्यामुळे मी तू पण माझेतुझे हे भावहि नाहीसे झाले आहेत. हरिनामाच्या अलंकाराने आम्ही सुशोभित झालो आहोत. तुकाराम महाराज म्हणतात, आम्ही विठ्ठलाचे सुदैवी दास आहोत, त्यामुळे आशाहीन झालो आहोत.

।। पुंडलीक वरदा हरि विठ्ठल ।।

।। श्री पांडुरंग ।।

माझिये जातीचे मज भेटो कोणी । आवडीची धणी फेडावया ।।
आवडे ज्या हरि अंतरापासूनि । ऐसियांचे मनीं आर्त माझें ।।
तयालागीं जीव होतो कासावीस । पाहातील वास नयन हे ।।
सुफळ हा जन्म होईल तेथून । देतां आलिंगन वैष्णवांसी ।।
तुका म्हणे तोचि सुदिन सोहळा । गाऊं या गोपाळा धणीवरि ।।
आमुचें जीवन हें कथा अमृत । आणिकही संत समागम ।।
सारूं एके ठायीं भोजन परवडी । स्वादरसे गोडी पदोपदीं ।।
धालिया ढेकर येती आनंदाचे । वोसंडलें वाचे प्रेमसुख ।।
पिकलें स्वरूप आलिया घुमरी । रासी ते अंबरीं न समाये ।।
मोजितां तयाचा अंत नाहीं पार । खुंटला व्यापार तुका म्हणे ।।

देवा माझी आवडनिवड पुरवण्यासाठी माझ्या जातीचा मला कुणीतरी भेटू दे. ज्यांना अगदी मनापासून हरीची आवड आहे. अशांची आणि माझी भेट व्हावी अशी माझी इच्छा आहे. त्यांच्यासाठी माझा जीव कासावीस झाला आहे. ते कधी भेटतील इकडे. माझे डोळे लागले आहेत. या वैष्णवबंधूंना आलिंगन दिल्यावर माझा जन्म सफळ झाला असे मला वाटेल. तुकाराम महाराज म्हणतात, त्याची भेट होईल तोच सुदिन आणि तोच सोहळा, आपण आता गोपाळाचे नाव घेत राहू. त्याचे गुणगान करीत राहू. हरिकथामृत हेच आमचे जीवन आहे. आणि संतसंगत हेही आमचे जीवन आहे.ज्यांच्याबरोबर एका ठिकाणी जेवायला बसू. नामाचा स्वादरस गोडीने चाखू. मग तृप्तीने आंनदाची ढेकर येईल आणि मुखाने नामघोष चालेल. या नामघोषाने ईश्वर स्वरूपाचे एवढे पीक आले की त्याच्या राशी आभाळापलिकडे गेल्या, त्या मोजणे अशक्य झाले. तुकाराम महाराज म्हणतात. त्यामुळे व्यापारच खुंटला.

।। पुंडलीक वरदा हरि विठ्ठल ।।

९७

॥ श्री पांडुरंग ॥

सिंचन करितां मूळ । वृक्ष ओलावे सकळ ।।
नको पृथकाचे भरी । पडों एक सार धरीं ।।
पाणचोऱ्याचें दार । वरिल दाटावें तें थोर ।।
वश झाला राजा । मग आपल्या त्या प्रजा ।।
एक आतुडे चिंतामणी । फिटे सर्व सुखधणी ।।
तुका म्हणे धांवा । आहे पंढरी विसांवा ।।
करूं याची कथा नामाचा गजर । आम्हां संसार काय करी ।।
म्हणवूं हरिचे दास लेऊं तीं भूषणें । कांपे तयाभेणें कळिकाळ ।।
आशा भय लाज आड नये चिंता । ऐसी तया सत्ता समर्थाची ।।
तुका म्हणे करूं ऐसीयांचा संग । जेणें नव्हे भंग चिंतनाचा ।।
काय सर्प खातो अन्न । काय ध्यान बकाचें ।।
अंतरींची बुद्धि खोटी । भरलें पोटीं वाईट ।।
काय उंदीर नाहीं धांवी । राख न लावी गाढव ।।
तुका म्हणे सुसर जळीं । काउळीं कां न न्हाती ।।

झाडाच्या निरनिराळ्या फांद्यांना पाणी घालत न बसता मुळापाशी ओतले तर सर्व फांद्यांना, पाना-फुला-फळांना ते मिळते. त्याप्रमाणे निरनिराळे देव पूजित न बसता एकच देव ध्यानीमनी धरावा. राजा आपल्याला वश झाला म्हणजे अवघी प्रजा वश झाल्यासारखीच आहे. जे मागावे ते देणारा चिंतामणी मिळाला की सर्व सुखे प्राप्त होतातच. तुकाराम महाराज म्हणतात. तुम्हाला जर विश्रांती हवी असेल तर पंढरीला जा. पंढरीचा राणा एकदा दृष्टीस पडला की तुमच्या मनाला अभूतपूर्व विसावा मिळेल. निराहारी रहाणे ही एक तपश्चर्या काहीजण करतात. पण साप कुठं अन्न खातो ? ध्यान करणाऱ्यांना बकध्यान माहीत नाही का ? गुहेत राहून देव प्राप्त असता तर बिळात रहाणाऱ्या उंदरांना तो कधीच भेटला असता. अंगाला राख फासून तप करायचे तर गाढवाचे तसे तप चालूच असते कारण तो नित्य राखेत लोळतो. पाण्यात बसून अनुष्ठान करणाऱ्यांना मी विचारतो, गंगेत रहाणाऱ्या सुसरींना रोज गंगास्नान घडत नाही का ? तुकाराम महाराज म्हणतात, दांभिकपणे केलेले तप निरूपयोगी ठरते.

॥ पुंडलीक वरदा हरि विठ्ठल ॥

।। श्री पांडुरंग ।।

कासया गुणदोष पाहों आणिकांचे । मज काय त्यांचें उणें असे ।।
काय पापा पुण्यें पाहों आणिकांचे । मज काय त्यांचें उणें असे ।।
नष्टदुष्टपण कवणाचें वाणूं । तयाहून अणु अधिक माझें ।।
कुचर खोटा मज कोण असे आगळा । तो मी पाहों डोळां आपुलिये ।।
तुका म्हणे मी भांडवलें पुरता । तुजसी पंढरींनाथा लावियेलें ।।
साहोनियां टाकी घाये । पाषाण देवचि झाला पाहें ।।
तया रीतीं दृढ मन । करीं साधाया कारण ।।
बाण शस्त्र साहोनि गोळी । शूर ठाव उंच स्थळीं ।।
तुका म्हणे सती । अग्नी देखे ज्या रीती ।।

मी इतरांच्या गुणादोषांकडे कशाला पाहू. माझ्यापाशी ते काय कमी आहोत ? इतरांच्या पापपुण्याची मी कशाला दखल घेऊ, माझ्याजवळ त्याची काय कमी आहे ? कुणाच्या नष्टदुष्टपणाचे वर्णन करू, त्यांच्यापेक्षा अणुभर हा दोष माझ्याकडे जास्तीच आहे. खोटारडा आणि कुचर माझ्यापेक्षा अधिक कोण आहे म्हणून मी त्याला डोळ्यांनी पाहू ? तुकाराम महाराज म्हणतात अवगुणांचे, दोषांचे भांडवल माझ्यापाशी भरपूर आहे आणि मी ते तुला अर्पण केले आहे. टाकीचे धाव सोसल्यामुळे पाषाणाला देवपण प्राप्त झाले. त्याप्रमाणे आपल्या कार्यसिद्धीसाठी मन दृढ, बळकट ठेव. बाणांचे घाव, बंदुकीची गोळी सहन करणाऱ्या शूरालाच मोठेपणा प्राप्त होतो. जी सती पतीच्या कलेवराबरोबर स्वत:ला जाळून घेते ती अग्नीची पर्वा करीत नाही असे तुकाराम महाराज निक्षून सांगतात.

।। पुंडलीक वरदा हरि विठ्ठल ।।

।। श्री पांडुरंग ।।

परिमळें काष्ठ ताजवां तुळविलें । आणीक नांवांची थोडीं ।।
एक तीं कांतिवें उभाविलीं धवलारें । एकाचिया कुडमेडी ।।
एक दीनरूप आणिती मोळिया । एक ते बांधोनि माडी ।
अवघियां बाजार एकचि जाला । मां विकलीं आपुलाल्या पाडीं ।।
गुण तो सार रूपमध्यकार । अवगुण तो फार पीडीतसे ।।
एक गुणें आगळे असती । अमोल्य नांवांचे खडे ।।
एक समर्थ दुर्बळा घरीं । फार मोलाचे थोडे ।।
एक झगझग करिती वाळवंटीं । कोणी न पाहाती तयांकडे ।।
सभाग्य संपन्न आपुलाले परी । मया येक दैन्यवाणें बापुडें ।।
एक नामें रूपें सारिख्या असती । अनेक प्रकार याती ।
ज्याचिया संचितें जैसें आलें पुढें । तयाची तैसीच गति ।
एक उंचपदीं बैसोनि सुखें । दास्य करवी एका हातीं ।
तुका म्हणे कां मानिती सुख । चुकलिया वायां खंती ।।

लाकडे ही सगळी सारखीच वाटली तरी तसे नसते. सुगंधावरून लाकडाचे गुणावगुण ठरतात. चंदनाचे बहुमोल लाकूड वजनावर विकले जाते. इतर लाकडांपैकी काही घरांसाठी उपयोगी पडतात. काही कूड किंवा मेढीसाठी उपयोगात आणली जातात तर काही मोळी बांधून विकली जातात. तर काही माडी बांधायला उपयोगी पडतात. अशी निरनिराळ्या प्रकारची लाकडे जरी एकाच वेळी बाजारात आली तरी ती वेगवेगळ्या किंमतीना विकली जातात. इथे गुण सर्वात महत्त्वाचा आहे. रूप मध्यम तर अवगुण फार पीडा देत असल्याने त्याला महत्त्व जवळजवळ नाहीच. हिरे, माणिक असे बहुमूल्य खडे श्रीमंता घरी असतात. दरिद्र्याचे घरी सहसा नसतात. गारगोट्या वाळवंटातील उन्हात झगमगतात; पण त्यांच्याकडे कोणी पहात नाही. भाग्य प्रत्येकाचे निराळे असते. तुकाराम महाराज नामरूपात साम्य असले तरी जाती निरनिराळ्या असतात. नशिबाच्या पुढे जाता येत नाही. तुकाराम महाराज म्हणतात, सुख गेल्यावर खंत करू नये.

।। पुंडलीक वरदा हरि विठ्ठल ।।

।। श्री पांडुरंग ।।

गर्भीं असतां बाळ । कोण पाळी त्याचा लळा ।।
कैसा लाघवी सूत्रधारी । कृपाळुवा माझा हरी ।।
सर्प पिलीं वितांचि खाय । वांचलिया कोण माय ।।
गगनीं लागला कोसरा । कोण पुरवी तेथें चारा ।।
पोटीं पाषाणाचे जीव । कवण जीव त्याचा भाव ।।
तुका म्हणे निश्चळ राहें । होईल तें सहज पाहें ।।
अग्निमाजी गेलें । अग्नि होऊन तेंच ठेलें ।।
काय उरलें तया पण । मागिल तें नाम गुण ।।
लोह लागे परिसा अंगीं । तोही भूषण जाला जगीं ।।
सरिता ओहळा ओघा । गंगे मिळोनि जाल्या गंगा ।।
चंदनाच्या वासें । तरु चंदन जाले स्पर्शें ।।
तुका जडला संतां पायीं । दुजेपणा ठाव नाहीं ।।

आईच्या गर्भामध्ये जे बाळ असते त्याचे लाड कोण पुरवते ? माझा कृपासागर हरि कशी सूत्रे हलवतो ते पहा. सर्पीण विल्यावर आपली पिल्ले खाते, त्यांना कोणती आई वाचवते ? कोळी आपले घर उंच बांधतो त्याला तिथे चारा कोण पुरवतो ? भूगर्भात असणाऱ्या एखाद्या पाषाणाच्या पोटात बेडूक असतो त्याला कोण जगवतो ? तुकाराम महाराज म्हणतात, स्वस्थ राहून जे काही होत असेल ते पहात रहावे. जे आगीत टाकले जाते ते अग्निरूप होऊन जाते. पण त्या पदार्थांचे नाव अणि गुण तेवढे उरतात. लोखंडाला परिसस्पर्श झाला की त्याचे सोने होते आणि ते जगाला भूषण होते. लहान नद्या, ओहोळ, ओढे, नाले, गंगेला मिळाले की गंगारूप होतात. चंदनाच्या स्पर्शाने इतर वृक्षांना चंदनरूप लाभते. तुकाराम महाराज म्हणतात. माझे मन संतचरणाशी जडले आहे. आता दुजाभाव मला ठावा नाही.

।। पुंडलीक वरदा हरि विठ्ठल ।।

॥ श्री पांडुरंग ॥

आवडीचें दान देतो नारायण । बाहे उभारोन राहिलासे ।।
जें जयासी रुचे तें करी समोर । सर्वज्ञ उदार मायबाप ।।
ठायीं पडिलिया तेंचि लागे खावें । ठायींचेंचि घ्यावें विचारूनि ।।
बीज पेरूनियां तेंचि घ्यावें फळ । डोरलीस केळ कैचें लागे ।।
तुका म्हणे देवा बोल कांहीं नाहीं । तुझा तूंचि पाहीं शत्रू सखा ।।
जें जें मला वाटे गोड । तें तें कोड पुरविसी ।।
आंत तूंचि बाह्याकारीं । अवघ्यापरी झालासी ।।
नाहीं सायासाचें काम । घेतां नाम आवडी ।।
तुका म्हणे सर्व सांगें । पांडुरंग दयाळे ।।
प्रमाण त्याच्या बोला । देव भक्तांचा अंकिला ।।
न पुसतां जातां न ये । खालीं बैसतांही भिये ।
अवघा त्याचा होय । जीव भावासहित ।।
वदे उपचारें वाणी । कांहीं माग म्हणऊनि ।।
उदासीनाच्या लागें । तुका म्हणें धांवे मागें ।।

ज्याला जे हवे ते देण्यासाठी हात वर करून नारायण उभा आहे. असा सर्वज्ञ उदार मायबाप ज्याला जे आवडेल, ते देतो. आपले जसे संचित असेल त्याप्रमाणे घडते, त्याप्रमाणे पुढे येईल ते खावे लागते. म्हणून विचार करूनच काय मागायचे ते देवाजवळ मागावे. जे बी पेरले असेल तेच फळ मिळते. वांग्याच्या झाडाला केळी कशी लागतील ? तुकाराम महाराज म्हणतात, याबाबतीत देवास काही बोल लावता येत नाही. आपणच आपला शत्रू किंवा मित्र असतो. देवा, तू आमचे लाड पुरवतोस. अंतर्बाह्य तूच भरून आहेस. प्रेमाने देवाचे नाव घ्यायला काही कष्ट पडत नाहीत. तुकाराम महाराज म्हणतात, हे दयाळा पांडुरंगा तुझ्या कृपेने माझे सर्व काही यथासांग झाले आहे. देव भक्तांचा शब्द प्रमाण मानतो. कारण तो त्यांचा अंकित असतो. भक्ताच्या सांगण्यानुसार तो विटेवर उभा राहिला आहे तो काही खाली बसत नाही. तो जिवेभावे भक्तानुकूल झाला आहे जो उदासीन किंवा निरिच्छ झाला आहे त्याच्या मागे देव धावतो.

॥ पुंडलीक वरदा हरि विठ्ठल ॥

।। श्री पांडुरंग ।।

भक्तिसुखें जे मातले । ते कळिकाळा शूर झाले ।।
हातीं बाण हरिनामाचे । वीर गर्जती विठ्ठलाचे ।।
महा दोषां आला त्रास । जन्ममरणां केला नास ।।
सहस्रनामाची ओराळी । एक एकाहूनी बळी ।।
नाहीं आणिकांचा गुमान । ज्याचें अंकित त्यावांचून ।।
तुका म्हणे त्यांच्या घरीं । मोक्षसिद्धी या कामारी ।।
टाळघोळ सुख नामाचा गजर । घोषें जयजयकार ब्रह्मानंदु ।।
गरुडटके दिंडी पातकांचे भार । आनंद अपार ब्रह्मादिकां ।।
आनंदें वैष्णव जाती लोटांगणी । एक एकाहुनि भद्रजाति ।।
तेणें सुखें सुटे पाषाणा पाझर । नष्ट खळ नर लुब्ध होती ।।
तुका म्हणे सोपें वैकुंठासी जातां । रामकृष्ण कथा हेचि वाट ।।

भक्तिसुखामुळे जे उन्मत्त झाले ते काळालाही भीत नाहीत, हातामध्ये हरिनामाचे बाण घेऊन विठ्ठलाचे वीर गर्जना करीत आहेत. त्यामुळे महादोष त्रस्त झाले, नष्ट झाले. परिणामी, जन्ममरणाच्या चक्रातून सुटका झाली. भक्त एकापेक्षा एक बलवान आहेत आणि सहस्रनामाचे घोष करीत, आरोळ्या देत आहेत. ज्या परमेश्वराचे ते अंकित आहेत ज्याचे दास्य त्यांनी पत्करले आहे. त्यांच्यावाचून ते इतर कुणाची पर्वा करीत नाहीत. तुकाराम महाराज म्हणतात, त्यांच्या घरी मोक्ष आणि ऋद्धिसिद्धी या दासी आहेत. टाळांच्या घोषाने आणि नामाच्या गजराने ब्रह्मानंद होतो. गरूडचिन्हाच्या ध्वजपताका पाहून ब्रह्मादिकांनाही अपार आनंद होतो. बळवंत वैष्णव परस्परांना लोटांगण घालतात. नामघोषाने पाषाणालाही पाझर फुटतो. नष्ट दुष्ट लोकही लुब्ध होतात. तुकाराम महाराज म्हणतात, रामकृष्णाची कथा करणे हीच वैकुंठाला जाण्याची सोपी वाट आहे.

।। पुंडलीक वरदा हरि विठ्ठल ।।

।। श्री पांडुरंग ।।

तारिलीं बहुतें चुकवूनि घात । नाम हें अमृत स्वीकारितां ।।
नेणतां सायास शुद्ध आचरण । यातीकुळहीन नामासाठीं ।।
जन्म नांव धरी भक्तीच्या पाळणा । आकार कारणा याचसाठीं ।।
असुरीं दाटली पाप होतां फार । मग फोडी भार पृथिवीच ।।
तुका म्हणे देव भक्तपणा सार । कवतुक वेव्हार तयासाठीं ।।
काय जाणों वेद । आम्ही आगमाचे भेद ।।
एक रूप तुझें मनीं । धरूनि राहिलों चिंतनीं ।।
कोठें अधिकार । नाहीं रानट विचार ।।
तुका म्हणे दीना । नुपेक्षावें नारायणा ।।
मागें जैसा होता माझे अंगीं भाव ।। तैसा एक ठाव नाहीं आतां ।।
ऐसें ग्वाही माझें मन मजपाशीं । तुटी मुदलेसीं दिसे पुढें ।।
पुढिलांचे मन आणीं गुणदोष । पूज्य आपणांस करावया ।।
तुका म्हणे जाली कोंबड्याची परी । पुढेंचि उकरी लाभ नेणें ।।

ज्यांनी हरिनामाचे अमृत प्राशन केले त्यांना देवाने मोठमोठ्या संकटांपासून वाचवले. जात किंवा आचरण न पाहता केवळ नामासाठी तू त्यांना तारलेस. भक्तांचे रक्षण करण्यासाठी तू मूळचा निर्गुण निराकार पण भक्तांसाठी सगुण साकार विठ्ठल झालास. ज्यावेळी देह उन्मत्त होऊन पापाचा पृथ्वीला भार होतो तेव्हां देव अवतार घेऊन तो भार हलका करतो. तुकाराम महाराज म्हणतात. देवाला भक्तित सार वाढल्यामुळे तो भक्तीचा व्यवहार कौतुकाने वाढवतो देवा आम्हाला वेद किंवा शास्त्र समजत नाही. तुझे रूप मनीमानसी धरून राहतो. आम्ही ज्ञानी नाही, रानटी आहोत तेव्हा नारायणा या गरीबांची उपेक्षा करू नका. असो. तुकाराम महाराज आवर्जून सांगतात. पूर्वी माझ्या मनात जेवढा देवाविषयी भाव होता तेवढा आता राहिला नाही. माझे मन त्याला साक्षी आहे. पूर्वीच्या भावरूपी मुद्दलात नुकसान दिसते दुसऱ्याचे गुणदोष मला दिसतात. त्यामानाने मी पूज्य आहे. खायला मिळेल म्हणून कोंबडी जमीन उकरते व पुढे जाते तशी माझी स्थिती झाली आहे असे तुकाराम महाराज म्हणतात.

।। पुंडलीक वरदा हरि विठ्ठल ।।

।। श्री पांडुरंग ।।

आतां गुण दोष काय विचारिसी । मी तों आहें रासी पातकांची ।।
पतितपावनासवें समागम । आपलाला धर्म चालवीजे ।।
घनघायें भेटी लोखंड परिसा । तरी अनारिसा न पालटे ।।
तुका म्हणे माती कोण पुसे फुका । कस्तुरीच्या तुका समागमें ।।
पाळिलों पोसिलों जन्मजन्मांतरीं । वागविलों करीं धरोनियां ।।
आतां काय माझा घडेल अव्हेर । मागें बहु दूर वागविलें ।।
नेदीं वारा अंगीं लागों आघाताचा । घेतला ठायींचा भार माथां ।।
तुका म्हणे बोल करितां आवडी । अविट तेचि गोडी अंतरींची ।।
कथा दुःख हरी कथा मुक्त करी । कथा याचि बरी विठोबाची ।।
कथा पाप नासी उद्धरिले दोषी । समाधि कथेसी मूढजना ।।
कथा तप ध्यान कथा अनुष्ठान । अमृत हें पान हरिकथा ।।
कथा मंत्र जप कथा हरी ताप । कथाकाळीं कांप कळिकाळासी ।।
तुका म्हणे कथा देवाचे हें ध्यान । समाधि लागोन उभा तेथें ।।

देवा, माझे गुणदोष कसले विचारता मी तर पापाची राशी आहे. आम्हाला आपला पतित पावन करणारा सहवास आहे. आम्ही आमचा आणि तुम्ही तुमचा धर्म अनुसरावा. परिसाच्या शिळेवर लोखंडाचा घण मारला तरी त्याचे सोने होते. असे तुकाराम महाराज म्हणतात नुसत्या मातीला कुणी विचारीत नाही; पण त्याच मातीला कस्तुरीचा संग लाभला तरी ती मौल्यवान होते. तुम्ही अनेक जन्मजन्मांतरी आमचे पालनपोषण केले. तेव्हा देवा आता माझी उपेक्षा तुमच्याकडून होईल का ? आमच्यावर कोणतेही संकट येऊ नये याचा भार तुम्ही पूर्वीच घेतलेला आहे. तुकाराम महाराज म्हणतात. देवा, तुमच्या विषयी अवीट गोडी मनात असल्यामुळे ती आपल्याशी प्रेमाने बोलत आहे. हरिकथा दुःखहारक आहे. संसारातून मुक्त करणारी आहे. पापनाशिनी आहे. हिने अनेकांना उद्धरले आहे कथा हाच मंत्रजप आहे. कथा त्रिविध तपांचे हरण करणे, कथेला कळिकाळही घाबरतो. तुकाराम महाराज म्हणतात, कथा हे देवाचे ध्यान आहे. कथेमध्ये देवाची समाधी लागते.

।। पुंडलीक वरदा हरि विठ्ठल ।।

।। श्री पांडुरंग ।।

भक्ति तें नमन वैराग्य तो त्याग । ज्ञान ब्रह्मीं भोग ब्रह्म तनु ।।
देहाच्या निरसनें पाविजे या ठाया । माझी ऐसी काया जंव नव्हे ।।
उदक अग्नि धान्य झाल्या घडे पाक। एकाविण एक कामा नये ।।
तुका म्हणे मज कळते चांचणी । बडबडीची वाणी अथवा सत्य ।।
श्रीसंतांचिया माथा चरणांवरी । साष्टांग हे करी दंडवत ।।
विश्रांती पावलों सांभाळा उत्तरीं । वाढलें अंतरीं प्रेमसुख ।।
डौरली हे काया कृपेच्या वोरसें । नव्हे अनारिसें उद्धरलों ।।
तुका म्हणे मज न घडतां सेवा । पूर्वपुण्यठेवा वोढवला ।।
आणीक कांहीं नेणें । असें पायांच्या चिंतनें ।।
माझा न व्हावा विसर । नाहीं आणीक आधार ।।
भांडवल सेवा । हाचि ठेवियेला ठेवा ।।
करीं मान भावा । तुका विनंती करी देवा ।।

सर्वाभूती परमेश्वर सर्वांना वंदन करणे ही भक्ति होय. आणि ज्ञान ब्रह्माचा उपभोग घेणे याचे नाव वैराग्य आणि त्याग. देहभाव नाहीसा झाला की वरील स्थिती प्राप्त होते. पाणी, अग्नि, धान्य हे सर्व एकत्र आल्यावरच पाककृती होते. त्यापैकी एखादे जरी नसेल. तरी पाककृती निर्माण होणार नाही. थोडक्यात संतपदी पोहोचवायचे म्हणजे भक्ति, ज्ञान आणि वैराग्य तिन्ही पाहिजे. तुकाराम महाराज म्हणतात हे व्यर्थ, निरर्थक बोलणे आहे. हे मलाही समजते. संतांच्या चरणी माझे मस्तक, त्यांना साष्टांग दंडवत. त्यांच्या उपदेशाने माझ्या मनाला विश्रांती मिळाली आहे. मनात प्रेमसुख वाढीस लागले आहे. तुमच्या कृपेने माझा देह नटला, माझा उद्धार झाला. तुकाराम महाराज म्हणतात संतसेवा न करता मला जो लाभ झाला तो केवळ माझी पूर्वपुण्याई होय. श्रीहरिचरणाशिवाय मी दुसरे काही जाणत नाही. देवा मला तुमचा विसर पडू देऊ नका. तुमच्याशिवाय मला कोणाचाही आधार नाही. देवा, तुमची सेवा हेच माझे भांडवल तेव्हा कृपया माझ्या निष्ठेचा मान ठेवा असे तुकाराम महाराज म्हणतात.

।। पुंडलीक वरदा हरि विठ्ठल ।।

।। श्री पांडुरंग ।।

कीर्तन ऐकावया भुलले श्रवण । श्रीमुख लोचन देखावया ।।
उदित हें भाग्य होईल कोणे काळीं । चित्त तळमळी म्हणऊनि ।।
उतावीळ बाह्या भेटीलागीं दंड । लोटांगणीं धड जावयासी ।।
तुका म्हणे माथा ठेवीन चरणीं । होतील पारणीं इंद्रियांचीं ।।
नाम घेतां कंठ शीतळ शरीर । इंद्रियां व्यापार नाठवती ।।
गोड हें गोमटें अमृतासी वाड । केला कईवाड माझ्या चित्तें ।।
प्रेमरसें झाली पुष्ट अंगकांति । त्रिविध नासती ताप क्षणें ।।
तुका म्हणे तेथें विकाराची मात । बोलों नये हित सकळांचें ।।
चित्त घेऊनियां तूं काय देशी । ऐसें मजपाशीं सांग आधीं ।।
तरिच पंढरीराया करीन साटोवाटी । नेघें जया तुटी येईल तें ।।
रिद्धिसिद्धि कांहीं दाविसी अभिलाष । नाहीं मज आस मुक्तीचीही ।।
तुका म्हणे तुझें माझें घडे तर । भक्तीचा भाव रे देणें घेणें ।।

हरिकीर्तनाकडे माझे कान आणि हरिमुख पाहण्यासाठी माझे डोळे आतुर झाले आहेत. हा भाग्योदय कधी होईल यासाठी चित्त तळमळते आहे. दंड आणि हात श्रीहरीस अलिंगन देण्यासाठी उतावीळ झाले आहेत. तसाच हा देहही लोटांगणासाठी उतावळा झाला आहे. तुकाराम महाराज म्हणतात, मी हे मस्तक हरिचणी ठेवीन तेव्हाच माझ्या जिवाची पारणी फिटतील. हरिनाम घेतल्याने कंठ तर शीतल होतोच पण इंद्रिये आपला व्यापार विसरतात. हरिनाम हे अमृतापेक्षाही गोड आहे म्हणून ते सदा घेण्याचा मी निर्धार केला आहे. हरिनामरस सेवनाने माझी अंगकांती आणि शरीरयष्टी पुष्ट झाली आहे. आणि त्रितापहि गेले आहेत. तुकाराम महाराज म्हणतात हरिनाम सर्व विकारांवर गुणकारी आहे. देवा, माझे चित्त घेऊन तू मला काय देणार हे आधी सांग तरच मी तुझ्याशी व्यवहार करीन. ऋद्धिसिद्धी किंवा मुक्ति यातले काहीच मला नको. तुमचा आमचा व्यवहार झाला तर तुकाराम महाराज म्हणतात, तुम्हाला आम्ही चित्त द्यावे आणि तुम्ही आम्हाला श्रद्धा द्यावी.

।। पुंडलीक वरदा हरि विठ्ठल ।।

।। श्री पांडुरंग ।।

आतां मज तारीं । वचन हें साच करीं ।।
तुझें नाम दिनानाथ । ब्रिदावळी जगविख्यात ।।
कोण लेखी माझ्या दोषां । तुझा त्रिभुवनीं ठसा ।।
वायां जातां मज । तुका म्हणे तुम्हां लाज ।।
विठ्ठल आमुचा निजांचा । सज्जन सोयरा जीवाचा ।।
मायबाप चुलता बंधु । अवघा तुजशीं संबंधु ।।
उभयकुळीं साक्ष । तूंचि माझा मातुळपक्ष ।।
समर्पिली काया । तुका म्हणे पंढरीराया ।।
वेदांचा तो अर्थ आम्हांसीच ठावा । येरांनी वाहावा भार माथां ।।
खादल्याची गोडी देखिल्यासी नाहीं । भार धन वाही मजुरीचें ।।
उत्पत्तिपाळण संहाराचें निज । जेणें नेलें बीज त्याचे हातीं ।।
तुका म्हणे आम्हां सांपडलें मूळ । आपणचि फळ आलें हातां ।।

देवा, तू पतितपावन म्हणवतोस तेव्हा ते वचन खरे करण्यासाठी तू मला तार. तुझे नावच दीनानाथ आहे, तुझे ब्रीद जगविख्यात आहे, माझ्या दोषांना कोण विचारतो. तुला नावे ठेवून वाया गेलो तर त्याची लाज तुला. विठ्ठल हा आमचा आप्तसंबंधी, जिवाचा जिवलग आहे तो आमचा मायबाप, चुलता, भाऊ सगळे हे संबंध विठ्ठला तुझ्याशीच आहेत. माता-पिता या दोन्ही कुळांपैकी तू आमच्या आईचा पक्ष-मातुल पक्ष आहेस. तुकाराम महाराज म्हणतात, देवा तुला मी हा देह अर्पण केला आहे. वेदांचा खरा अर्थ आम्हालाच ठाऊक आहे. इतरांनी केवळ भार वहावा प्रत्यक्ष खाणाऱ्यास चवीचा जो अनुभव येतो तो पाहणाऱ्यास येत नाही. धनाचा भार वाहणाऱ्या मजुराला कसला लाभ ? उत्पत्ती, पालन आणि संहार ज्याच्या हाती आहे तो पांडुरंगच आमचे हाती लागल्यामुळे फळ मिळाल्यासारखंच आहे असं तुकाराम महाराज म्हणतात.

।। पुंडलीक वरदा हरि विठ्ठल ।।

।। श्री पांडुरंग ।।

जन्मा येउनि कां रे निदसुरा । जाय भेटी वरा रखुमाईच्या ।।
पाप ताप दैन्य जाईल सकळ । पावसी अढळ उत्तम तें ।।
संतमहंत सिद्धहरिदासदाटणी । फिटती पारणीं इंद्रियांचीं ।।
तुका म्हणे तेथें नामाचा गजर । फुकाच अपार । लुटी घेईं ।।
काय धोविलें कातडें । काळकूट भीतरीं कुडें ।।
उगा राहें लोकभांडा । चाळविल्या पोरें रांडा ।।
घेस बुंथीं पानवथां । उगाच हालविसी माथा ।
लावूनि बैसे टाळी । मन इंद्रियें मोकळीं ।।
हालवीत बैसे माळा । विषयजप वेळोवेळां ।।
तुका म्हणे हा व्यापार । नाम विठोबाचें सार ।।

हा नरदेह तुला लाभला आहे मग मूर्खा असा आळशी का होतोस ? रखुमाईचा पती तो पंढरीराया त्याच्या भेटीला जा. त्याच्या भेटीमुळे तुझे सर्व ताप, पाप, दैन्य, सर्व काही लयाला जाईल नाहीसे होईल. संत, महंत, सिद्ध, हरिदास यांच्या दाटीवाटीत इंद्रियांचे पारणे फिटेल. तुकाराम महाराज म्हणतात. जिथे हरिनामाचा गजर चालला आहे. तिथे तू जा आणि फुकट, अपार लूट घे. रोज आंघोळ करून देहावरचे कातडे तू धुतोस खरा; पण कालकूट विष तुझ्या अंत:करणात भरले आहे. भांडखोरा, तू तुझ्या बायकोपारांना का चाळवतो, फसवतो आहेस ? अंगावर भगवी वस्त्रे पांघरून, पाणवठ्यापाशी बसून आपण हरि चिंतनात मग्न आहोत असे दाखवीत उगाच डोके का हलवतो आहेस ? तू मारे तोंड मिटून बसला आहेस पण तुझी इंद्रिये मात्र मोकाट सुटली आहेत. हातात माळ घेऊन तू जपाचे सोंग करीत असलास तरी प्रत्यक्षात तुझ्या मनात विषयांचाच धिंगाणा चालला आहे. तुकाराम महाराज म्हणतात हा वरवरचा व्यवहार आहे. खरे सार विठ्ठल नामातच आहे.

।। पुंडलीक वरदा हरि विठ्ठल ।।

।। श्री पांडुरंग ।।

अवघ्या वाटा झाल्या क्षीण । कळीं न घडे साधन ।
उचित विधि विधान । न कळे न घडे सर्वथा ।।
भक्ति पंथ बहु सोपा । पुण्य नागवे या पापा ।
येणें जाणें खेपा । येणेंचि एकें खंडती ।।
उभारोनि बाहे । विठो पालवीत आहे ।
दासां मीच साहें । मुखें बोल आपुल्या ।।
भाविक विश्वासी । पार उतरिलें त्यांसी ।
तुका म्हणे नासी । कुतर्क्याचे कपाळीं ।।
आम्ही नामाचे धारक। नेणों प्रकार आणीक।
सर्व भावें एक। विठ्ठलचि प्रमाण ।।
न लगे जाणावें नेणावें । गावें आनंदें नाचावें ।
प्रेमसुख घ्यावें । या वैष्णवांचे संगतीं ।।
भावबळें घालूं कास । लज्जा चिंता दवडूं आस ।
पायीं निजध्यास । म्हणवूं दास विष्णूचे ।।
भय नाहीं जन्म घेतां । मोक्षसुखा हाणों लाता ।
तुका म्हणे सत्ता । करूं निकट सेवेची ।।

परमार्थाच्या सर्व वाटा जणू क्षीण झाल्या आहेत आणि या कलियुगात ती साधने घडत नाहीत आणि त्याचे विधिविधानही समजत नाही म्हणून भक्तिपंथ हा सोपा आहे. तो पापपुण्यांना बांधील नाही. त्याच्या योगे जन्म-मृत्यूच्या खेपा नाहीशा होतात. बाहु उभारून विठोमाऊली सर्वांना बोलावीत आहे आणि सांगत आहेत की मी दासांचे सर्व काही सहन करतो. तुकाराम महाराज म्हणतात, ज्यांचा भक्तिमार्गावर पूर्ण विश्वास आहे. त्यांना तो संसारसागरातून तरून नेतो, पण जे उगाच कौतुक करत बसतात ते नाश पावतात. आम्ही नामाचे धारक आहोत. आम्ही विठ्ठलनामावांचून दुसरे काही जाणत नाही. ज्ञान अज्ञान याचा काही आम्ही विचार करीत नाही. विठ्ठलाचे नाव घेत गावे, नाचावे वैष्णवांचे संगतीत प्रेमसुख घ्यावे एवढेच जाणतो. तुकाराम महाराज म्हणतात आम्हाला पुनर्जन्माचे भय नाही. आम्ही मोक्षसुखाला लाथ मारतो आम्ही हरिची निकट सेवाच करू.

।। पुंडलीक वरदा हरि विठ्ठल ।।

॥ श्री पांडुरंग ॥

नव्हती ते संत करितां कवित्व । संतांचे ते आप्त नव्हती संत ॥
येथें नाहीं वेश सरतें आडनांव । निवडे घावडाव व्हावा अंगीं ॥
नव्हती ते संत धरितां भोपळा । करितां वाकळा प्रावर्णासी ॥
नव्हती ते संत करितां कीर्तनें । सांगतां पुराणें नव्हती संत ॥
नव्हती ते संत वेदाच्या पठणें । कर्मआचरणें नव्हती संत ॥
नव्हती संत करितां तप तीर्थाटण । सेविलिया वन नव्हती संत ॥
नव्हती संत माळामुद्रांच्या भूषणें । भस्म उधळणें नव्हती संत ॥
तुका म्हणे नाहीं निरसला देहे । तोंवरी हे अवघे संसारिक॥
हेंचि दान देगा देवा । तुझा विसर न व्हावा ॥
गुण गाईन आवडी । हेचि माझी सर्व जोडी ॥
नलगे मुक्ति आणि संपदा । संतसंग देईं सदा ॥
तुका म्हणे गर्भवासीं । सुखें घालावें आम्हांसी ॥

इथं तुकाराम महाराज 'संत' या पदवीविषयी किंवा संतपणाविषयी सांगत आहेत. ते म्हणतात, कविता करून संत होता येत नाही. संतांचे आप्त किंवा संत आडनाव आहे म्हणून संत म्हणता येणार नाही. संताचा वेष धारण केल्यानेही संत होता येत नाही. अंगावर घाव झेलणारा खरा शूर त्याप्रमाणे भगवद्‌भक्तीत रंगलेला खरा संत–हातात भोपळा घेऊ किंवा गोधडी पांघरून, कीर्तन करून किंवा पुराणे सांगून वेदपठणाने अथवा कर्मठ कर्माचरणाने वनात राहून किंवा तीर्थयात्रा करून, माळा गळ्यात घालून वा मुद्रा लावून अगर अंगाला भस्म फासून संतपण प्राप्त होत नाही. जोपर्यंत देहासक्ती जात नाही. तोपर्यत उपरोक्त सर्व संसारिकच होत. देवा, तुझा कधीही विसर पडणार नाही हेच दान तू मला दे. मी प्रेमाने आवडीने तुझे गुणगान करीन आणि तीच माझी कमाई आहे. मला द्रव्य नको, मुक्ति नको, मला केवळ संतसंग दे, मग मला गर्भवासात घातले तरी चालेल असे तुकाराम महाराज म्हणतात.

॥ पुंडलीक वरदा हरि विठ्ठल ॥

॥ श्री पांडुरंग ॥

कथाकाळींची मर्यादा । सांगतों ते भावें वंदा ।
प्रीतीनें गोविंदा । हेंचि एक आवडे ॥
टाळ वाद्य गीत नृत्य । अंत:करणें प्रेमभरित ।
वाणिता ता कीर्त । तद्भावनें लेखावा ॥
नये आळसें मोडूं अंग । कथे कानवडें ढुंग ।
हेळणेचा रंग । दावी तो चांडाळ ॥
तोंडीं विडा मानें ताठा । थोरपणें घाली गेंठा ।
चित्त नेदी नामपाठा । गोष्टी लावी तो चांडाळ ॥
आपण बैसे बाजेवरी । सामान्य हरीच्या दासां धरी ।
तरि तो सुळावरी । वाहिजे निश्चयेंसी ॥
येतां न करी नमस्कार । कर जोडोनियां नम्र ।
न म्हणतां थोर । आणिकां खेटी तो चांडाळ ॥
तुका विनवी जना । कथे नाणावें अवगुणा ।
करा नारायणा । ऋणी समर्पक भावें ॥

हरिकथेला जाणाऱ्यांनी कोणत्या मर्यादा पाळायला हव्यात हे आता सांगतो. तुम्ही या मर्यादांचे पालन करा. कारण देवाला हेच प्रिय आहे. टाळादी वाद्ये घेऊन जो प्रेमभराने नाचत कीर्तन करतो तो तद्रूप झाला आहे असे समजावे. कथा श्रोत्यांनी कथेस आळस देऊ नये, अंग मोडू नये, वाकडतिकडं बसू नये. हरि कथेला तुच्छ मानू नये. विडा खाऊन कथेत बसू नये. कथेकडे दुर्लक्ष करून गप्पा मारू नयेत. आपण उंच स्थळी बसून हरिदासाला सामान्य समजणाऱ्याला अखेर सुळावर जावे लागेल. कथेच्या ठिकाणी आल्यावर हरिकीर्तनकाराला नम्रपणे जो नमस्कार करीत नाही. तो कथा श्रवणाला कनिष्ठ समजावा. तुकाराम महाराज म्हणतात, लोक हो, कथाश्रवणाचे वेळी तुम्हावरील अवगुण टाकून द्या आणि समर्पक भावनेने नारायणाला ऋणी करा.

॥ पुंडलीक वरदा हरि विठ्ठल ॥

।। श्री पांडुरंग ।।

कथा देवाचें ध्यान । कथा साधनां मंडण ।
कथे ऐसें पुण्य । आणीक नाहीं सर्वथा ।।
ऐसा साच खरा भाव । कथेमाजी उभा देव ।।
मंत्र स्वल्प जना । उच्चारितां वाचे मना ।
म्हणतां नारायणा । क्षणें जळती महा दोष ।।
भावें करितां कीर्तन । तरे तारी आणीक जन ।
भेटे नारायण । संदेह नाहीं म्हणे तुका ।।
यमधर्म सांगे दूतां । तुम्हां नाहीं तेथें सत्ता ।
जेथें होय कथा । सदा घोष नामाचा ।।
नका जाऊं तया गांवां । नामधारकाच्या शिवां ।
सुदर्शन यावा । घरटी फिरे भोंवतीं ।।
चक्र गदा घेउनी हरि । उभा असे त्यांचे द्वारीं ।
लक्ष्मी कामारी । रिद्धिसिद्धी सहित ।।
ते हे बळियाशिरोमणी । हरिभक्त ये मेदिनी ।
तुका म्हणे कानीं । यम सांगे दूतांचे ।।

कथाकीर्तन करणे म्हणजे देवाचे ध्यान करणे होय. आणि सर्व साधनात कथा सर्वोत्तम आहे. हरिकथेसारखे दुसरे पुण्यसाधन नाही, कारण हरिकथेत देव उभा असतो हे खरेच आहे. मनात देवमूर्ती उभी करून नामघोष केल्याने, नारायणाचे नाव घेतल्याने महादोष क्षणार्धात जळून जातात. जो मनोभावे कीर्तन करील तो स्वत: तर तरतोच पण श्रोत्यांनाही तारतो आणि नारायणाची भेट होते. यात शंका नाही असे तुकाराम महाराज म्हणतात. यमराज आपल्या दूतांना सांगतो. जिथे हरिकथा आणि नामघोष चाललेला असेल तिथे तुमचे काहीएक चालणार नाही. एवढेच नव्हे तर त्या गावाच्या वेशीपर्यंतही जाऊ नका. कारण श्रीहरीचे सुदर्शन चक्र तेथील प्रत्येक घराभोवती फिरत असते. तुकाराम महाराज म्हणतात, हरिभक्त सर्वात बलवान आहेत, हे यम आपल्या दूतांना सांगून ठेवतो.

।। पुंडलीक वरदा हरि विठ्ठल ।।

।। श्री पांडुरंग ।।

जीव जीती जीवना संगें । मत्स्या मरण त्या वियोगें ।।
जया चित्तीं जैसा भाव । तया जवळी तैसा देव ।।
सकळां पढिये भानु । परि त्या कमळाचें जीवनु ।।
तुका म्हणे माता । वाहे तान्हयाची चिंता ।।
मुंगिचिया घरा कोण जाय मूळ । देखोनियां गूळ धांव घाली ।।
याचकाविण काय खोळंबला दाता । तोचि धांवे हिता आपुलिया ।।
उदक अन्न काय म्हणे मज खावें । भुकेला तो जाय चोजवीत ।।
व्याधी पिडिला धांवे वैद्याचिया घरा । दुःखाच्या परिहारा आपुलिया ।।
तुका म्हणे जया आपुलें स्वहित । करणें तोचि प्रीत धरी कथे ।।

सर्व प्राणीमात्रांना जगण्यासाठी पाणी लागते; पण मासा तर पाण्याशिवाय क्षणभरही जगू शकत नाही. ज्याच्या मनात जसा भाव असेल त्याप्रमाणे देव त्याच्याजवळ असतो. सूर्याविषयी प्रेम सर्वांनाच वाटते पण सूर्यकमळाचे तो तर जीवनच आहे. तुकाराम महाराज म्हणतात, बालकाची खरी चिंता आईलाच असते. 'गूळ खायला या' असे मुंग्यांना कोणी बोलावणे करावे लागत नाही. गूळ दिसताच मुंगी धावत येते. याचकांने आपल्याकडे यावे यासाठी दाता, दानशूर काही खोळंबून रहात नाही. आपल्या हितासाठी, कल्याणासाठी याचकच दात्याकडे जातो. पाणी आणि अन्न 'या आम्हाला प्या', 'या आम्हाला खा' असे निमंत्रण देऊन बोलावते काय ? जो भुकेला असतो, तहानलेला असतो ते आपण होऊनच अन्नाचा किंवा पाण्याचा शोध घेतात. जो रोगी असतो, तो आपल्या वेदना नाहीशा व्हाव्यात म्हणून स्वतःच वैद्याकडे धाव घेतो. त्याप्रमाणे ज्याला आपले हित समजते तोच हरिकथेवर प्रेम करतो असे तुकाराम महाराज म्हणतात.

।। पुंडलीक वरदा हरि विठ्ठल ।।

।। श्री पांडुरंग ।।

पुराणप्रसिद्ध सीमा । नामतारक महिमा ।।
मागें जळी महादोष । पुढें नाहीं गर्भवास ।।
जें निंदिलें शास्त्रें । वंद्य झालें नाममात्रें ।।
तुका म्हणे ऐसा । त्रिभुवनीं नामठसा ।।
नाम घेतां न लगे मोल । नाममंत्र नाहीं खोल ।।
दोंचि अक्षरांचे काम । उच्चारावें राम राम ।।
नाहीं वर्णधर्मयाती । नामीं अवघींचे सरतीं ।।
तुका म्हणे नाम । चैतन्य हें निजधाम ।।
नाम घेतां वायां गेला । ऐसा कोणें आईकिला ।।
सांगा विनवितों तुम्हांसी । संत महंत सिद्ध ऋषी ।।
नामें तरला नाहीं कोण । ऐसा द्यावा निवडून ।।
सलगीच्या उत्तरा । तुका म्हणे क्षमा करा ।।

नामस्मरण हे तारणारे आहे हे सांगण्याची आता अगदी हद्द झाली. हरिनामाने महादोष तर भस्म होतातच. पण पुनर्जन्माचे भय उरत नाही. ज्या पापी जनांना शास्त्राने निंद्य ठरवले ते नामस्मरणाने वंद्य झाले. तुकाराम महाराज म्हणतात, असा त्रिभुवनात नामसंकीर्तनाचा ठसा आहे. हरिनामासाठी कसलीही किंमत वा मूल्य द्यावे लागत नाही. तसा नाममंत्र खोल आहे. अवघड आहे असेही नाही. राम राम या दोन अक्षरांचा उच्चार करा बस् ! नामाला वर्णधर्मजात काही नाही. नाम कोणीही, केव्हाही, कुठेही, कधीही भक्तिभावनेने घ्यावे. हरिनाम म्हणजे साक्षात् चैतन्य आहे. नामजप करून वाया गेला असे कधी ऐकले आहे काय ? संत, महंत, ऋषि तुम्हा सर्वांना मी विचारतो की,नामे तरला नाही असा कोणी असेल तर तो मला शोधून द्या. तुकाराम महाराज म्हणतात. मी हे सलगीने बोलत आहे. त्याबद्दल क्षमा करा.

।। पुंडलीक वरदा हरि विठ्ठल ।।

॥ श्री पांडुरंग ॥

आलिया भोगासी असावें सादर । देवावरी भार घालूनियां ।।
मग तो कृपासिंधु निवारी सांकडें । येर तें बापुडें काय रंक।।
भयाचिये पोटीं दु:खाचिया रासी । शरण देवासी जातां भलें ।।
तुका म्हणे नव्हे काय त्या करितां । चिंतावा तो आतां विश्वंभर ।।
भोग तो न घडे संचितावांचूनि । करावें तें मनीं समाधान ।।
म्हणउनी मनीं मानूं नये खेदु । म्हणावा गोविंदु वेळोवेळां ।।
आणिका रुसावें न लगे बहुतां । आपुल्या संचितावांचूनिया ।।
तुका म्हणे भार घातलियावरी । होईल कैवारी नारायण ।।
पाठेळ करितां न सहावे वारा । सहिलिया ढोरा गोणी चाले ।।
आपणां आपण हेचि कसवटी । हर्षामर्ष पोटीं विरों द्यावे ।।
नवनीत तोंवरी कडकडी लोणी । निश्चळ होऊनी राहे मग ।।
तुका म्हणे जरी जगे टाकी घाया । त्याच्या पडे पायां जन मग ।।

जे भोग वाट्याला येतील ते भोगण्यासाठी सिद्ध असावे पण देवावर भार टाकून. मग तो कृपासागर आपल्या संकटांचे निवारण करील. देवाच्या आधाराशिवाय सर्व दरिद्री वा रंक आहेत. मनामध्ये कधी भीती निर्माण होऊन दु:खाचे पूर येतात. त्यावेळी देवाला शरण जावे. तुकाराम महाराज म्हणतात. यासाठी सदैव परमेश्वराचे चितन करावे. सुख-दु:खे जी वाट्याला येतात ती पूर्वसंचितानुसार असतात असे मनाचे समाधान करावे, चित्तात विषाद आणू नये, हरिनाम घ्यावे आपल्या सर्व संकटांचा भार देवावर घालावा म्हणजे तो आपला कैवारी होईल. शिंगरू पाहिल्यांदा पाठीवर काही ठेवू देत नाही पण एकदा सवय झाली की मोठमोठी पोतीही वाहते. त्याप्रमाणे आपले मन आपण हर्ष विषादासाठी सिद्ध करावे. लोण्याचा भाग तुपात असेपर्यंत ते कडकड करते मग मात्र निश्चल होते. तुकाराम महाराज म्हणतात, टाकीचे घाव झेलून पाषाणाचा परमेश्वर झाला की जग त्याच्या पाया पडते.

॥ पुंडलीक वरदा हरि विठ्ठल ॥

।। श्री पांडुरंग ।।

तुमचे स्तुतियोग्य कोठें माझी वाणी । मस्तक चरणीं ठेवितसें ।।
भक्तिभाग्य तरी नेदीं तुळसीदळ । जोडुनि अंजुळ उभा असें ।।
कैचें भाग्य ऐसें पाविजे सन्निध । नेणें पाळुं विध करुणा भाकीं ।।
संतांचे शेवटीं उच्छिष्टाची आस । करुनियां वास पहातसें ।।
करीं इच्छा मज म्हणोत आपुलें । एखादिया बोलें निमित्याच्या ।।
तुका म्हणे शरण आलों हें साधन । करितों चिंतन रात्रंदिवस ।।
तूं माझा मायबाप सकळ वित्त गोत । तूंचि माझें हित करिता देवा ।।
तूंचि माझा देव तूंचि माझा जीव । तूंचि माझा भाव पांडुरंगा ।।
तूंचि माझा आचार तूंचि माझा विचार । तूंचि सर्व भार चालविसी ।।
सर्वभावें मज तूं होसीं प्रमाण । ऐशी तुझी आण वाहातसें ।।
तुका म्हणे तुज विकला जीवभाव । तूंचि माझा भाव पांडुरंगा ।।

तुमची स्तुती करावी अशा योग्यतेची माझी वाणी नाही म्हणून मी तुमच्या चरणांवर माझा माथा टेकवला आहे. माझी भक्ति मात्र अशी आहे की साधे तुळशीपत्रही मी तुम्हाला अर्पण करू शकत नाही. म्हणून तुमच्यापुढे हात जोडून नम्रपणे उभा आहे. तुमची सेवा कशी करावी, सेवेची रीतभात काय हे मला माहीत नाही. म्हणून तुमची मी प्रार्थना करतो आहे. तुमचे सान्निध्य लाभावे एवढे माझे भाग्य थोडेच आहे ? अखेर संतांचे उच्छिष्ट मिळावे म्हणून मी तिष्ठतो आहे. कसल्या तरी निमित्ताने तुम्ही मला आपले म्हणाल अशी आशा धरून मी बसलो आहे. तुकाराम महाराज म्हणतात, देवा, मी तुला शरण आले आहे. आणि रात्रंदिवस तुझेच चिंतन करतो आहे. देवा माझे आई-वडील तूच, तूच माझे गोत आणि तूच माझे वित्त, तूच माझा हितकर्ता, तूच माझा देव आणि तूच माझा जीव माझा सर्व आचार विचार तूच आहेस आणि माझा भार तूच चालवतो आहेस. सर्व भावे तूच माझा आहेस हे मी शपथपूर्वक सांगतो. तुकाराम महाराज म्हणतात, देवा, तुला मी माझा जीवभाव विकला आहे, आता तूच काय ते ठरव.

।। पुंडलीक वरदा हरि विठ्ठल ।।

॥ श्री पांडुरंग ॥

चारी वेद जयासाठीं । त्याचें नाम धरा कंठीं ।।
न करीं आणीक साधन । कष्टसी कां वायांविण ।।
अठरा पुराणांचे पोटीं । नामाविण नाहीं गोठी ।।
गीता जेणें उपदेशिले । ते ही विटेवरी माउली ।।
तुका म्हणे सार धरीं । वाचे हरिनाम उच्चारीं ।।
नामसंकीर्तन साधन पै सोपें । जळतील पापें जन्मांतरींचीं ।।
न लगती सायास जावें वनांतरा । सुखें येतो घरा नारायण ।।
ठायींचे बैसोनि करा एकचित्त । आवडीं अनंत आळवावा ।।
रामकृष्णहरि विठ्ठल केशवा । मंत्र हा जपावा सर्वकाळ ।।
याविण आणीक असतां साधन । वाहातसे आण विठोबाची ।।
तुका म्हणे सोपें आहे सर्वांहुनि । शाहाणा तो धणी घेतो येथें ।।

लोक हो, चार वेद ज्याच्यासाठी निर्माण झाले. त्याचे नाव कंठी धरा. याशिवाय दुसरे कसलेही साधन करू नका. उगीच कष्ट वाया जातील. अठरा पुराणात सुद्धा नामावांचून दुसरे काही नाही. ज्याने रणभूमीवर अर्जुनाला गीतेचा उपदेश केला. तोच श्रीकृष्ण भगवान् इथे विटेवर, विठोमाऊली होऊन उभा आहे. तुकाराम महाराज म्हणतात म्हणून सर्वांचे जे सार ते हरिनाम, त्याचा तू सतत उच्चार करीत रहा. नामसंकीर्तन करणे अवघड नाही. अगदी सोपे आहे. या हरिनामघोषाने जन्मजन्मांतरीची पापे जळून जातील. त्यासाठी कसले सायास करावे लागत नाहीत. कष्ट उपसावे लागत नाहीत किंवा रानीवनी जावेही लागत नाही. मग नारायण सुखाने घरी येतो. एका ठिकाणी बसून एकचित्ताने मोठ्या प्रेमाने अंत आळवावा. रामकृष्णहरि विठ्ठला, केशवा हा मंत्र सर्वकाळ जपावा. याशिवाय दुसरे साधन नाही. हे मी विठ्ठलचरणाची शपथ वाहून सांगतो. तुकाराम महाराज म्हणतात हे सर्वात सोपे साधन असल्याने शहाणा माणूस या साधनाने आपली इच्छा पूर्ण करून घेईल.

॥ पुंडलीक वरदा हरि विठ्ठल ॥

|| श्री पांडुरंग ||

रूपीं जडले लोचन। पायीं स्थिरावलें मन ।।
देहभाव हरपला। तुज पाहातां विठ्ठला ।।
कळों नेदी सुखदु:ख। तहान हरपली भूक।।
तुका म्हणे नव्हे परती। तुझ्या दर्शनें मागुती ।।
कासया करावे तपाचे डोंगर। आणीक अपार दु:खरासी ।।
कासया फिरावे अनेक ते देश। दावितील आस पुढें लाभ ।।
कासया पुजावीं अनेक दैवतें। पोट भरे तेथें लाभ नाहीं ।।
कासया करावे मुक्तीचे सायास। मिळे पंढरीस फुकासाठीं ।।
तुका म्हणे करीं कीर्तन पसारा। लाभ येईल घरा पाहिजे तो ।।
देव वसे चित्तीं। त्याची घडावी संगती ।।
ऐसें आवडतें मना। देवा पुरवावी वासना ।।
हरिजनांसीं भेटी। न हो अंगसंगें तुटी ।।
तुका म्हणे जिणें। भलें संतसंघष्टणें ।।

देवा, माझे डोळे तुझ्या रुपावर जडले आहेत. आणि तुझ्या पायी माझे मन स्थिरावले आहे विठ्ठल तुला पाहिल्यावर माझा देहभाव नाहीसा झाला. तुझ्या दर्शनाने सुखदु:ख तर संपलेच पण तहानभूकही हरपली. तुकाराम महाराज म्हणतात. एकदा तुझे दर्शन झाले की प्रपंची परतणे नाही. डोंगराएवढी तपसाधना कशासाठी करावी, आणि दु:ख देणारी साधना का करावी ? निरनिराळे देश कशासाठी फिरावे, ही वणवण पुढे लाभ दाखवील एवढेच ? निरनिराळ्या देवदेवतांचे पूजन करून पोट भरण्यापलिकडे काही फायदा होणार नाही. पंढरीस जाऊन मुक्ति मिळते तर मग तिच्यासाठी अन्य सायास का करावे ? तुकाराम महाराज म्हणतात, कीर्तन पसारा कर मग ते सुख हवे ते मिळेल. ज्याचे मनात सतत देव आहे. त्याची संगत मला मिळावी देवा ही माझी आवड तू पूर्ण कर. हरिभक्तांची सतत संगत घडावी. तुकाराम महाराज म्हणतात मला हेच भलेपणाचे वाटते.

|| पुंडलीक वरदा हरि विठ्ठल ||

।। श्री पांडुरंग ।।

तुज करितां होय ऐसें कांहीं नाहीं । डोंगराची राई रंक राणा ।।
अशुभचि शुभ करितां तुज कांहीं । अवघड नाहीं पांडुरंगा ।।
सोळा सहस्र नारी ब्रह्मचारी कैसा । निरहारी दुर्वासा नवल नव्हे ।।
पंचभ्रतारां द्रौपदी सती । करितां पितृशांति पुण्य धर्मा ।।
दशरथ पातकें ब्रह्महत्यारासी । नवल त्याचे कुशीं जन्म तुझा ।।
मुनेश्वरा नाहीं दोष अणुमात्र । भांडवितां सूत्र वध होती ।।
तुका म्हणे माझे दोष ते कायी । सरता तुझे पायीं झालों देवा ।।
दह्याचिये अंगीं निघे ताक लोणी । एका मोलें दोन्ही मागों नये ।।
आकाशाचे पोटीं चंद्रतारांगणें । दोहींशीं समान पाहों नये ।।
पृथ्वीच्या पोटीं हिरा गारगोटी । दाहोंसी संसाटी करूं नये ।।
तुका म्हणे तैसे संत आणि जन । दोहोंसी समान भजूं नये ।।

देवा तुला अशक्य असे काही नाही. डोंगराची राई आणि शंकराचा राजा किंवा अशुभाचे शुभ तू सहज करशील, पांडुरगा, तुला काहीही अवघड नाही. सोळा हजार स्त्रिया असून तू ब्रह्मचारी आणि किती तरी खंडी धान्य खाणारा दुर्वास म्हणे निराहारी, पाच पांडवांची पत्नी असलेली द्रौपदी सती, तर युद्धात आप्तांना यमसदनी पाठवणारा धर्मराज पुण्यवान्, श्रावणासारख्या ब्राह्मणबालकांची हत्त्या करणाऱ्या दशरथापोटी तुझा जन्म, कळलाव्या नारदाच्या कळलावेपणाने कित्येक प्राणासही मुकले; पण त्यांच्या माथी दोष नाही. तुकाराम महाराज म्हणतात अशांपुढे माझे ते दोष किती? तुझ्या पायी लागल्याने तेहि सरले आहेत. दह्यामुळे ताक आणि लोणी निघते पण दोघांना समान मानू नये. आकाशात चंद्रहि असतो आणि चांदण्याही असतात; पण दोघे सारखे नव्हेत. पृथ्वीच्या पोटातून हिरा आणि गारगोटी दोन्ही निघतात पण दोघांची अदलाबदल करू नये. तुकाराम महाराज म्हणतात त्याप्रमाणे प्रांपचिक व संत यांना समान समजू नये.

।। पुंडलीक वरदा हरि विठ्ठल ।।

।। श्री पांडुरंग ।।

मोलें घातलें रडाया । नाहीं असूं आणि माया ।।
तैसा भक्तिवाद काय । रंगबेगडीचा न्याय ।।
वेठी धरिल्या दावी भाव । मागें पळावयाचा पाव ।
काजव्याच्या ज्योती । तुका म्हणे न लगे वाती ।।
तरिच जन्मा यावें । दास विठ्ठलाचें व्हावें ।।
नाहीं तरि काय थोडीं । श्वानशूकरें बापुडीं ।।
ज्यालाचें तें फळ । अंगीं लागों नेदी मळ ।।
तुका म्हणे भले । ज्याच्या नांवें मानवलें ।।
नसतों केंविलवाणें । कांहीं तुमच्या कृपादानें ।।
हेचि तयाची ओळखी । धालें टवटवित मुखीं ।।
वायां जात नाहीं । वचन प्रीतीचें तें काहीं ।।
तुका म्हणे देवा । सत्य येतें अनुभवा ।।

ज्यांना पैसे दिले आहेत, मोल दिले आहे. त्यांना रडायला लावले तर त्यांना खरे अश्रू येत नाहीत. किंवा त्यांच्या पोटात मायाही नसते. त्याप्रमाणे मनातून हरिभक्ति नसताना केलेले कीर्तन रंगीत बेगडाप्रमाणे आहे. नुसतीच वरवरची चकाकी. एखाद्याला ओझ्यासाठी बोलावले की ओझे पाहूनच तो पळून जातो. तसे या भाविकांचे असते. तुकाराम महाराज म्हणतात, काजव्याला वीज लागत नाही. जन्माला येऊन विठोबाचे सेवक, दास व्हावे, अन्यथा मनुष्यजन्माला येऊ नये, तशी मग डुकरे आणि कुत्री काय कमी आहेत ? सत्त्व-रज-तम या त्रिगुणांचा मळ या जन्मी अंगी लागू नये म्हणून जपणे हेच मनुष्यजन्माचे फळ होय. तुकाराम महाराज म्हणतात, ज्या सज्जनांना विठोबाने मान्य केले ते धन्य झाले. देवा, तुम्ही कृपा केली असती तर आम्ही असे केविलवाणे दिसलो नसतो. ज्याचे मुख टवटवीत दिसते त्याचे पोट भरले आहे असे समजावे. हीच कृपेची खूण आहे. तुकाराम महाराज म्हणतात, माझा अनुभव हेच सांगतो.

।। पुंडलीक वरदा हरि विठ्ठल ।।

।। श्री पांडुरंग ।।

एका ऐसें एक होतें कोणाकाळें । समर्थाच्या बळें काय नव्हे ।।
घालुनि बैसलों मिरासीस पाया ।। जिंकों देवराया संदेह नाहीं ।।
केला तो न संडीं आतां कइवाड । वारीन हे आड कामक्रोध ।।
तुका म्हणे झाली आळसाची धाडी । नव्हती आली जोडी कळों साच ।।
झालें समाधान । तुमचे धरिले चरण ।।
आतां उठावेंसें मना । येत नाहीं नारायण ।।
सुरवाडिकपणें । येथें सांपडलें केणें ।।
तुका म्हणे भोग । गेला निवारला लाग ।।
चित्ता ऐसी नको देऊं आठवण । जेणें देवाचे चरण अंतर तें ।।
आलिया वचनें रामनामध्वनि । ऐकावीं कानीं ऐसी गोडी ।।
मत्सराचा ठाव शरीरीं नसावा । लाभेंविण जीवा दु:ख देतो ।।
तुका म्हणे राहे अंतरी शीतळ । शांतीचें तें बळ क्षमा अंगीं ।।

कधी कधी अवचित घडते आणि होत्याचे ते नव्हते किंवा नव्हत्याचे ते होते. समर्थांच्या बळाने काय अशक्य आहे ? मी तुमचा परंपरागत भक्त आहे. आता तुम्हाला देवराया, मी जिंकणार यात शंका नको. मी आता जो निश्चय केला आहे तो सोडणार नाही. तुम्हा-आम्हामध्ये जे कामक्रोध आडवे आले आहेत, त्यांना मी जुमानणार नाही. जोपर्यंत मला आळसाने वेढून टाकले होते. तुमचे चरण धरले त्यामुळे मनाला समधान लाभले. आता नारायणा इथून उठावेसेच वाटत नाही. मला इथे मोक्षाची प्राप्ती झाली आहे. तुकाराम महाराज म्हणतात, त्यामुळे माझा भोग संपला. देवा, तुझ्या चरणांपासून मी दूर जाईन अशी कसलीही आठवण मला देऊ नको. मुखी रामनाम आणि कानी संतवाणी असू दे. मनात मत्सराला वाव नको, कारण या भावनेने लाभ न होता हाती होते. तुकाराम महाराज म्हणतात, त्यामुळे अंत:करण शीतळ असून क्षमा हे शांती सामर्थ्य लाभले आहे.

।। पुंडलीक वरदा हरि विठ्ठल ।।

।। श्री पांडुरंग ।।

ऋणाच्या परिहारा झालों वोळगणा । द्यावी नारायणा वासलाती ।।
झालों उतराई शरीरसंकल्पें । चुकों द्यावीं पापें सकळही ।।
आजिवरी होतों धरूनि जिवासी । व्याजें कासाविसी बहु केलें ।।
तुका म्हणे मना आणिला म्यां भाव । तुमचा तेथें ठाव आहे देवा ।।
येणें पांगें पायांपाशीं । निश्चयेंसी राहेन ।।
सांगितली करीन सेवा । सकळ देवा दास्यत्वें ।।
बंधनाची तुटली बेडी । हेचि जोडी मग आम्हां ।।
तुका म्हणे नव्हे क्षण । पायांविण वेगळा ।।
सर्व संगी वीट आला । तूं एकला आवडसी ।।
दिली आतां पायीं मिठी । जगजेठी न सोडीं ।।
बहु झालों खेदक्षीण । येणें सीण तो नासे ।।
तुका म्हणे गंगे वास । बहु त्या आस स्थळाची ।।

देवा नारायणा, तुझे कर्ज फेडण्यासाठी मी तुझा दास झालो आहे, तुम्ही त्याचा हिशेब द्यावा. मी आपले शरीर तुम्हाला अर्पण करून तुमचा उतराई झाला आहे. आता मला पापमुक्त करावे. हे कर्ज माझ्या जिवाला लागले होते. शिवाय वाढत्या व्याजाने जीव कासावीस झाला आहे. मी माझे शरीर तुम्हाला अर्पण करून हेच तुमचे रहाण्याचे ठिकाण केले आहे. असे तुकाराम महाराज म्हणतात, देवा, मी तुमचा दास असल्याने तुमच्या चरणांसन्निध रहाण्याचा माझा निश्चय झाला आहे. देवा मी तुमची सेवा मनोभावे करीन. प्रपंचाची बेडी तुटली की तुमची प्राप्ती होईल. तुकाराम महाराज म्हणतात, देवा तुमच्यापासून मी क्षणभरही वेगळा होणार नाही. देवा तू एकटाच मला आवडतोस दुसरे कोणी मला आता नकोरो वाटतात. तुझ्या पायाला मी जी मिठी मारली आहे. ती कधीच सोडणार नाही. माझी सर्व दु:खे, शीण आता नाहीसा होणार आहे. तुमचे पाय म्हणजे गंगानिवास आहे आणि म्हणून मला त्याची आस्था आहे.

।। पुंडलीक वरदा हरि विठ्ठल ।।

।। श्री पांडुरंग ।।

जन्मा आलियाचा लाभ । पद्मनाम दरुशने ।।
म्हणवूनि लवलाहें । पाय आहें चिंतीत ।।
पाठीलागा येता काळ । तूं कृपाळ माउली ।।
बहू उसंतीत आलों । तया भ्यालों स्थळासी ।।
कोण्या उपायें हें घडे । भव आंगडें सुटकेचें ।।
तुका म्हणे तूं जननी । ये निर्वाणीं विठ्ठले ।।
जेणें वाढे अपकीर्ति । सर्वार्थीं तें त्यजावें ।।
सत्य रुचे भलेपण । वचन तें जगासी ।।
होईजे तें शूर त्यागें । वाउगें तें सारावें ।।
तुका म्हणे खोटें वर्म । निंद्य कर्म काळिमा ।।

ईश्वराचे किंवा हरिदर्शन होणे हा जन्माला आल्याचा लाभ आहे म्हणून मी हरिचरणांचे चिंतन करीत आहे. देवा, काळ पाठीमागे लागला आहे. तू कृपाळू माऊली आहेस, तूच त्याच्यापासून मला वाचवू शकशील. यमलोकांच्या भयाने जन्मोजन्मी तुझे चिंतन करीत आलो, प्रपंचाने हे ओझे कोणत्या उपायाने उतरेल हे मला कळत नाही म्हणून देवा, तू माझा आहेस म्हणून या संकटकाळी तू धावून येत असे तुकाराम महाराज कळवळून सांगत आहेत. ज्या गोष्टीमुळे आपली अपकीर्ती होईल अशी कोणतीही गोष्ट करू नये. तिचा सर्वस्वी त्याग करावा. खरे बोलावे. खरेपणाने वागावे आणि हेच जगाला आवडते. असत्याचा त्याग करून जगात शूर व्हावे. तुकाराम महाराज म्हणतात, खोटेपणा हे निंद्य कर्म आहे, काळिमा लावणारे दुष्कर्म आहे.

।। पुंडलीक वरदा हरि विठ्ठल ।।

॥ श्री पांडुरंग ॥

याचा तंव हाचि मोळा । देखिला डोळां उदंड ॥
नेदी मग फिरों मागें । अंगा अंगें संचरे ॥
कां गा याची नेणां खोडी । जीभा जोडी करितसे ॥
पांघरे तें बहु काळें । घोंगडेंही ठायींचें ॥
सर्वसाक्षी अबोल्यानें । दुश्चित कोणें नसावें ॥
तुका म्हणे धरिला हातीं । मग निश्चिंती हरीनें ॥
प्रसिद्ध हा असे जगा । अवघ्या रंगारंगाचा ॥
तरी वाटा न वजे कोणीं । नारायणीं घरबुडी ॥
बहुतां ऐसें केलें मागें । लाग लागें लागेना ॥
हो कां नर अथवा नारीं । लहान थोरीं आदर ॥
झालें वेगळें लोकीं पुरे । मग नुरे समूळ ॥
कळेना तो आहे कैसा । कोणी दिशा बहु थोडा ॥
तुका म्हणे दुसऱ्या भावें । छाया नांवें न देखवे ॥

या हरिची अशी रीत आहे की जे त्याच्या पायी, ठायी अनन्य भावे शरणागत आहेत त्यांना तो परत संसाराकडे वळू देत नाही. त्याच्या अंगात तो स्वत: संचरतो. उगाच व्यर्थ बोलणे नको. मूळ स्वरूप स्थितीचे काळे घोंगडे. याने पांघरले आहे. तो मूक राहून सर्वसाक्षी आहे. त्याच्याबद्दल उदासीनता नसावी. तुकाराम महाराज म्हणतात. एकदा हरिने हात धरला की भक्ताच्या सर्व चिंता मिटतात. सर्व रंगरूपाने हा एकच आहे. अशी याची प्रसिद्धी आहे जे या नारायणाच्या नादी लागतात, त्यांचे घरदार बुडते म्हणून त्याच्यामागे कोणी जात नाहीत. अनेक भक्तांना त्याने देशोधडी लावले त्यांचा आता मागमूसहि नाही. लहान-थोर, स्त्री-पुरुष सर्वांचा तो स्वीकार करतो. एकदा ते देवाकडे आले की त्यांचा समूळ नाश होतो. मग लहान-मोठी दिशा हे काही कळत नाही. यासाठी तुकाराम महाराज म्हणतात, जगात देवाशिवाय दुसरे काही नाही हे नित्य स्मरावे. आपली सावलीदेखील देवच आहे.

॥ पुंडलीक वरदा हरि विठ्ठल ॥

।। श्री पांडुरंग ।।

कोणापाशीं द्यावें माप । आपेंआप राहिलें ।।
कासयासी भरोवरी । काय दुरी जवळी ।।
एकें दाखविले दाहा । फांटा पाहा पुसूनि ।।
तुका म्हणे सरलें वोझें । आतां माझें सकळ ।।
राजा करी तैसे दाम । चाम तेही चालती ।।
कारण ते सत्ता शिरीं । कोण करी अव्हेर ।।
वाहिलें तें सुनें खांदीं । चाले पदीं बैसविलें ।।
तुका म्हणे विश्वंभरें । करुणाकरें रक्षिले ।
हीन शूर बुद्धीपासीं । आकृतींसी भेद नाहीं ।।
एक दांडी एक खांदी । पदोपदीं भोगणें ।।
एकाऐसें एक नाहीं । भिन्न पाहीं प्रकृती ।।
तुका म्हणे भूमी खंडे । पीक दंडे जेथें तें ।।

आपल्या पापपुण्याचा हिशेब कुणाजवळ द्यावा. कारण सर्व काही इथेच आपोआपच रहाणार दूर काय आणि जवळ काय ! एकाच्या आकड्यापुढे शून्य लिहिला तर दहा होतात. पण तोच आकडा पुसला तर शून्य उरते. तुकाराम महाराज म्हणतात. देहाचे ओझे सरले आता माझा मीच राहिलो आहे. राजा जसे चलन करील तसे मग ते कातड्याचे केले तरी चालते. कारण त्याची सत्ता आहे तिचा अव्हेर कोण करणार ? राजाने आपले लाडके कुत्रे स्वत:च्या खांद्यावर किंवा सिंहासनावर बसवले तरी चालते. तुकाराम महाराज म्हणतात, करुणाकरा विश्वंभराने माझे रक्षण केले. चांगले आणि वाईट हा आकृती भेद आहे. एकजण पालखीची दांडी खांद्यावर घेऊन पालखी वाहतो आहे तर दुसरा आत आरामात बसला आहे. सगळे नशिबाचे खेळ ! निसर्गात एकासारखे एक नाही. सर्व काही वेगवेगळे, जसे जसे भूमीचे प्रारब्ध आहे. तशीतशी पिके तिच्यावर उभी राहतात असे तुकाराम महाराज म्हणतात.

।। पुंडलीक वरदा हरि विठ्ठल ।।

।। श्री पांडुरंग ।।

कोण्या काळें येईल मना । नारायणा तुमचिया ।।
माझा करणें अंगीकार । सर्व भार फेडूनी ।।
लागली हे तळमळ चित्ता । तरी दुश्चिता संसारीं ।।
मुखाचीच पाहें वास । मागें दास सांभाळीं ।।
इच्छा पूर्ण झाल्याविण । कैसा सीण वारेल ।।
लाहो कायामनेंवाचा । दिवसाच्या भेटीचा ।।
कांटाळा तो न धरावा । तुम्ही देवा दासांचा ।।
तुका म्हणे माझे वेळे । न कळे कां हें उफराटें ।।
सुकलिया कोंभा अत्यंत जळधरें । तेणेंच प्रकारें न्याय असे ।।
न चले पाउलीं सांडीं गरुडासन । मनाचें हो मन त्वरेलागीं ।।
तुका म्हणे भूक न साहावे बाळा । जीवनाची कळा ओढलीसे ।।

नारायणा देवा, माझी दया तुम्हाला कधी येणार ? माझा सर्व भार नाहीसा करा आणि माझा स्वीकार करा, अंगीकार करा. माझ्या मनाला हीच तळमळ लागली म्हणून मी प्रपंचाचे ठायी उदास होत चाललो आहे. तुमचे श्रीमुख पाहण्याची मी उत्सुकतेने वाट पहातो आहे. देवा या दासाला सांभाळा. तुम्ही माझी इच्छा पूर्ण केल्याशिवाय माझा शीण कसा ओसरेल ? कायावाचामने मी तुमच्या भेटीचा दिवस कधी उगवेल याची वाट पहातो आहे. तुम्ही माझा कंटाळा करू नका, तुकाराम महाराज म्हणतात, पूर्वीच्या इतर भक्तांच्या बाबतीत तुमची वागणूक सरळ होती. मग आताच अशी उफराटी का ? सुकत किंवा वाळत चाललेल्या वृक्षाला पावसाची फार जरुर असते त्याप्रमाणे तुझ्या वियोगाने कष्टी झालेल्या मला तुझ्या भेटीची आस लागली आहे. तू चालत किंवा गरुडावरून येऊ नको. मनोवेगाने धावत ये. तुकाराम महाराज म्हणतात, भुकेल्या बाळाला भूक सहन होत नाही. तशी माझी स्थिती तुझ्यासाठी झाली आहे.

।। पुंडलीक वरदा हरि विठ्ठल ।।

१२७

॥ श्री पांडुरंग ॥

तूं माझी माउली तूं माझी साउली । पाहातों वाटुली पांडुरंगे ।।
तूं मज एकला वडील धाकुला । तूं मज आपुला सोइरा जीव ।।
तुका म्हणे जीव तुजपाशीं असे । तुझियानें ओस सर्व दिशा ।।
डोळां भरियलें रूप । चित्तीं पायांचा संकल्प ।।
अवघी घातली वांटणी । प्रेम राहिलें कीर्तनीं ।।
जिव्हा केली माप । रासीं हरिनाम अमुप ।।
भरूनियां भाग । तुका बैसला पांडुरंग ।।
आतां आहे नाहीं । न कळे आळी करा कांहीं ।।
देसी पुरवुनी इच्छा । आतां पंढरीनिवासा ।।
नेणें भाग शीण । दुजें कोणी तुम्हांवीण ।।
आतां नव्हे दुरी । तुका पायीं मिठी मारी ।।

देवा, तूच माझी आई आणि तूच माझी सावली. मी सतत तुझी वाट पहात आहे. माझ्यापेक्षा वडील, मोठा तूच आणि माझ्यापेक्षा धाकटा तूच. तूच माझा सोयरा किंवा आप्त, तूच माझा प्राण. देवा माझा जीव तुझ्यात गुंतला आहे. तुझ्याशिवाय सर्व दिशा मला ओस आहेत. देवा तुमचे रूप माझ्या डोळ्यांत भरले असून, मनात तुमच्या चरणांचा संकल्प केला आहे. मी माझे सर्वस्व तुझ्याकडे वळवले आहे आणि माझ्या जिवाचे प्रेम तुझ्या कीर्तनाकडे लावले आहे. हरिनामाच्या असंख्य राशी मोजण्यासाठी मी माझ्या जिभेचे माप केले आहे. तुकाराम महाराज म्हणतात, अवघा पांडुरंग मी हृदयस्थ केला आहे. मूल आईबापांजवळ एखाद्या गोष्टीचा हट्ट करते पण ती गोष्ट आईबापांजवळ आहे की नाही याचा विचार करीत नाही. पंढरीनिवासा तसाच मी आहे पण माझी इच्छा तू पूर्ण कर. आमचा जन्ममरणाचा शीण घालव. तुकाराम महाराज म्हणतात, देवा मी तुमच्या पायांना मिठी मारली आहे. ती तुमच्यापासून दूर होण्यासाठी नव्हे !

॥ पुंडलीक वरदा हरि विठ्ठल ॥

।। श्री पांडुरंग ।।

जरी आलें राज्य मोळविक्या हाता । तरी तो मागुता व्यवसायी ।।
तृष्णेचीं मजुरें नेणती विसांवा । वाढे हांव हांवा काम कामीं ।।
वैभवाचीं सुखें नातळतां अंगा । चिंता करी भोगा विघ्न जाळी ।।
तुका म्हणे वाहे मरणाचें भय । रक्षण उपाय करूनि असें ।।
कोण होईल आतां संसार पांगिलें । आहे उगविलें सहजचि ।।
केला तो चालवी आपुला प्रपंच । काय कोणां वेंच आदा घे दे ।।
सहजचि घडे आतां मोळ्याविण । येथें काय सीण आणि लाभ ।।
तुका म्हणे जालों सहज देखणा । ज्याच्या त्यानें खुणा दाखविल्या ।।
आतां दुसरें नाहीं मनीं । निरंजनीं पडिलों ।।
तुमचीच पाहें वास । अवघी आस निरसली ।।
मागिलांचा मोडला माग । घडला त्याग अरुची ।।
तुका म्हणे करुणाकरा । तूं सोयरा दीनांचा ।।

एखाद्या मोळीविक्याला राज्य मिळाले तरी त्याला आपला मोळी विकण्याचा व्यवसाय करावा असेच वाटेल. त्याप्रमाणे संसारी जनांना मानवदेह मिळूनही ते आपली हाव कमी करीत नाहीत. त्यासाठी श्रम करतात, कष्ट करतात. त्यामुळे लालसा वाढत जाते. त्याला कितीही वैभव प्राप्त झाली तरी त्याचे ताण काही कमी होत नाहीत. चिंता सरत नाही. आपल्या वैभवाला, कुणाची दृष्ट तर लागणार नाही. काही निमित्ताने ते उणावणार तर नाही असे भय त्याला सतत वाटत असते. मरणाची भीती एकीकडे वाटत असली तर वैभवाचे रक्षण करण्याचे त्याचे उपाय थांबत नाहीत, असे तुकाराम महाराज म्हणतात. संसार सुटला आता तो परत नको. आता इथे लाभ, हानी नाही. तुकाराम महाराज म्हणतात, देवाने प्रपंचाचा फोलपणा मला दाखवला आहे. मी निर्जन वनात पडून देवाचे चिंतन करतो आहे. माझ्या कसल्याही आशा उरल्या नाहीत. देवा, मी तुमचीच वाट पहातो. मी संसार सोडला आहे. देवा तू धाव, तूच गरिबांचा कैवारी, सखा सोयरा आहेस.

।। पुंडलीक वरदा हरि विठ्ठल ।।

।। श्री पांडुरंग ।।

करितां विचार । तव तो हा दृढ संसार । ब्रह्मादिकां पार । नुलंघवे सामर्थ्यें ।।
शरण शरण नारायणा । मज अंगिकारीं दीना । आलें तें वचना । पासीं माझ्या सामर्थ्यें ।।
पाठीवरी मोळी । तोचि कळवा पायीं तळीं । सांपडला जाळीं । मस्त्य झाला तो न्याय ।।
आतां करीन तांतडी । लाभाची ते याच जोडी । तुका म्हणे ओढी । पायां सोई मनाची ।।
पोट धालें आतां जीवनीं आवडी । पुरवावी परवडी बहुतांची ।।
काय आंचवणा तांतडीचें काम । मागील ते श्रम न पवाची ।।
वाढितिया पोटीं बहु असे वाव । सांभाळितां ठाव काय वेंचे ।।
दाविल्यावांचूनि नाहीं कळों येत । तेथेंहि दुश्चित एकपण ।।
नावेचा भार तो उदकाचे शिरीं । काय हळू भारी तये ठायीं ।।
तुका म्हणे गीतीं गाऊनि गोविंद । करूं ब्रह्मानंद एकसरें ।।

खूप विचार केल्यावर लक्षात आले की हा संसारसागर मोठा अवघड आहे. ब्रह्मादिक देवांनाही ता पैलपार करता आला नाही. म्हणून देवा मी तुम्हाला पुन: पुन्हा विनवून सांगतो की, तुम्हाला शरण आलो आहे. या दीनाचा स्वीकार करा. माझ्यापाशी एवढेच बळ आहे. पाठीवर घेतलेल्या मोळीचे ओझे पाठीलाच जड होते असे नाही तर थेट पावलांपर्यंत ती वेदना जाते. जाळ्यामध्ये मासा सापडल्यावर त्याची जशी स्थिती होते. तशी माझी झाली आहे. तुकाराम महाराज म्हणतात, देवा, मला तुमच्या भेटीची मला तातडी लागली आहे. माझी ओढ तुमच्या पायांकडे आहे. हरिभक्तीने आमचे पोट भरले आहे. आमचे जीवन हरिरूप झाले आहे. ती भक्ति अनेकांना वाढावी. या पंक्तित भोजनाला बसलेल्यांनो, जेवण संपवून हात धुण्याची घाई करू नका. कारण पाकसिद्धीचे कष्ट तुम्हाला करावे लागले नाहीत. पोटात जागा असेल तर भरपूर खावे. पाण्यावरून चालणाऱ्या नावेचे ओझे पाण्याला, बसणाऱ्याला नव्हे. तुकाराम महाराज म्हणतात, आम्ही गोविंदाची गाणी गाऊ ब्रह्मानंद मिळवू.

।। पुंडलीक वरदा हरि विठ्ठल ।।

।। श्री पांडुरंग ।।

नव्हे मतोळ्याचा वाण । नीच नवा नारायण ।।
सुख उपजे श्रवणें । खरें टांकसाळी नाणें ।।
लाभ हातोहातीं । अधिक पुढतोपुढती ।।
तुका म्हणे नेणों किती । पुरोनि उरलें पुढती ।।
घातला दुकान देती आलियासी दान ।।
संत उदार उदार । भरलें अनंत भांडार ।।
मागत्याची पुरे । धणी आणिकांसी उरे ।।
तुका म्हणे पोतें । देवें भरिलें नव्हे रितें ।।
नरस्तुती आणि कथेचा विकरा । हें नको दातारा घडों देऊं।।
ऐसिये कृपेची भाकितों करुणा । आहेसि तूं राणा उदारांचा ।।
पराविया नारी आणि परधना । नको देऊं मनावरी येऊं।।
भूतांचा मत्सर आणि संतनिंदा । हें नको गोविंदा घडों देऊं।।
देहअभिमान नको देऊं शरीरीं । चढों कांहीं परी एक देऊं।।
तुका म्हणे तुझ्या पायांचा विसर । नको वारंवार पडों देऊं।।

हा माल जो विक्रीस काढला आहे तो जुनापुराणा नाही, नित्य नवा आहे. नाम श्रवणाने सुद्धा सुख व्हावे असे हे टाकसाळीतले खणखणीत खरे नाणे आहे. त्याचा सतत लाभ होतच असतो. तुकाराम महाराज म्हणतात हे हरिनामरूपी धन कित्येकांना पुरून पुढच्यांना किती उरले आहे हे कळतच नाही. संतांनी परमार्थाचे दुकान उघडले आहे, जो येईल त्याला ते मोलाचे दान करतात. संत उदारधि आहेत त्यांचेकडे मालाचा प्रचंड साठा आहे. भांडार भरलेले आहे. ज्यांनी माल मागितला त्यांची इच्छा तर पूर्ण झालीच आहे; पण इतरांसाठी माल शिल्लक आहे. तुकाराम महाराज म्हणतात, हरिभक्तीचे हे पोते कधी रिकामे होत नाही. देवा, नरस्तुती आणि कथेची विक्री माझ्या हातून घडू देऊ नको. हे देवा इतरांचा मत्सर आणि संत निंदा, परस्त्री आणि दुसऱ्याचे धन यापासून माझे मन दूर ठेव तुकाराम महाराज म्हणतात, देवा, तुझ्या पायांचा मला विसर पडू देऊ नको.

।। पुंडलीक वरदा हरि विठ्ठल ।।

।। श्री पांडुरंग ।।

लौकिकापुरती नव्हे माझी सेवा । अनन्य केशवा दास तुझा ।।
म्हणऊनि करीं पायांसवें आळी । आणिक वेगळी नेणें परी ।।
एकविध आम्ही स्वामीसेवेसाठी । वरी तोचि पोटीं एक भाव ।।
तुका म्हणे करीं सांगितलें काम । तुम्हां धर्माधर्म ठावे देवा ।।
ज्यांच्या संगें होतों पडिलों भोवनीं । ते केली धोवनी सांडोनियां ।।
आतां एकाएकीं मनासीं विचार । करूं नाहीं भार दुजियाचा ।।
प्रसादसेवनें आली उष्टावळी । उचित ते काळीं अवचित ।।
तुका म्हणे वर्म सांपडलें हातीं । सांडिली ते खंती चिंता देवा ।।
जन्ममरणाची विसरलों चिंता । तूं माझा अनंता मायबाप ।।
होतील ते डोळां पाहेन प्रकार । भय आणि भार निरसिलीं ।।
लिगाडाचे मुळें होती पंच भुतें । त्यांचें त्या पुरतें विभागिलें ।।
तुका म्हणे झाला प्रपंच पारिखा । जिवासी तूं सखा पांडुरंगा ।।

देवा, मला मानमान्यता मिळावी म्हणून काही मी तुझी सेवा करी नाही. मी तुझा अनन्य भक्त आहे. म्हणून तुझ्यापायी मी हट्ट करतो. आम्ही देवा, तुमच्या सेवेसाठी बांधले गेलो आहोत. आमच्या ओठी आणि पोटी एकच भाव असतो. तुकाराम महाराज म्हणतात, देवा तुम्ही सांगाल ते आम्ही करू मग काय धर्म काय अधर्म ते तुम्ही पहा. संसाराच्या संगतीपुढे मी जन्ममृत्यूच्या चक्रात पडलो होतो, तो विकार, संसार मी धुवून टाकला आहे. आता माझ्या मनावर दुसरे काही ओझे राहिलेले नाही. प्रसाद सेवनाने, संतांचे उच्छिष्ट मिळाले आणि हे अवचित घडले असे तुकाराम महाराज म्हणतात, मर्म सापडल्याने खंत संपली. देवा, मी जन्ममरणाची चिंता विसरलो. आता जे घडेल ते पाहीन. सर्व लचांडाचे मूळ पंचमहाभुतांनी घडवलेला देह होता. त्यांची मी वाटणी करून टाकली आहे. तुकाराम महाराज म्हणतात, देवा मी आता संसाराला पारखा झालो आहे. आता तूच माझा सखा आहेस.

।। पुंडलीक वरदा हरि विठ्ठल ।।

।। श्री पांडुरंग ।।

आपुलें मरण पाहिलें म्यां डोळां । तो झाला सोहळा अनुपम्य ।।
आनंदें दाटलीं तिन्ही त्रिभुवनें । सर्वात्मकपणें भोग झाला ।।
एकदेशीं होतों अहंकारें आथिला । त्याचा त्याग झाला सुकाळ हा ।।
फिटलें सुतक जन्ममरणाचें । मी माझ्या संकोचें दुरी झालों ।।
नारायणें दिला वसतीस ठाव । ठेवूनियां भाव ठेलों पायीं ।।
तुका म्हणे दिलें उमटूनि जगीं । घेतले ते अंगीं लावूनियां ।।
बोळविला देह आपुलेनि हातें । हुताशिलीं भूतें ब्रह्माग्नीसीं ।।
एक वेळे झालें सकळ कारण । आतां नारायण नारायण ।।
अमृतसंजिवनी निववििली खाई । अंगें तये ठायीं हारपलीं ।।
एकादशीविध जागरण उपवास । बारावा दिवस भोजनाचा ।।
अवघीं कर्मे झालीं घटस्फोटापाशीं । संबंध एकेसीं उरला नामीं ।।
तुका म्हणे आतां आनंदी आनंदू । गोविंदें गोविंदू विस्तारला ।।

माझा मरण सोहळा अगदी अनुपम झाला आणि मी तो सोहळा स्वत: पाहिला. आता या आनंदाने त्रिभुवने गच्च भरून गेली आहेत. कारण मला सर्वात्मक स्थितीचा भोग झाला. आजपर्यंत मी देहात अडकलो असल्यामुळे एकदेशी होतो. आता देह संपल्याने आनंदाचा सुकाळ झाला. मी देह भावनेपासून दूर झाल्यामुळे जन्ममरणाचे सुतक नाहीसे झाले. नारायणांनी मला त्याचे पायी वस्ती करू दिली म्हणून सर्वभावे तिथे राहिलो. तुकाराम महाराज म्हणतात, हा अनुभव मी घेतला आणि सर्वत्र सांगितला. मी माझा देह स्मशानात पोचवला, त्यास परब्रह्मबोधाचा अग्नि दिला पेटलेल्या चितेवर मोक्ष संजीवनी शिंपडून ती शांत केली. दहा दिवसांचे सुतक संपले. एकादशीस उपवास आणि जागरण केले. द्वादशीला भोज केले. देहरूपी घट देवाचे पायापाशी फोडला तेव्हा कर्मबंधन संपले. आता संबंध फक्त नामाशी उरला आहे. त्यामुळे तुकाराम महाराज म्हणतात, सर्वत्र गोविंदमय, आनंदमय झाले आहे.

।। पुंडलीक वरदा हरि विठ्ठल ।।

।। श्री पांडुरंग ।।

ऐका हें वचन माझें संतजन । विनवितों जोडून कर तुम्हां ।।
तर्क करुनियां आपुल्या भावना । बोलतिया जना कोण वारी ।।
आमुच्या जीवींचा तोचि जाणे भावो । रखुमाईचा नाहो पांडुरंग ।।
चित्त माझें त्याचे गुंतलेंसे पायीं । म्हणऊनि कांहीं नावडे त्या ।।
तुका म्हणे मज न साहे मीनती । खेद होय चित्तीं भंग मना ।।
काय मी अन्यायी तें घाला पालवीं । आणीक वाट दावीं चालावया ।।
माग पाहोनियां जातों तेच सोयी । न वजावें कायी कोणी सांगा ।।
धोपट मारग लागलासे गाढा । मज काय पीडा करा तुम्ही ।।
वारितांही भय कोण धरी धाक। परी तुम्हां एक सांगतों मी ।।
तुका म्हणे शूर दोहीं पक्षीं भला । मरतां मुक्त झाला मान पावे ।।

संतसज्जनहो, मी हात जोडून आपल्यास विनंती करतो की माझे बोलणे ऐका. आपल्या मनोभावनेप्रमाणे तर्क करून जो लोक बोलतात त्यांचे निवारण कोण करणार ? रखुमाईचा पति तो पांडुरंग त्याच्या पायी आमचा जीव जडला आहे. त्यामुळे त्यास दुसरे काही आवडत नाही. तुकाराम महाराज म्हणतात, मला अर्ज विनंत्या करीत बसायला आवडत नाही तसं करावं लागलं तर मनोभंग होऊन चित्ताला खेद वाटतो. देवा मी अन्याय करतो असो जर तुम्हाला वाटत असेल तर माझे दोष माझ्या पदरात घाला. आणि मला योग्य मार्ग दाखवा. मी संतांच्या मार्गाने चाललो आहे, मग माझ्या मार्गात विघ्ने का आणता ? अशा मार्गाने जाणाऱ्याला तू इकडून जाऊ नकोस असे सांगितले तरी त्याचे भय किंवा धाक मानतो कोण ? तुकाराम महाराज म्हणतात, एखादा शूर माणूस लढण्याकरता रणांगणावर गेला आणि मेला तर त्याला स्वर्गसुख प्राप्त होते आणि विजयी झाला तर त्याला मोठा सन्मान मिळतो माझेही तसेच आहे असे समजा.

।। पुंडलीक वरदा हरि विठ्ठल ।।

॥ श्री पांडुरंग ॥

न करीं तुमची सेवा । बापुडें मीपण देवा । बोलिलों तो पाववा । पण सिद्धी सकळ ।।
आणीक काय तुम्हां काम । आम्हां नेदां तरी प्रेम । कैसे धर्माधर्म । निश्चयेंसी राहती ।।
आम्हीं वेंचलों शरीरें । तुम्ही बीज पेरा खरें । संयोगाचें बरें । गोड होतें उभयतां ।।
एका हातें टाळी । कोठें वाजते निराळी । झाला तरी बळी । स्वामीविण शोभेना ।।
रूपा यावें जी अनंता । धरीन पुटाची त्या सत्ता । होईन सरता । संतांमाजी पोषणा ।।
ठेविलें उधारा । वरी काय तो पातेरा । तुका म्हणे बरा । रोकडाचि निवाड ।।

देवा मी तुमची सेवा अहंकाराने करीत नाही. मी जे तुमच्याजवळ बोललो ते पूर्ण करा. आम्हाला प्रेम देण्यावाचून तुमचेकडे काय काम आहे ? तुम्ही प्रेम दिल्यावर पण कसला धर्म आणि कसला अधर्म ? आम्ही आमची काया, आमचा देह तुमचे चरणी अर्पण केला आहे. तेव्हा त्यात तुम्ही आता शुद्ध बीजाची पेरणी करा. मग आपला परस्परसंयोग होईल व गोडी वाढेल. एका हाताने ज्याप्रमाणे टाळी वाजत नाही. त्याप्रमाणे सेवकाला स्वामीशिवाय शोभा नाही, मग तो कितीही बलवान असो. देवा अनंता तुमचा निराकारपणा तुम्ही सोडून आकारास, सगुण रूपात आमचे पुढे यावे. मग सत्तेने आमच्या सेवेस पुटे चढतील. सर्व संतात आम्ही तुमचे लाडके होऊ. तुकाराम महाराज म्हणतात, तुम्ही भक्तिप्रेमाची उधारी केलीत तर माझी मोठीच फजिती म्हणून निकाल तो रोकडा करावा असे तुकाराम महाराज म्हणतात.

॥ पुंडलीक वरदा हरि विठ्ठल ॥

॥ श्री पांडुरंग ॥

भुके नाहीं अन्न । मेल्यावरी पिंडदान ।।
हे तो चाळवा चाळवी । केलें आपणचि जेवी ।।
नैवेद्याचा आळ । वेंचे ठाकणीं सकळ ।।
तुका म्हणे जड । मज न राखावें दगड ।।
सर्व भाग्यहीन । असे सांभाळिलों दीन ।।
पायीं संतांचे मस्तक। असों जडोनि हस्तक।।
जाणें तरी सेवा । दीन दुर्बळाची देवा ।।
तुका म्हणे जीव । समर्पून भाकीं कींव ।।
भाग्याचा उदय । ते हे जोडी संतपाय ।।
येथूनियां नुठो माथा । मरणावांचूनि सर्वथा ।।
होईं बळकट । माझ्या मना तूं रे धीट ।।
तुका आला लोटांगणीं । भक्तिभाग्या झाली धणी ।।

जिवंतपणी बापाला भूक लागली तर त्याला अन्न न देणारा, बाप मेल्यावर पिंडदान करतो. ते सगळे फसवाफसवीचे प्रकार आहेत. केलेले गोडधोड त्यांना स्वत: करिताच असते. देवाच्या नैवेद्याचे निमित्ताने चांगलीचुंगली पक्वान्ने करून ती पोटाच्या पिशवीत घालतात. तुकाराम महाराज म्हणतात, देवा मला असे दगड ठेवू नका. मी भाग्यहीन आहे, पण अशा दुर्दैवी दीनांचा सांभाळ संतांनी केला आहे. म्हणून मी संतचरणी माथा टेकून पुढे हात जोडून उभा आहे. देवा या दीनदुबळ्यांची सेवा गोड करून घ्या. मी तुम्हाला माझा जीव अर्पण करून तुमची करुणा भाकत आहे. माझा भाग्योदय झाला म्हणून मला संतांचे पाय लाभले. आता इथे मी जो माथा टेकवला आहे. ते मी मरेपर्यंत उचलणार नाही. माझ्या मना माझ्या या निश्चयास धीटपणे साथ दे. तुकाराम महाराज म्हणतात, ही संतापायी लोटांगण घातले आहे. त्यामुळे माझी इच्छा पूर्ण झाली.

॥ पुंडलीक वरदा हरि विठ्ठल ॥

।। श्री पांडुरंग ।।

नाहीं तरी आतां कैंचा अनुभव । झालासी तूं देव घरघेणा ।।
जेथें तेथें देखें लाचांचा पर्वत । घ्यावें तरी चित्त समाधान ।।
आधीं वरी हात या नांवें उदार । उसण्याचे उपकार फिटाफिट ।।
तुका म्हणे जैसी तैसी करूं सेवा । सामर्थ्यानें देवा पायांपाशीं ।।
विभ्रंशिली बुद्धि देहांतीं जवळी । काळाची अवकाळीं वायाचाळा ।।
पालटलें जैसें देंठ सांडी पान । पिकलें आपण तयापरी ।।
न मारितां हीन बुद्धि दु:ख पावी । माजल्याचि गोवी तयापरी ।।
तुका म्हणे गळ लागलिया मत्स्या । तळमळेचा तैसा लवलाहो ।।
कल्पतरू अंगीं इच्छिलें तें फळ । अभागी दुर्बळ भावें सिद्धी ।।
धन्य त्या जाती धन्य त्या जाती । नारायण चित्तीं सांठविला ।।
बीजाऐसा द्यावा उदकें अंकुर । गुणाचे प्रकार ज्याचे तया ।।
तुका म्हणे कळे पारखिया हिरा । ओझें पाठीं खरा चंदनाचें ।।

नाही तरी आता कसला अनभुव ? तू देव असून घरघेणा, घर बुडव्या झाला आहेस. मी जिथे जिथे पहातो तिथे तिथे लाच खाऊन श्रीमंत झालेले मला दिसतात. किंवा स्पष्टच सांगायचं तर लांचांचे पर्वत दिसतात. कुणी काही दिले तर तुमच्या चित्ताला समाधान मिळते. जे स्वत: होऊन देणगी देताता ते उदार. काही काम करून दान दिले तर ते उसने फेडण्यासारखे होय. तुकाराम महाराज म्हणतात, देवा आमच्यात जसे सामर्थ्य असेल तशी तुमची सेवा करू जरी बुद्धि चांगली असती तरी मरणकाळी मी भ्रष्ट होते. अशी फजिती काळच करू जाणे. झाडाचे पान पिकून सहज देठापासून तुटून गळून पडावे तशी स्थिती होते. मतिमंद त्रास न दिला तरी दु:खी होतो. संसारात अहंकाराने बद्धता येते. तुकाराम महाराज म्हणतात, आमिषाच्या आशेने गळाला लागलेला जसा तळमळतो तशी संसारीजनांची तळमळ होते. कल्पतरूपासून इच्छिलेले फळ मिळते, गरीबालाही ते मिळेल. ज्यांनी चित्तात नारायण साठवला आहे त्या जाती धन्य होतं. बीजाप्रमाणे अंकुर पाण्यापासून उगवतात. हिऱ्याची परीक्षा पारख्यांनाच होते. गाढवाच्या पाठीवर चंदनाचे ओझे ठेवले तर त्याचे त्याला काही नाही. सुगंध जाणणारे दुसरेच असतात असे तुकाराम महाराज म्हणतात.

।।। पुंडलीक वरदा हरि विठ्ठल ।।

।। श्री पांडुरंग ।।

एक एका साह्य करूं। अवघे धरू सुपंथ ।।
कोण जाणे कैशी परी । पुढें उरी ठेवितां ।।
अवघे धन्य होऊं आतां । स्मरवितां स्मरण ।।
तुका म्हणे अवघी जोडी । ते आवडी चरणांची ।।
फळकट तो संसार । येथें सार भगवंत ।।
ऐसें जागवितों मना । सरसें जनासहित ।।
अवघें निरसूनि काम । घ्यावें नाम विठोबाचें ।।
तुका म्हणे देवाविण । केला शीण तो मिथ्या ।।
सुधारसें ओलावली । रसना धाली न धाये ।।
कळों नये जाली धणी । नारायणीं पूर्णता ।।
आवडे तें तेचि यासी । ब्रह्मरसीं निरसें ।।
तुका म्हणे बहुतां परी । करूणा करीं सेवन ।।

लोक हो आपणा परस्परांना सहाय्य करून, मदत करून सन्मार्गाला, सुपंथाला लागू या. नाहीतर काय आपल्यापुढे काय वाढून ठेवलं आहे हे आपल्याला कुठं माहीत आहे ? म्हणून नामस्मरण करा सांगणारा आणि नामस्मरण करणारा दोघेही धन्य होऊ. तुकाराम महाराज म्हणतात, श्री विठ्ठलाचे चरणी लागल्याने सर्व काही मिळते. फोलपटाप्रमाणे असलेल्या या संसारात परमेश्वर हा एकमेव सार आहे. हे विचार मी माझ्या मनाला तर ऐकवतोच; पण इतरांनाही सांगतो. इतर सर्व कामेधामे उरकून किवा बाजूला ठेवून नामस्मरण करावे. तुकाराम महाराज म्हणतात, ईश्वर चिंतन हे सर्वश्रेष्ठ आहे बाकी सर्व म्हणजे व्यर्थ शीण आहे. हरिनाम चिंतनाने ही जीभ ओली झाली आहे. पण ती तृप्त झाली असून नसल्यासारखीच आहे. या नामस्मरणापुढे जिव्हेला ब्रह्मरसही फिका वाटतो. तुकाराम महाराज म्हणतात मी या नामरसाचे सतत सेवन करतो. पण तृप्ती होत नाही. म्हणून देवाची प्रार्थना करतो.

।। पुंडलीक वरदा हरि विठ्ठल ।।

॥ श्री पांडुरंग ॥

संतांची स्तुति ते दर्शनाच्या योगें । पडिल्या प्रसंगें ऐसी कीजे ॥
संकल्प ते सदा स्वामीचेचि चित्तीं । फांकों नये वृत्ति अखंडित ॥
दास्यत्व तें असे एकविध नांवें । उरों नये जीवें भिन्नत्वासी ॥
निज बीज येथें तुका अधिकारी । पाहिजे तें पेरी तये वेळे ॥
न सरे भांडार । भरलें वेंचितां अपार ॥
मवित्याचें पोट भरे । पुढलासी पुढें उरे ॥
कारणापुरता । लाहो आपुलाल्या हिता ॥
तुका म्हणे देवा । पुढें केला चाले हेवा ॥
कोण दुजें हरी सीण । शरण दीन आल्याचा ॥
तुम्हांविण जगदीशा । उदार ठसा त्रिभुवनीं ॥
कोण ऐसें वारी पाप । हरी ताप जन्माचा ॥
तुका म्हणे धांव घाली । कोण चाली मनाची ॥

दर्शनाचा योग आल्यास संतांची स्तुती करावी मात्र मनात सदैव भगवंताचे नाम असावे. चित्त इकडे-तिकडे जाऊ देऊ नये. दास्यत्व असे एकनिष्ठपणे करावे की आपले वेगळेपण असू नये. तुकाराम महाराज म्हणतात. निजात्मबीजाचा मी अधिकारी आहे. म्हणून जेव्हा पाहिजे तेव्हा त्याची मी पेरणी करतो. ईश्वरप्रेमाचे भांडार शिगोशीग भरले आहे. त्यातून कितीही उचलले तरी ते संपत नाही घेणारा तृप्त झाला तरी पुढच्यांसाठी ते शिल्लक असतेच. स्वहितासाठी प्रत्येकाने हे धन मिळविण्याची पराकाष्ठा करावी. तुकाराम महाराज म्हणतात, देवाजवळ या धनाचा कितीही लोभ धरला तरी चालतो. जे दीन हरीला शरण येतात, त्यांचा शीण घालविणारा हरि एकच आहे. हे देवा त्रिभुवनात तुझ्याच औदार्याचा ठसा आहे. जन्ममरणाच्या चक्रातून सोडवील असा हरी वाचून दुसरा कोण आहे ? तुकाराम महाराज म्हणतात, गरिबाची हाक ऐकून मनोवेगाने धावत येणारा केवळ श्रीहरीच आहे.

॥ पुंडलीक वरदा हरि विठ्ठल ॥

॥ श्री पांडुरंग ॥

पोटासाठीं खटपट करिसी अवघा वीळ । राम राम म्हणतां तुझी बसली दांतखीळ ॥
हरीचें नाम कदाकाळीं कां रे नये वाचे । म्हणतां रामराम तुझ्या बाचें काय वेंचे ॥
द्रव्याचिया आशा तुजला दाही दिशा न पुरती । कीर्तनासी जातां तुझी जड झाली माती ॥
तुका म्हणे ऐशा जीवा काय करूं आतां । राम राम न म्हणे त्याचा गाढव मातापिता ॥

करूनि जतन । कोणा कामा आलें धन ॥
ऐसें जाणत जाणतां । कां रे होतोसी । नेणता ॥
प्रिया पुत्र बंधु । नाहीं तुज याशीं संबंधु ॥
तुका म्हणे एका । हरीविण नाहीं सखा ॥

अरे, सगळा वेळ तुझी पोटासाठी खटपट चाललेली असते, पण रामनाम घेण्याचे वेळी तुझी दातखीळ का बसते ? सदासर्वदा हरिनाम घ्यावे ते तुझ्या मुखाने कधी येत नाही, हरिनाम घेतल्याने तुझ्या बापाचे काय जाते ? पैसे मिळवायला जायच्या वेळी तुला दाही दिशा पुरत नाहीत आणि कीर्तनास जायचे म्हटले की तुझ्या देहाची माती जड होते काय ? तुकाराम महाराज म्हणतात, असल्या जिवांना काय करावे ? जे कोणी रामनाम घेत नाहीत, त्यांच्या आईबापांना गाढवच म्हणावे लागेल. पैसे, संपत्ती साठवून ती कुणाच्या उपयोगास आली आहे ? हे सगळं तू जाणतोस तरी नेणता असल्यासारखा न समजल्यासारखा वागतोस ? बायका, मुलं, भाऊ इतर आप्त यांच्यांशी तुझा काय संबंध ? तुकाराम महाराज म्हणतात, बाबा रे, हरिसारखा अन्य सखा कोणी नाही !

॥ पुंडलीक वरदा हरि विठ्ठल ॥

।। श्री पांडुरंग ।।

शूद्रवंशीं जन्मलों । म्हणोनि दंभें मोकलिलों ।।
अरे तूंचि माझा आतां । मायबाप पंढरीनाथा ।।
घोकाया अक्षर । मज नाहीं अधिकार ।।
सर्वभावें दीन । तुका म्हणे यातिहीन ।।
वेडें वांकडें गाईन । परि तुझाची म्हणवीन ।।
मज तारीं दीनानाथा । ब्रीद साच करीं आतां ।।
केल्या अपराधांच्या राशी । म्हणऊनि आलों तुजपाशीं ।।
तुका म्हणे मज तारीं । सोडीं ब्रीद नाहीं तरी ।।
लटिका तो प्रपंच एक हरिनाम साच । हरिविण आहाच सर्व इंद्रियें ।।
लटिकें तें मौन भ्रमाचें स्वप्न । हरिविण ध्यान नश्वर आहे ।।
लटकिया वित्पत्ति हरिविण करिती । हरि नाहीं चित्तीं तो शव जाणा ।।
तुका म्हणे हरि हें धरिसी निर्धारीं । तरी तूं झडकारी जासी वैकुंठासी ।।

मी शूद्र वंशात जन्माला आलो म्हणून दंभ तो उरला नाही, तेव्हा पंढरीनाथा माझी माता आणि माझा पिता तूच आहेस. वेदाक्षरे घोकण्याचा मला आधिकार नाही. मी सर्वार्थाने दीन असून हीन जातीचा आहे असे तुकाराम महाराज म्हणतात, देवा, मी तुझे गाणे वेडेवाकडे गाईन पण मी तुझाच स्वत:ला म्हणवीन. तेव्हा हे दीनानाथा, आपले ब्रीद खरे करावयाचे असेल तर तू मला तारले पाहिजेस. मी अनंत अपराध केले आहेत, अपराधांच्या राशी केल्या आहेत. म्हणून तुझ्यापाशी आलो आहे. तू आता माझा तारक हो, नाहीतर दीनानाथ म्हणवून घेऊ नको. एक हरिनाम सत्य आहे. बाकी संसार लटका आहे. हरिशिवाय सर्व इंद्रिये शून्य आहेत. हरिनाम मुखी नसेल तर मौन लटिके, लबाडीचे आहे. तो स्वप्नभ्रम आहे. हरिशिवाय सर्व प्रतिपादन खोटे आहे. ज्याच्या मनात हरि नाही तो जिवंत असून मेल्यासारखा. तुकाराम महाराज म्हणतात तू हरिनाम घे. म्हणजे निश्चित वैकुंठाला पोचशील.

।। पुंडलीक वरदा हरि विठ्ठल ।।

हरिभक्त माझे जिवलग सोइरे । हृदयीं पाउलें धरीन त्यांचीं ॥
अंतकाळीं येती माझ्या सोडवणें । मस्तक बैसणें देईन त्यांसी ॥
आणिक सोइरे सज्जन वो कोणी । वैष्णवांवांचोनि नाहीं मज ॥
देईन आलिंगन धरीन चरण । संवसारसीण नासे तेणें ॥
कंठीं तुळशीमाळा नामाचे धारक॥ ते माझे तारक भवनदीचे ॥
तयांचे चरणीं घालीन मी मिठी । चाड हे वैकुंठीं नाहीं मज ॥
आळसें दंभें भावें हरिचें नाम गाती ॥
ते माझे सांगाती परलोकींचे ॥
काया वाचा मनें देईन क्षेम त्यांसी । चाड जीवित्वासी नाहीं मज ॥
हरिचें नाम मज म्हणविती कोणी । तया सुखा धणी धणीवरी ॥
तुका म्हणे तया उपकारें बांधलों । म्हणऊनि आलों शरण संतां ॥

जे जे कोणी हरिभक्त असतील ते माझे आप्त आहेत, सोयरे आहेत. त्यांची पाऊले मी हृदयाशी धरीन. ते मला अन्तकाळी काळापासून सोडवतील, म्हणून मी त्यांना मस्तकी धरीन. वैष्णवांशिवाय मला कोणी आप्तेष्ट, सगेसोयरे नाहीत. त्यांना आलिंगन देऊन मी त्यांच्या पायी लागेन. त्यामुळे माझा संसाराचा शीण नाहीसा होईल. ज्यांनी गळ्यात तुळशीची माळ घातली आहे. आणि ज्यांचे ओठात आणि मनात सतत हरिनाम आहे. ते मला ही भवनदी पार करण्यासाठी सहाय्य करतील. म्हणून मी त्यांच्या चरणांवर मिठी घालीन. त्याशिवाय मला वैकुंठ नको. जे कोणी आळसाने, दंभाने, मनोभावे हरिनाम घेतील ते माझे परलोकातील सहकारी आहेत. म्हणून तनमने मी त्यांना आलिंगन देईन, त्यापुढे मला माझ्या जिवाची देखील पर्वा नाही मला कोणी सांगितले तर मी स्वेच्छेने तृप्त होईपर्यंत हरिनाम घेईन. तुकाराम महाराज म्हणतात मी त्यांच्या अशा उपकाराने बांधला गेलो आहे म्हणून मी संतांना शरण आलो आहे.

॥ पुंडलीक वरदा हरि विठ्ठल ॥

।। श्री पांडुरंग ।।

सर्वस्वासी मुकावें तेणें हरिसी जिंकावें । अर्थ प्राण जीवें देहत्याग ।।

मोह ममता माया चाड चिंता । विषयकंदुवेधा जाळूनियां ।।

लोकलज्जा दंभ आणि अहंकार । करूनि मत्सर देशधडी ।।

शांति क्षमा दया सखिया विनऊनी । मूळ चक्रपाणी धाडी त्यांसी ।।

तुका म्हणे याती अक्षरें अभिमान । सांडोनियां शरण रिघे संतां ।।

एकांताचें सुख देईं मज देवा । आघात या जीवा चुकवूनि ।।

ध्यानीं रूप वाचे नाम निरंतर । आपुला विसर पडों नेदीं ।।

मायबाळा भेटी सुखाची आवडी । तैशी मज गोडी देईं देवा ।।

कीर्ति ऐकोनियां झालों शरणांगत । दासाचें तूं हित करितोसी ।।

तुका म्हणे मी तों दीन पापराशी । घालावें पाठीशीं मायबापा ।।

ज्याला श्रीहरीला जिंकावयाचे आहे. त्याने सर्वस्वाचा त्याग, अगदी प्राण, देह, द्रव्य यांचाही त्याग केला पाहिजे. मोह, माया, ममता, चिंता आणि विषय यांचे मूळ जाळून टाकले पाहिजे. लोकलज्जा अभिमान, दांभिकपणा, मत्सर यांना हुसकावून लावले पाहिजे. शांती, दया, क्षमा, यांच्याशी मैत्री करून चक्रपाणी श्रीहरि याला निमंत्रण पाठवले पाहिजे. तुकाराम महाराज म्हणतात, आपल्या जातीचा, ज्ञानाचा अभिमान सोडून संतांना शरण गेले पाहिजे. देवा, प्रापंचिक दुःखाचे आघात चुकवून मला तू एकांताचे सुख दे. मुखी तुझे नाम, ध्यानी तुझे रूप सदैव असू दे. आपला विसर मला कधीही पडू देऊ नका. देवा, आई आणि मूल यांना जसे परस्पर भेटीचे सुख होते तसे तुमच्या भेटीचे सुख मला मिळू दे. तुझ्या दासांचे हित तू करतोस असे ऐकले आहे. म्हणून तुला शरण आलो आहे. तुकाराम महाराज म्हणतात, मी दीन असून पाप राशी आहे. म्हणून मायबापा देवा मला पाठीशी घालून माझे रक्षण कर.

।। पुंडलीक वरदा हरि विठ्ठल ।।

॥ श्री पांडुरंग ॥

संसारापासूनी कैसें सोडविशी । न कळे हृषीकेशी काय झालों ।
करितां न सरे कांहीं वाढ पाहीं । तृष्णा देशधडी केलों ।
भक्तिभजनभाव यासी नाहीं ठाव । चरणीं तुझ्या अंतरलों ।
मागे पुढें रीग न पुरेचि पाहतां । अवघा अवघीं वेष्टिलों ॥
आतां माझी लाज राखें नारायणा । हीन दीन लीन याचकाची ।
करितां न कळे कांहीं असतील गुण दोष । करीं होळी संचिताची ॥
इंद्रियें द्वारें मन धांवे सैरें । नागवे करितांचि कांहीं ।
हात पाय कान । मुख लिंगस्थान । नेत्र घ्राण द्वारें पाहीं ।
जया जैसी सोय तया तैसें होय । क्षण एक स्थिर नाहीं ।
करिती ताडातोडी ऐसी यांची खोडी । न चले माझें यांस कांहीं ॥
शरीरसंबंधू पुत्र पत्नी बंधु । धन लोभ मायावंतें ।
जन लोकपाळ मैत्र हे सकळ । सोयरीं सज्जनें बहुतें ।
नाना कर्म डाय करिती उपाय । बुडावया घातपातें ।
तुका म्हणे हरी राखे भलत्या परी । आम्ही तुझीं शरणागतें ॥

हे हृषिकेशी तू माझी प्रपंचापासून सुटका कशी आणि कधी करशील असे मला झाले आहे. काही केले तरी ही तृष्णा संपत नाही, वाढतच जाते. या हावेने मला देशोधडी केले. भक्ति आणि भजन याविषयीचा मागमूस माझ्याजवळ नाही. परिणामी मी तुझ्यापासून दुरावलो. मागे पुढे सरकायला वाव नाही. प्रपंचाने मी पुरता वेढला गेलो आहे. देवा नारायणा तूच माझी लाज राख मी हीन–दीन–लीन आहे. माझी संचित पापे गुणदोष यांची तुम्ही होळी करा. निरनिराळ्या इंद्रियांद्वारे मन इकडे–तिकडे चौखूर धावते आहे. क्षणभरही थांबत नाही. यांनी माझी ओढाताण चालवली आहे. ही इंद्रिये खोडसाळ आहेत. तुकाराम महाराज म्हणतात. पत्नी, पुत्र, बंधु, धनिक, मित्र, सोयरे माझा घात करून मला बुडवू पहात आहेत. श्रीहरि म्हणून मी तुला शरण आले आहे म्हणून कोणत्याही उपायाने तू या सर्वांपासून माझे रक्षण कर.

॥ पुंडलीक वरदा हरि विठ्ठल ॥

।। श्री पांडुरंग ।।

तोंवरि तोंवरि जुंबक करि गर्जना । जंव त्या पंचानना देखिलें नाहीं ।।
तोंवरि तोंविर सिंधु करि गर्जना । जंव त्या अगस्ति ब्राह्मणा देखिलें नाहीं ।।
तोंवरि तोंवरि वैराग्याच्या गोष्टी । जंव सुंदर वनिता दृष्टीं देखिली नाहीं ।।
तोंवरि तोंवरि शूरत्वाच्या गोष्टी । जंव परमाईचा पुत्र दृष्टीं देखिला नाहीं ।।
तोंवरि तोंवरि माळामुद्रांची भूषणें । जंव तुक्याचें दर्शन झालें नाहीं ।।
तोंवरि तोंवरि शोभतील गारा । जंव नाहीं हिरा प्रकाशला ।।
तोंवरि तोंवरि शोभती दीपिका । नुगवतां एका भास्करासी ।।
तोंवरि तोंवरि सांगती संतपणाचिया गोष्टी । जंव नाहीं भेटी तुक्यासवें ।।
लांब लांब जटा काय वाढवूनि । पावडें घेऊनि क्रोधें चाले ।।
खायाचा वोळसा शिव्या दे जनाला । ऐशा तापशाला बोध कैंचा ।।
सेवी भांग अफू तमाखू उदंड । परि तो अखंड भ्रांतीमाजी ।।
तुका म्हणे ऐसा सर्वस्वे बुडाला ।। त्यासी अंतरला पांडुरंग ।।

जोपर्यंत वाघ पाहिला नाही तोपर्यंत कोल्ह्याच्या गर्जना. जोपर्यंत अगस्ती ब्राह्मणाला पाहिले नाही, तोपर्यंत समुद्राच्या गमजा. जोपर्यंत सुंदर स्त्री पाहिली नाही, तोपर्यंत वैराग्याच्या गोष्टी. जोपर्यंत तुकारामाचे दर्शन झाले नाही, तोपर्यंत माळामुद्रावाल्या साधूचे महत्त्व. जोपर्यंत हिऱ्याचा लख्ख प्रकाश पडला नाही, तोपर्यंत गारांची शोभा आली. जोपर्यंत, सूर्योदय झाला नाही. तोपर्यंत दिव्यांची रोषणाई. तुकाराम महाराज म्हणतात, जोपर्यंत माझी भेट झाली नाही, तोपर्यंत संतपणाच्या गप्पा, जे कोणी लांब जटा वाढवून हाती पावडे घेऊन भिक्षा मागतो आणि भिक्षा वाढली नाहीतर संतापतो. अशा बैराग्याला परमार्थ कसा कळणार ? चांगले खाण्याचे व्यसन असलेल्याला ज्याप्रमाणे भिक्षा मिळाली नाही तर तो संतापून शिव्या देतो. त्याचा कसला परमार्थ बोध ? जो भांग, अफू आणि तंबाखूच्या अखंड नशेत असतो तो, तुकाराम महाराज म्हणतात तो सर्वस्वी बुडाला, पांडुरंगाला अंतरला.

।। पुंडलीक वरदा हरि विठ्ठल ।।

॥ श्री पांडुरंग ॥

अंगीकार ज्याचा केला नारायणें । निंद्य तेहि तेणें वंद्य केले ॥
अजामेळ भिल्ली तारिली कुंटणी । प्रत्यक्ष पुराणीं वंद्य केली ॥
ब्रह्महत्यारा पातकें अपार । वाल्मीक किंकर वंद्य केला ॥
तुका म्हणे येथें भजन प्रमाण । काय थोरपण जाळावें तें ॥
हा गे माझा अनुभव । भक्तिभाव भाग्याचा ॥
केला ऋणी नारायण । नव्हे क्षण वेगळा ॥
घालोनियां भार माथां । अवघी चिंता वारली ॥
तुका म्हणे वचनासाठीं । नाम कंठीं धरियलें ॥
देव आहे सुकाळ देशीं । अभाग्यासी दुर्भिक्ष ॥
नेणती हा करूं सांटा । भरले फांटा आडरानें ॥
वसवूनि असे घर । माग दूर घातला ॥
तुका म्हणे मन मुरे । मग जें उरे तेंचि तूं ॥

ज्यांचा ईश्वराने, नारायणाने स्वीकार केला ते आधी निंद्य होते; पण त्यानंतर वंद्य झाले. गणिका, भिल्लीण आणि अजामिळ हे नीच होते, त्यांचा तुम्ही उद्धार केलात आणि वंदनीय केलेत असे पुराण सांगते. ज्याने अनेक ब्रह्महत्त्या केल्या त्या वाल्मिकीला तो देवाचा दास झाल्यामुळे वंदनीय झाला. तुकाराम महाराज म्हणतात इथे भजनच प्रमाण आहे, थोरपणाला विचारतो कोण ? भक्तिभाग्याचा हा माझा अनुभव सांगतो. त्यामुळे नारायण जणू आमचा ऋणी होऊन राहिला आहे. तो पळभरही आमच्यापासून वेगळा होत नाही. त्याच्यामाथी आमचा सगळा भार घालून आम्ही निश्चिंत झालो आहोत. तुकाराम महाराज म्हणतात, माझी वचने मी देवाला अर्पण करून, त्याचे मानधन म्हणून हरिनाम कंठी धरले आहे. देव सर्वव्यापी आहे, पण काही अभाग्यांना तो समजत नाही. देवाविषयी शंका घेणारे आडरानात पडतात. देवाने जग वसवले आणि स्वतः दूर राहिला. तुकाराम महाराज म्हणतात, मन सरले की जो उरते ते म्हणजे देव.

॥ पुंडलीक वरदा हरि विठ्ठल ॥

।। श्री पांडुरंग ।।

दधीमाजीं लोणी जाणती सकळ । तें काढी निराळें जाणें मंथन ।।
अग्नि काष्टामाजीं ऐसें जाणे जन । मथिलियाविण कैसा जाळी ।।
तुका म्हणे मुख मळीण दर्पणीं । उजळिल्यावांचूनि कैसें भासे ।।
नको नको मना गुंतू मायाजाळीं । काळ आला जवळी ग्रासावया ।।
काळाची हे उडी पडेल बा केव्हां । सोडवीना तेव्हां मायबाप ।।
सोडविना राजा देशींचा चौधरी । आणीक सोइरीं भलीं भलीं ।।
तुका म्हणे तुला सोडवीना कोणी । एका चक्रपाणीवांचूनियां ।।
संतसेवेसी अंग चोरी । दृष्टी न पडो तयावरी ।।
ऐसी कां तें व्याली रांड । जळो जळो तिचें तोंड ।।
संतचरणीं ठेवितां भाव । आपेंआप भेटे देव ।।
तुका म्हणे संतसेवा । माझ्या पूर्वजांचा ठेवा ।।

दह्यामध्ये लोणी असतं हे सर्वांना माहीत असतं; पण ज्यांना घुसळावे कसे हे माहीत आहे तेच केवळ लोणी काढू शकतील. लाकडात अग्नि असतो हे खरे पण घर्षणावाचून तो थोडाच प्रकट होणार ? तुकाराम महाराज म्हणतात, आरशात चेहरा दिसतो पण आरसा स्वच्छ केल्याशिवाय कसा दिसेल ? देहातील, आत्म्याचे ज्ञान सर्वांना असते असे नाही, आणि अंत:करण शुद्ध असावे म्हणजे आत्म्याचे ज्ञान होईल असे इथे तुकाराम महाराज सुचवीत आहेत. माझ्या मना मला या मायाजळात गुंतवू नकोस. कारण काळाची उडी कधी पडेल हे सांगता येत नाही. काळ खायला आला की आईबाप सोडवू शकत नाहीत, आप्तेष्ट, राजा किंवा राजाचा अधिकारी कोणी तुला सोडवू शकणार नाही. सोडवील फक्त चक्रपाणी असे तुकाराम महाराज म्हणतात, जो संतसेवेच्या वेळी अंग चोरतो तो माझ्या दृष्टीस देखील पडू नये. ज्यांनी आपला भाव संतपायी ठेवला, त्यांनाच देव भेटतो. तुकाराम महाराज म्हणतात, संतसेवा हा माझ्या पूर्वजांचा ठेवा आहे.

।। पुंडलीक वरदा हरि विठ्ठल ।।

।। श्री पांडुरंग ।।

गेले पळाले दिवस रोज । काय म्हणतोसि माझें माझें ।।
सळे धरोनि बैसला काळ । फांको नेदी घटिका पळ ।।
कां रे अद्यापि न कळे । केश फिरले कान डोळे ।।
हित कळोनि असतां हातीं । तोंडीं पाडोनि घेसी माती ।।
तुज ठाउकें मी जाणार । पाया शोधोनि बांधिसी घर ।।
तुका म्हणे वेगें । पंढरिराया शरण रिघें ।।
आतां माझ्या मायबापा । तूं या पापा प्रायश्चित्त ।।
फजित हे केले खळ । तो विटाळ निवारीं ।।
प्रेम आतां पाजीं रस । करीं वास अंतरीं ।।
तुका म्हणे पांडुरंगा । जिवलगा माझिया ।।

रोजचा दिवस पुढे चालला आहे, पुढे पळतो आहे आणि तू 'माझे माझे' काय म्हणतोस ? काळ तुझ्यावर लक्ष ठेवून बसला आहे. तो तुझी मरणवेळ चुकवू देणार नाही. अरे तुझे केस पांढरे झाले, कानांनी ऐकू येईनासे झाले, दृष्टि क्षीण झाली असे असूनही अजून तुला तुझे हित कसे कळत नाही ? तू जर तुझे हित साधून घेतले नाहीस तर तोंडात माती घालून घेशील. आपला देह टिकणार नाही. जाणार आहे हे माहीत असूनही कच्च्या पायावर घर कशाला बांधतोस ? तुकाराम महाराज म्हणतात, तू वेगाने पंढरीरायाला शरण जा. देवा, माझ्या पापाला प्रायश्चित्त देणारा तूच आहेस. मी अनेक दुर्जनांची फजिती केली आहे. त्याचे पाप मला लागू नये म्हणून या विटाळाचे तू निवारण कर. मला मला प्रेमरस पाज आणि माझ्या अंतरंगात वस्तीला ये. तुकाराम महाराज म्हणतात, देवा, तू माझा जिवीचा जिवलग आहेस. पाडुरंगा, मला तुझ्याशिवाय दुसरे कोणी नाही.

।। पुंडलीक वरदा हरि विठ्ठल ।।

।। श्री पांडुरंग ।।

उंच नीच कांहीं नेणे भगवंत । तिष्ठे भावभक्त देखोनियां ।।
दासीपुत्र कण्या विदुराच्या भक्षी । दैत्याघरीं रक्षी प्रल्हादासी ।।
चर्म रंगूं लागे रोहिदासा संगें । कबिराचे मागें विणी शेले ।।
सजन कसाया विकूं लागे मांस । माळ्या सांवत्यास खुरपूं लागे ।।
नरहरि सोनारा घडूं फुंकूं लागे । चोख्यामेळ्यासंगें ढोरें ओढी ।।
नामयाची जनी सवें वेंची शेणी । धर्मा घरीं पाणी वाहे झाडी ।।
नाम्या सवें जेवी नव्हे संकोचित । ज्ञानियाची भिंत अंगें ओढी ।।
अर्जुनाचे रथीं होय हा सारथी । भक्षी पोहे प्रीती सुदाम्याचे ।।
गौळियांचे घरीं अंगें गाई वळी । द्वारपाळ बळी द्वारीं झाला ।।
येकोवाचें ऋण फेडी हृषीकेशी । अंबऋषीचे सोशी गर्भवास ।।
मिराबाईसाठीं घेतो विषप्याला । दामाजीचा झाला पाडेवार ।।
घडी माती वाहे गोऱ्या कुंभाराची । हुंडी मेहत्याची अंगें भरी ।।
पुंडलिकासाठीं अझूनि तिष्ठत । तुका म्हणे मात धन्य त्याची ।।

भगवंत उच्च नीच जाणत नाही तो भक्तिभाव पाहतो. दासीपुत्र विदुराच्या कण्या त्यांनी खाल्ल्या, दैत्यकुळाती प्रल्हादाचे रक्षण केले, रोहिदास चांभाराबरोबर कातडी रंगविण्याचे काम केले, सजन कसायाला मांस विकायला मदत केली, सावता माळ्यासाठी खुरपणे हाती घेतले, नरहरि सोनाराची भट्टी फुंकली, चोखा मेळ्यासमवेत मेलेली ढोरे ओढली, जनीबरोबर गोवऱ्या गोळा केल्या, धर्माचे घरी झाडलोट करून पाणी भरले. नामदेवाने दिलेला घास नि:संकोचपणे खाल्ला, ज्ञानोबासाठी भिंत चालवली, अर्जुनाच्या रथाचा सारथी झाला, सुदाम्याचे पोहे खाल्ले, गवळ्यांच्या गाई वळल्या, बळीचा द्वारपाल झाला. एकनाथाच्या घरी गंगेच्या कावडी आणल्या. अंबऋषीसाठी गर्भवास सोसला. मीराबाईसाठी विषाचा प्याला घेतला. दामाजीपंतासाठी विठू महार झाला. गोरोबाकडे माती वाहिली, नरसी मेहत्याची कर्जफेड केली. पुंडलीकासाठी तर अजून तिष्ठत उभा आहे. अशा या देवाची धन्य आहे.

।। पुंडलीक वरदा हरि विठ्ठल ।।

।। श्री पांडुरंग ।।

भेटीलागीं जीवा लागलीसे आस । पाहें रात्रंदिवस वाट तुझी ।।
पूर्णिमेचा चंद्र चकोरा जीवन । तैसें माझें मन वाट पाहे ।।
दिवाळीच्या मूळा लेंकी आसावली । पाहातसे वाटुली पंढरीची ।।
भुकेलिया बाळ अति शोक करी । वाट पाहे परी माउलीची ।।
तुका म्हणे मज लागलीसे भूक। धांवूनि श्रीमुख दावीं देवा ।।
आले संत पाय ठेविती मस्तकीं । इहीं उभयलोकीं सरता केलों ।।
वंदीन पाउलें लोळेन चरणीं । आजि इच्छा धणी फिटईल ।।
अवघीं पूर्व पुण्यें जालीं सानूकुळ । अवघेंचि मंगळ संतभेटी ।।
तुका म्हणे कृतकृत्य जालों देवा । नेणें परि सेवा डोळां देखें ।।
कां रे माझीं पोरें म्हणशील ढोरें । मायबाप खरें काय एक।।
कां रे गेलें म्हणोनि करिसी तळमळ । मिथ्याच कोल्हाळ मेलियाचा ।।
कां रे माझें माझें करशील गोत । न सोडविती दूत यमा हातीं ।।
कां रे मी बळिया म्हणविसी ऐसा । सरणापाशीं कैसा उचलविसी ।।
तुका म्हणे न धरीं भरंवसा कांहीं । वेगीं शरण जाईं पांडुरंगा ।।

देवा तुझ्या भेटीची मला आस लागून राहिली आहे म्हणून मी तुझी रात्रंदिवस वाट पाहतो आहे. चकोराला पौर्णिमेचा चंद्र हेच जीवन असते, तो ज्या प्रमाणे चंद्राची वाट पहातो तशी मी तुझी पहात आहे. दिवाळीचे वेळी मुलगी आईवडील बोलावतील, म्हणून वाट पहात असते त्याप्रमाणे मी पंढरीनाथाची वाट पहातो आहे. भुकेले बालक आईची वाट पाहते, तशी मी विठूमाउलींची वाट पाहतो आहे. देवा, माझी भूक दर्शन घडवून भागवा असे तुकाराम महाराज म्हणतात, संतांनी येऊन माझ्या मस्तकावर पाय ठेवला मी सर्वलोकी धन्य झालो. मी संतचरणी लोळेन, माझी इच्छा पूर्ण झाली आहे. अनेक जन्मांचे सुकृत फळास आले, संतभेट होऊन सर्व काही मंगल आहे. तुकाराम महाराज म्हणतात मी आता कृतकृत्य झालो. अरे माझी गुरे, माझी पोरे असे का म्हणतोस ? जन्मदाते आईबाप तरी तुझे आहेत का ? मेल्याबद्दल हातून ते तुला सोडणार नाहीत. स्वत:ला बलवान म्हणतोस पण सरणावर ठेवताना इतरेजणांकडून उचलला जातोस. तुकाराम महाराज म्हणतात, जिवाचा भरवंसा नाही म्हणून पांडुरंगाला त्वेरेने शरण जा.

।। पुंडलीक वरदा हरि विठ्ठल ।।

॥ श्री पांडुरंग ॥

न मनीं ते ज्ञानी न मनीं ते पंडित । ऐसे परीचे एक एका भावें ।।
धातू पोसोनियां आणिकां उपेदश । अंतरीं तो लेश प्रेम नाहीं ।।
न मनीं ते योगी न मनीं ते हरिदास । दर्शनं बहुवस बहुतां परीचीं ।।
तुका म्हणे तयां नमन बाह्यात्कारीं । आवडती परी चित्तशुद्धी ।।
कासया पाषाण पूजितसां पितळ । अष्ट धातु खळ भावेंविण ।।
भावचि कारण भावचि कारण । मोक्षाचें साधन बोलियेलें ।।
काय करिल जपमाळा कंठमाळा । करिशी वेळोवेळां विषयजप ।।
काय करिशील पंडित हे वाणी । अक्षराभिमानी थोर होय ।।
काय करिशील कुशल गायन । अंतरीं मळीण कुबुद्धि ते ।।
तुका म्हणे भाव नाहीं करीसी सेवा । तेणें काय देवा योग्य होशी ।।

ज्यांच्या एकापेक्षा एक परी आहेत. त्यांना मी ज्ञानी किंवा पंडित मानीत नाही. ते देहातील धातूंचे पोषण करून इतरांना उपदेश करतात, पण त्यांच्या अंत:करणात प्रेमाचा लवलेशहि नसतो. ज्यांची निरनिराळी दृष्टि आहे. त्यांना मी योगी किवा हरिदासहि समजत नाही. तुकाराम महाराज म्हणतात, अशा लोकांना मी बाह्यात्काराने, वरवर नमस्कार करतो, परंतु ज्यांचे चित्त, मन शुद्ध आहेत अशी माणसे मला अधिक प्रिय आहेत. हरिप्रीती मनात नसताना पाषाणाच्या किंवा धातूंच्या मूर्तीचे पूजन कशासाठी करतोस ? मनातील भक्तिभावच मोक्षप्राप्तीला कारण होतो. जप कंठमाळा आणि जपमाळ काय करतील ? पंडिती बडबड करशील तर अहंकारी आणि अभिमानी होशील. जर तुझे मन मीलन आहे, तुला कुबुद्धि आहे, तर गायनाच्या कौशल्याने काय होणार ? तुकाराम महाराज म्हणतात तू जर खऱ्या भक्तिभावाने देवाची सेवा केली नाहीस तर तू देवाला आवडशील का ?

॥ पुंडलीक वरदा हरि विठ्ठल ॥

।। श्री पांडुरंग ।।

माझीया मीपणावरी पडो पाषाण । जळो हें भूषण नाम माझें ।
पाप नाहीं पार दु:खाचे डोंगर । झालों ये भूमीसी ओझें ।।
काय विटंबना सांगों किती । पाषाण फुटती ऐसें दु:ख ।
नरनारी सकळ उत्तम चांडाळ । न पाहती डोळां माझें मुख ।।
काया वाचा मनें अघटित करणें । चर्म चक्षु हात पाय ।
निंदा द्वेष घात विश्वासी व्यभिचार । आणीक सांगों किती काय ।।
लक्ष्मीमदें मातें घडले बहुत दोष । पत्नी दोनी भेदाभेद ।
पितृवचनीं घडली अवज्ञा अविचारी । कुटिल कुचर वादी निंद्य ।।
आणीक किती सांगों ते अवगुण । न वळे जिव्हा कांपे मन ।
भूतदया उपकार नाहीं शब्द धीर । विषयीं लंपट शब्दहीन ।।
संत महानुभाव ऐका हें उत्तरें । अवगुण अविचार वृद्धि पापा ।
तुका म्हणे सरते का पांडुरंगी । शरण आलों मायबापा ।।

माझ्या अहंकारावर, मीपणावर पाषाण पडोत, ह्या नावाची जी कीर्ती पसरली आहे. ती जळून जावो माझ्याजवळ अपार पापे आहेत. दु:खाचे डोंगर आहेत मी या भूमीला भार झालो आहे. माझी फजिती आणि माझी दु:खे ऐकून दगडही फुटतील. स्त्री-पुरुष बरे असोत वा वाईट माझ्याकडे पहात देखील नाहीत. माझ्या कायावाचा मनाने हातापायांनी, डोळ्यांनी घडू नयेत अशी कृत्ये घडत आहेत. निंदा, द्वेष, मत्सर, व्यभिचार, विश्वासघात ही तर दुर्लक्षणे माझ्यात आहेत; पण आणखी किती सांगू ? पैशाच्या धुंदीने माझ्या हातून चुका झाल्या. दोन बायका असल्यामुळे वागण्यात भेद राहिला. आईबापांचा मी आज्ञाभंग केला. मी कुटिल, कुचर, अविचारी आणि निंद्य झाला आणखी अवगुण सांगायला जीभ वळत नाही. मन थरथरते. भूतदया, उपकार, शब्दाचा सच्चेपणा नाही. विषयलोलुपता आहे. तेव्हा तुकाराम महाराज म्हणतात, संतांनो, मी असा अवगुणी तुम्हाला शरण आलो आहे मला पांडुरंगापाशी पोचवा.

।। पुंडलीक वरदा हरि विठ्ठल ।।

।। श्री पांडुरंग ।।

तोचि लटिक्यांमाजी भला । म्हणे देव म्यां देखिला ।।
ऐशियाच्या उपदेशें । भवबंधन कैसें नासे ।।
बुडवी आपणासरिसे । अभिमानें आणिकांस ।।
आणिक नाहीं जोडा । देव म्हणवितां या मूढा ।।
आणिकांचें न मनी साचें ।। तुका म्हणे या श्रेष्ठाचें ।।
अनुभवें आलें अंगा । तें या जगा देतसें ।।
नव्हती आहाचतुके बोल । मूळ ओल अंतरींची ।।
उतरूनी दिलें कशीं । शुद्धरशीं सरतें ।।
तुका म्हणे दुसरें नाहीं । ऐसी ग्वाही गुजरली ।।
साधकाची दशा उदास असावी । उपाधि नसावी अंतर्बाहीं ।।
लोलुप्यता काय निद्रेसी जिंकावें । भोजन करावें परिमित ।।
एकांतीं लोकांतीं स्त्रियांशीं भाषण । प्राण गेल्या जाण बोलों नये ।।
संग सज्जनांचा उच्चार नामाचा । घोष कीर्तनाचा अहर्निशीं ।।
तुका म्हणे ऐशा साधनीं जो राहे । तोचि ज्ञान लाहे गुरुकृपा ।।

जो देव मी पाहिला असे म्हणतो तो खोटारडा समजावा. असल्या माणसाच्या उपदेशाने भवबंधन कसे तुटणार ? तो स्वत: बुडतो आणि इतरांना बुडवतो. जो स्वत:ला देव समजतो त्याच्यासारखा मूर्ख कोणी नाही. तुकाराम महाराज म्हणतात असा दांभिक दुसऱ्याचे ऐकत नाही. तो श्रेष्ठांचेही ऐकत नाही. मला जो अनुभव आला तो मी जगाला सांगतो. माझे शब्द पोकळ निरर्थक नव्हते. त्यात माझ्या अंतरीचा ओलावा आहे. माझे शब्द खरे, सिद्ध रसभरित आहेत. तुकाराम महाराज म्हणतात या शब्दांशिवाय दुसरे काही ईश्वर प्राप्तीसाठी नको. साधकाने उदास असावे. त्याला कसलीही उपाधि नसावी. संसारात त्याने गुंतू नये, निद्रेवर नियंत्रण ठेवावे. एकांतात स्त्रियांशी सभाषण करू नये. अगदी प्राण गेला तरी, भोजन परिमित ठेवावे. तुकाराम महाराज म्हणतात अशा प्रकारे जो राहील त्याला ज्ञानप्राप्ती तर होईलच पण त्याच्यावर गुरुकृपाही होईल.

।। पुंडलीक वरदा हरि विठ्ठल ।।

।। श्री पांडुरंग ।।

कासया गा मज घातलें संसारीं । चित्त पायांवरी नाहीं तुझ्या ।।

कासया गा मज घातलें या जन्मा । नाहीं तुझा प्रेमा नित्य नवा ।।

नामाविण माझी वाचा अमंगळ । ऐसा कां चांडाळ निर्मियेलों ।।

तुका म्हणे माझी जळो जळो काया । विठ्ठला सखया वांचूनियां ।।

प्रारब्धेंचि जोडे धन । प्रारब्धेंचि वाढे मान ।।

सोस करिसी वायां । भज मन पंढरीराया ।।

प्रारब्धेंचि होय सुख । प्रारब्धेंचि पावे दुःख ।।

प्रारब्धेंचि भरे पोट । तुका करीना बोभाट ।।

हीन माझी याति । वरि स्तुती केली संतीं ।।

अंगीं वसूं पाहे गर्व । माझें हरावया सर्व ।।

मी एक जाणता । ऐसें वाटतसे चित्ता ।।

राख रोख गेलों वायां । तुका म्हणे पंढरीराया ।।

देवा, तुझ्या चरणी माझे चित्त नाही तर मग मला या संसारात कशासाठी ढकललेस. तुझे नित्य नूतन प्रेम जर मला मिळणार नसेल तर जन्म तरी कशासाठी दिलास ? तुझ्या नामस्मरणाशिवाय मी अमंगळ राहतो आहे असला चांडाळ तुम्ही निर्माण तरी कशाला केलात ? तुकाराम महाराज म्हणतात, विठ्ठल जर माझा प्रिय सखा होत नाही तर हे शरीर जळून गेले तरी चालेल. प्रारब्धानुसार माणसाला संपत्ती प्राप्त होते, त्यानुसार त्याला मानसन्मान मिळतो. माझ्या मना उगीच द्रव्याचा सोस करू नकोस, पंढरीरायाचे भजन कर. सुख अथवा दुःख हे प्रारब्धानुसार होते. तुकाराम महाराज म्हणतात, आपल्य नशिबात असेल त्याप्रमाणे पोट भरेल उगीच त्याचा गवगवा मी करीत नाही. मी मूळ कनिष्ठ जातीचा पण तरीहि संतांनी माझी स्तुती केली. त्यामुळे मी अहंकारी होतो आहे. सर्व मूर्ख आणि मीच एक शहाणा असे मला वाटू लागले आहे. तुकाराम महाराज म्हणतात, देवा मी आता वाया गेलो आहे. तेव्हा तूच माझे रक्षण कर.

।। पुंडलीक वरदा हरि विठ्ठल ।।

॥ श्री पांडुरंग ॥

परद्रव्य परनारी । अभिलासूनि नाक धरी ॥

जळो तयाचा आचार । व्यर्थ भार वाहे खर ॥

सोंवळ्याची स्फीति । क्रोधें विटाळला चित्तीं ॥

तुका म्हणे सोंग । दावी बाहेरील रंग ॥

टिळा टोपी उंचदावी । जगीं मी एक गोसावी ॥

अवघा वरपंग सारा । पोटीं विषयांचा थारा ॥

मुद्रा लाविती कोरोनि । मान व्हावयासी जनीं ॥

तुका म्हणे ऐसे किती । नरका गेले पुढें जाती ॥

ऐसे संत झाले कळीं । तोंडीं तमाखूची नळी ॥

स्नानसंध्या बुडविली । पुढें भांग ओढवली ॥

भांगभुर्का हें साधन । पचीं पडे मद्यपान ॥

तुका म्हणे अवघें सोंग । तेथें कैंचा पांडुरंग ॥

परद्रव्य आणि परस्त्रीची इच्छा मनात ठेवून प्राणायामाचे सोंग करतात, त्यांचे आचरण जळून जाऊ दे, ज्ञानाचा भार हा गाढव उगीचच वाहतो आहे. क्रोधरूपी दुष्टाने विटाळलेला असून तो बाह्यत: सोवळेपणा दाखवतो. तुकाराम महाराज म्हणतात हे सर्व सोंगाडे आहेत. त्यांच्या मनात खरा भक्तिभाव मुळीच नाही. उंच टोपी घालून अंगभर टिळे लावून जगात मीच एक खरा गोसावी आहे असं सांगतो. त्याचे मन विषयाने विटाळलेले आहे. त्याचा साधुपणा वरवरचा आहे. आपल्याला लोकांमध्ये मान मिळावा म्हणून मुद्रा कोरतो. तुकाराम महाराज म्हणतात असे कित्येकजण नरकात गेले आणि पुढे जातील. तोंडात तंबाखूची नळी धरणारे संत कलियुगात झाले आहेत. स्नानसंध्यादि सोडून त्यांनी भांग पुढे ओढली आहे. ओली कोरडी भांग सेवन करणे हे त्यांचे साधन आहे आणि मद्यपान त्यांच्या पचनी पडले आहे. तुकाराम महाराज म्हणतात हे सर्व सोंग आहे. तिथं कसला आहे पांडुरंग !

॥ पुंडलीक वरदा हरि विठ्ठल ॥

।। श्री पांडुरंग ।।

वर्णावी ते थोरी एका विठ्ठलाची । कीर्ति मानवाची सांगूं नये ।।
उदंडचि झाले जन्मोनियां मेले । होवोनियां गेले राव रंक।।
त्यांचें नाम कोणी नेघे चराचरीं । साही वेद चारी वर्णिताती ।।
अक्षय अढळ चळेना ढळेना । तया नारायणा ध्यात जावें ।।
तुका म्हणे तुम्ही विठ्ठल चित्तीं ध्यातां । जन्ममरण व्यथा दूर होती ।।
जोडोनियां धन उत्तम वेव्हारें । उदास विचारें वेंच करी ।।
उत्तमचि गती तो एक पावेल । उत्तम भोगील जीव खाणी ।।
परउपकारीं नेणें परनिंदा । परस्त्रिया सदा बहिणी माया ।।
भूतदया गाई पशूंचें पालन । तान्हेल्या जीवन वनामाजीं ।।
शांतिरूपें नव्हे कोणाचा वाईट । वाढवी महत्त्व वडिलांचें ।।
तुका म्हणे हेंचि आश्रमाचें फळ । परमपद बळ वैराग्याचें ।।

विठ्ठलाच्या थोरवीचेच केवळ वर्णन करावे. माणसाची कीर्ती सांगू नये. पूर्वी अनेक राजे, महाराजे होऊन गेले; पण जन्मले आणि आयुष्य काढून मरण पावले. परंतु या चराचर जगात त्यांचे कोणी नाव घेत नाही, सहाही शास्त्रे आणि चारही वेद श्रीहरीचेच नाव घेतात. जो अक्षय आहे, अढळ आहे, तो चळत नाही, ढळत नाही. त्या नारायणाचेच ध्यान सदैव करावे. तुकाराम महाराज म्हणतात, श्रीविठ्ठलाचे ध्यान कराल तर जन्ममरणाच्या फेऱ्यातून सुटाल. लोक हो, सन्मार्गाने व्यापार करून पैसा मिळवा, धन प्राप्त करून घ्या आणि खर्च उदासपणे करा. असे करणाराला उत्तम गती प्राप्त होईल आणि त्याचे आयुष्य आनंदात जाईल. जो नेहमी दुसऱ्यांवर उपकार करतो, परनिंदा करीत नाही. परस्त्रिया माताभगिनी समान मानतो, दयाळू असून पशूंचे पालन करतो. तहानेलेल्यांना पाणी पिण्यासाठी आड, विहिरी रानावनात बांधतो, शांत वृत्तीने राहून, कुणाचे वाईट चिंतीत नाही. आपल्याहून ज्येष्ठ श्रेष्ठ असणाऱ्यांचे महत्त्व वाढवतो. त्याचा तुकाराम महाराज म्हणतात गृहस्थाश्रम धन्य झाला. गृहस्थाश्रमाचे हेच फळ असते आणि वैराग्याचे हेच बळ असते.

।। पुंडलीक वरदा हरि विठ्ठल ।।

।। श्री पांडुरंग ।।

आली सिंहस्थपर्वणी । न्हाव्या भटा झाली धणी ।।
अंतरीं पापाच्या कोडी । वरिवरि बोडी डोई दाढी ।।
बोडिलें तें निघालें । काय पालटलें सांग पहिलें ।।
पाप गेल्याची काय खूण । नाहीं पालटले अवगुण ।।
भक्तिभावेंविण । तुका म्हणे अवघा सीण ।।
दुडीवरी दुडी । चाले मोकळी गुजरी ।।
ध्यान लागो ऐसें हरी । तुज चरणीं तैशापरी ।।
आवंतण्याची आस । जैसी लागे दुर्बळास ।।
लोभ्या कळांतरा आस । बोटें मोजी दिवस मास ।।
तुका म्हणे पंढरीनाथा । मजला आणिक नको व्यथा ।।
लागोनियां पायां विनवितों तुम्हांला । करें टाळी बोला मुखें नाम ।।
विठ्ठल विठ्ठल म्हणा वेळोवेळां । हा सुखसोहळा स्वर्गीं नाहीं ।।
कृष्ण विष्णु हरि गोविंद गोपाळ । मार्ग हा प्रांजळ वैकुंठीचा ।।
सकळांशी येथें आहे अधिकार । कलियुगीं उद्धार हरिच्या नामें ।।
तुका म्हणे नामापाशीं चारी मुक्ति। ऐसें बहुतां ग्रंथीं बोलियेलें ।।

सिंहस्थ पर्वणी आली की गोदातीरीच्या भटांची आणि न्हाव्यांची चांदी होते. अंत:करणात पापांच्या राशी असताना हजामत करून काय होणार ? ज्यांची हजामत केली, त्यांचे डोईचे हनुवटीचे केस निघाले, पण अंगातले अवगुण गेले का हे सांगा. पाप गेल्याची कुठलीच खूण नाही, अवगुण तसेच आहेत. तुकाराम महाराज म्हणतात भक्ति श्रद्धेने करावी. मग बाकी सर्व शीण आहे. गुजराथी महिला एकावर एक भांडी डोक्यावर रचून हात मोकळे सोडून चालतात पण त्यांचे लक्ष वरच असते. तसे माझे लक्ष हरिचरणी असावे. दुबळ्या दरिद्र्यास जेवणाचे बोलावणे येण्याची आशा असते. सावकार व्याजाची आशा करतो. व बोटाने दिवस मोजतो. तुकाराम महाराज म्हणतात, विठ्ठला, तशी मला तुझी आस हवी. लोक हो, मी पाया पडून विनवतो टाळी वाजवून हरिनाम घ्या. सदा विठ्ठल म्हणा, हा सुखसोहळा, स्वर्गी नाही, हा वैकुंठाला जाण्याचा सोपा मार्ग आहे. तुकाराम महाराज म्हणतात, नामस्मरणाने चारी मुक्ती प्राप्त होतात. ग्रंथही हेच सांगतात.

।। पुंडलीक वरदा हरि विठ्ठल ।।

।। श्री पांडुरंग ।।

हेचि थोर भक्ति आवडते देवा । संकल्पाची माया संसाराची ।।
ठेविलें अनंतें तैसेंचि रहावें । चित्तीं असों द्यावें समाधान ।।
वाहिल्या उद्वेग दु:खचि केवळ । भोगणें तें फळ संचिताचें ।।
तुका म्हणे घालूं तयावरी भार । वाहूं हा संसार देवापायीं ।।
सुखाचे व्यवहारीं सुखलाभ झाला । आनंद कोंदला मागें पुढें ।।
संगती पंगती देवासवें घडे । नित्यानित्य पडे तेंचि साच ।।
समर्थाचे घरीं सकळ संपदा । नाहीं तुटी कदा कासयाची ।।
तुका म्हणे येथें लाभाचिया कोटी । बहु वाव पोटीं समर्थांचे ।।
झालें भांडवल । अवघा पिकला विठ्ठल ।।
आतां वाणी काशासाठीं । धीर धरावाच पोटीं ।।
आपुल्या संकोचें । म्हणऊनि तेथें टांचे ।।
घेतों खऱ्या मापें । तुका देखोनियां सोपें ।।

संसार माया देवाला अर्पून देवाची जे भक्ति करतात. त्यांची भक्ति देवाला प्रिय असते. नशिबानुसार देवाने आपल्याला जसे ठेवले असेल तसे आनंदात रहावे.मन समाधानी ठेवावे. जर आपण काळजी करीत बसलो तरी सुखाऐवजी दु:खच होते. संचितात जे असेल तेच होते. तुकाराम महाराज म्हणतात, आमचा भार देवाचे मस्तकी ठेवू आणि आमचा संसार देवाचे पायी वाहू. नामसंकीर्तनाचा व्यापार करताना सुखाचा इतका लाभ झाला की सर्व काही आनंदमय होऊन राहिले. आता आम्हाला देवाचीच संगत आणि देवाचीच पंगत आहे. देवाच्या मुशीतच आम्ही ओतले गेले आहोत. देवाच्या घरी सर्व संपदा आहे, कशालाही कमी नाही. तुकाराम महाराज म्हणतात, इथे सर्व लाभ आहे, औदार्य आहे. सर्वत्र विठ्ठलाचे पीक आले आहे. व्यापाराला हेच भांडवल आहे. आता इथं कसला तोटा ? फक्त धीर धरावा. आपण संकुचित वृत्तीचे असतो म्हणून. विठ्ठलनामात तोटा येतो असे वाटते. पण तसे नाही. ते भांडवल मी जिभेच्या आणि कानांच्या मापाना भरभरून घेतो आहे.

।। पुंडलीक वरदा हरि विठ्ठल ।।

।। श्री पांडुरंग ।।

अग्नि हा पाचारी कोणासी साक्षेपें । हिंवे तोचि तापे जाऊनियां ।।

उदक म्हणे काय याहो मज प्यावें । तृषित तो धांवे सेवावया ।।

काय वस्त्र म्हणे या हो मज नेसा । आपुले स्वइच्छा जग वेढी ।।

तुकया स्वामी म्हणे काय मज स्मरा । आपुल्या उद्धारा लागूनियां ।।

धनवंतालागीं । सर्व मान्यता आहे जगीं ।।

माता पिता बंधु जन । सर्व मानिती वचन ।।

जंव मोठा चाले धंदा । तंव बहिणी म्हणे दादा ।।

सदा श्रृंगारभूषणें । कांता लवे बहुमानें ।।

तुका म्हणे धन । भाग्य अशाश्वत जाण ।।

हारपल्याची नका चित्तीं । धरूं खंती वायांच ।।

पावलें तें म्हणा देवा । सहज सेवा या नावें ।।

होणार तें भोगें घडे । लाभ जोडे संकल्पें ।।

तुका म्हणे मोकळें मन । अवघें पुण्य या नांवें ।।

अग्नि हा कुणाला हाक मारीत नाही, ज्याला थंडी वाजते तो आपोआप शेकायला जातो, पाणी मला प्या म्हणत नाही; पण तहानलेला धावत पाण्याकडे जातो. कपडा काही मला घाला म्हणत नाही, प्रत्येकजण स्वेच्छेने नेसतो, घालतो. त्याप्रमाणे पांडुरंग माझे नामस्मरण करा म्हणत नाही. आपण आपल्या उद्धारासाठी नामस्मरण करावे. ज्याच्याजवळ पैसा आहे. तो जगन्मान्य असतो. आई-वडील, बहीण-भाऊ सगळे त्याचे ऐकतात. त्याचा धंदा जोपर्यंत जोरात चालतो तोपर्यंत बहीण त्याला दादा म्हणते. ती त्याला मान देते. त्याच्या आज्ञेत राहते. तुकाराम महाराज म्हणतात, असे भाग्यबंधन नाशवंत आहे असे समजा. काही हरवले तर खेद मानू नका, त्या वस्तू देवाला अर्पण केल्या म्हणा म्हणजे देवाची सेवा सहज घडेल. जे घडले ते प्रारब्धानुसार पण त्याचा संकल्प देवाकडे करणे लाभदायी ठरते. तुकाराम महाराज म्हणतात आपले मन राग द्वेषरहित ठेवले तर मोठे पुण्य आहे.

।। पुंडलीक वरदा हरि विठ्ठल ।।

।। श्री पांडुरंग ।।

मोल वेंचूनियां धुंडिती सेवका । आम्ही तरी फुका मागों बळें ।।
नसतां जवळी हित फार करूं। जीवभाव धरूं तुझ्या पायीं ।।
नेदूं भोग आम्ही आपुल्या शरीरा । तुम्हांसी दातारा व्हावें म्हूण ।।
कीर्ति तुझी करूं आमुचे सायास । तूं कां रे उदास पांडुरंगा ।।
तुका म्हणे तुज काय मागों आम्ही । फुकाचें कां ना भी म्हणसी ना ।।
काय लवणकणिकेविण । एके क्षीण सागर ।।
मां हे येवढी अडचणी । नारायणीं मजविण ।।
कुबेर आटाहासे जोडी । काय कवडीकारणें ।।
तुका म्हणे काचमणि । कोण गणी भांडारी ।।
नाहीं तुज कांहीं मागत संपत्ती ।। आठवण चित्तीं असों द्यावी ।।
सरलिया भोग येईन शेवटीं । पायापें या भेटी अनुसंधानें ।।
आतां मजसाठीं याल आकारास । रोकडी हे आस नाहीं देवा ।।
तुका म्हणे मुखीं असो तुझें नाम । देईल तो श्रम देवो काळ ।।

देवा, पगार देऊन मोल देऊन सेवक शोधत बसला आहात. आम्ही तुमचे दास्यत्व विनामूल्य मागत आहोत. तू जवळ नसलास तरी तुझ्यावर श्रद्धा ठेवून आम्ही स्वहित साधू. आम्ही सुखभोग घेणार नाही. ते तुम्हालाच अर्पण करू. देवा पांडुरंगा या जगात तुझी कीर्ती वाढावी म्हणून आम्ही सायास, प्रयत्न करीत असतो पण तू मात्र आमच्याविषयी उदास आहेस. देवा, आम्ही तुझ्याजवळ काहीही मागत नाही. तू फुकटचा एखादा शब्दही बोलत नाहीस ! समुद्रात एखादा मिठाचा कण नसला तर समुद्राला कमीपणा येईल का, तसा नारायणाचे मनात माझ्यावाचून काय अडेल का ? कुबेर धनवान होतो तो काय एखाद्या कवडीकरता ? तुकाराम महाराज म्हणतात, भांडारखात्याच्या मालकास साध्या काचमण्याचे काय ? देवा, आम्ही तुझ्याजवळ काही संपत्ती मागत नाही, तुझ्या चित्तात माझी आठवण असू द्यावी एवढीच माझी मागणी आहे. तुकाराम महाराज म्हणतात, देवा, तुझे नाव सदैव मुखी असो. मग काळाची करणी काय असेल ती असो.

।। पुंडलीक वरदा हरि विठ्ठल ।।

।। श्री पांडुरंग ।।

संचित प्रारब्ध क्रियमाण । अवघा जाला नारायण ।।
नाहीं आम्हांसी संबंधु । जरा मरण कांहीं बाधु ।।
द्वैताद्वैतभावें । अवघें व्यापियेलें देवें ।।
तुका म्हणे हरी । आम्हांमाजी क्रीडा करी ।।
जयापासोनि सकळ । महीमंडळ हें झालें ।।
तो एक पंढरीचा राणा । न ये अनुमाना श्रुतीसी ।।
विवादती जयासाठी । जगजेठी तो विठ्ठल ।।
तुका म्हणे आकळ । आहे सकळ व्यापक।।
तुम्ही कांटाळलां तरी । आम्हां न सोडणें हरि ।।
जावें कवणिया ठायां । सांगा विनवितों पायां ।।
केली जिवें साटी । आतां सुखें लागा पाठीं ।।
तुका म्हणे ठाव । न सोडणें हाचि भाव ।।

आता आमचे संचित, प्रारब्ध, कर्म सर्व काही नारायणच झाला आहे. आता आम्ही कोणाशीही संबंधित नाही. म्हातारपण, मरण याची आम्हाला आता बाधा होणार नाही. द्वैत, अद्वैत या कल्पना देवाने व्यापल्या आहेत. तुकाराम महाराज म्हणतात, देव आमच्यात क्रीडा करतो आहे. ज्याच्यापासून हे जग निर्माण झाले तो पंढरीचा राणा आहे. त्याचे अनुमान श्रुतींनाही करता आले नाही. ज्याच्या विषयी लोक चर्चा करतात. तो जगजेठी विठ्ठल आहे. तुकाराम महाराज म्हणतात, तो कुणालाच कळत नाही. पण तो सर्वव्यापी आहे. देवा तुम्ही जरी आम्हाला कंटाळलात तरी आम्ही तुम्हाला सोडणार नाही. कारण तुम्हाला सोडून आम्ही कोठे जावे ते सांगा. आम्ही तुम्हाला प्राणार्पण केले आहे. आता तुम्हीच आमचे मागे लागा. तुकाराम महाराज म्हणतात, देवा, आम्ही तुम्हाला सोडू शकत नाही. कारण तुमचे चरणी आमचा दृढ भाव आहे.

।। पुंडलीक वरदा हरि विठ्ठल ।।

१६१

।। श्री पांडुरंग ।।

येउनि संसारीं । मी तों एक जाणें हरी ।।
नेणें आणिक कांहीं धंदा । नित्य ध्यातसें गोविंदा ।।
कामक्रोधलोभस्वार्थ । अवघा माझा पंढरीनाथ ।।
तुका म्हणे एक। धनी विठ्ठल मी सेवक।।
सर्वपक्षीं हरि साहे सखा झाला । ओल्या अंगणींच्या कल्पलता त्याला ।।
सहज चालीं चालतां पायवाटे । चिंतामणी समान होती गोटे ।।
तुका तरी सहज बोले वाणी । त्याचे घरीं वेदांत वाहे पाणी ।।
काय पुण्य ऐसें आहे मजपाशीं । तांतडी धांवसी पांडुरंगा ।।
काय ऐसा भक्त वायां गेलों थोर । तूं मज समोर होसी वेगा ।।
काय कष्ट माझे देखिली चाकरी । तो तूं झडकरी पाचारिशी ।।
कोण मी नांवाचा थोर गेलों मोटा । अपराधी करंटा नारायणा ।।
तुका म्हणे नाहीं ठाउकें संचित । येणें जन्में हित नाहीं केलें ।।

या संसारात येऊन मी केवळ हरिलाच जाणतो. दुसरा व्यवसाय धंदा मी जाणत नाही. मी नित्य गोविंदाचे ध्यान करीत असतो. माझा काम, क्रोध, लोभ, स्वार्थ सर्व काही पंढरीनाथ आहे. तुकाराम महाराज म्हणतात, विठ्ठल हा माझा धनी आहे. आणि मी त्याचा सेवक आहे. सर्वार्थाने हरि माझा सखा झाला आहे. त्याच्या ओल्या अंगणातील वेल व वृक्ष म्हणजे कल्पलता आणि कल्पतरू आहेत. तो सहज चालायला लागला की त्याच्या पायाला लागणारे दगड गोटे म्हणजे चिंतामणी रत्ने आहेत. तुकाराम महाराज म्हणतात, मी सहज बोलतो; पण त्या शब्दात वेदांताचे पाणी आहे. तू तातडीने धावून यावेस एवढे पांडुरंगा माझे पुण्य नाही. तू त्वरेने धावावेस असा मी महाभक्त नाही. अशी काय ती तुमची चाकरी कष्टपूर्वक केली आहे की तुम्ही मला लगेच बोलवाल ? मी फार मोठा नाही मी अपराधी करंटा आहे. तुकाराम महाराज म्हणतात. माझ्या नशिबाची मला कल्पना नाही. पण या जन्मीही मी स्वहित साधले नाही.

।। पुंडलीक वरदा हरि विठ्ठल ।।

।। श्री पांडुरंग ।।

लागों नेदी बोल पायां तुझ्या हरी । जीव जावो परि न करीं आण ।।
परनारी मज रखुमाईसमान । वमनाहूनि धन नीच मानीं ।।
तुका म्हणे याची लाज असे कोणा । सहाकारी दीना ज्याची तया ।।
हेचि भेटी साच रूपाचा आठव विसांवला जीव आवडीपें ।।
सुखाचें भातुकें करावें जतन । सेविल्या ताहान भूक जाय ।।
दुरी जवळी आपणचि होतें । कवळिलें चित्तें जीवनासी ।।
तुका म्हणे नाम घेतां वेळोवेळां । होतील शीतळा सकळा नाडी ।।
आपुलिया बळें नाहीं मी बोलत । सखा कृपावंत वाचा त्याची ।।
साळुंकी मंजुळ बोलतसे वाणी । शिकविता धनी वेगळाची ।।
काय म्यां पामरें बोलावीं उत्तरें । परि त्या विश्वंभरें बोलविलें ।।
तुका म्हणे त्याची कोण जाणे कळा । वागवी पांगुळा पायांविण ।।

देवा, विठ्ठला अगदी प्राण गेला तरी तुम्हाला कमीपणा येईल असे मी बोलणार नाही. वागणार नाही. मी परस्त्रीला रखुमाईसमान समजतो आणि धन हे ओकलेल्या अन्नापेक्षाही हीन मानतो. तुकाराम महाराज म्हणतात, दीनानाथ देवाचा मी दास आहे. म्हणून माझी लाज त्याला आहे. देवाच्या रूपाची आठवण हा जिवाला मोठाच विसावा असतो. देवाचे सुख सांभाळावे आणि तहानभुकेची आठवण होऊ नये म्हणून तोच खाऊ खावा. नामस्मरण आपण जिवाला कवळून घेतले की, दूर असलेला विठ्ठल आपल्या समीप येतो. तुकाराम महाराज म्हणतात, नामस्मरणाने शरीराच्या नाड्या शीतल होतील. मी माझ्या शक्तीने बोलत नाही. तो कृपाळू कृपावंत देव बोलतो आहे, म्हणून हे त्याचे बोलणे आहे. गोड शब्दांनी साळुंकी बोलत असते पण तिला बोलाविणारा, बोलविता धनी वेगलाच असतो. म्यां पामरे काय बोलावे. तो विश्वंभर माझ्याकडून वदवून घेतो. तुकाराम महाराज म्हणतात. जो पांगळ्याला चालवितो त्याची कळा आपल्याला काय कळणार ?

।। पुंडलीक वरदा हरि विठ्ठल ।।

॥ श्री पांडुरंग ॥

मज माझा उपदेश । आणिकां नये याची रीस ॥
तुम्ही अवघे पांडुरंग । मीच दुष्ट सकळ चांग ॥
तुमचा मी शरणांगत । कांहीं करा माझें हित ॥
तुका पाय धरी मी हें माझें दूर करीं ॥
जाणे त्याचें वर्म नेणे त्याचें कर्म । केल्याविण धर्म नेणवती ॥
तुका म्हणे जळो शाब्दिक हें ज्ञान । विठोबाची खूण विरळा जाणे ॥
अभिमानी पांडुरंग । गोवा कशाचा हो मग ॥
अनुसरा लवलाहीं । नका विचार करूं कांहीं ॥
कोठें राहतील पापे । जालिया हो अनुतापें ॥
तुका म्हणे येचि घडी । उभ्या पाववील थडी ॥

हा जो उपदेश आहे, तो माझा मलाच आहे. त्याचा त्रास कोणी करून घेऊ नये. कारण जन हो, तुम्ही पांडुरंगस्वरूप असून चांगले आहात मी मात्र दुर्जन, दुष्ट आहे आता मी शरण आलो आहे. माझे काहीतरी हित करा. तुकाराम महाराज म्हणतात, देवा मी तुमचे पाय धरले आहेत तेव्हा माझा अहंकार दूर करा. 'मी,' 'माझे' यातून मला सोडवा. जाणत्यांचे मर्म व नेणत्यांचे वर्म अनुभाशिवाय समजत नाही. तुकाराम महाराज म्हणतात, हे कोरडे शाब्दिक ज्ञान जळून जावो माझ्या विठ्ठलाची खूण एखाद्यालाच समजते. पांडुरंगाने जर आपला अभिमान धरला तर मग गोंधळ कसला ? यासाठी फारसा काय, मुळीच विचार न करता पांडुरंगाचे ठिकाणी रत व्हा. जर केल्या पापाचा तुम्हाला पश्चाताप होत असेल तर पापे शिल्लक कशी उरतील ? तुकाराम महाराज म्हणतात तो पांडुरंग, उभ्या उभ्याच आपल्याला भवसागर पार करून पैलतीरी नेऊन सोडील.

॥ पुंडलीक वरदा हरि विठ्ठल ॥

॥ श्री पांडुरंग ॥

प्रपंच वोसरो । चित्त तुझे पायीं मुरो ।।
ऐसें करीं गा पांडुरंगा । शुद्ध रंगावें रंगा ।।
पुरे पुरे आतां । नको दुजियाची सत्ता ।।
लटिकें तें फेडा । तुका म्हणे जाय पीडा ।।
शेवटी तो भला । माझा बहु गोड झाला ।।
आलों निजाच्या माहेरा । भेटों रखुमाईच्या वरा ।।
परिहार झाला । अवघ्या दु:खाचा मागिल्या ।।
तुका म्हणे वाणी । गेली आतां घेऊं धणी ।।
तुझें नाम गाऊं आतां । तुझ्या रंगीं नाचों था था ।।
तुझ्या नामाचा विश्वास । आम्हां कैंचा गर्भवास ।।
तुझे नामीं विसर पडे । तरी कोटि हत्या घडे ।।
नाम घ्या रे कोणी फुका । भावें सांगतसे तुका ।।

देवा, हा प्रपंच सरो आणि तुझ्या पायी मन उरो. देवा, तुझ्या रंगाने आम्हाला रंगव. आता आमच्यावर अन्य कुणाची सत्ता नको, तुकाराम महाराज म्हणतात, जे खोटे आहे ते घालवा म्हणजे मी त्रासातून सुटेन. शेवटी सुपरिणाम झाला. मी माझ्या माहेरी, विठ्ठल रखुमाईच्या घरी आलो. आता पूर्वीच्या सर्व दु:खांचा आणि दुखण्यांचा नाश झाला. तुकाराम महाराज म्हणतात आता माझी वाणी हरिमय झाल्यामुळे आपण त्याचेच चिंतन करू. आता देवा तुझेच नाव घेऊ. तुझे नाम घेतच थै थै नाचू. तुझ्या नामावर आमचा जर अतूट विश्वास आहे तर आम्हाला पुन्हा जन्म का घ्यावा लागेल ? गर्भवास कसा सोसावा लागेल ? देवा, मला जर तुझ्या नामाचा विसर पडला तर, कोटी हत्येचे पाप मला लागो. तुकाराम महाराज म्हणतात, मी तुम्हाला मनापासून सांगतो, लोक हो, नाम घ्या. ते फुकट आहे.

॥ पुंडलीक वरदा हरि विठ्ठल ॥

।। श्री पांडुरंग ।।

जगीं मान्य केलें हा तुझा देकार । कीं कांहीं विचार आहे पुढें ।।
करितों कवित्व जोडितों अक्षरें । येणें काय पुरें झालें माझें ।।
तोंवरी हे माझी न सरे करकर । जो नव्हे विचार तुझ्या मुखें ।।
तुका म्हणे तुज पुंडलिकाची आण । जरी कांहीं वंचन करिसी मज ।।
झड मारोनियां बैसलों पंगतीं । उठवितां फजिती दातयाची ।।
काय तें उचित तुम्हां कां न कळे । कां हो झांका डोळे पांडुरंगा ।।
घेईन इच्छेनें मागोनि सकळ । नाहीं नव्हे काळ बोलायाचा ।।
तुका म्हणे झालों मना अधिकारी । नाहीं लोक परी लाज देवा ।।
माझ्या वडिलांची मिरासी गा देवा ।। तुझी चरणसेवा पांडुरंगा ।।
उपवास पारणीं राखिला दारवंटा । केला भोगवटा आम्हांलागीं ।।
वंशपरंपरा दास मी अंकिता । तुका मोकलितां लाज कोणा ।।

देवा या जगात तुम्ही मला मान्यता मिळवून दिलीत, आता आणखी काही देण्याचा पुढे विचार आहे का ? शब्दाला शब्द जोडून, यमके जुळवून मी कविता करतो यात काय मला मिळाले ? जोपर्यंत तू स्वत: मुखाने याबद्दल बोलणार नाहीस तोपर्यंत माझी तुझ्या मागची कटकट संपणार नाही. तुकाराम महाराज म्हणतात, देवा तू माझी काही वंचना, फसवणूक करू नकोस. तुला त्या पुंडलीकाची शपथ आहे. झडप घालून मी पंगतीत पान पकडले आहे आता मला जर उठवाल तर यजमानांची फजिती होईल. योग्य काय अयोग्य काय हे पांडुरंगा, तुम्हाला समजत का नाही ? का तुम्ही मुद्दाम डोळेझाक करता ? मला जे काही हवे ते मी मागून घेईन. ही काही जास्त बोलायची वेळ नाही. तुकाराम महाराज म्हणतात, मला मोठा मान मिळाला; पण मला लाज नाही. पांडुरंगा तुझी चरणसेवा आमची मिरासदारी आहे. आमच्या पूर्वजांनी उपवास पारणे करून तुमचे दार राखिले. तो वाटा आम्हाला मिळाला आहे. तुकाराम महाराज म्हणतात देवा मी वंशपरंपरेने तुमचा दास आहे. तुम्ही आमची उपेक्षा केली तर लाज कोणाला ?

।। पुंडलीक वरदा हरि विठ्ठल ।।

।। श्री पांडुरंग ।।

कस्तूरीचें रूप अति हीनवर । माजी असे सार मोल तया ।।
आणीक ही तैसीं चंदनाचीं झाडें । परिमळें वाढे मोल तयां ।।
काय रूपें असे परीस चांगला । धातु केली मोला वाढ तेणें ।।
फिरंगी आटितां नये बारा रूके। गुणें मोलें विके सहस्रावरी ।।
तुका म्हणे नाहीं जातीसवें काम । ज्याचे मुखीं नाम तोचि धन्य ।।
पाहों ग्रंथ तरी आयुष्य नाहीं हातीं । नाहीं ऐशी मती अर्थ कळे ।।
होईल तें हो या विठोबाच्या नांवें । अर्जिलें तें भावें जीवीं धरूं।।
एखादा अंगासी येईल प्रकार । विचारितां फार युक्ति वाढे ।।
तुका म्हणे आळी करितां गोमटी । मायबापा पोटीं येते दया ।।
जाळी महा कर्मे । दावी निजसुख वर्मे ।।
ऐसें कळलें आम्हां एक। झालों नामाचे धारक।।
तपाचे सायास । न लगे घ्यावा वनवास ।।
तुका म्हणे येणें । कळिकाळ हें ठेंगणें ।।

कस्तुरीचे रूप अगदी हीन असते पण तिच्यात जो सुगंध असतो त्याला मोल असते. चंदनाची झाडे दिसायला चांगली नसतात; पण सुगंधामुळे त्यांचे मूल्य वाढते. परिस हा काय दिसायला चांगला आहे ? पण तो धातुंचे किमती सोने करतो. चांगली तलवार आटवून विकायला गेले तर बारा पैसेही येणार नाहीत. पण तशीच ठेवली तर तिच्या अंगच्या गुणामुळे हजार रुपये मिळतील. तुकाराम महाराज म्हणतात, जातीचा इथे संबंध नाही. हरिनाम ज्याचे मुखी तो एक धन्य ! अनेक ग्रंथ पहायचे तर पुष्कळ आयुष्य पाहिजे पण ते आपल्या हाती नाही, बरं वाचलं तर कळेल अशी बुद्धी नाही. विठोबाचे नाव घेण्याने जे होईल ते होवो. हेच साधन धरून ठेवू. विचाराने अंगाशी एखादा प्रकार येईल. तुकाराम म्हणतात मुलांचे हट्ट पुरवताना आईबापांच्या मनात दया येते. सर्व पातके जाळणारे आणि निजसुख दाखवणारे विठ्ठल नामच आहे. त्या नामाचे आम्ही धारक आहोत. आता तप नको, वनवास नको. तुकाराम महाराज म्हणतात, या नामापुढे कळिकाळ दुबळा होतो.

।। पुंडलीक वरदा हरि विठ्ठल ।।

।। श्री पांडुरंग ।।

कामक्रोध अहंकार नका देहीं । आशा तृष्णा माया लज्जा चिंता कांहीं ।
वास पंढरीचा जन्म सदा देईं । आणीक दुजें मागणें तुज नाहीं ।।
कृपा देईं दान हरि मज कृपा देईं दान । नासीं तिमिर दाखवीं चरण ।
आर्त पुरवावें भेटी देऊन । नको उपेक्षूं आलिया शरण ।।
नाम अखंड हृदयीं राहो वाणी । न पडो विसर क्षण जागृतीं स्वप्नीं ।
संतसमागम ऐसा दे लावूनी । आणीक दुजें कांहीं नेणें तुजवांचूनी ।।
पंथपुरींचा रविसुत पुरे आतां । आड करावा भवसिंधु ऐसा नव्हता ।
नाहीं अडथळा त्रैलोक्यामाजी सरता । विनवी तुकयाबंधु चरणीं ठेवूनि माथा ।।
मत्स्यकूर्मशेषा कोणाचा आधार । पृथिवीचा भार वाहावया ।।
काय धाक आम्हां कासयाची चिंता । ऐसा तो असतां साहाकारी ।।
शंखचक्रगदा आयुधें अपार । वागवितो भार भक्तांसाठीं ।।
पांडवां जोहरीं राखिलें कुसरी । तो हा बंधूचा कैवारी तुकयाच्या ।।

देवा काम, क्रोध, लोभ, मोह, अहंकार, लज्जा, तृष्णा, माया, चिंता इत्यादी विकार माझ्या शरीरात राहू देऊ नको. मला सदा पंढरीत जन्म मिळावा. तेथेच माझे वास्तव्य असावे. याशिवाय माझे दुसरे काही मागणे नाही. देवा मला तुझी कृपा हवी, कृपादान हवे, माझ्या मनातील अंधार नाहीसा कर, तुझे चरण मला दाखव, कारण मी तुला शरण आलो आहे. तेव्हा तू माझी उपेक्षा करू नको. तुझे नाम सदासर्वकाळ मनात आणि मुखात राहू दे. जागेपणी वा स्वप्नात त्याचा विसर पडू देऊ नकोस. अशा संताचा समागम घडवून आण की जे तुझ्यावाचून दुसरं काही जाणत नाहीत. यमपुरीचा रस्ता चालणे पुरे, माझ्यासमोरचा भवसागर नष्ट करा. सर्वच तुमचीच सत्ता आहे. तेव्हा तुम्हाला कोण अडवणार, असे तुकाराम महाराज म्हणतात, पृथ्वीचा भार वाहणाऱ्या मत्स्य, कूर्म, शेष यांना कोणाचा आधार आहे ? देव सहाय्यक असल्यावर आम्हाला कसली चिंता ? लाक्षागृहातून पांडवांची सुटका करणारा, रक्षणकर्ता देव माझा सहाय्यकर्ता आहे असे तुकाराम महाराज म्हणतात.

।। पुंडलीक वरदा हरि विठ्ठल ।।

।। श्री पांडुरंग ।।

केली हार्णाळां अंघोळी । येऊनि बैसलों राऊळीं ।।
अजिचें झालें भोजन । रामकृष्ण नारायण ।।
तुकया म्हणे नास । नाहीं कल्पांतीं जयास ।
तुजलागीं माझा जीव झाला पिसा । अवलोकितों दिशा पांडुरंगा ।।
सांडिला व्यवहार माया लोकाचार । छंद निरंतर हाचि मनीं ।।
आइकिलें कानीं तें रूप लोचन । देखावया सीण करिताती ।।
प्राण हा विकळ होय कासावीस । जीवनाविण मत्स्य तयापरी ।।
तुका म्हणे आतां कोण तो उपाव । करूं तुझे पाव आतुडे तो ।।
कोणें गांवीं आहे सांगा हा विठ्ठल । जरी ठावा असेल तुम्हां कोणा ।।
लागतसें पायां येतों लोटांगणीं । मात तरी कोणी सांगा याची ।।
गुण रूपे याचें वानितां या संतां । मज क्षेम देतां सुख वाटे ।।
सर्वस्वें हा जीव ठेवीन चरणीं । पांडुरंग कोणी दावी तया ।।
तुका म्हणे गाईवत्सां तडातोडी । तैसी जाते घडी एकी मज ।।

ओढ्यात आंघोळ करून देवळात येऊन बसलो. रामरसाचे भोजन झाले. तुकाराम महाराज म्हणतात या जिवाला कल्पांती नाश नाही. देवा तुझ्यासाठी माझा जीव वेडा झाला आहे. मी दहादिशात तुला धुंडाळतो आहे. लोकव्यवहार, लोकचार मी सोडले, तुझाच मनाला सतत छंद लावून घेतला आहे. कानांनी तुझ्याबद्दल ऐकले पण रूप पाहण्यासाठी डोळे आतुर झाले आहेत. पाण्यातून बाहेर काढलेला मासा जसा पाण्यासाठी तडफडतो तसा मी तुझ्यासाठी तडफडतो आहे. तुकाराम महाराज म्हणतात, तुझे पाय मला अखंड मिळतील, यासाठी कोणता उपाय करू सांग ! हा विठ्ठल कोणत्या गावी आहे हे सांगा. मी तुमच्या पाया पडतो पण कोणीतरी त्याची कहाणी सांगा, संतांनी ज्याच्या गुणरूपाचे वर्णन केले त्याला आलिंगन दिल्याने सुख वाटते. जो मला पांडुरंगाचे दर्शन घडवील. त्याच्या पायी मी जीव अर्पीन. गाईपासून ताटातूट झालेल्या वासरासारखी माझी स्थिती झाली आहे असे तुकाराम महाराज म्हणतात.

।। पुंडलीक वरदा हरि विठ्ठल ।।

।। श्री पांडुरंग ।।

अमृताचीं फळे अमृताची वेली । तेचि पुढें चाली बीजाचीही ।।
ऐसियांचा संग देईं नारायणा । ओलावा वचना जयांचिया ।।
उत्तम सेवन सितळ कंठासी । पुष्टी कांती तैसी दिसे वरी ।।
तुका म्हणे तैसें होईजेत संगें । वास लागे अंगें चंदनाच्या ।।
न कळे तें कळों येईल उगलें । नामें या विठ्ठलें एकाचिया ।।
न दिसे तें दिसों येईल उगलें । नामें या विठ्ठलें एकाचिया ।।
न बोलों ते बोलों येईल उगलें । नामें या विठ्ठलें एकाचिया ।।
न भेटे तें भेटों येईल आपण । करितां चिंतन विठोबांचे ।।
अलभ्य तो लाभ होईल अपार । नाम निरंतर म्हणतां वाचे ।।
तुका म्हणे जीव आसक्त सर्वभावे । तरतील नांवें विठोबाच्या ।।
बहुजन्मी केला लाग । तो हा भाग लाधलों ।।
जीव देईन हा बळी । करीन होळी संसारा ।।
गेलें मग न ये हाता । पुढती चिंता वाटतसे ।।
तुका म्हणे तांतड करूं। पाय धरूं बळकट ।।

अमृताच्या वेलींना अमृताचीच फळे यावयाची तशीच उत्तम जातीच्या बीजाचीही वाढ होणार. ज्यांच्या बोलात गोडवा आहे, ओलावा आहे. अशा संतांची संगत नारायणा मला दे. शीतल थंडपेय प्याल्यामुळे घशाला थंडावा मिळतो, कांतीही पुष्ट दिसते. तुकाराम महाराज म्हणतात, चंदनाच्या संगाने इतर वृक्षांना जसा सुगंध प्राप्त होतो. त्याप्रमाणे संतसंगतीने होते. एक विठ्ठलनामाने न कळणाऱ्या गोष्टी कळू लागतात. न दिसणारे दिसू लागते. कठीण असा वेदार्थही वाचेने प्रकट होऊ लागतो. विठ्ठल नामामुळे एरवी न भेटणारा देवहि भेटतो. त्याचे सदासर्वदा नाम घेतल्याने अलभ्य लाभ होतात. तुकाराम महाराज म्हणतात, संसारात आसक्त असलेल्यांनी नामस्मरण करावे. ते भवसागर पार करतील. कितीतरी जन्म परमार्थाचा पाठलाग केला तेव्हा आता कुठे वाटा मिळाला, आता मी संसाराची होळी करून आपला जीव परमार्थाला बळी देईन. पुन्हा नरजन्म नाही हे लक्षात घेऊन तुकाराम महाराज म्हणतात, देवाचे पाय हृदयी बळकट धरून ठेवू.

।। पुंडलीक वरदा हरि विठ्ठल ।।

।। श्री पांडुरंग ।।

देव भक्तालागीं करूं नेदी संसार । अंगें वारावार करूनि ठेवी ।।
भाग्य द्यावें तरी अंगीं भरे ताठ । म्हणोनि करंटा करोनि ठेवी ।।
स्त्री द्यावी गुणवती तीपें गुंते आशा । यालागीं कर्कशा करूनि ठेवी ।।
तुका म्हणे साक्ष मज आली देखा । आणीक या लोकां काय सांगों ।।
वाघे उपदेशिला कोल्हा । सुखें खाऊं द्यावें मला ।।
अंतीं मरसी तें न चुके। मज हे मारितोसी भुके।।
येरू म्हणे भला भला । निवाड तुझ्या तोंडें झाला ।।
देह तो जाणार । घडेल का परउपकार ।।
येरू म्हणे मनीं । ऐसें जावें समजोनि ।।
गांठी पडली ठका ठका । त्याचें वर्म जाणे तुका ।।
जेथें आठवती स्वामीचे ते पाय । उत्तम तो ठाय रम्य स्थळ ।।
रान अथवा घर एकांत लोकांत । समाधान चित्त तें ते घडी ।।
धन्य तो हा काळ सरे आनंदरूप । वाहातां संकल्प गोविंदाचे ।।
तुका म्हणे लाभकाळ तेंचि जिणें । भाग्य नारायण उत्तम तें ।।

देव हा आपल्या भक्तजनांना संसार करू देत नाही. कारण तो जर प्रपंचात गुंतला तर भक्ति कशी करणार ? तोच त्यांचा संसार संपवतो. त्याला जर श्रीमंती दिली तर तो गर्वाने फुगून जाईल. म्हणून तो त्यास दरिद्री ठेवतो. त्याला रुपवती गुणवती पत्नी दिली तर तो तिच्यात गुंतून राहील म्हणून त्याला तो कर्कशा बायको देतो. तुकाराम महाराज म्हणतात, मला हा अनुभव आला आहे. आता आणखी काय सांगू ? एकदा वाघ कोल्ह्याला म्हणाला, ''मला सुखाने खाऊ दे. मरण कुणाला चुकले आहे ? मला भुकेने मारू नकोस.'' तेव्हा कोल्हा म्हणाला, ''बरं झालं तूच सांगितलंस हा नियम मलाही लागू आहे.'' तुकाराम महाराज म्हणतात. दोन ठकांची, फसवणाऱ्यांची गाठ पडली की असे होते. जिथे देवाचे पाय आहेत ते उत्तम स्थळ आहे. मग ते रान असो घर असो, एकांत असो वा, लोकामध्ये असो. तिथे चित्ताला समाधान होते. देवाचे संकल्प मन करीत असेल तर तो लाभाचा काळ आहे. हा भाग्योदय नारायणामुळे आहे असा तुकाराम महाराज म्हणतात.

।। पुंडलीक वरदा हरि विठ्ठल ।।

॥ श्री पांडुरंग ॥

तुज न भें मी कळिकाळा । मज नामाचा जिव्हाळा ।।
माझा बळिया नेणसी कोण । संतां साह्य नारायण ।।
शंख वधिला सागरीं । वेद घेउनि आला चारी ।।
कूर्मे दैत्य वधिला जेठी । हात पाय लपवी पोटीं ।।
वराहरूप धरिलें गाढें । धरा प्रतापें धरिली दाढे ।।
हिरण्यकश्यप विदारिला । भक्त प्रल्हाद रक्षिला ।।
वामन झाला दीनानाथ । बळी पाताळीं घातला दैत्य ।।
छेदुनियां सहस्र भुजा । कामधेनु आणिली वोजा ।।
शिळा प्रतापें सागरीं तारी । स्थापी बिभीषण रावणा मारी ।।
मारोनियां कंसराव । पिता सोडविला वसुदेव ।
पांचाळिसी गांजितां वैरी । वस्त्रें आपण झाला हरी ।।
गजेंद्र स्मरे राम राम । त्यासी पाववी वैकुंठधाम ।।
तुका म्हणे हरिरूप झाले । पुन्हां जन्मा नाहीं आले ।।

हे कळिकाळा, मी तुला मुळीच भीत नाही. माझ्याजवळ हरिनामाचा जिव्हाळा आहे. बलशाली असा नारायण, संतांना सहाय्य करणारा नारायण माझा रक्षक आहे. सागरामध्ये वेदांची चोरी करणाऱ्या शंखासुराचा वध करून मत्स्यावतारात त्याने चारी वेद आणले. कूर्मावतारात राहु दैत्याला पराभूत केले आणि आपले हातपाय लपवले. प्रचंड वराहरूप धारण करून सुळ्यांवर पृथ्वी तोलली, नरसिंह होऊन हिरण्यकश्यपूचा शेवट केला आणि प्रल्हादाला रक्षिला. वामनावतारात दीनानाथ त्या विष्णुने बळीला पाताळात गाडले, सहस्त्रार्जुनाचे हजार हात तोडून कामधेनु मुक्त केली. आपल्या प्रतापाने शिळा पाण्यावर तरंगवल्या, रावण मारून बिभीषणाला राज्य दिले. कंसाला ठार करून पिता वसुदेव सोडवला. दुष्टांनी द्रौपदीचा छळ मांडला असता वस्त्र स्वत: हरी झाला. गजेंद्राने रामनाम घेताच त्याला वैकुंठाला नेले. तुकाराम महाराज म्हणतात, अशा प्रकारे जे हरिमय झाले ते जन्म मरणाच्या चक्रातून सुटले !

॥ पुंडलीक वरदा हरि विठ्ठल ॥

।। श्री पांडुरंग ।।

नेत्र झांकोनियां काय जपतोसी । जवं नाहीं मानसीं भावप्रेम ।।
उघडा मंत्र जाणा रामकृष्ण म्हणा । तुटती यातना गर्भवास ।।
मंत्र यंत्र काय करिसी बुट बुटी । तेणें भूतसृष्टी पावशील ।।
सार तुका जपे बीजमंत्र एक। भवसिंधुतारक रामकृष्ण ।।
संत मारगीं चालती । त्यांची लागो मज माती ।।
काय करावीं साधनें । काय नव्हे एक तेणें ।।
शेष घेईन उच्छिष्ट । धाय धणीवरी पोट ।।
तुका म्हणे संतांपायीं । जीव ठेविला निश्चयीं ।।
तरुवर बीजापोटीं बीज । तरुवराशेवटीं ।।
तैसें तुम्हां आम्हां जालें । एकीं एक सामावलें ।।
उदकावरील तरंग । तरंग उदकाचें अंग ।।
तुका म्हणे बिंबछाया । ठायीं पावली विलया ।।

डोळे मिटून कसला जप करतोस ? मनात भावभक्ति नसेल, प्रेमभाव नसेल तर त्या जपजाप्याचा काय उपयोग ? रामकृष्ण हा मंत्र सर्वांना सहजप्राप्त आहे तो तू जप, त्यामुळे गर्भवासाच्या यातनांतून तू सुटशील. त्याशिवाय उगीच मंत्र तंत्र यंत्र करीत बसशील तर भूत होशील. तुकाराम महाराज म्हणतात, हा मंत्र बीजमंत्र आहे. हा भवसागरातून तारणारा आहे. तो तू जप. संतांच्या वाटेने जाताना त्याची पायधूळ मला लागो. एवढे केले तरी पुरे, मग बाकीची साधने काय करायची आहेत ? इच्छापूर्ती होईल. मी त्यांचे उच्छिष्ट सेवन करीन. तुकाराम महाराज म्हणतात, संतांच्या पायी मी जीव अर्पण केला आहे. वृक्ष बीजातून जन्मतो आणि वृक्षाच्या शेंड्यावर बी असते. त्याप्रमाणे देवा आपण एकरूप झालो आहोत. पाण्यावर येणाऱ्या लाटा पाण्याच्याच असतात. बिंब प्रतिबिंब एका ठिकाणीच लयास जात असतात. त्याप्रमाणे मी आणि देव एकमेकात विरून जाऊ.

।। पुंडलीक वरदा हरि विठ्ठल ।।

।। श्री पांडुरंग ।।

माझी सर्व चिंता आहे विठोबासी । मी त्याच्या पायांसी न विसंबें ।।

विसरेना रूप क्षण एक चित्तीं । जिवलग मूर्ती सांवळी ते ।।

विसरतां हरी क्षण एक घडी । अंतरेल जोडी लक्षलाभ ।।

तुका म्हणे माझ्या विठोबाचे पाय । संजीवनी आहे हृदयामाजीं ।।

थोर ती गळाली पाहिजे अहंता । उपदेश घेतां सुख वाटे ।।

व्यर्थ भराभर केलें पाठांतर । जोंवरी अंतर शुद्ध नाहीं ।।

घोडें काय थोडें वागवितें ओझें । भावेंविण तैसें पाठांतर ।।

तुका म्हणे धरा निष्ठावंत भाव । जरी पंढरीराव पाहिजे तो ।।

माझी सर्व चिंता विठामाऊलीस आहे कारण मी त्याचे पाय कधीही विसरत नाही. जिवलग अशी ती सावळी मूर्ती तिचे रूप क्षणभरही माझ्या चित्ताआड होत नाही. जर क्षणभर मी हरिला विसरलो तर लक्ष लक्ष लाभांना मी अंतरेन. तुकाराम महाराज म्हणतात, विठोबारायाचे चरण ही संजीवनी माझ्या मनीमानसी सदासर्वदा आहे. अभिमान आणि अहंकार यापासून मुक्त झाले पाहिजे, तरच गुरुचा उपदेश घेण्यास सुख वाटेल. कितीही पाठांतर केले आणि अंतःकरण शुद्ध नसेल तर त्या पाठांतराचा काय उपयोग ? तुकाराम महाराज म्हणतात, पंढरीरावाची प्राप्ती व्हावी असे तुला वाटत असेल तर तू त्याच्या चरणी एकनिष्ठ भाव ठेव. तू वारकरी होऊन पंढरीला जा. तेथील वाळवंटात जमलेल्या वैष्णव समुदायात जा. तुकाराम महाराज अशा वैष्णवांच्या समुदायाला लोटांगण घालतात.

।। पुंडलीक वरदा हरि विठ्ठल ।।

।। श्री पांडुरंग ।।

बाळपणें ऐसीं वरुषें गेलीं बारा । खेळतां या पोरा नाना मतें ।।
विटू दांडू चेंडू लगोऱ्या वाघोडी । चंपे पेंड घडी एकीबेकी ।।
हमामा हुंबरी पकव्याच्या बारे । खेळें जंगी भोंवरे चुंबाचुंबी ।।
सेलडेरा आणि निसरभोंवडीं । उचली बाळें धोंडी अंगबळें ।।
तुका म्हणे ऐसें बाळपण गेलें । मग तारुण्य आलें गर्वमूळ ।।
तारुण्याच्या मदें न मानी कोणासी । सदा मुसमुसी घुळी जैसा ।।
अटोनी वेठोनी बांधला मुंडासा । फिरतसे म्हैसा जनामधीं ।।
हातीं दीड पान वरती करी मान । नाहीं तो सन्मान भलियांसी ।।
श्वानाचिया परी हिंडे दारोदारीं । पाहे परनारी पापदृष्टीं ।।
तुका म्हणे ऐसी थोर हानि झाली । करितां टवाळी जन्म गेला ।।
म्हातारपणीं थेटे पडसें खोकला । हात कपाळाला लावुनि बैसे ।।
खोबरीयाची वाटी जालें असे मुख । गळतसे नाक श्लेष्मपुरी ।।
बोलों जातां शब्द न येचि हा नीट । गडगडी कंठ कफ भारी ।।
सेजारी म्हणती मरेना कां मेला । आणिका कांटाळा येणें आम्हां ।।
तुका म्हणे आतां सांडुनी सर्व काम । स्मरा राम राम क्षणक्षणां ।।

मुलांबरोबर खेळता खेळता बाळपणाची बारा वर्षे गेली. खेळ कोणकोणते तर विटी, दांडू, चेंडू, लगोऱ्या, वाघोडी, चंपेपेंड घडी. एकीबेकी, हुंबरी, हमामा, भोवरे, शिवाशिवी असे. या खेळात बालपण सरले आणि गर्वानं फुगवणारे तारुण्य आले. तो तरुण झाला म्हणजे तारुण्याने उन्मत्त होतो. कुणाचाही मान ठेवत नाही, माजलेल्या बैलासारखा मुसमुसत असतो. चापून चोपून पागोटे बांधून माजलेल्या रेड्याप्रमाणे लोकांमधून तो फिरत असतो. परस्त्रियांकडे अभिलाषेने पहात असतो. तुकाराम महाराज म्हणतात, तारुण्याचा मोठा काळ असा टवाळीत गेला म्हणजे जन्म गेल्यासारखाच आहे. म्हातारपणी पडसें खोकला माणसाचा ताबा घेतात. सदा कपाळाला हात लावून बसतो. नीट बोलता येत नाही. कफामुळे घशातून घरघर असा आवाज येतो. शेजारी-पाजारी म्हणतात. हा म्हातारा मरत का नाही ? त्याचा आम्हाला अगदी कंटाळा आला आहे. तुकाराम महाराज म्हणतात, हे सर्व लक्षात घेऊन पुरी फजिती होण्यापूर्वी असे होऊ नये असे वाटत असेल तर नामस्मरणाचा आधार घ्या. तेच वाचवील.

।। पुंडलीक वरदा हरि विठ्ठल ।।

१७५

।। श्री पांडुरंग ।।

न मानावी चिंता । कांहीं माझेविशीं आतां ।।
ज्यानें लौकिक हा केला । तो हा निवारिता भला ।।
माझे इच्छें काय । होणार तें एक ठाय ।।
सुखा आणि दु:खा । म्हणे वेगळा मी तुका ।।
जिंकावा संसार । येणें नांवें तरी शूर ।।
येरें काय तीं बापुडीं । कीर अहंकाराचीं घोडीं ।।
पण ऐशा नांवें । देव धरिजे तो भावें ।।
तुका म्हणे ज्यावें । सत्कीर्तीनें बरवें ।।
सरे ऐसें ज्याचें दान । त्याचे कोण उपकार ।।
नको वाढूं ऐसें काचें । देईं वो साचें विठ्ठले ।।
रडत मागें सांडी पोर । ते काय थोर माउली ।।
तुका म्हणे कीर्ति वाढे । धम गाढे ते ऐसे ।।

लोक हो, आता माझी काळजी करू नका, ज्याने माझी कीर्ती, माझा लौकिक वाढवला आहे तो माझ्या चिंतांचे निवारण करण्यास समर्थ आहे. आता माझ्या इच्छेप्रमाणे काय होणार, तुकाराम महाराज म्हणतात, मी आता सुख-दु:खापलिकडे गेलो आहे. ज्याने संसार जिंकला त्याला खरं तर शूर म्हणायला हवं बाकी सर्व अहंकाराची गरीब घोडी आहेत. देवाला मनोभावे भक्तिभावे हृदयस्थ करावा, तुकाराम महाराज म्हणतात. सत्कीर्ती राहून जगणे हे बरे असते. ज्यानी दिलेले दान नष्ट होते. त्याचे उपकार कशाला मानायचे ? विठ्ठला, मला जे वाढायचे ते असे कच्चे वाढू नकोस ते टिकणारे नाही. जे काय घ्यायचे ते पक्के, खरे दे. जी आई आपल्या मुलाला रडत ठेवून निघून जाते. त्या आईला कोणी थोर म्हणेल का ? तुकाराम महाराज म्हणतात, ज्यायोगे कीर्ती वाढते तेच श्रेष्ठ दान होय.

।। पुंडलीक वरदा हरि विठ्ठल ।।

।। श्री पांडुरंग ।।

देह जाईल जाईल । यासी काळ बा खाईल ।।
कां रे नुमजशी दगडा । कैंचे हत्ती घोडे वाडा ।।
लोड बोलिस्तें सुपती । जरा आलिया फजिती ।।
शरीरसंबंधाचे नातें । भोरड्या बुडविती सेतातें ।।
अझुनि तरी होईं जागा । तुका म्हणे पुढें दगा ।।
कळलें माझा तुज नव्हे रे आठव । काय काज जीव ठेवूं आतां ।।
तूं काय करिसी माझिया संचिता । धिग हें अनंता झालें जिणें ।।
पतितपावन राहिलों ये आशा । आइकोनि ठसा कीर्ति तुझी ।।
आतां कोण करील माझा अंगीकार । कळलें निष्ठुर झालासी तूं ।।
तुका म्हणे माझी मांडिलो निरास । करितों जीवा नास तुजसाठीं ।।
आम्हीं तुझ्या दासीं । जरि जावें पतनासी ।।
तरी हें दिसे विपरीत । कोठें बोलिली हे नीत ।।
तुझें नाम कंठीं । आम्हां संसारआटी ।।
तुका म्हणे काळ । करी आम्हांसी विटाळ ।।

अरे हा देह टिकणारा थोडाच आहे ? तो जाणार काळ त्याला खाणार ! अरे दगडोबा मानवा, हे तुझ्या कसे लक्षात येत नाही, हत्ती, घोडे, वाडे कसले आले आहेत ? तक्ते, गाद्या, लोड ही सर्व सुख देणारी आहेत पण वार्धक्य आल्यावर होणारी फजिती थोडीच चुकणार आहे ? पिकलेल्या हाताला भोरड्या जशा खाऊन टाकतात. तसे नातेवाईक मग तुझ्या जिवावर उठतील तुकाराम महाराज म्हणतात अरे अजून जागा हो, नाहीतर पुढे दगा आहे. उगाच फशी पडशील. देवा, तुला माझी आठवण होत नाही हे मला कळले आहे आता मी जगू तरी कशासाठी ? देवा माझा विपरीत संचितापुढे तू तरी काय करशील ? माझ्या जिण्याचा धिक्कार असो. तू पतितांना पावन करणारा आहेस म्हणून मी तुझ्याकडे आलो. आता माझा स्वीकार कोण करील ? असा तू निष्ठुर का झालास ? तुकाराम महाराज म्हणतात आता मी निराश झालो आहे. तेव्हा मी आता जीव देतो. आम्ही तुझ्या दासांनी अधोगतीस जावे हे विपरीत दिसेल. तुझे नाव ओठी असून संसार सुटला नाही. तुकाराममहाराज म्हणतात, काळाने आम्हाला न्याय द्यावा.

।। पुंडलीक वरदा हरि विठ्ठल ।।

१७७

।। श्री पांडुरंग ।।

तुजकरितां होती ऐसे । मूढ चतुर पंडित पिसे ।।
परि हें वर्म नेणती कोणी । पीडाखाणी भोगितील ।।
उलंघितें पांगुळ गिरी । मुकें करी अनुवाद ।।
पापी होय पुण्यवंत । न करी घात दुर्जन ।।
अवघें हेळामात्रें हरी । मुक्त करी ब्रह्मांड ।।
तुका म्हणे खेळे लीला । पाहे वेगळा व्यापूनि ।।
पिकवावें धन । ज्याची आस करी जन ।।
पुरोनि उरे खातां देतां । नव्हे खंडन मवितां ।।
खोलीं पडे ओली बीज । तरीच हाता लागे निज ।।
तुका म्हणे धणी । विठ्ठल अक्षरें या तिन्ही ।।

देवा, तू जर मनात आणलेस तर जेवढी मूढ माणसे आहेत ती चतुर पंडित होतील, पण हे कोणी जाणत नसल्याने जन्ममरणाची पीडा भोगीत रहातात. देवाची कृपा झाली तर पांगळे पर्वत पार करतील. मुके घडाघडा बोलतील, पापी जन पुण्यशील होतील, दुर्जन घात करणार नाहीत, त्रास देणार नाहीत. हा हरि सर्व ब्रह्मांडाला क्षणार्धात मुक्त करील. तुकाराम महाराज म्हणतात, सर्व काही त्याचीच लीला आहे. त्याचाच खेळ आहे; पण असे असूनही सर्वव्यापी असूनही तो निराळा आहे. धनधान्य पिकविण्याची लोक आशा करतात. पण विठ्ठलरूपी धान्य पुरून उरेल इतकं आहे. खाऊन देऊनही शिल्लक उरते किती मोजत राहिले तरी संपत नाही. अर्थात् बीजाची पेरणी ओल्या जमिनीत खोलवर व्हायला हवी. तरच पीक हाती येईल. तुकाराम महाराज म्हणतात, विठ्ठल या तीन अक्षरात जी तृप्ती आहे ती दुसऱ्या कशातही नाही.

।। पुंडलीक वरदा हरि विठ्ठल ।।

।। श्री पांडुरंग ।।

घालिती पव्हया । वाटे अनाथांची दया ।।
तैसें कां हो नये करूं। पांडुरंगा मज तारूं।।
रोगियासी काढा । देऊनि वारितातीं पीडा ।।
बुडत्यासाठीं उडी घालिताती काय जोडी ।।
झाडिताती कांटे । पुढें मागिलांचे वाटे ।।
तुका म्हणे भार । घेती भागल्यांचा फार ।।
रिकामें तूं नको मना । राहों क्षणक्षणाही ।।
वेळोवेळां पारायण । नारायण हें करीं ।।
भ्रमणांच्या मोडीं वाटा । न भरें फांटा आडरानें ।।
तुका म्हणे माझ्या जीवें । हेंचि घ्यावें धणीवरी ।।
देव जाले अवघे जन । दोषगुण हारपले ।।
बरवें झालें बरवें झालें । चित्त धालें महालाभें ।।
दर्पणाचें दुसरें भासे । परि तें असे एक तें ।।
तुका म्हणे सिंधुभेटी । उदका तुटी वाहाळासी ।।

अनाथांची दया येऊन कित्येकजण पाणपोया घालतात. पांडुरंगा, तसे तुम्ही आम्हाला या संसारातून तारण्यासाठी करू नका. रोग्याला एखादा काढा सांगून वैद्य त्याची पीडा दूर करतो. पाण्यात बुडणाऱ्याला जे वाचवतात त्यांना काय फायदा आहे ? मागून येणाऱ्यांना त्रास नको म्हणून पुढचे काटे झाडून टाकतात. तुकाराम महाराज म्हणतात, दमलेल्या प्रवाशांचे ओझे ते आपल्यावर घेतात. मना तू कोणत्याही क्षणी रिकामा राहू नकोस सतत नारायणाचेच पारायण करीत रहा. जन्ममरणाच्या भ्रमणाची वाट सोडू नका. हरि सोडून आडरानात धावू नको. तुकाराम महाराज म्हणतात तृप्ती होईतो माझा जीव नारायणाचेच चिंतन करीत आहे. मला आता सर्व सृष्टि, सर्व माणसे देवच वाटतात. माझे गुण दोष संपले. हे फार बरे झाले. बरे झाले. या महालाभाने चित्त समाधान पावले आहे. आरशात प्रतिबिंब दुसरे दिसले तरी प्रत्यक्षात दोन्ही एकच असते. तुकाराम महाराज म्हणतात, ओहोळाची समुद्रभेट झाली की ओहोळाचा समुद्र होतो.

।। पुंडलीक वरदा हरि विठ्ठल ।।

।। श्री पांडुरंग ।।

आम्हां सोयरे हरिजन । जनीं भाग्य निकंचन ।।

ज्यांच्या धैर्या नाहीं भंग । भाव एकविध रंग ।।

भुके तान्हे चित्तीं । सदा देव आठवितो ।।

तुका म्हणे धन । ज्यांचें निज नारायण ।।

चित्ताचें बांधलें जवळी तें वसे । प्रकाशीं प्रकाशे सर्वकाळ ।।

अंतरीं वसावी उत्तम ते भेटी । होऊं कांहीं तुटी न सकेची ।।

ब्रह्मांड कवळे आठवणेसाठी । धरावा तो पोटीं वाव बरा ।।

तुका म्हणे लाभ घरींचिया घरीं । प्रेमतंतु दोरी न तुटतां ।।

जे गाती अखंड विठ्ठलाचें गीत । त्यांचे पायीं चित्त ठेवीन मी ।।

जयांसी आवडे विठ्ठलाचें नाम । ते माझे परम प्राणसखे ।।

जयांसी विठ्ठल आवडे लोचनीं । त्यांचें पायवणी स्वीकारीन ।।

विठ्ठलासी जींही दिला सर्व भाव । त्यांच्या पायीं ठाव मागईन ।।

तुका म्हणे रज होईन चरणींचा । म्हणविती त्यांच्या हरिचे दास ।।

आमचे सोयरे आप्तेष्ट सर्वजण हरिभक्त आहेत. ते निष्कांचन, दरिद्री आहेत हेच त्यांचे भाग्य. ज्यांचे धैर्य कधीही भंग पावत नाही आणि त्यांच्या मनीमानसी केवळ विठ्ठलभक्तिचा एकमेव रंग आहे. तहान भुकेच्या वेळी ते देवाचा आठव करतात. तुकाराम महाराज म्हणतात, नारायण हेच त्यांचे धन आहे. देवाला आपल्या भक्तीने बांधून ठेवावे म्हणजे तो सतत समीप रहातो. त्याच्या प्रकाशाने आपले हृदय प्रकाशमान होते. हृदयात देवाची वस्ती झाली तर उत्तमच मग वियोगाचे दु:ख नको. त्याच्या आठवणीने ब्रह्मांडास मिठी मारता येईल. म्हणून तो पोटी धरावा. तुकाराम महाराज म्हणतात. विठ्ठलप्रेमाचा तंतु तुटला नाही तर सर्व लाभ घरीच होतात. जे विठ्ठलाचे गाणे अखंड, अविरत गात आहेत. त्यांच्या पायावर मी मस्तक ठेवीन. ज्यांना विठ्ठलनाम प्रिय आहे ते माझे परममित्र आहेत. ज्यांनी आपले सर्वस्व तनमनधन कायावाचामन विठ्ठलास अर्पण केले आहे. त्यांच्या चरणी मी ठाव मागेन. तुकाराम महाराज म्हणतात, जे कोणी स्वत:ला हरिदास म्हणवतात त्यांच्या पायीची मी धूळ होईन.

।। पुंडलीक वरदा हरि विठ्ठल ।।

।। श्री पांडुरंग ।।

ऐका जी देवा माझी विनवणी । मस्तक चरणीं ठेवीतसें ।।
सन्निध पातलों सांडूनियां शंका । सन्मुखचि एकाएकीं पुढें ।।
जाणविलें कोठें पावे पायांपाशीं । केली या जिवाशीं साटीं म्हणू ।।
तुका म्हणे माझे हातीं द्या उद्धार । करीं करकर म्हणवूनि ।।
बैसलों तों कडियेवरी । नव्हें दुरी वेगळा ।।
घडलें हे बहुता दिसां । आतां इच्छा पुरवीन ।।
बहु होता झाला सीण । नाहीं क्षण विसांवा ।।
दुःखी केलें मीतूंपणे । जवळी नेणें होतें तें ।।
पाहत जे होतों वास । तेचि आस पुरविली ।।
तुका म्हणे मायबापा । झणीं कोपा विठ्ठला ।।
तुझें नाम मुखीं तयासी विपत्ति । आश्चर्य हें चित्तीं वाटतसे ।।
काय जाणों देवा होसील निजला । नेणों जी विठ्ठला मायबापा ।।
भवबंधनाचे तुटतील फांसे । ते कां येथें ऐसे अव्हेरिलें ।।
तुका म्हणे माझें दचकलें मन । वाटे वायांविण श्रम केला ।।

देवा, तुमच्या चरणी मस्तक ठेवतो पण माझी विनवणी ऐका. मनातल्या सर्व शंका, भय सोडून मी एकदम तुमच्यापुढे येऊन उभा राहिलो आहे. माझ्या मनातले काही तुम्हाला सांगावे या हेतुने जिवावर उदार होऊन आलो आहे. आपण मला माझा उद्धार करण्याची शक्ति द्या, मग मी तुमच्याकडे अशी कटकट, किरकिर करणार नाही. देवा मी तुमच्या कडेवर बसलो आहे. मी आता तुमच्यापासून वेगळा होणार नाही. बऱ्याच दिवसांनी असे घडले आहे. तेव्हा आता मी माझी इच्छा पूर्ण करीन. आजपर्यंत पुष्कळ कष्ट केले. क्षणभरही विश्रांती घेतली नाही. मी माझ्याबद्दलच सारखा विचार करीत होतो. त्यामुळे दुःखी होतो, त्यामुळे तुमची जवळिक मला कळली नाही. आतापर्यंत मला जी आस लागून राहिली होती ती आता पूर्ण झाली. तुकाराम महाराज म्हणतात, मायबापा विठ्ठला आता रागावलात तरी चालेल. देवा ज्याचे मुखी तुझे नाव असते तो संकटात सापडतो याचे आश्चर्य वाटते. संसारबंधन तुझ्यामुळे तुटते, मग आता हा अव्हेर करतोस ? तुकाराम महाराज म्हणतात हे पाहून माझे मन दचकले, मी जी भक्ति केली ती वाया गेली असे वाटले.

।। पुंडलीक वरदा हरि विठ्ठल ।।

।। श्री पांडुरंग ।।

नाचावेंसें वाटे मना । छंद गुणा आधीन ।।

चेष्टविलीं माझीं गात्रें । सत्तासूत्रें हालती ।।

नामरूपें रंगा आली । तोचि चाली स्वभावें ।।

तुका म्हणे पांडुरंगें । अंगसंगें कवळिलें ।।

खेळतों ते खेळ पायांच्या प्रसादें । नव्हतीं हीं छंदे नासिवंतें ।।

माझा मायबाप उभा विटेवरी । कवतुकें करी कृपादान ।।

प्रसादा वाणी वदती उत्तरें । नाहीं मतांतरें जोडियेलीं ।।

तुका म्हणे रस वाढितीया अंगें । छाया पांडुरंगें केली वरी ।।

सुख वाटे परी वर्म । धर्माधर्म न कळे ।।

गायें नाचें एवढें जाणें । विठ्ठल म्हणें निर्लज्ज ।।

अवघें माझें हेंचि धन । साधनही सकळ ।।

तुका म्हणे पायां पडें । तुमच्या कोडें संतांच्या ।।

    मनाला नाचावेसे वाटते कारण छंद हा गुणाच्या आधीन असतो. माझी सर्व गात्रे देवाने स्वत: सूत्रे हाती ठेवून चेष्टविली, त्यांना चेष्टा करणे भाग पाडले. हरिनामाच्या रूपात ती रंगली आहेत. तुकाराम महाराज म्हणतात, पांडुरंगाने मला घट्ट कवळून धरले आहे. मी जो अभंगरचनेचा खेळ करतो आहे तो देवाच्या पायांचा प्रसाद आहे. हे छंद नाशिवंत, संपणारे नाहीत. माझा मायबाप विटेवर उभा आहे आणि कौतुकाने कृपादान करतो आहे. माझ्या मुखातून येणारे शब्द प्रासादिक आहेत. ही माझी वाणी म्हणजे देवाचा प्रसादच आहे, त्या मतांतराला मतभेदाला वाव नाही. तुकाराम महाराज म्हणतात, माझे शब्द रसभरित झाले आहेत कारण पांडुरंगाची माझ्यावर कृपा आहे. विठ्ठलनाम घेताना मला परमसुख होते. तिथे धर्माधर्माचा विचार मनात येत नाही. निलाजरेपणाने विठ्ठलाचे गाणे म्हणणे व त्या नादात नाचतो एवढेच मी जाणतो. माझे हेच धन आणि माझे हेच साधन. तुकाराम महाराज म्हणतात, तुम्हा संताच्या पायी मी कौतुकाने पडत आहे.

।। पुंडलीक वरदा हरि विठ्ठल ।।

॥ श्री पांडुरंग ॥

बहुतां दिसांची आजि झाली भेटी । झाली होती तुटी काळगती ॥
येथें सावकाश घेईन ते धणी । गेली अडचणी उगवोनि ॥
बहु दुःख दिलें होतें घरीं कामें । वाढला हा श्रमें श्रम होता ॥
बहु दिसां होता सांडिला मारग । क्लेशाचा तो त्याग आजि झाला ॥
बहु होती केली सोंगसंपादणी । लौकिकापासूनि निर्गमलें ॥
तुका म्हणे येथें झालें अवसान । परमानंदी मन विसावलें ॥
पुंडलीक भक्तराज । तेणें साधियेलें काज ।
वैकुंठीचें निज । परब्रह्म आणिलें ॥
पांडुरंग बाळमूर्ति । गोईगोपाळ सांगाती । येऊनियां प्रीति । उभें समचि राहिलें ॥
एका आगळें अक्षरें । भूवैकुंठचि दुसरें । म्हणविती येरें । परि ती ऐशीं नव्हे तीं ॥
पाप पंचक्रोशीमधीं । येऊं न सकेचि कधीं । कैंची तेथें विधि । निषेधाची वसति ॥
पुराणें बोलती ऐसें । चतुर्भुज तीं माणसें । सुदर्शनावरी वसे । न बुडे कदा कल्पांतीं ॥
अनुपम्य इची थोरी । महाक्षेत्र महीवरी । धन्य धन्य वारकरी । तुका म्हणे तेथींचे ॥

काल प्रतिकूल असल्यामुळे बरेच दिवस भेट झाली नव्हती. ती आता आज होत आहे. आता अडचणी दूर झाल्या आहेत तेव्हा नामस्मरणाचे सुख सावकाशपणे घेईन. विषयांमुळे व वैषयिक इच्छांमुळे मला दुःख झाले होते. आणि त्यामुळे श्रम झाले होते. तुझ्या नामाचा, परमार्थाचा मार्ग बरेच दिवस निसटला होता. त्यामुळे दुःख झाले होते. ते आज संपले. प्रपंचात तऱ्हेतऱ्हेची सोंगे घ्यावी लागत होती. लौकिकापासून आता सुटका झाली. आणि नामाच्या परमानंदात विसावले. सर्वभक्तांचा तो राजा पुंडलीक याने एक मोठे काम केले. वैकुंठीचे परब्रह्म इहलोकी आणले. भू एक शब्द वैकुंठ या शब्दाला जोडला. पंढरी भूवैकुंठ झाली. इतर क्षेत्रे कितीही पवित्र असली तरी ती पंढरीची बरोबरी करू शकत नाहीत. पंढरीच्या पंचक्रोशीत पापाला वाव नाही. येथील माणसे देवासारखी आहेत. आणि ही पंढरी सुदर्शनाच्या संरक्षणाखाली आहे. म्हणून ती कल्पांतीही बुडणार नाही. तुकाराम महाराज म्हणतात. या पृथ्वीवर पंढरी हे महाक्षेत्र आहे. तिची थोरवी अनुपमेय आहे आणि पंढरीची वारी करणारे धन्य आहेत.

॥ पुंडलीक वरदा हरि विठ्ठल ॥

॥ श्री पांडुरंग ॥

विचारिलें आधीं आपुल्या मानसीं । वांचों येथें कैसीं कोण्या द्वारें ॥
तंव जाला साह्य हृदयनिवासी । बुद्धि दिली ऐसी नास नाहीं ॥
उद्वेगाचे होतों पडिलों समुद्रीं । कोणें रीती तीरीं पाविजेल ॥
तुका म्हणे दुःखें आला आयुर्भाव । झाला बहु जीव कासावीस ॥
करितां तडातोडी । वत्स माते सोई ओढी ॥
करित्याचा आग्रह उरे । एक एकासाठीं झुरे ॥
भुके इच्छी अन्न । तेंही त्यासाठीं निर्माण ॥
तुका म्हणे जाती । एक एकाचिये चित्तीं ॥

या संसारात आपण कसे वागायचे याचा विचार आम्ही आधीच केला, तोच हृदयात रहाणाऱ्या देवाने आम्हाला सहाय्य करून जी नाश पावत नाही अशी बुद्धि दिली. उद्वेगाच्या, दुःख, दैन्याच्या समुद्रात आम्ही पडलो होतो आणि आम्हाला कोण कसं पैलतीरी नेईल. याची आम्हाला काळजी लागून राहिली होती. तुकाराम महाराज म्हणतात, आजपर्यंतचे आयुष्य दुःखात गेल्यामुळे जीव फार कासावीस झाला. गाय आणि वासरू यांची ताटातूट केली तरी वासराची ओढ मातेकडे म्हणजे आईकडेच असते. ताटातूट करणारा हट्टीपणाने हे करतो पण ती दोघं एकमेकांसाठी झुरत असतात. भूक लागली तरी प्राण्यास खाण्याची इच्छा होते आणि जे अन्न त्याच्यासाठी निर्माण झाले आहे ते तो खातो. तुकाराम महाराज म्हणतात, जी एका जातीची आहेत. त्यांचे चित्त परस्परांचे ठायी असते.

॥ पुंडलीक वरदा हरि विठ्ठल ॥

।। श्री पांडुरंग ।।

क्षणक्षणा हाचि करावा विचार । तरावया पार भवसिंधु ।।
नाशिवंत देह जाणार सकळ । आयुष्य खातो काळ सावधान ।।
संतसमागमीं धरावी आवडी । करावी तांतडी परमार्थीं ।।
तुका म्हणे इहलोकींच्या वेव्हारें । नये डोळे धुरें भरूनि राहों ।।
इच्छिलें ते शकुनवंती । होय देती तात्काळ ।।
क्षीरा नीरा निवाड करी । वरावरी विठ्ठल ।।
भाग्याविण कैचें फळ । अंतर मळमूत्राचें ।।
तुका म्हणे संचित कुडें । तें बापुडें करीतसे ।।
नाहीं तुम्हां कांहीं लाविलें मागणें । कांटाळ्याच्या भेणें त्रासलेती ।।
एखादिये परी टाळावी करकर । हा नका विचार देखों कांहीं ।।
पायांच्या वियोगें प्राणा संवसाटी । नेघेवेसी तुटी झाली आतां ।।
तुका म्हणे तुम्हां मागणें तें आतां । हेंचि कृपावंत चरणीं वास ।।

हा भवसिंधु कसा पार करता येईल याचा प्रत्येक क्षणी विचार करावा. हा नाशिवंत देह जाणार आणि काळ आयुष्य भक्षण करतो म्हणून सावध रहावे. संतसमागमाची त्वरा करावी. परमार्थाकडे वेगाने वळावे. तुकाराम महाराज म्हणतात इहलोकीच्या व्यवहारात गुंतून आंधळे राहू नये. ही विठोमाउली ही शकुनवंती आहे. ती करू ती इच्छा तत्काळ पूर्ण करते. नीरक्षीर न्यायात ती निपुण आहे. खरा भक्त कोण आणि खोटा कोण ते ती तत्क्षणी जाणते. भाग्योदय झाल्याशिवाय फलप्राप्ती कशी होणार ? अंत:करण कामक्रोधासारखा मळमूत्राने भरलेले आहे. तुकाराम महाराज म्हणतात दूषित प्रारब्ध या लोकांना अगदी हीनदीन करते. देवा, आम्हाला तुमच्याजवळ काही एक मागावयाचे नाही पण आम्ही मागू या भयाने आमचा कंटाळा करू नका. काहीतरी निमित्त काढून आमची कटकट दूर करू नका. तुमचा वियोग कधीही होऊ नये असे वाटते. तुमच्या पायांना अंतरलो तर मी निष्प्राणच होईन. तुकाराम महाराज म्हणतात हे कृपावंता तुमच्या पायी आम्हाला निरंतर ठेवा एवढेच आमचे मागणे आहे.

।। पुंडलीक वरदा हरि विठ्ठल ।।

।। श्री पांडुरंग ।।

आम्ही पतीत तूं पावन । हें तों पूर्वापार जाण ।।
नवें करूं नये जुनें । सांभाळावें ज्याचें त्याणें ।।
मिराशीचा ठाव । राखा करूनि उपाव ।।
वादें मारी हाका । देवा आइकवीतो तुका ।।
जन्मांतरी शुद्ध नाहीं आचरण । यालागीं चरण अंतरले ।।
वोढवलें संचित येणें जन्में पाहतां । आतां पंढरिनाथा कृपा करीं ।।
पतितपावन ब्रिदें साच करीं देवा । यालागीं कुढावा करीं माझा ।।
अपराधी पातकी दुष्ट दुराचारी । आहाळलों भारी संवसारें ।।
कामक्रोध आदि कल्पनेच्या त्रासें । तुज न पवें ऐसें झालें देवा ।।
हा ना तो सा ठाव झाला पांडुरंगा । नयेचि उपेगा काय करूं।।
आपुलिया नांवा धांवणिया धांवें । लवकरी यावें तुका म्हणे ।।

आम्ही पापी असावे आणि तू आम्हाला पावन करावे हे पूर्वीपासून चालत आहे आहे. नवे काही न करता जुने सांभाळावे हे बरे. आपली ही मिरास आपण प्रयत्नपूर्वक रक्षण करा. तुकाराम महाराज म्हणतात, मी देवाला वर्दळीवर येऊन हाका मारतो आणि देवाला ऐकावयाला लावतो. किती तरी जन्म गेले पण शुद्ध आचरण केले नव्हते त्यामुळे तुमच्या पायांचा वियोग झाला. पण या जन्मी थोडा भाग्योदय झाला आहे. तेव्हा पंढरीनाथा तुम्ही माझ्यावर कृपा करा. तुम्ही तुमचे पतितपावनाच ब्रीद खरे करा, माझे रक्षण करा. मी दुष्ट तर आहेच पण अपराधी, पातकी, दुराचारी असा आहे आणि संसाराच्या तापाने वैतागलो आहे. माझ्या मनातील कामक्रोधादि भावनांमुळे मी तुझ्याजवळ पोहोचू शकलो नाही. पांडुरंगा धड संसार नाही धड परमार्थ नाही, तुझी प्राप्ती नाही, अशा अवस्थेमुळे मी दोन्हींना दुरावलो आहे. त्यामुळे निरुपयोगी ठरलो आहे, आता काय करू ? तू पतितपावन आहेस तेव्हा तुकाराम महाराज म्हणतात तू धावत ये !

।। पुंडलीक वरदा हरि विठ्ठल ।।

॥ श्री पांडुरंग ॥

आसन शयन भोजन गोविंदें । भरलें आनंदें त्रिभुवन ।।
अवघियां केली काळें ताडातोडी । अवसर घडी पुरों नये ।।
वांटणी घातले शरीराचे भाग । दुजियाचा लाग खंडियेला ।।
आवडीच्या आलें आहारासी रूप । पृथक संकल्प मावळले ।।
काम तरी क्रोध बुद्धि मन नासे । भ्रमाचें वोळसे गिळिले शांती ।।
तुका म्हणे मना श्रीरंगाचा रंग । बैसला अभंग एकविध ।।
ज्वरल्यासी काढा औषध पाचन । मूढा नारायण स्मरवितों ।।
भवव्याधि येणें तुटेल रोकडा । करूनियां झाडा निश्चयेसीं ।।
आणिकां उपाया अनुपान कठिण । भोगें बरें सीण शीघ्रवत् ।।
तुका म्हणे केला उघडा पसारा । भाग्य आलें घरा दारावरी ।।
जपाचें निमित्त झोंपेचा पसरू। देहाचा विसरू पाडूनियां ।।
ऐसें तें भजन अमंगळवाणी । सोंग संपादणी बहुरुप्याची ।।
सेवेसी विकलें देहाचिया आसे । तया कोठें असे उरला देव ।।
तुका म्हणे मान दंभ जया चित्तीं । तयाची फजिती करूं आम्ही ।।

जेवताना, बसताना, झोपताना मी गोविंदाचे ध्यान करीत आहे. त्रिभुवन आनंदाने भरले आहे. काळाने सर्वांची ताटातूट केल्यामुळे वेळ पुरत नाही. माझ्या शरीराचे भाग मी पंचमहाभूतांना देऊन टाकले आहेत. त्यामुळे माझ्यावर आता कोणाची सत्ता नाही. देवाच्या रूपाचा प्रिय आहार मी करीत असल्याने माझे वेगळे संकल्प लय पावले. कामक्रोधादि विकार ज्या मनात वस्तीला असतात ते मन नष्ट झाल्याने भ्रम संपले, मन शांत झाले. तुकाराम महाराज म्हणतात, माझे मन श्रीरंगाच्या एका रंगाने रंगले आहे, तो रंग अभंग आहे. त्रिविध तापांनी त्रासलेल्या रोग्याला नामस्मरणाचे सहज पचणारे औषध मी देतो. या औषधाने संसाररूपी रोगाचा झाडा, शेवट होईल. अनुपानासा कठीण असलेल्या औषधांनी त्रास होतो; पण या औषधाचा गुण तत्काल देतो. तुकाराम महाराज म्हणतात, हा पसारा उघड केल्याने हे भाग्य तुमच्या दारी आले आहे. जपाचे निमित्ताने जो झोपतो, असले भजन पवित्र नाही. हे बहुरुप्याचे सोंगच, देहाच्या आशेने देवाची सेवा करतात. त्यांना देव कसा पावणार ? तुकाराम महाराज म्हणतात, अहंकारी माणसांची आम्ही फजिती करू.

॥ पुंडलीक वरदा हरि विठ्ठल ॥

।। श्री पांडुरंग ।।

हरिच्या दासां सोपें वर्म । सर्व धर्म पाउलें ।।
कडिये देव वाहे खांदीं । वैष्णव मांदी क्रीडेसी ।।
सरती येणें आटाआटी । नाहीं तुटी लाभाची ।।
तुका म्हणे समाधान । सदा मन आमुचें ।।
भूतांचिये नांदे जीवीं । गोसावीच सकळां ।।
क्षण क्षणां जागा ठायीं । दृढ पायीं विश्वास ।।
दावूनियां सागें दुजें । अंतर बीजें वसतसे ।।
तुका म्हणे जाणे धर्म । धरीं तें वर्म चिंतन ।।
आमुची विश्रांती । तुमचे चरण कमळापती ।।
हेंचि एक जाणें । काया वाचा आणि मनें ।।
पुढती पुढती नमन । घालूनियां लोटांगण ।।
नीच जनां लोकां । तळिले पायरीस तुका ।।

हरिचरणाचे चिंतन करणे हाच हरिदासांचा धर्म आहे आणि तेच त्यांचे वर्म आहे. ज्यांच्या कडेखांदी देव आहे किंवा ज्यांना देवाने कडेवर घेतले आहे. आणि ज्यांना खेळायला वैष्णवांची मांदियाळी आहे. त्यांच्या लाभात अंतर पडत नाही. तुकाराम महाराज म्हणतात, आमचे मन सदैव समाधानी असते. सर्व भूतांठायी जो परमेश्वर आहे त्याच्यावर दृढ विश्वास ठेवून सदैव जागरूक रहा. तो निरनिराळा दिसत असला तरी बीजरूपाने प्रत्येकाच्या हृदयात असतोच. तुकाराम महाराज म्हणतात, सदासर्वकाळ हरीचे चिंतन करणे हाच धर्म होय. देवा, तुझ्या पायांपाशीच आमचा विसावा आहे. कायावाचामने आम्ही तुमच्या चरणांवाचून दुसरे काही जाणत नाही. म्हणून पुन: पुन्हा वारंवार तुम्हाला लोटांगण घालून तुम्हाला वंदन करतो. तुकाराम महाराज म्हणतात, ज्या पायऱ्यावरून लोक जातात त्या पायांखालच्या शेवटच्या पायरीवर मी आहे.

।। पुंडलीक वरदा हरि विठ्ठल ।।

।। श्री पांडुरंग ।।

विनवितों सेवटीं । आहे तैसें माझे पोटीं ।।
कंठीं राहावें राहावें । हेंचि मागतसे भावें ।।
पुरली वासना । येणें होईल नारायणा ।।
तुका म्हणे जो देहाडा । तोचि वर्णीन पवाडा ।।
आवडीची सलगी पूजा । विषम दुजा भाव तो ।।
ऐसीं उफराटीं वर्मे । कळों भ्रमें न येती ।।
न लगे समाधान मोल । रुचती बोल प्रीतीचे ।।
तुका म्हणे एका जीवें । सुत्र व्हावें गुंतलें ।।
बाळ माते लातेवरी । मारी तेणें संतोषे ।।
मुख वसे चित्ता अंगीं । तें हें रंगीं मिळालें ।।
भक्षी त्याचा जीवमाग । आला भाग तो बरा ।।
तुका म्हणे ऋणानुबंधें । सांगें मुदें सकळां हें ।।

जी भावना माझ्या मनात आहे त्याप्रमाणे मी आपल्याला शेवटी विनंती करतो, देवा तुमचे नाव माझ्या ओठी, कंठी, सदैव रहावे हेच मागणे मी भक्तिभावे मागतो. त्यामुळे नारायणा माझी इच्छा पूर्ण होईल. तुकाराम महाराज म्हणतात जोपर्यंत हा देह आहे तोपर्यंत मी तुझे पवाडे गात राहीन. हरीशी आवडीने, सलगी करावी ही हीच त्याची पूजा होय. त्याच्या विषयी दुजाभाव धरू नये. ती विषमता होईल. द्वैतभाव होईल. अशी हरिपूजेची उफराटी खूण आहे. कित्येकांना ती भ्रमापुढे कळत नाही. परमेश्वराचे समाधान करण्यासाठी काही किंमत द्यावी लागत नाही. त्याला प्रेमाचे बोल आवडतात. तुकाराम महाराज म्हणतात, आपले जीवनसूत्र हरिशी गुंतलेले असावे. बाळाने आईल लाथ मारली तर ती रागावत नाही उलट तिला आनंद वाटतो. परस्परांचे रंग परस्परांचे मिसळले की सुखच सुख असते. आई जे खाते त्यातील उत्तम भाग मुलाला देते. तुकाराम महाराज म्हणतात, ऋणानुबंधामुळे हे घडते.

।। पुंडलीक वरदा हरि विठ्ठल ।।

।। श्री पांडुरंग ।।

संसाराच्या नांवें घालूनियां शून्य । वाढता हा पुण्य धर्म केला ।।
हरिभजनें हें धवळिलें जग । चुकविला लाग कळिकाळाचा ।।
कोणाही न लगे साधनांचा पांग । करणें केला त्याग देहबुद्धी ।।
तुका म्हणे सुख समाधि हरिकथा । नेणे भवव्यथा गाईल तो ।।
विश्वासीया नाहीं लागत सायास । अनायासें रस अंगा येतो ।।
लेंकराच्या हातें घास मागे माता । वोरसोनि चित्ता सुख पावे ।।
गौरव तो मानी आरुषा वचनीं । भूषण ते वाणी मिरवावी ।।
तुका म्हणे आहे सकळही साक्षी । माझा तो कईपक्षी पांडुरंग ।।
कईं ऐसी दशा येईल माझ्या अंगा । चित्त पांडुरंग झुरतसे ।।
नाठवूनि देह पायांचें चिंतन । अवसान ते क्षण नाहीं मध्यें ।।
काईं ऐसा पात्र होईन लाभासी । नेणों हृषीकेशी तुष्टईल ।।
तुका म्हणे धन्य मानीन संचित । घेईन तें नित्य प्रेमसुख ।।

मी संसाराचा त्याग करून पुण्यधर्म वाढवला. हरि भजनाने जग उजळले आणि कळिकाळाचा पाठलाग चुकवला. आता कोणत्याही साधनाच्या तंत्रात रहाणे नको. कारण मी आता देहबुद्धी सोडून दिली आहे. तुकाराम महाराज म्हणतात, हरिकथा ही सुखसमाधी आहे. जो या हरिकथेचे गायन करील त्याची भवव्यथा समाप्त होईल, प्रपंचाचा विषाद त्याला जाणवणार नाही. ज्याचा परमेश्वरावर दृढ विश्वास आहे. त्याला प्रयत्न न करताही ब्रह्मरसाचा अनुभव येतो. आपल्या लहान बाळाने आपल्याला घास द्यावा असे आईला वाटत असते आणि त्याप्रमाणे बाळाने भरवल्यावर तिला परम संतोष होतो. बाळाच्या बोबड्या बोलांचे ती भूषण मिरवते. तुकाराम महाराज म्हणतात, माझी अशीच स्थिती आहे. आणि त्याचे साक्षीदार माझे कैवारी पांडुरंगच आहेत. पांडुरंगा अशी अवस्था यावी म्हणून माझे मन तळमळते आहे. देहभावाचे विस्मरण व्हावे आणि अविरत तुझ्या चरणांचे चिंतन चालावे. असा लाभ मला कधी होईल. देव कधी प्रसन्न होईल कळत नाही. तुकाराम महाराज म्हणतात, असे दर्शन घडल्यास माझी ती पूर्व पुण्याई आहे असे मी समजेन व देवाचे प्रेमसुख घेईन.

।। पुंडलीक वरदा हरि विठ्ठल ।।

।। श्री पांडुरंग ।।

देवाचें निर्माल्य कोण शिवे हातीं । संकल्पासी होती विकल्प ते ।।
वाहिलें देह हें देवा एकसरें । होईल तें बरें तेणें द्वारें ।।
होता भार त्याची निवारली खंती । येथें आतां रिती सांठवण ।।
तुका म्हणे इच्छे पावविले कष्ट । म्हणऊनि नष्ट दुरावली ।।
देव तीर्थीं येर दिसे जया ओस । तोचि तया दोष जाणतिया ।।
तया बरें फावे देवा चुकवितां । संचिताची सत्ता अंतराय ।।
शुद्धाशुद्ध ठाव पापपुण्य बीज । पाववील दुजे फळभोग ।।
तुका म्हणे विश्वंभरा ऐसें वर्म । चुकलिया धर्म अवघे मिथ्या ।।
काय मज एवढा भार । हे वेव्हार चालवाया ।।
उकले तो जाणे धणी । मज भोजनीं कारण ।।
चिंता ज्याची तया शिरीं । लेंकरीं तें खेळावें ।।
तुका म्हणे सेवट झाला । देव या बोला भोगिता ।।

देवाला वाहिलेले कोणी परत घेत नाही. कारण मग संकल्पाला विकल्पाने छेद जातो. माझा हा देह मी देवाला अर्पण केला आहे. आता देहाचे त्याच्याकडून जे होईल ते होवो. या देहाची जबाबदारी माझ्यावर होती ती देवावर टाकल्याने मी चिंतामुक्त झालो. इथे आता रिकामी साठवण राहिली आहे. तुकाराम महाराज म्हणतात, या देहाशेत मी गुंतलो होतो, तिने मला सुख दिले नाही म्हणून त्या नष्ट आशेला मी दूर केले. देव सर्वव्यापी असूनही तो केवळ तीर्थस्थानी आहे असे मानणाऱ्यांचे अज्ञानच दिसते. देवाला चुकवायची त्याला त्यापुढे संधी मिळते, पण संचितामुळे अंतराय येतो. एक स्थळ अशुद्ध आणि दुसरे शुद्ध असे मानले तर त्याचे फळ मिळते. तुकाराम महाराज म्हणतात, देव सर्वव्यापी आहे, हे न जाणणारे धर्म खोटे आहेत. प्रपंचाचा बोजा मी कशाला घेऊ ? याची उकल केवळ विठ्ठलच करू जाणे. मी फक्त भोजन घेणारा बाकीची चिंता त्याने वाहावी. मुलांचे काम खेळणे, तुकाराम महाराज म्हणतात, सर्व काही भोगतो तो देव असे सांगून या गोष्टीचा शेवट करतो.

।। पुंडलीक वरदा हरि विठ्ठल ।।

॥ श्री पांडुरंग ॥

कोणाचिया न पडों छंदा । गोविंदासी आळवूं ।।
बहुतांचीं बहुत मतें । अवघें रितें पोकळ ।।
घटापटा ढवळी मन । होय सीण न करूं तें ।।
तुका म्हणे पांडुरंग । भरूं भाग आला तो ।।
एकवेळ करीं या दुःखावेगळें । दुरिताचें जाळें उगवूनि ।।
आठवीन पाय हा माझा नवस । रात्रीही दिवस पांडुरंगा ।।
बहु दूरवरी भोगविलें भोगा । पांडुरंगा सोडवावें ।।
तुका म्हणे काया करीन कुरवंडी । ओवाळूनि सांडीं मस्तक हें ।।
आणीक म्यां कोणा यावें काकुलती । कोण कामा येती अंतकाळीं ।।
तूं वो माझी सखी होसी पांडुरंगे । लवकरी ये गे वाट पाहें ।।
काया वाचा मनें हेचि आस करीं । पाउलें गोजिरीं चिंतीतसें ।।
तुका म्हणे माझी पुरावीं हे आस । घालीं ब्रह्मरस भोजन हें ।।

आता आम्ही कोणताही छंद मनाला लावून घेणार नाही. एका गोंविदालाच आळवीत राहू. अनेकांची अनेक मते आहेत. विचार आहेत पण ते व्यर्थ आहेत. घटापटाच्या तत्त्वज्ञानात आम्ही पडत नाही. त्यामुळे डोक्याला शीण होतो. आमच्या धर्मकर्मानुसार जो भाग आमच्या वाटणीला आला आहे तो म्हणजे पांडुरंगाचे चिंतन तो आम्ही करू असे तुकाराम महाराज म्हणतात. मी या पातकात सापडलो आहे, दुरिताच्या जाळ्यात सापडून दुःखी झालो आहे. देवा पांडुरंगा, रात्रंदिवस मी तुमच्या पायांचे चिंतन करीन असा नवस केला आहे. देवा, या नियतीने मला फार पूर्वीपासून दुःख भोगायला लावले आहे. त्यापासून मला मुक्त करा, तुकाराम महाराज म्हणतात, मस्तक आणि धड त्यासाठी मी कुरवंडी करीन. देवा, तुमच्याशिवाय मी कोणापुढे काकुळतीला येणार ? अंतकाळी कोणा कामी येणार आहे ? देवा, तूच माझी सखी आहेस, तू लौकर माझ्याकडे ये. मी तुझी वाट पाहतो आहे. कायावाचामने तुझ्या गोजिरवाण्या पावलांचे चिंतन करीत आहे. तुकाराम महाराज म्हणतात, माझी ही इच्छा ब्रह्मरसाचे भोजन देऊन पूर्ण करा.

॥ पुंडलीक वरदा हरि विठ्ठल ॥

।। श्री पांडुरंग ।।

बहु जन्मांतरें फेरे । केले ये रे सोडवीं ।।
आळवितों करुणाकरे । विश्वंभरे दयाळे ।।
वहावतों मायापुरीं । येथें करीं कुडवा ।।
तुका म्हणे दुजा कोण । ऐसा सीण निवारी ।।
डौरलों भक्तिसुखें । सेवूं अमृत हें मुखें ।।
संतसंगें सारूं काळ । प्रेमसुखाचा कल्लोळ ।।
ब्रह्मदिकांसी शिराणी । तो हा आनंद मेदिनीं ।।
नाहीं वैकुंठींचा पांग । धांवे कथे पांडुरंग ।।
मुक्त व्हावें कशासाठीं ।। कैंची येणें रसें तुटी ।।
तुका म्हणे गोड । हेंचि पुरे माझें कोड ।।
फोडिलीं भांडारे । माप घेऊनियां खरें ।।
केली हरिनामाची वरो । मागिल तें आतां सरो ।।
देशांत सुकाळ । झाला हरपला काळ ।।
घ्यावें धणीवरी । तुका म्हणे लहानथोरीं ।।

जन्ममरणाच्या फेऱ्यातून देवा, तू मला सोडव. करुणाकरा मी तुला आळवतो आहे. हे विश्वंभर दयाळा कृपा कर. तुकाराम महाराज म्हणतात, माझा शीण, दुःख निवारणारा दुसरा कोण आहे ? भक्तिसुखाने मी नटलो आहे आणि मुखाने तुझे नाव सतत घेतो आहे. प्रेमसुखाला पूर आला आहे कारण संतसंगतीचा लाभ घडतो आहे. जो आनंद ब्रह्मादिकांनाही स्वर्गात प्राप्त होत नाही. तो आम्हाला या धरित्रीवर मिळतो आहे. वैकुंठी एक वेळ पांडुरंग नसला तरी चालेल पण जिथे हरिकथा चालली असेल तिथे तो धाव घेतो. भक्तिरस इथे कधी कमी पडत नाही. मग मुक्तिची ओढ कशासाठी ? तुकाराम महाराज म्हणतात, संतसंगतीच्या गोड सुखाने माझी इच्छा पूर्ण होते. मी देवाचे भांडार फोडले व माल मोजण्यासाठी भक्तिचे माप घेतले आहे. हरिनामाचा सुकाळ केला आहे. आता पूर्वीचे नुकसान भरून आले आहे. तुकाराम महाराज म्हणतात आता लहान थोरांनी, सर्वांनी याचेच सेवन, प्राशन करावे.

।। पुंडलीक वरदा हरि विठ्ठल ।।

।। श्री पांडुरंग ।।

आनंदाचे डोही आनंद तरंग । आनंदचि अंग आनंदाचें ।।
काय सांगों झालें कांहींचियाबाहीं । पुढें चाली नाहीं आवडीनें ।।
गर्भाचे आवडी मातेचा डोहाळा । तेथींचा जिव्हाळा तेथें बिंबे ।।
तुका म्हणे तैसा ओतलासे ठसा । अनुभव सरिसा मुखा आला ।।
म्हणऊनि धरिले पाय ।। अवो माये विठ्ठले ।।
आपुलेंचि करूनि घ्यावें । आश्वासावें ना भीसें ।।
वाढली ते तळमळ चित्ता । शम आतां करावी ।।
तुका म्हणे जीवीं वसे । मज नसे वेगळा ।।
हरिनामवेली पावली विस्तार । फळीं पुष्पीं भार वोल्हावली ।।
तेथें माझ्या मना होईं पक्षिराज । साधावया काज तृप्तीचें या ।।
मुळींचिया बीजें दाखविली गोडी । लवकरचि जोडी जालियाची ।।
तुका म्हणे क्षणक्षणां जातो काळ । गोडी ते रसाळ अंतरेल ।।

आनंदाच्या डोहात आनंदाच्याच लाटा येत आहेत. कारण आनंदाचे अंग आनंदच असते. मला जे सुख मिळाले ते काहीबाही आहे त्याचे मी वर्णन काय करणार ? गर्भातील बाळाची जशी आवड असते तशी आईला इच्छा होते. डोहाळे होतात. कारण गर्भाचा जिव्हाळा आईमध्ये व्यक्त होतो, तुकाराम महाराज म्हणतात, त्याप्रमाणे अनुभवाचा जो ठसा माझ्या मनात ओतला गेला, त्याप्रमाणे माझी वाणी प्रकट झाली. विठोमाऊली प्रपंचाचे भय वाटले म्हणून तुझे पाय धरले आहेत. देवा, मला तू आपलास कर आणि 'भिऊ नको' असा शब्द दे. माझ्या जिवाची तळमळ आता शांत कर. आता तू माझ्यापासून वेगळा राहू नकोस असे तुकाराम महाराज म्हणतात, हरिनामरूपी वेलीचा आता मोठा विस्तार झाला असून फुले, फळे आदिंनी तो बहरला आहे. या फळाफुलांचा आस्वाद घेण्यासाठी माझ्या मना तू पक्ष्याचे रूप घे. मूळच्या बीजाने फळाची गोडी दाखवली. त्या फळाची लौकर प्राप्त करून घे. तुकाराम महाराज म्हणतात, क्षणाक्षणाने काळ पुढे चालला आहे. तेव्हा हरिनामाच्या रसाळ गोडीला अंतरु नकोस.

।। पुंडलीक वरदा हरि विठ्ठल ।।

।। श्री पांडुरंग ।।

केला तैसा अंगीकार । माझा भार चालवीं ।।
होऊं अंतराय बुद्धी । कृपानिधी नेदावी ।।
आम्ही तरी जडजीव । कैंचा भाव पुरता ।।
अनन्यभावें घ्यावी सेवा । आम्हां देवा घडेसी ।।
तुझीं आम्ही शरणांगतें । कृपावंतें रक्षीजे ।।
तुका म्हणे भाकूं कींव । असों जीव जड आम्ही ।।
इच्छिती तयांसी व्हावें जी अरूप । आम्हांसी स्वरूपस्थिति चाड ।।
आतां नव्हे माझा भाव अनारिसा । पाउलांनी इच्छा गौवियेली ।।
लेंकरासी कोठें जाणत्याची परी । करूं येते दुरी धरावया ।।
लागली न सुटे नामाची आवडी । माझी भावजोडी भंगूं नका ।।
घेसील आढेवेढे मुक्तीच्या अभिलासें । चाळवीं जा पिसे ब्रह्मज्ञानी ।।
तुका म्हणे माझा कोठें भक्तिरस । पाडावया ओस चाळविसी ।।

देवा, तुम्ही माझा जसा अंगीकार केलाच आहे तेव्हा आता माझ्या योगक्षेमाचा भार तुम्हीच उचलला पाहिजे. देवा, माझ्या बुद्धीत अंतराय येऊ देऊ नका. देवा आम्ही जड जीव आहोत. आमच्याजवळ तुमच्यासाठी पूर्णपणे भक्तिभाव कुठला आलाय ! देवा आम्ही अनन्यभावाने जशी सेवा करू तशी ती तू गोड मानून घे. कृपावंत देवा, आम्ही तुला शरण आलो आहोत तेव्हा तूच आमचे रक्षण कर. तुकाराम महाराज म्हणतात, आम्ही जड जीव आहोत. म्हणून तुझी करुणा भाकत आहोत. देवा, तुमची जशी इच्छा भक्त करतील त्याप्रमाणे तुम्ही रूप घ्यावे तुमचे सगुण साकार स्वरूप पहावे अशी आमची इच्छा आहे. देवा ही माझी भावना बदलणार नाही. कारण तुमच्या चरणी तुम्ही आम्हाला गुंतवून टाकले आहे. बालकाला मोठ्या, जाणत्या मुलाप्रमाणे दूर करता येते का ? तुमच्या नामाची मला जी गोडी लागती आहे ती विसकटू नका. मोक्षाचा लोभ आम्हाला नाही. ज्यांना तो हवा असेल त्यांना तो तू दे. तुकाराम महाराज म्हणतात, माझा भक्तिभाव उणा करण्याचा तू यत्न करीत आहेस.

।। पुंडलीक वरदा हरि विठ्ठल ।।

।। श्री पांडुरंग ।।

या रे हरिदासांनो जिंकों कलिकाळा । आमुचिया बळा पुढें किती बापुडें ।।
रंग सुरंग घमंडी नाना छंदें । हास्यविनोदें नामाची आवडी ।।
येणें तेणें प्रकारें बहुतां सुख जोडे । पूजन तें घडे नारायणा अंतरीं ।
वांकुडिया माना बोलावे आर्ष । येईल तो त्यास छंद पढियें गोविंदा ।।
आपुलाले आनंदें एकापुढें एक नटा । नाहीं थोर मोठा लहान या प्रसंगीं ।।
तुका म्हणे येथें प्रेम भंगूं नये कोणीं । देव भक्त दोन्ही निवडितां पातक।।
स्तवूनियां नरा । केला आयुष्याचा मातेरा ।।
नारायणाचिया लोपें । घडलीं अवघींचि पापें ।।
जीव ज्याचें दान । त्याचा खंडूनिया मान ।।
तुका म्हणे वाणी । आइके त्या दोष कानीं ।।
नाहीं म्या वंचिला मंत्र कोणापाशीं । राहिलों जीवेंसी धरूनि तो ।।
विटेवरी भावें ठेवियेलें मन । पाउलें समान चिंतीतसें ।।
पावविलों पार धरिला विश्वास । घालूनियां कास बळकट ।।
तुका म्हणे मागें पावले उद्धार । तींहीं हा आधार ठेविलासे ।।

हरिदासांनो या आपण कळिकाळाला जिंकू आपल्या बळापुढे त्या दीनांचे बळ कितीसे असणार ? नाना रंगानी, छंदानी, हास्यविनोदांनी हरिनामाची आवड ठेवा. यामुळे नाना प्रकारचे सुख मिळून अनायसे नारायणाचे पूजन होईल. तिरक्या माना करून परमार्थाचे बोल बोलावे. प्रत्येकाचा असा छंद गोविंदाला प्रिय आहे. आपल्या आवडीनुसार नटा. परमार्थात लहान मोठा भेद नाही. तुकाराम महाराज म्हणतात, देव व भक्त यांच्या प्रेमात कोणी व्यत्यय आणू नये. दोघांत एकाला निवडणे पापच आहे. माणसाने माणसाची स्तुती करून आपले आयुष्य उध्वस्त केले आहे. अशा करण्यामुळे देवाकडे दुर्लक्ष होते. तेही पापाच. ज्या देवाने आपल्याला जन्म दिला आहे. त्याची मानखंडता करतात. तुकाराम महाराज म्हणतात, ईश्वरस्तुतीखेरीज काही ऐकणे पापच आहे. रामकृष्ण हरि हा मंत्र कोणाचीही वंचना न करता मी सांगितला. तो माझ्या जिवाशी मी धरून ठेवला आहे. विटेवर परमभावे मी मन ठेवले आहे आणि समचरणांचे चिंतन करतो आहे. तुकाराममहाराज म्हणतात पूर्वी जे भक्त उद्धरले त्यांनी ही वाट पुढीलांना दाखवली आहे.

।। पुंडलीक वरदा हरि विठ्ठल ।।

।। श्री पांडुरंग ।।

किती वेळां जन्मा यावें । किती व्हावें फजीत ।।

म्हणऊनि जीव भ्याला । शरण गेला विठोबासी ।।

प्रारब्ध हें पाठीं गाढें । न सरे पुढें चालतां ।।

तुका म्हणे रोकडी हे । होती पाहें फजिती ।।

होतों सांपडलों वेंटी । जातां भेटी संसारा ।।

तों या वाटे कृपा केली । भेटी झाली विठोबासी ।।

होता भार माथां माझे । बहु ओझें अमुप ।।

तुका म्हणे केली चिंता । कोण दाता भेटेल ।।

भुंकुनिया सुनें लागे हत्तीपाठीं । होऊनि हिंपुटी दुःख पावे ।।

काय त्या मशकें तयाचें करावें । आपुल्या स्वभावें पीडतसे ।।

माकड विटवी पंचानना । घेतलें मरणा धरणें तेणें ।।

तुका म्हणे संतां पीडितील खळ । येती तोंड काळें करूनियां ।।

देवा, किती वेळा जन्माला येऊन फजित पावावे ? त्यामुळे घाबरून माझा जीव विठोबाला शरण गेला. प्रारब्धाने पाठलाग चालवला आहे, पुढे कितीही गेले तरी ते संपत नाही. तुकाराम महाराज म्हणतात, देवा, अशी उघड फजिती चालली आहे ते पहा. संसाराच्या भेटीला गेलो असताना जन्ममृत्यूच्या चक्रात सापडलो. अशा स्थितीत देवाने कृपा केली. विठू माऊलीची भेट झाली. आतापर्यंत माझ्या डोक्यावर संसाराचा मोठा भार होता. तुकाराम महाराज म्हणतात, आतापर्यंत जी चिंता केली ती हरण करणारा दाता मला कधी भेटेल ? कुत्री भुंकत हत्ती पाठी लागतात, त्याचा हत्तीवर काही परिणाम होत नाही. कुत्री भुंकून भुंकून हिंपुटी होतात. एखाद्या मशकासारखेच हत्तीपुढे असणारे कुत्रे हत्तीचे काय वाईट करणार ? पण कुत्री आपल्या स्वभावानुसार भुंकून त्रास करून घेतात. माकडाने सिंहाला वेडावून दाखवले तर त्याचे मरण ठरलेले. तुकाराम महाराज म्हणतात ते संतांना छळतात ते त्यायोगे आपलेच तोंड काळे करून घेतात.

।। पुंडलीक वरदा हरि विठ्ठल ।।

।। श्री पांडुरंग ।।

आतां केशीराजा हेचि विनवणी । मस्तक चरणीं ठेवीतसें ।।
देह असो माझा भलतिये ठायीं । चित्त तुझ्या पायीं असों द्यावें ।।
काळाचें खंडन घडावें चिंतन । तन मन धन विन्मुखता ।।
कफवातपित्त देहअवसानीं । ठेवावीं वारूनि दुरितें हीं ।।
सावध तों माझीं इंद्रियें सकळें । दिली एक वेळे हाक आधीं ।।
तुका म्हणे तूं या सकळांचा जनिता । येथें ऐक्यता सकळांसी ।।
बोलोनियां काय दावूं । तुम्ही जीऊ जगाचे ।।
हेचि आतां माझी सेवा । चिंतन देवा करितों ।।
विरक्तासी देह तुच्छ । नाहीं आस देहाची ।।
तुका म्हणे पायांपाशी । येइन ऐसी वासना ।।
मायबाप सवें नये धनवित्त । करावें संचित भोगावें तें ।।
म्हणऊनि लाभ काय तो विचारीं । नको चालीवरी चित्त ठेवूं ।।
आयुष्य सेवटीं सांडूनि जाणार । नव्हेची साचार शरीर हें ।।
तुका म्हणे काळें लावियेलें माप । जमा धरी पापपुण्याची हे ।।

केशवा, तुझ्या चरणी मस्तक ठेवून मी तुला विनंती करतो की, माझा हा देह कुठेही असो तुझ्या चरणी हे चित्त असावे. तनमनधन यापासून दूर होऊन तुझ्या चिंतनात सर्व वेळ जावा, कफ वात पित्त यांची या पातकांची देहात वस्ती आहे त्यांचे तुम्ही निवारण करून त्यांना माझ्यापासून दूर ठेवा. जोपर्यंत माझी इंद्रिये काम करीत आहेत. तोपर्यंत तुम्हाला सांगून ठेवतो. तुकाराममहाराज म्हणतात तू सर्वांचा जनक आहेस, सर्वांची अखेर तुझ्या ठायीच होणार आहे. देवा तुम्ही जगाचे जीवन आहात, मी काय अधिक बोलू ? चिंतन रूपी तुमची सेवा मी करतो. जे विरक्त आहेत त्यांना देहाची आस नसते. मग ते दुसरी कुठली आशा कशी धरतील ? तुकाराम महाराज म्हणतात, तुमच्या पायांपाशी यावे अशी माझी वासना आहे. मृत्युसमयी आईबाप,द्रव्य काही बरोबर येत नाही. जी सत्कृत्ये केली असतील किंवा जी कर्म केली असतील त्याप्रमाणे भोगावे लागते. म्हणून कशात लाभ आहे. याचा विचार कर. अखेर हा जीव सोडावा लागतो. तुकाराममहाराज म्हणतात, काळ पापपुण्याचा जमाखर्च करीत असतो. तद्वत तो तुला ठेवील.

।। पुंडलीक वरदा हरि विठ्ठल ।।

।। श्री पांडुरंग ।।

मोटळें हाटीं सोडिल्या गांठी । विकऱ्या घातले कण ।।
ज्याचे भाग त्यासी देउनि निवारिलें । सारूनि लिगाड दान ।।
खरें माप हातीं बैसलों । मानिती तोचि चौघे जन ।।
खरें वित्त तेथें आले चोजवीत । गिऱ्हाइक संतजन ।।
झाडिला पालव केला हाट वेंच । जाली सकळींच अराणूक।।
याल तरि तुम्ही करा लगबग । आमचे ते कोणी लोक।।
एक उत्तम मध्यम कनिष्ट। वित्ताचे प्रकार तीन ।
बहुतां जनांचे बहुत प्रकार । वेगळासे वाण ।
लाभ हानि कोणा मुदल जालें । कोणासी पडिलें खाण ।।
अर्धमर्ध कोणी गुंतोनि राहिले । थोडे तैसे बहु जन ।।
एके सांते आले एके गांवींहून । येकामेचि नव्हे जाणें ।।
येतां जातां रुजू नाहीं दिवाणा । काळतोंडीं एकी तेणें ।।
लाग भाग एकी एकांनीं गोविलें । मागील पुढलां ऋणें ।
तुका म्हणे आतां पाहूं नये वास । साधावें आपुलें येणें ।।

देहरूपी मोटळ्यांच्या गाठी सोडून मी या संसार बाजारात विक्रीला ठेवल्या आहेत. ज्याचे ज्याचे वाटे देऊन खरे माप घेऊन मी बसलो आहे. हरिनामरूपी खरा माल भरला आहे. आणि संतजन हेच गिऱ्हाईक शोधीत आले आहेत. संचित कर्माचा व्यय करून पदर झाडून टाकला आहे. त्यामुळे विसावा मिळाला आहे. आता लगबग करा. जे कोणी आमचे आहेत त्यांना मी सांगतो. या बाजारात उत्तम, मध्यम आणि कनिष्ठ असा तीन प्रकारचा माल आहे.त्यात निरनिराळे रंग आहेत म्हणून या बाजारात सात्विकांना लाभ होतो. राजसांना त्याचे मुद्दल रहाते तर तामसांचे नुकसान होते. आणि जे अत्यंत तमोगुणी आहेत ते नष्ट होतात. इथे अर्धे प्रपंचात आणि अर्धे परमार्थात असे थोडे लोक आहेत. एकाच ठिकाणाहून हे सर्वजण आले आहेत; पण आपण कोठून आलो याचे त्यांना ज्ञान नाही. जाताना ते स्वामींना रूजू होत नाहीत, त्यामुळे त्यांचे तोंड काळे होते. कित्येकजण मागील कर्जात गुंतून पडले.म्हणून तुकाराम महाराज म्हणतात, परमार्थासाठी कोणी कोणाची वाट पाहू नये. हरिप्राप्तीसाठी आपली जागा नेमकी साधावी.

।। पुंडलीक वरदा हरि विठ्ठल ।।

॥ श्री पांडुरंग ॥

करा करा लागपाठ। धरा पंढरीची वाट।
जंव नाहीं चपेट। घात पडिला काळाचा ॥
दुजा ऐसा नाहीं कोणी। जो या काढी भयांतूनि।
करा म्हणऊनि। हा विचार ठायींचा ॥
होती गात्रें बेंबळीं। दिवस अस्तमाना काळीं।
हातें वाहे टाळी। जंव मोकळीं आहेती ॥
कां रे घेतलासी सोस। तुज वाटताहे कैसें।
तुका म्हणे ऐसें। पुढें कैं लाहासी ॥
सुखाची वसती झाली माझे जीवीं। तुमच्या गोसावी कृपादानें ॥
रूप वेळोवेळीं आठवीं अंतरीं। बैसोनि जिव्हारीं राहिलों तें ॥
विसावलें मन विटलें प्रपंचा। गोडावली वाचा येणे रसें ॥
तुका म्हणे कांहीं नाठवेसें झालें। दुसरें विठ्ठले मज आतां ॥

जोपर्यंत काळाची मिठी पडली नाही तोपर्यंत लगबग करा, घाई करा आणि पंढरीची वाट धरा. या काळभयातून सोडविणारा पांडुरंगाशिवाय दुसरा कोणी नाही, हा विचार करून ठेवा. हे आयुष्य जेव्हा अस्ताला जाईल तेव्हा गात्रे शिथिल होतील, पण जोपर्यंत हात आणि तोंड मोकळे आहे. तोपर्यंत हाताने टाळी वाजवा, मुखाने हरिनाम घ्या, तुकाराम महाराज म्हणतात तू का उगीच संसाराचा लोभ धरतोस, आयुष्य संपल्यावर परमार्थाचा लाभ होईल असे तुला वाटते तरी कसे ? देवा, तुम्ही माझ्यावर कृपा केली म्हणून माझी जीवी सुखाची वस्ती झाली. तुमचे जे रूप माझ्या मनी ठसले आहे त्याचे मला सतत स्मरण होते आहे. त्या रूपापाशी माझे मन विसावले, प्रपंचाचा वीट आला आणि हरिनामारसाने वाणीत गोडवा आला. तुकाराम महाराज म्हणतात, हे विठ्ठला, आता तुझ्या नामावाचून आणि रूपाशिवाय मला दुसरे काही आठवत नाही.

॥ पुंडलीक वरदा हरि विठ्ठल ॥

।। श्री पांडुरंग ।।

झालिया दर्शन करीन मी सेवा । आणीकही देवा न लगे दुजें ।।
प्रारब्धा आधीन अन्नआच्छादन । स्थिर करोनि मन ठेवीं पायीं ।।
ये गा ये गा कृपाळुवा हरी । निववीं अभ्यंतरीं देऊनि भेटी ।।
आसावलें मन जीवनाचे ओढी । नामरूपें गोडी लावियेली ।।
काय तुम्हांपाशीं नाहीं भांडवल । माझे मिथ्या बोल जाती ऐसे ।।
काय लोखंडाचे पाहे गुण दोष । शिवोनि परिस सोनें करी ।।
तुका म्हणे माझें अवघें असों द्यावें । आपुलें करावें ब्रीद साच ।।
शरणागत जालों । तेणें मीपणा मुकलों ।।
आतां दिल्याचीच वाट । पाहों नहीं खटपट ।।
न लगे उचित । कांहीं पाहावें संचित ।।
तुका म्हणे सेवा । माने तैसी करूं देवा ।।

जेव्हा मला तुमचे दर्शन होईल तेव्हा मी तुमची सेवा करीन याशिवाय दुसरे मला काही माहीत नाही. अन्नवस्त्र हे नियतीवर अवलंबून आहे. यासाठी देवा मला अन्नवस्त्राच्या काळजीतून मुक्त कर आणि तुझ्या चरणी माझे मन स्थिर कर. हे कृपाळू हरि अगा तू ये, अगा तू ये, अगा तू ये आणि माझे अंतरंग निवव, त्यावर फुंकर घाल तुमच्या नामरूपाची तुम्ही जी गोडी लावलीत तशाच जीवनाकडे मन ओढ घेत आहे, देवा, तुमच्याजवळ काय भांडवल नाही म्हणून माझे बोल वाया जाणार आहेत ? परीस हा लोखंडाचे गुणदोष पहात बसत नाही, आपल्या स्पर्शाने परीस लोखंडाला सोनकळा देतो, सोनेपणा देतो. तुकाराम महाराज म्हणतात, माझे इकडे काहीही असू दे. पतितांना पावन करण्याचे तुमचे ब्रीद तुम्ही सांभाळा. देवा मी तुम्हाला मीपणा सोडून शरण आलो आहे. तुम्ही वचनपूर्ती कधी करता याची वाट पहातो आहे. त्यासाठी मी निराळी खटपट करणार नाही. त्यासाठी नियतीचा विचार करणारा नाही. तुकाराम महाराज म्हणतात, देवाला जशी सेवा मान्य होईल तशी करू.

।। पुंडलीक वरदा हरि विठ्ठल ।।

।। श्री पांडुरंग ।।

तुम्ही संत मायबाप कृपावंत । काय मी पतित कीर्ती वाणूं ।।
अवतार तुम्हां धराया कारण । उद्धरवे जन जड जीव ।।
वाढावया सुख भक्ति भाव धर्म । कुळाचार नाम विठोबाचें ।।
तुका म्हणे गुण चंदनाचे अंगीं । तैसे तुम्ही जगीं संतजन ।।
पाठी लागे तया दवडीं दुरी । घालीं बाहेरी संसारा ।।
येउनि दडें तुमच्या पायीं । धांवें तईं छो म्हणा ।।
पारखियाचा वास पडे । खडबडे उठी तें ।।
तुका म्हणे लाविला धाक। नदी ताक खाऊं देऊं।।
सुनियाची आवडी देवा । घेत सेवा नाहीं कांहीं ।।
शिकविलें तें जवळी बैसों । जेथें असों तेथेंचि ।।
नेदी दुजे बोल करूं। गुरुगुरू न साहे ।।
तुका म्हणे कुर्वाळितां । अंगसत्ता संगाची ।।

अहो संत तुम्ही कृपावंत मायबाप आहात, मी पापी मी काय तुमचे वर्णन करणार ? तुम्ही जडजीवांचा पापी जनांचा उद्धार करण्यासाठी अवतार घेतला आहे. या जगात भक्तिभाव, सुख आणि धर्म वाढवण्यासाठी तुम्ही आला आहात. विठ्ठलनाम हाच तुमचा कुळाचार आहे. चंदनाचा वृक्ष ज्याप्रमाणे आपल्या सुगंधाने इतरांना सुगंधित करतो. त्याप्रमाणे तुमच्या सहवासात आलेल्यांना तुम्ही पावन करता असे तुकाराम महाराज म्हणतात, देवा मी तुमचे कुत्रे असून मी ज्याच्यामागे लागेन त्याला संसारातून उठवीन, पळवून लावीन. मी तुमच्या पायाजवळ बसून राहिलो आहे. आणि ज्याच्याकडे बोट दाखवून तुम्ही मला 'छू' म्हणाल त्याच्या अंगावर मी धावून जाईन. परक्याचा वास आला तर मी खडबडून, उठून धावेन. तुकाराम महाराज म्हणतात, प्रपंचरूपी ताक धाकाने मला धनी खाऊ देत नाही. देवाला माझ्यासारख्या कुत्र्याची प्रीती आहे. म्हणून तो माझ्याकडून सेवा घेत नाही. त्याने जवळ बसायला शिकवले आहे. त्याप्रमाणे बसतो. नामाशिवाय तो दुसरं काही बोलू देत नाही. अभिमानानं गुरगुरू देत नाही. तुकाराम महाराज म्हणतात, देवाने मला गोंजारल्याने त्याच्या संगतीत रहाण्याचा मला अधिकार आहे.

।। पुंडलीक वरदा हरि विठ्ठल ।।

।। श्री पांडुरंग ।।

धन वित्त कुळें । अवघियानें ते आगळे ।।
ज्याचे नारायण गांठीं । भरला हृदय संपुष्टीं ।।
अवघेंचि गोड । त्याचें पुरे सर्व कोड ।।
तुका म्हणे अस्त । उदय त्याच्या तेजा नास्त ।।
अधिकार तैसा करूं उपदेश । साहे ओझें त्यास तेंचि द्यावें ।।
मुंगीवरी भार गजाचें पालाण । घालितां ते कोण कार्यसिद्धी ।।
तुका म्हणे फांसे वाघुरा कुऱ्हाडी । प्रसंगीं ते काढी पारधी तो ।।
नव्हों वैद्य आम्ही अर्थाचे भुकेले । भलते द्यावे पाले भलत्यासी ।।
कुपथ्य करूनि विटंबावे रोगी । काय हे सलगी भीड त्यांची ।।
नव्हे परि म्हणवीं दास । कांहीं निमित्तास मूळ केलें ।।
तुमचा तो धर्म कोण । हा आपण विचारा ।।
नाहीं शुद्ध आचरण । परि चरण चिंतीतों ।।
तुका म्हणे पांडुरंगा । ऐसें कां गा नेणा हें ।।

ज्यांचे गाठी, पदरी नारायण रूपी धन आहे ते धन, वित्त कुळ यापेक्षा जास्त आहेत कारण नारायण त्यांच्या हृदय संपुष्टात आहे. त्यांचे वागणे, बोलणे सर्व काही गोड असल्यामुळे त्यांच्या सर्व इच्छा पूर्ण होतात. तुकाराम महाराज म्हणतात, अशा वैष्णवांचे तेज कधी कमी होत नाही किंवा त्यांचा अस्तही होत नाही. जसा ज्याचा अधिकार असेल तसा त्याला उपदेश करू. ज्याला जेवढे ओझे सोसेल तेवढेच त्याच्या मस्तकी द्यावे हे बरा. हत्तीचा पोषाख मुंगीच्या अंगावर घातला तर कोणती कार्यसिद्धी होईल ? तुकाराम महाराज म्हणतात पारध्याजवळ फासे, जाळी, कुऱ्हाडी वगैरे सर्व काही असते पण प्रसंगानुसार तो त्याचा उपयोग करतो. जे वैद्य भलतेच औषध भलत्याच रोगावर देऊन पैसे मिळवतात तसे आम्ही नफेबाज नाही. रोग्यांना भीडेस्तव कुपथ्य करण्यास सांगून त्यांची फजिती करणे हेही बरोबर नाही, तुकाराम महाराज म्हणतात, देवा मी तुमचा दास म्हणवतो आहे कारण तुमच्या प्राप्तीसाठी मी काहीतरी केले आहे. जो तुमचा धर्म असेल त्याचा विचार करा, माझ्या हातून चांगले वागणे होत नाही. पण मी तुमचे चरण चिंतीतो, पांडुरंगा हे जाणून घ्या.

।। पुंडलीक वरदा हरि विठ्ठल ।।

।। श्री पांडुरंग ।।

अहो उभा विटेवरी । भरोवरी चुकविली ।।
निवारलें येणें जाणें । कोणा कोणें रुसावें ।।
संकल्पासी वेंचे बळ । भारें फळ निर्माण ।।
तुका म्हणे उभयतां । भेटी सवा लोभाची ।।
असो खटपट । आतां वाउगे बोभाट ।।
परिसा हे विनवणी । असो मस्तक चरणीं ।।
अपराध करा । क्षमा घडले दातारा ।।
तुका म्हणे व्यथा । तुम्हां कळे पंढरिनाथा ।।
वारकरी पायांपाशीं । आले त्यांसी विनविलें ।।
काय काय तें आइका । विसरों नका रंकासी ।।
चिंतावोनि चिंता केली । हे राहिली अवस्था ।।
तुका म्हणे संसारा । रुसलो खरा यासाठीं ।।

विटेवर उभे रहाणाऱ्या देवा, तू माझी अनेक प्रकारची खटपट चुकवलीस, जन्ममरणाच्या फेऱ्यातून सोडवलेस आता कोणी कुणावर रुसावे ? संकल्प करून बळ खर्चाने तर त्यातून फळ निर्माण होते. तुकाराम महाराज म्हणतात, देवा, आता तुमची आमची भेट होणे. तुमच्या मनावर आहे, आता कितीही खटपट केली तरी ती व्यर्थ आहे म्हणून मी ती करीत नाही आणि तिचा बोभाटाही करीत नाही. तुमच्या पायांवर मी मस्तक ठेवले आहे ते तसेच असू द्यावे अशी मी विनवणी करतो. हे दातारा देवा, माझ्याकडून काही अपराध झाले असतील. तर मला क्षमा करा. तुकाराम महाराज म्हणतात, देवा, पंढरी राया, माझी व्यथा केवळ तुम्हालाच कळते. देवा, तुमच्या चरणांशी जे वारकरी आले आहेत. त्यांना मी जी विनंती केली आहे ती तुम्ही ऐका. मी दीन आहे, गरीब आहे. म्हणून मला विसरू नका. त्या गरिबीचीच मी आजवर चिंता केली. त्यामुळे ही अवस्था आली आहे. तुकाराम महाराज म्हणतात मी संसाराचा त्याग यासाठीच केला आहे.

।। पुंडलीक वरदा हरि विठ्ठल ।।

।। श्री पांडुरंग ।।

शेवटींची हे विनंति । पाय चित्तीं राहावे ।।
ऐसें करा कृपादान । तुम्हां मन सन्निध ।।
भाग्याविण कैंची भेटी । नव्हे तुटी चिंतनें ।।
तुका म्हणे कळसा आलें । हें विठ्ठलें परिसावें ।।
जिकडे पाहें तिकडे देव । ऐसा भाव दे कांहीं ।।
काय केलों एकदेशी । गुणदोषीं संपन्न ।।
पडे तेथें तुझ्या पायां । करीं वायां न वजेसें ।।
तुका म्हणे विषमें सारी । ठाणें धरी जिवासी ।।
जिकडे जाय तिकडे सवें । आतां यावें यावरी ।।
माझ्या अवघ्या भांडवला । तूं एकला झालासी ।।
आतां दुजें धरा झणीं । पायांहूनि वेगळें ।।
तुका म्हणे आतां देवा । नका गोंवा यावरी ।।

देवा, तुमच्याकडे एकच शेवटची विनंती आहे की, तुमचे पाय सदा चित्ती रहावे. तुमच्याजवळ माझे मन सदासर्वकाळ असावे. नशीब बलवत्तर असल्याशिवाय भेट कशी होणार, पण आम्ही तुमच्या चिंतनात असल्यामुळे ती गोष्ट अशक्य नाही. तुकाराम महाराज म्हणतात, हे माझे शेवटचे भाषण ते विठ्ठलाने ऐकावे. जिकडे तिकडे मी पाहीन तिकडे तिकडे मला देवच दिसावा. अशी भाव-भावना देवा तुम्ही मला द्या. माझ्याजवळ अनेक प्रकारचे गुणदोष असल्यामुळे एकारलेपणा आला आहे. जेथे माझे मस्तक पडेल तेथे तुमचे पायच असावे असे वाटते. अन्यथा मी वाया जाईन. कृपया असे करू नका. तुकाराम महाराज म्हणतात, माझ्या मनातील विषम भाव दूर करा आणि तुम्हीच येथे रहा. आता देवा मी जिकडे जिकडे जाईन तिकडे तुम्ही यावे कारण माझे सर्व भांडवल तूच आहेस. आता एखादे वेळी तुम्ही तुमच्या चरणांपासून मला दूर ठेवाल. तुकाराम महाराज म्हणतात, देवा तुम्ही आता मला कोणत्याच आणि कसल्याच गुंत्यात गुंतवू नका.

।। पुंडलीक वरदा हरि विठ्ठल ।।

।। श्री पांडुरंग ।।

परिसाचे अंगें सोनें झाला विळा । वांकणें या कळा हीन नव्हे ।।
अंतरीं पालट घडला कारण । मग समाधान तेंचि गोड ।।
पिकलीया सेंद पूर्वकर्मा नये । अव्हेरू तो काये घडे मग ।।
तुका म्हणे आणा पंगतीं सुरण । पृथक ते गुण केले पाकें।।
आवडीच्या ऐसें झालें । मुखा आलें हरिनाम ।।
आतां घेऊं धणीवरी । मागें उरी नुरे तों ।।
सांठवण मन ऐसी । पुढें रासी अमुप ।।
तुका म्हणे कारण झालें । विठ्ठल या तीं अक्षरीं ।।
त्यांचिया चरणा माझे दंडवत । ज्यांचें धनवित्त पांडुरंग ।।
तेथें माझा जीव पावला विसांवा । म्हणऊनि हांवा भरलासे ।।
चरणींचे रज लावीन कपाळा । जीं पदें राउळा सोई जाती ।।
तुका म्हणे सखे हरिचे ते दास । आतां पुढें आस नाहीं दुजी ।।

परिसाच्या स्पर्शाने लोखंडाचा विळा सोन्याचा झाला. ते केवळ वाकडा आहे म्हणून त्याला कमीपण येत नाही. अंतरी पालट घडणे हे महत्त्वाचे आहे मग जे समाधान मिळते ते मधुर असते. शेंदाड फळ एकदा पिकले की त्याचा आधीचा कडूपणा रहात नाही. अशा फळाचा मग कोणी अव्हेर करील काय ? तुकाराम महाराज म्हणतात, सुरण हा खाजरा असला तरी शिजविल्यावर त्याचा तो दोष जाऊन तो पंगतीत वाढायला आणतात. मुखाने हरिनामोच्चार झाला ही आवडीची गोष्ट झाली. आता इच्छा मागे उरणार नाही. हरिनामाची साठवण करायला मन हे मोठे पात्र आहे. पुढे हरिनाममालाच मोठी राशी आहे. तुकाराम महाराज म्हणतात विठ्ठल या तीन अक्षरांची माझी सर्व कार्ये झाली. ज्यांचे ऐश्वर्य, धन पांडुरंगच आहे त्यांना मी दंडवत घालतो त्या ठिकाणी माझ्या मनाला विश्रांती मिळाली म्हणून माझी हाव वाढली आहे. ज्यांचे पाय मंदिराकडे जात आहेत. त्यांची चरणधूळ मी घेईन. तुकाराम महाराज म्हणतात, हरीचे दास हे माझे मित्र आहेत. त्यांचा मी दास व्हावे यापलिकडे आता इच्छा उरलेली नाही.

।। पुंडलीक वरदा हरि विठ्ठल ।।

॥ श्री पांडुरंग ॥

कैसा हो तो कृपावंत । बहु संत सांगती ।।
पुसणें नाहीं याती कूळ । लागों वेळ नेदावी ।।
ऐसीं काय जाणों किती । उतरती उतरलीं ।।
दावी वैकुंठींच्या वाटा । पाहतां मोठा संपन्न ।।
अभिमान तो नाहीं अंगीं । भक्तालागीं न बैसे ।।
आलें घ्यावें भलत्या काळें । विठ्ठल बळें आगळा ।।
तुका म्हणे आळस निद्रा । नाहीं थारा ते ठायीं ।।
सदैव हे वारकरी । जे पंढरी देखती ।।
पदोपदीं विठ्ठल वाचा । त्यांसी कैंचा संसार ।।
दोष पळाले पळाले । पैल आले हरिदास ।।
प्रेमभातें भरलें अंगीं । निर्लज्ज रंगीं नाचती ।।
गोपीचंदनाची उटी । तुळसी कंठीं मिरवती ।।
दुर्बळा या शक्तिहीना । त्याही जना पुरता ।।
तुका म्हणे देव चित्तीं । मोक्ष हातीं रोकडा ।।

अनेक संत असे सांगतात की, देव कृपाळू, कृपावंत आहे. मग तो आहे तरी कुठे ? कुणाची जात, कुळ न विचारता उद्धार करतो. असे किती तरीजण संसार समुद्र पार करून गेले, त्यांची गणती मी कोण करणार ? तो देव अतिशय संपन्न आहे तो त्यांना वैकुंठाची वाट दाखवतो. त्याचे ठिकाणी कसलाही अभिमान, अहंकार नाही. तो केवळ भक्तांसाठी विटेवर उभा आहे, तो खाली बसत सुद्धा नाही. भलत्या वेळी कोणी आले गेले तरी तो त्यांचा स्वीकार करतो. तो अतिशय बलवान आहे. तुकाराम महाराज म्हणतात, त्याचे ठायी झोप आणि आळस यांना थारा नाही. जे वारकरी पंढरी पाहतील ते भाग्यवान आहेत. जे पदोपदी विठ्ठलनाम घेतात त्यांचा कसला आला आहे संसार ? त्यांचे दोष नाहीसे होऊन ते पैलतीरी पोहोचले. त्यांचे अंगी प्रेमच प्रेम भरले आहे आणि ते लाजकाज टाकत हरिरंगी नाचत आहेत गोपीचंदनाची उटी आणि तुळशीची माळ त्यांना शोभा देते. दुर्बलांसाठी हा देव सतत उभा आहे. तुकाराम महाराज म्हणतात, ज्यांचे चित्ती देव आहे त्यांना मोक्ष आहे.

॥ पुंडलीक वरदा हरि विठ्ठल ॥

।। श्री पांडुरंग ।।

माझे हाती आहे करावें चिंतन । तुम्ही कृपादान प्रेम द्यावें ।।
मागातियां भांडवल आळवण । नामाचें जतन दातियासी ।।
तुका म्हणे करीं कांसवीचे परी । आहे सूत्रदोरी तुझे हातीं ।।
वाट दावी त्याचें गेलें काय । नागवला जो वारितां जाय ।।
ऐसीं मागें ठकलीं किती । सांगतां खाती विषगोळा ।।
विचारोनि पाहे त्यास । न वजे जीवें नव्हे नास ।।
तुका म्हणे जो रुसला जीवा ।। तयासी केशवा काय चाले ।।
अनुभवावांचून सोंग संपादणें । नव्हे हे करणें स्वहिताचें ।।
तैसा नको भुलों बाहिरल्या रंगें । स्वहित तेंचि वेगें करूनि घेईं ।।
बहुरुपी रूपें नटला नारायण । सोंग संपादून जैसा तैसा ।।
कनक झाड म्हूण वंदियेलें माथां । परि तेंही अर्था न मिळो माजी ।।
तुका म्हणे त्याचा भाव तारी त्यास । अहंभावीं नास तोचि पावे ।।

देवा, तुमचे चिंतन करणे माझ्या हाती आहे आणि तुम्ही कृपादान करावे, प्रेम करावे. जो कोणी मागणारा, याचक आहे त्याने याचना करावी कारण तेच त्याचे भांडवल आहे, आणि दात्याने आपले नाव राखावे, याचकाला विन्मुख पाठवू नये. कासवी ज्याप्रमाणे कृपादृष्टीने पिलांना पाजते, रक्षण करते त्याप्रमाणे तू आमचे कर. जो मार्ग दाखवतो. त्याचे काय जाते ? पण वाईट मार्गाने जाऊ नको असे सांगितले असता जो तिकडे दुर्लक्ष करतो तो फसतो. असे मूर्ख पूर्वी कितीतरी फसलेले विष घेऊ नको असे सांगूनही त्यांना कसलाही त्रास होत नाही. तुकाराम महाराज म्हणतात जो जिवावर उदार झाला आहे त्याच्यापुढे देवाचे तरी काय चालणार आहे ? अनुभवावांचून वेष घेणे हिताचे नाही. वरच्या रंगाला तू भुलू नको, आपले हित वेगाने साध. बहुरुप्याने देवाचे सोंग घेतले तरी तो देव होत नाही. तो मूळचा जसा असतो तसाच असतो. धोत्र्याच्या झाडाला सोन्याचे झाड म्हणून नमस्कार केला तरी ते सोन्याचे होत नाही. तुकाराम महाराज म्हणतात, शुद्ध भावच तारक असतो. अहंकार हा मारक असतो.

।। पुंडलीक वरदा हरि विठ्ठल ।।

।। श्री पांडुरंग ।।

मतीविण काय वर्णू तुझें ध्यान । जेथें पडिलें मौन वेदश्रुती ।।
करूनि गोजिरा आपुलिये मति । धरियेलें चित्तीं चरणकमळ ।।
सुखाचें ओतिलें पाहों तें श्रीमुख । तेणें हरे भूक तान माझी ।।
रसना गोडावली ओव्या गातां गीत । पावलेंसे चित्त समाधान ।।
तुका म्हणे माझी दृष्टि चरणांवरी । पाउलें गोजिरीं कूंकुमाचीं ।।
ओस झाल्या दिशा मज भिंगुळवाणें । जीवलग नेणे मज कोणी ।।
भय वाटे देखें श्वापदांचें भार । नव्हे मज धीर पांडुरंगा ।।
अंधकारापुढें न चलवे वाट । लागतील खुंट कांटे अंगा ।।
एकला नि:संग फांकती मारग । भितों नव्हे लाग चालावया ।।
तुका म्हणे वाट दावूनि सद्गुरू। राहिला हा दुरू पांडुरंग ।।
सर्प पोसूनियां दुधाचाही नाश । केलें थीता विष अमृताचें ।।
तुका म्हणे त्यासी न करितां दंडण । पुढिल्या खंडण नव्हे दोषा ।।

देवा माझ्याजवळ बुद्धिमत्ता नाही मग मी तुझ्या स्वरूपाचे वर्णन कसे करू ? कारण त्या रूपाचे वर्णन करताना वेदश्रुती मुक्या झाल्या. म्हणून माझ्या बुद्धीप्रमाणे मी तुझे साजिरे-गोजिरे चरण चित्तात धरले आहेत. सुखाचे ओतलेले तुझे श्रीमुख मी जेव्हा पाहतो तेव्हा माझी तहान भूक हरवते. तुझ्या गुणगौरवाची गाणी गाऊन गाऊन माझी रसना, जीभ गोडावली आहे. त्या गोजिऱ्या पावलांवर माझी दृष्टी आहे. पंढरीनाथा, देवा, तुझ्याशिवाय मला सर्व दिशा ओस वाटत आहेत. मला इथे कोणी जिवलग भेटत नाही. मला श्वापदांचे फार भय वाटते, मला धीर नाही. पुढे अंधार असल्याने वाट चालता येत नाही, वाटेतले काटे अंगात रूपतील इथून अनेक वाटा फुटल्या आहेत, पण सोबत नसल्याने एकट्याने जाण्याची मला भीती वाटते. तुकाराम महाराज म्हणतात, सद्गुरूने वाट दाखवली पण पांडुरंग दूर राहिला. सापाला दूध पाजले तर दुधाचे विष होते. तुकाराम महाराज म्हणतात, दुष्टांना वेळीच शासन केले तर त्यांच्या हातून पुढे घडणारी पापे टळतील.

।। पुंडलीक वरदा हरि विठ्ठल ।।

।। श्री पांडुरंग ।।

विठ्ठल सोयरा सज्जन विसांवा । जाईन त्याच्या गांवा भेटावया ।।
सीण भाग त्यासी सांगे आपुला । तो माझा बापुला सर्व जाणे ।।
माया माउलिया बंधुवर्गा जाणा । भाकीन करुणा सकळिकांसी ।।
संत महंत सिद्ध महानुभाव मुनि । जीवभाव जाऊनि सांगेन त्यां ।।
माझिये माहेरीं सुखा काय उणें । न लगे येणें जाणे तुका म्हणे ।।
ध्याइन तुझें रूप गाइन तुझें नाम । आन न करीं काम जिव्हा मुखें ।।
पाहिन तुझे पाय ठेविन मी डोयी । पृथक तें कांहीं न करीं आन ।।
तुझेचि गुणवाद आइकेन कानीं । आणिकांची वाणी पुरे आतां ।।
करिन सेवा करें चालेन पायीं । आणीक न वजें ठायीं तुजविण ।।
तुका म्हणे जीव ठेवीन मी पायीं । आणिक तें काई देऊं कोणा कवणा ।।

विठ्ठल हा माझा सोयरा, संबंधी आहे. तो सज्जन आहे आणि माझ्या जिवाची विश्रांती आहे. त्याला भेटण्यासाठी मी त्याच्या गावी जाईन. माझी कथा, माझी व्यथा, माझा शीण मी त्याला सांगेन, कारण तो माझा पिता आहे, बाप आहे. तो सर्व काही जाणणारा आहे. तिथे माझे भाऊ बंद, आईवडील आहेत. त्यासर्वांची मी करुणा भाकेन. संत महंत, सिद्ध, महानुभाव, ज्ञानी मुनी इत्यादी सर्व तिथे आहेत तेथे जाऊन माझा जीवभक्त त्यांना सांगेन. तुकाराम महाराज म्हणतात, माझ्या माहेरी सुखाला काही उणे नाही, तिथे गेले असता जन्म-मृत्यूच्या येरझारा संपतील. देवा, विठ्ठल, मी सदा तुझ्या रूपाचे ध्यान करीन, तुझे नाम गाईन त्याशिवाय माझी जिव्हा आणि माझे मुख दुसरे काही काम करणार नाही. तुझे चरण पाहून त्यावर मस्तक ठेवीन. त्याशिवाय दुसरं कोणतंच काम मी करणार नाही. सतत मी तुझे गुणानुवाद ऐकीन, इतरांचं कोणतंच बोलणं आता मला ऐकायला आवडणार नाही. मी माझ्या पायांनी तुझ्याकडे चालत येईन आणि हातांनी तुझी सेवा करीन. तुझ्याशिवाय दुसरीकडे कुठेही जाणार नाही तुकाराम महाराज म्हणतात, देवा, मी माझा जीव तुझ्या पायी अर्पण केला आहे. आता कुठे जाऊ ?

।। पुंडलीक वरदा हरि विठ्ठल ।।

।। श्री पांडुरंग ।।

देवाचें भजन कां रे न करीसी तैसें । अखंड हव्यासीं पीडीतोसी ।।
देवासी शरण कां रे न वजसी तैसा । बक मीना जैसा मनुष्यालागीं ।।
देवाचा विश्वास कां रे नाहीं तैसा । पुत्रस्नेहें जैसा गुंतलासी ।।
कां रे नाहीं तैसी देवाची ते गोडी । नागवूनि सोडी पत्नी जैसी ।।
कां रे नाहीं तैसे देवाचे उपकार । माया मिथ्या भार पितृपूजन ।।
कां रे भय वाहासी लोकांचा तूं धाक। विसरोनियां एक नारायण ।।
तुका म्हणे कां रे घातलेंसे वायां । सर्व आयुष्य जाया भक्तिविण ।।
मी दास तयाचा जया चाड नाहीं । सुख दु:ख दोहीं विरहित जो ।।
राहिलासे उभा भींवरेच्या तीरीं । कट दोहीं करीं धरोनियां ।।
नवल काय तरी पाचारितां पावे । न संवरित धांवे भक्तिकाजें ।।
सर्व भार माझा त्यासी आहे चिंता । तोचि माझा दाता स्वहिताचा ।।
तुका म्हणे त्यास गाईन मी गीतीं । आणीक तें चित्तींन धरीं कांहीं ।।

अरे, तू अनेक लोभांनी, हव्यासांनी पीडित आहेस मग तू देवाचे भजन का करीत नाहीस ? माशासाठी बगळा जसा ध्यान करतो तसा तू लोभासाठी शरणागत होतास त्यापेक्षा तू देवाला शरण का जात नाहीस ? अरे तू मुलाच्या प्रेमात जसा गुंतला आहेस तसा देवावर विश्वास का ठेवीत नाहीस ? सर्वस्वी नागविणाऱ्या, बुडवणाऱ्या बायकोवर तू प्रेम करतोत तसे देवावर का करीत नाहीस ? आई बापांचे उपकार मानून त्यांची माया जाणून तू त्यांची वरवर पूजा करतोस तसे तू देवाचे उपकार का मानीत नाहीस ? तू नारायणाला विसरतोस आणि सर्व लोकांच्या धाकात रहातोस. त्यांना घाबरतोस ! तुकाराम महाराज म्हणतात, भक्तिशिवाय जीवन व्यर्थ आहे. कोणतीही इच्छा नसलेल्या देवाचा मी दास आहे. तो सुखदु:खापलिकडचा आहे. भीवरा नदीच्या तीरी कमरेवर हात ठेवून तो उभा आहे. त्याला हाक मारली की तो धावत येतो ही एक नवलाचीच गोष्ट आहे. माझा सर्व भार त्याच्यावर आहे, माझी चिंता त्यालाच आहे. माझे खरे हित तोच करतो. तुकाराम महाराज म्हणतात, मी त्याचेच गीत गाईन, आयुष्यात दुसरी गोष्ट मी चित्तात येऊ देणार नाही.

।। पुंडलीक वरदा हरि विठ्ठल ।।

।। श्री पांडुरंग ।।

आमुचें उचित हेचि उपकार । आपलाचि भार घालूं तुज ।।
भूक लागलिया भोजनाची आळी । पांघुरणें काळीं शीताचिया ।।
जेणें काळें उठी मनाची आवडी । तेचि मागों घडी आवडतें ।।
दु:ख येऊं नेदी आमचिया घरा । चक्र करी फेरा भोंवताला ।।
तुका म्हणे नाहीं मुक्तीसवे चाड । हेंचि आम्हां गोड जन्म घेतां ।।
निवडे जेवण सेवटींच्या घांसें । होय त्याच्या ऐसें सकळही ।।
न पाहिजे झाला बुद्धीचा पालट । केली खटपट जाय वायां ।।
संपादिलें व्हावें धरिलें तें सोगं । विटंबना व्यंग पडिलिया ।।
तुका म्हणे वर्म नेणतां जो रांधी । पाववी ते बुद्धि अवकळा ।।
नाहीं लाग माग । न देखेंसें केलें जग ।।
आतां बैसोनियां खावें । दिलें आइतें या देवें ।।
निवारलि भय । नाहीं दुसऱ्याची सोय ।।
तुका म्हणे कांहीं । बोलायाचें काम नाहीं ।।

आपल्या योगक्षेमाचा भार तुझ्यावर घालणे हेच आम्हाला उचित वाटते. भूक लागली की जेवणाचा हट्ट धरावा, थंडी वाजू लागली तर पांघरूणे मागावी, ज्या वेळेस जे मागावेसे वाटेल ते आम्ही तुझ्याकडे मागू. तुझे सुदर्शन चक्र आमच्या भोवती फिरत असल्याने आमच्या घरी दु:खाला वाव नाही. तुकाराम महाराज म्हणतात, आम्हाला मुक्ति नको, पुन्हा पुन्हा जन्म घेऊन तुझी सेवा करणे हाच आम्हाला गोड वाटते. शेवटचा गोड घास घेतला म्हणजे जेवण चांगले ठरते. त्याप्रमाणे सर्वकाही असावे. आपली बुद्धि पालटू देऊ नये. अन्यथा केलेली खटपट वाया जाईल. तुकाराम महाराज म्हणतात, पाकसिद्धीचे ज्ञान नसताना जे ती करतात त्यांची फजिती होते. जिथे कोणी जाऊ शकत नाही. जिथे जायला वाट नाही. तिथे हरीने मला ठेवून घेतले आहे. देवाने मला ही आयती देणगी दिली आहे. जेव्हा देव जे देईल ते आयते खावे. इथे भयाचा संपूर्ण निरास झाला आहे. द्वेषमत्सर संपला आहे. तुकाराम महाराज म्हणतात, आता बोलायचे असे काही उरले नाही.

।। पुंडलीक वरदा हरि विठ्ठल ।।

।। श्री पांडुरंग ।।

काय मागावें कवणासी । ज्यासी मागों तो मजपाशीं ।।

जरी मागों पद इंद्राचें । तरी शाश्वत नाहीं त्याचें ।।

जरी मागों ध्रुवपद । तरी त्यासी येथील छंद ।।

स्वर्गभोग मागों पूर्ण । पुण्य सरल्या मागुती येणें ।।

मागों जरी पद वैकुंठ । तें तव एकदेशी करंटें ।।

आयुष्य मागों चिरंजीव । जीवा मरण नाहीं स्वभावें ।।

तुका म्हणे एक मागें । एकपणा नाहीं भंग ।।

आम्ही ज्याचे दास । त्याचा पंढरिये वास ।।

तो हा देवांचाही देव । काय कळिकाळाचा भेव ।।

वेद जया गाती । श्रुति म्हणती नेति ।।

तुका म्हणे निज । रूपडें हें तत्त्वबीज ।।

मी कुणापाशी काय माग ज्याला मागावयाचे तो देवच माझ्याजवळ आहे. इंद्रपद मागावे तर ते चिरकाल टिकणारे नाही. ध्रुवपद मागावे तर ध्रुवाला इथलाच छंद आहे. स्वर्गभोग मागावे तर पुण्याचा साठा संपल्यावर परत जन्ममृत्यूच्या चक्रात अडकावे लागते. वैकुंठपद मागावे तर त्यालाही मर्यादा आहेत. चिरंजीव आयुष्य मागावे तर आत्मा अमरच असतो. मी हरिशी एकरूपता मागतो, कारण त्या एकरूपतेला भंग नाही. आम्ही ज्याचे दास आहोत तो आमचा देव पंढरीत आहे. पंढरीचा पांडुरंग हा देवांचाही देव आहे मग आम्हाला त्या कळिकाळाचे काय भय ? वेद त्याचे वर्णन करीत आहे आणि नेति नेति म्हणून श्रुती गौरव करतात. तुकाराम महाराज म्हणतात, तत्त्वबीज हेच पांडुरंगाचे रूप आहे, स्वरूप आहे. रुपडे आहे.

।। पुंडलीक वरदा हरि विठ्ठल ।।

॥ श्री पांडुरंग ॥

नेत्राची वासना । तुज पहावें नारायणा ॥
करी यांचें समाधान । काय पहातोसी अनुमान ॥
भेटावें पंढरीराया । हेंचि इच्छिताति बाह्या ॥
जावें पंढरीसी । हेंचि ध्यान या मानसीं ॥
चित्त म्हणे पायीं । तुझ्या राहीन निश्चयीं ॥
म्हणे बंधु तुकयाचा । देवा भाव पुरवीं याचा ॥
जेणें तुज झालें रूप आणि नांव । पतित हें दैव तुझें आम्हीं ॥
नाहीं तरी तुज कोण हो पुसतें । निराकारी तेथें एकाएकीं ॥
अंधारें तें दीप आणियेली शोभा । माणिकासी प्रभा कोंदणाची ॥
धन्वंतरी रोगें आणिला उजेडा । सुखी काय चाडा जाणावें त्या ॥
अमृतासी मोल विषचिये गुणें । पितळ तरी सोनें उंच निंच ।
तुका म्हणे आम्ही असोनियां जाण । तुज देवपण आणियेलें ॥

नारायणा, तुला पहावे हीच डोळ्यांची वासना आहे. याबाबतीत माझे समाधान कर उगीच अनुमाने करीत बसू नकोस. पंढरीराया तुला कडकडून मिठी मारावी अशी माझ्या हातांची इच्छा आहे. पंढरीला जावे हाच ध्यास मनीमानसी लागून राहिला आहे. चित्त तुझ्या पायी स्थिर होऊन निश्चितपणे रहावे असे तुकाराम महाराजांचे बंधु म्हणत आहेत. देवा माझी देखील अशीच इच्छा आहे. देवा, आम्हां पतितांसाठी तू नामरूपधारी तू जर निराकार, आणि एकटा असलास तर तुला कोणी विचारले असते ? अंधारामुळे प्रकाशाला शोभा आणली आहे तर कोंदणामुळे माणिकास प्रभा आली आहे. वैद्याला रोगीच प्रसिद्धीस आणतात. सर्वजण रोगरहित असते तर वैद्याकडे थोडेच गेले असते ? अमृत मूल्यवान् झाले ते विषाच्या अस्तित्वामुळे, पितळ असल्यामुळे सोने उंचावले आहे. तुकाराम महाराज म्हणतात, आम्ही असे पतित आहात म्हणून तुझ्या देवपणाला मोठेपणा प्राप्त झाला आहे.

॥ पुंडलीक वरदा हरि विठ्ठल ॥

।। श्री पांडुरंग ।।

मायाबापांपुढें लेंकराची आळी । आणीक हे पाळी कोण लळे ।।
सांभाळा जी माझीं विषमें अनंता । जवळी असतां अव्हेर कां ।।
आणिकांची चाले सत्ता आम्हांवरी । तुमची ते थोरी काय मग ।।
तुका म्हणे आलों दुरोनी जवळी । आतां टाळाटाळी करूं नये ।।
माझ्या मुखें मज बोलवितो हरि । सकळांचे अंतरीं नारायण ।।
न करावा द्वेष भूतांचा मत्सर । हा तंव विचार जाणों आम्ही ।।
तुका म्हणे दोष नाहीं या विचारें । हिताचीं उत्तरें शिकवितां ।।
आम्हां घरीं धन शब्दांचींच रत्नें । शब्दांचींच शस्त्रें यत्न करूं।।
शब्दचि आमुच्या जीवाचें जीवन । शब्दें वांटूं धन जनलोकां ।।
तुका म्हणे पहा शब्दचि हा देव । शब्देंचि गौरव पूजा करूं।।
ब्रह्मज्ञान दारीं येतें काकुलती । अव्हेरिलें संतीं विष्णुदासीं ।।
रिघों पाहे माजी बळेंचि त्याचें घर । दवडिती दूर म्हणोनियां ।।
तुका म्हणे येथें न चले सायास । पडिलें उदास त्यांच्या गळां ।।

मुलं आईबापांजवळच हट्ट करणार, कारण त्यांच्याशिवाय त्यांचे हट्ट कोण पुरवणार ? देवा, माझ्याजवळ विषमवृत्ती म्हणजे जे दोष आहेत ते नाहीसे करा आणि मी जवळ असताना माझा अव्हेर का करता ? जर आमच्यावर इतर कुणाची सत्ता चालेल तर तुमचा मोठेपणा तो काय राहिला ? तुकाराम महाराज म्हणतात, देवा मी तुमच्याकडे दुरून आलो आहे. आता टाळाटाळ करू नका. सर्वांच्या हृदयात असणारा हरी माझ्या मुखे मला बोलवतो आहे. कुणाचाही द्वेष मत्सर करू नये हा तुझा विचार आम्हाला समजतो. तुकाराम महाराज म्हणतात कुणाला हितोपदेश केला, तर त्यात दोष नाही. आमचे घरी शब्द हीच रत्ने आणि शब्द हेच धन आणि शब्दरूपी शास्त्र आहे. शब्द हेच आमचे जिवीचे जीवन आहे. तुकाराम महाराज म्हणतात, शब्द हाच माझा देव आहे. त्याची पूजा शब्दांनीच आम्ही करू. संतांच्या दारी ब्रह्मज्ञान. माझा स्वीकार कर म्हणून आर्जव करीत आहे, पण विष्णुदासांनी हरिभक्तीपुढे आम्हाला ब्रह्मज्ञानाची गोडी नाही म्हणून त्याचा अव्हेर केला आहे. ते बळाने घुसू पहाते पण संत येऊ देत नाहीत. तुकाराम महाराज म्हणतात, जे ब्रह्मज्ञान महाप्रयासाने प्राप्त होत नाही ते उदासांच्या गळ्यात पडते.

।। पुंडलीक वरदा हरि विठ्ठल ।।

॥ श्री पांडुरंग ॥

ढेंकणाचे संगें हिरा जो भंगला । कुसंगें नाडला साधु तैसा ॥
ओढाळाच्या संगें सात्विक नासली । क्षण एक नाडली समागमें ॥
डांकाचे संगती सोनें हीन झालें । मोल तें तुटलें लक्ष कोडी ॥
विषानें पक्वानें गोड कडू झालीं । कुसंगानें केली तैसी परी ॥
भावें तुका म्हणे सत्संग हा बरा । कुसंग हा फेरा चौऱ्यांशींचा ॥
भलते जन्मीं मज घालिशील तरी । न सोडीं मी हरी नाम तुझें ॥
सुख दुःख तुज देईन भोगितां । मग मज चिंता कासयाची ॥
तुझा दास म्हणवीन मी अंकिला । भोगितां विठ्ठला गर्भवास ॥
कासया मी तुज भाकितों करुणा । तारीं नारायणा म्हणऊनि ॥
तुका म्हणे तुज येऊ पाहे उणें । तारिसील तेणें आम्हां तया ॥
गातों नाचतों आनंदें । टाळघागरीयांच्या छंदें ॥
तुझी तुजपुढें देवा । नेणों भाव कैसी सेवा ॥
नेणों ताल घात मात । भलते सवां पाय हात ॥
लाज नाहीं शंका । प्रेमें घालों म्हणे तुका ॥

ढेकणाच्या रक्ताने हिरा जसा भंग पावतो त्याप्रमाणे कुसंगतीने साधु फसतो. चांगली गाय ओढाळाच्या संगतीत एक रात्र गेली तरी तिच्यामागे लोढणे लागते. भ्रष्ट स्त्रीच्या सहवासाने सात्त्विक स्त्रीचेही पाऊल वाकडे पडते. डाक लागल्याने सोन्याचा कस कमी होतो आणि किंमत कमी येते. गोड पक्वान्न विषाच्या संगतीने कडू होते. तुकाराम महाराज म्हणतात, यासाठी सत्संग करावा नाहीतर चौऱ्याऐंशीचा फेरा ठरलेलाच ! देवा, मला कसलाही जन्म दिलास तरी मी हरिनाम सोडणार नाही. जे सुख-दुःख नशिबी येईल ते तुला अर्पण करीन मग मला कसली चिंता ? गर्भवासीसुद्धा मी स्वतःला तुझा आज्ञाधारक सेवक म्हणवीन तू माझा उद्धार कर. तुकाराम महाराज म्हणतात, आमच्या या दशेने तुला हीनपणा आला तर तू आमचा उद्धार करशील. मी आनंदाने हातात टाळ आणि पायात घागऱ्या बांधून नाचतो गातो आहे. पण तुझी सेवा कशी करावी हे मला कळत नाही. तालाचे, रागाचे मला ज्ञान नाही. मी बेताल नाचतो. तुकाराम महाराज म्हणतात मला भीती नाही, लाज नाही मी तुझ्या प्रेमाने संतुष्ट झालो आहे.

॥ पुंडलीक वरदा हरि विठ्ठल ॥

।। श्री पांडुरंग ।।

रुसलों या आम्हीं आपुल्या संसारा । तेथें जनाचारा कोण पाड ।।
आम्हां इष्ट मित्र सज्जन सोयरे । नाहीं या दुसरे देवाविण ।।
दुराविले बंधु सखे सहोदर । आणीक विचार काय तेथें ।।
उपाधिवचन नाइकती कान । त्रासलें हें मन बहु माझें ।।
तुका म्हणे करा ठाकेल ते दया । सुख दु:ख वायां न धरावें ।।
पदोपदीं पाया पडणें । करुणा जाण भाकावी ।।
ये गा ये गा विसांविया । करुणा दयासागरा ।।
जोडोनियां करकमळ । नेत्रीं जळ भरोनि ।।
तुका उभा दानपात्र । पुरवी आर्त विठोबा ।।
आतां हें शेवटीं असो पायांवरी । वदती वैखरी वागपुष्पें ।।
नुपेक्षावें आम्हां दीनां पांडुरंगा । कृपादानीं जगामाजी तुम्ही ।।
बोळवुनी देह सांडियेली शुद्धी । तोडियेले भेद जीव शिव ।।
तुका म्हणे मन तुमचे चरणीं । एवढी आयणी पुरवावी ।।

आम्ही या संसारावर रुसलो आहोत मग चालीरीतींची आम्ही कशाला पर्वा करायची ? देवाशिवाय आम्हाला सगेसोयरे, इष्ट मित्र कोणी नाहीत, आमचे जे कोणी सख्खे होते ते आम्हाला दुरावले आहेत, मग आता आणखी विचार कसला ? प्रपंचाबद्दलच्या गोष्टी आता माझे कान ऐकत नाहीत, कारण त्या ऐकून ऐकून माझे मन वैतागले आहे. तुकाराम महाराज म्हणतात देवा, माझ्यावर हवी तशी दया करा पण संसार दु:खात मला गुंतवू नका. पदोपदी नमस्कार करून देवाची करुणा भाकावी हे तुम्ही समजा, ती अशी की देवा, हे करुणाकरा, माझ्या विसांविया तू धावून ये. हात जोडून पाणावलेल्या डोळ्यांनी मी प्रार्थना करतो आहे. तुकाराम महाराज म्हणतात, तुमचेकडून दान घेण्यास मी उभा आहे. माझी इच्छा पुरवा. माझ्या वाणीतून जी वाकपुष्पे निर्माण झाली ती तुमच्या चरणी अर्पण करतो. आम्हा गरिबांची अपेक्षा करू नका. या जगात कृपादान करण्याचे सामर्थ्य केवळ तुमच्याकडे आहे. तुकाराम महाराज म्हणतात, तुमचे चरणी मन रहावे ही माझी इच्छा आपण पूर्ण करावी.

।। पुंडलीक वरदा हरि विठ्ठल ।।

।। श्री पांडुरंग ।।

न करीं पठण घोष अक्षरांचा । बीजमंत्र आमुचा पांडुरंग ।।
सर्वकाळ नामचिंतन मानसीं । समाधान मनासीं समाधि हे ।।
न करीं भ्रमण न रिघें कपाटीं । जाईन तेथें दाटी वैष्णवांची ।।
आन नेणें कांहीं न वजें तपासी । नाचें दिंडीपाशी जागरणीं ।।
उपवास व्रत न करीं पारणें । रामकृष्ण म्हणें नारायण ।।
आणिकांची स्तुती सेवा नेणें वाणूं । तुका म्हणे आनु दुजें कांहीं ।।
काय करतील केलीं नित्य पापें । वसे नाम ज्यापें विठोबाचें ।।
तृणीं हुताशन लागला ते रासी । जळतील तैसीं क्षणमात्रें ।।
विष्णुमूर्तिपाद पाहतां चरण । तेथें कर्म कोण राहूं शके।।
तुका म्हणे नाम जाळी महादोष । जेथें होय घोष कीर्तनाचा ।।
भेटीची आवडी उताविळ मन । लागलेंसे ध्यान जीवीं जीवा ।।
आतां आवडीचा पुरवावा सोहळा । येऊनी गोपाळा क्षेम देईं ।।
तुका म्हणे तुम्ही करा साचपणा । मुळींच्या वचना आपुलिया ।।

पांडुरंगाशिवाय आमचा कोणताच बीजमंत्र नाही. त्याशिवाय अन्य अक्षरांचा घोष आम्ही करणार नाही. मी सदासर्वदा हरिनामाचे चिंतन करीन आणि त्यामुळे होणारे समाधान हीच समाधी समजेन. त्याशिवाय मी दऱ्याखोऱ्यातून भटकणार नाही. जिथे वैष्णवांचा मेळा असेल तिथे जाईन. तेथे वैष्णव हरिजागर करतील तेथे मी नाचेन. मी तपादी साधने जाणत नाही. रामकृष्ण नारायण हा नामघोष मी करीन, उपवास, पारणे वगैरे काही करणार नाही. तुकाराम महाराज म्हणतात, एका हरिशिवाय दुसऱ्याची स्तुती अगर सेवा मी करणार नाही. विठ्ठल नाम मुखी असलेल्याने पाप केले, तरी गवताला ठिगणी लागताच त्याची राख होते, तशी त्याचे पातके जळून जातील. तुकाराम महाराज म्हणतात, जिथे नामघोष आणि कीर्तन आहे तिथे पापे जळून जातात. देवा, तुझ्या भेटीसाठी माझे मन उतावळे झाले आहे आणि तेच ध्यान लागले आहे. देवा आता मला आलिंगन देऊन भेटीचा सोहळा साजरा करा. तुकाराम महाराज म्हणतात, तुमचे पतित पावनाचे ब्रीद खरे करून दाखवा.

।। पुंडलीक वरदा हरि विठ्ठल ।।

।। श्री पांडुरंग ।।

मातेची अवस्था काय जाणे बाळ । तिसी तों सकळ चिंता त्याची ।।
ऐसा परस्परें आहे जो विचार । भोपळ्याचा तार दगडासी ।।
भुजंग पोटाळी चंदनाचें अंग । निवे परि संग नव्हे तैसा ।।
तुका म्हणे करा परिसाचे परी । मज ठेवा सरी लोखंडाचे ।।
चालिले सोबती । काय मानिली निश्चिंती ।।
काय करिसी एकला । काळ सन्निध पातला ।।
कांहीं सावध तो बरवा । करीं आपुला काढावा ।।
चालिले आगळे । हळूच कान केश डोळे ।।
वोसरले दांत । दाढा गडबडल्या आंत ।।
एकली तळमळे । जिव्हा भलतेंचि चावळे ।।
तुका म्हणे यांणीं । तुझी मांडिली घालणी ।।
नका मजपाशीं । वदों प्रपंचाचे विशीं ।।
आतां नाइकावी कानीं । मज देवाविण वाणी ।।

आईची अवस्था मूल जाणत नाही पण आईला मात्र बाळाची काळजी असते, असा मायलेकातील परस्पर संबंध असतो. दगड भोपळ्याला तारू शकत नाही. भोपळा दगडाला तारतो. चंदनाच्या झाडाला नागांची वेटोळी असतात. त्यामुळे नागांना थंडावा मिळतो पण म्हणून काही ते चंदनासारखे होत नाहीत. तुकाराम महाराज म्हणतात, देवा, मला लोखंडाप्रमाणे ठेवून तुम्ही परीस व्हा. आपल्या बरोबरीचे एक एकजण देवाघरी चालले आहेत, तू एकटा निश्चिंतपणे काय राहिला आहेस ? काळ जवळ येऊन ठेपला आहे. यासाठी सावध हो सत्कर्म कर. कान, केस, दात, डोळे एक एकजण निरोप घेऊ लागली आहेत. तोंडात राहिलेली जीभ वाटेल ते बडबडते आहे. तुकाराम महाराज म्हणतात, हे सर्व तुझा घात करीत आहेत. आता माझ्याही प्रपंचाविषयी कोणी काही बोलू नका. मला आता 'देव' या शब्दाशिवाय दुसरा शब्दच ऐकावासा वाटत नाही, असे तुकाराम महाराज म्हणतात.

।। पुंडलीक वरदा हरि विठ्ठल ।।

।। श्री पांडुरंग ।।

न लाहिजें जपें न तपें । आम्हांसी हें सोपें गीतीं गातां ।।
न करितां ध्यान न करितां धारणा । तो नाचे कीर्तनामाजी हरि ।।
जयासी नाहीं रूप आणि साकार । तोचि कटीं कर उभा विटे ।।
अनंत ब्रह्मांडें जयाचिया पोटीं । तो आम्हां संपुष्टीं भक्तिभावें ।।
तुका म्हणे वर्म जाणती लडिवाळें । जीं होतीं निर्मळें अंतर्बाहीं ।।
जालों बळिवंत । होऊनियां शरणागत ।।
केला घरांत रिघावा । ठायीं पाडियेला ठेवा ।।
हातां चढे धन । नये रचिलें कारण ।।
तुका म्हणे मिठी । पायीं देऊनि केली सुटी ।।
लागपाठ केला । आतां वांटा नीट त्याला ।।
करा जोडीचा हव्यास । आले दुरील घरास ।।
फोडिलीं भांडारें । मोहोरलीं एक सरें ।।
अवघियांपुरतें । तुका म्हणे घ्यावें हातें ।।

जे जपातपांनी साधणार नाही ते हरिगुण गायिल्यामुळे आम्हाला सोपे झाले आहे. अष्टांग योगांचा आश्रय न घेता, ध्यानधारणा न करता तो श्रीहरि कीर्तनात येऊन नाचतो आहे. ज्याला रूप नाही, आकार नाही तो साकार होऊन कमरेवर हात ठेवून विटेवर उभा आहे. ज्याच्या उदरात अनंत ब्रह्मांडे सामावलेली आहेत, तो श्रीहरी आमच्या भक्तिभावानें प्रसन्न होऊन आमच्या हृदयात वास्तव्य करीत आहे. तुकाराम महाराज म्हणतात जे अन्तर्बाह्य निर्मळ आहेत तेच देवाची वर्मे जाणतात. देवाला शरण जाऊन आम्ही बलवान झालो आहोत. त्याच्या घरात शिरकाव करून घेऊन त्याच्या घरातील ठेवा आम्ही माहीत करून घेतला. परमार्थ धन प्राप्त होईल असे कारण रचले. तुकाराम महाराज म्हणतात, देवाच्या पायाला मिठी मारून संसारापासून आम्ही सुटका करून घेतली. आम्ही परमार्थाचा पाठलाग करून जे मिळवायचे ते मिळवले. जी वस्तू दूर होती ती आपल्या घरी आली आहे. तेव्हा तिच्या प्राप्तीचा हव्यास धरा. परमार्थाचे भांडार आम्ही फोडिले आहे. त्यामुळे ते प्रकटले आहे. तुकाराम महाराज म्हणतात ते सर्वांना पुरुन उरेल एवढे आहे. तेव्हा सर्वांना हवे तेवढे घ्यावे.

।। पुंडलीक वरदा हरि विठ्ठल ।।

।। श्री पांडुरंग ।।

रुसलों संसारा । आम्ही आप आणि परा ।।
म्हणऊनि केली सांडी । देउनि पडिलों मुरकंडी ।।
परतेंचि ना मागें । मोहो निष्ठुर झालों अंगें ।।
सांपडला देव । तुका म्हणे केला भेव ।।
हें तों वाटलें आश्चर्य । तुम्हां धरवला धीर ।।
माझा फुटतसे प्राण । धांवा धांवा म्हणऊन ।।
काय नेणों दिशा । झाल्या तुम्हांविण ओशा ।।
तुका म्हणे कां गा । नाइकिजे पांडुरंगा ।
धांवा केला धांवा । श्रम होऊं नेदीं जीवा ।।
वर्षे अमृताच्या धारा । घेईं वोसंगा लेंकरा ।।
उशीर तो आतां । न करावा हेच चिंता ।।
तुका म्हणे त्वरें । वेग करीं विश्वंभरे ।।

आम्ही अपार भावरूपी संसारावर रुसलो आहोत. म्हणून त्याचा त्याग करून आम्ही देवाजवळ मुरकुंडी मारून बसलो आहोत. आता प्रापंचिक व्यवहारावर आम्ही निष्ठुर झालो आहोत. त्यामुळे आम्ही परत मोहात पडत नाही. तुकाराम महाराज म्हणतात, हा देव सापडल्यामुळे आम्ही निर्भय झालो आहोत. देवा आम्ही इकडे प्रार्थना करीत असता तुम्ही धीर धरून बसता याचे मला मोठे नवल वाटते. धांवा धांवा असा तुमचा धावा करून माझे प्राण कंठाशी आले आहेत. तुमच्याशिवाय सर्व दिशा ओस पडल्या आहेत. तुकाराम महाराज म्हणतात, मग देवा माझी प्रार्थना तुम्हाला का ऐकू येत नाही. मी तुम्हाला हाका मारतो आहे, तुम्ही धावत या, मला कसलेही कष्ट देऊ नका. मला कडेवर घ्या आणि प्रेमामृताच्या धारांचा माझ्यावर वर्षाव करा. आता उशीर करू नका, उशीर होणार नाही याची काळजी घ्या. तुकाराम महाराज म्हणतात, हे विश्वंभरा, तू त्वरेने, वेगाने आमचेकडे धावत ये.

।। पुंडलीक वरदा हरि विठ्ठल ।।

।। श्री पांडुरंग ।।

स्वमुखें जी तुम्हीं सांगा मज सेवा । ऐसें माझें देवा मनोगत ।।
नेघों आम्ही कांहीं आपल्या उदारें । चित्तवित्त घरें जीवावरी ।।
बोलें परस्परें वाढवावें सुख । पाहावें श्रीमुख डोळेभरी ।।
तुका म्हणे सत्य बोलतों वचन । करूनी चरण साक्ष तुझे ।।
मज अनाथाकारणें । करीं येणें केशवा ।।
जीव झुरे तुजसाठीं । वाट पोटीं पहातसें ।।
चित्त रंगलें चरणीं ।। तुजवांचूनी न राहे ।।
तुका म्हणे कृपावंता । माझी चिंता असावी ।।
कासया वांचूनि झालों भूमीभार । तुझ्यापायीं थार नाहीं तरी ।।
जातां भलें काय डोळियांचें काम । जंव पुरुषोत्तम न देखती ।।
काय मुख पेंव श्वापदांचें धांव । नित्य तुझें नांव नुच्चारितां ।।
तुका म्हणे आतां पांडुरंगाविण । न वांचतां क्षण जीव भला ।।

देवा, मी तुमची काय सेवा करावी हे तुम्ही स्वमुखे सांगावे अशी माझी इच्छा आहे. आम्ही आमच्या घरादारावर द्रव्यावर तुळशीपत्र ठेवले आहे म्हणून तुमची सेवा न करता तुम्ही आम्हाला काही दिल्यास आम्ही तो घेणार नाही. तुझे श्रीमुख डोळे भरून पहावे आणि आपण दोघांनी सुखसंवाद करावा असे मला वाटते. देवा, तुझ्या चरणांना साक्ष ठेवून मी सांगतो ते सत्यवचन आहे असे तुकाराम महाराज म्हणतात, देवा माझ्यासाठी, या अनाथासाठी तू धावत ये. तुझ्यासाठी हा जीव झुरणीला लागला आहे. म्हणून मी तुझी वाट पहातो आहे. तुझ्या चरणी चित्त रंगले आहे, ते तुझ्याशिवाय राहू शकत नाही. तुकाराम महाराज म्हणतात, कृपावंता माझी काळजी तुम्हीच करा. तुझ्या चरणी जर मला थारा मिळत नसेल तर मी भूमीला भार आहे. पुरुषोत्तमा, तुझे जर दर्शन घडत नसेल तर या डोळ्यांचे काय काम ? मुखातून तुझे नाव येत नसेल तर तोंड म्हणजे धान्याच पेव किंवा श्वापदांचे घर. तुकाराम महाराज म्हणतात, आता पांडुरंगावाचून एक क्षण जरी गेला तरी हा जीव भला गेला तरी चालेल.

।। पुंडलीक वरदा हरि विठ्ठल ।।

॥ श्री पांडुरंग ॥

देवाची ते खुण आला ज्याच्या घरा । त्याच्या पडे चिरा संसाराची ॥
देवाची ते खुण करावें वाटोळें । आपणा वेगळें राहों नेदी ॥
देवाची ते खुण गुंतों नेदी वाचा । लागों असत्याचा मळ नेदी ॥
देवाची ते खुण झाला जया संग । त्याच्या झाला भंग मनुष्यपणा ॥
देवाची ते खुण गुंतों नेदी आशा । ममतेच्या पाशा शिवों नेदी ॥
देवाची ते खुण करावें तोंडाळ । आणिक सकळ जग हरी ॥
पहा देवें तेंचि बळकाविलें स्थळ । तुक्यापें सकळ चिन्हें त्याचीं ॥

ज्याच्या संसाराचा भंग झाला त्याच्या घरी देव आला हीच त्याची खूण आहे. भक्ताचे वाटोळे करून, त्याला वेगळे राहू देऊ नये हेच त्याच्या प्राप्तीचे चिन्ह आहे. त्याची वाचा तो आपल्या नामस्मरणात गुंतवून टाकतो. खोटेपणानं ती मलिन होऊ नये म्हणून जपतो. ज्याला देवाचा संग लागला त्याचा मनुष्यपणा भंग पावला असे समजावे. हीच त्याची खूण आहे. तो त्याला कुठल्याही प्रेमाच्या, ममतेच्या गुंत्यात अडकू देत नाही. देव हृदयी आल्याची हीच खूण आहे. ज्याला देव पावला आहे तो सतत बोलतो आणि त्याचे बोलणे आकर्षक असते, त्या बोलण्याने तो जग जिंकतो ही त्याची आणखी एक खूण आहे. तुकाराम महाराज म्हणतात, देवाने माझे सर्व काही बळकावले आहे, म्हणून या सर्व खुणा माझ्याकडे आहेत.

॥ पुंडलीक वरदा हरि विठ्ठल ॥

।। श्री पांडुरंग ।।

धरावा तो बरा । ठाव वसतीचा थारा ।।
निजल्या जागविती । निज पुरवूनि देती ।।
एक वेवसाव । त्याचा संग त्यांचा जीव ।।
हितें कळे हित । ग्वाही एक एकां चित्त ।।
विषमाचें कांहीं । आड तया एक नाहीं ।।
तुका म्हणे बरीं । घरा येतील त्यापरी ।।
माझ्या इंद्रियांसीं लागलें भांडण । म्हणतील कान रसना धाली ।।
करिती तळमळ हस्त पाद भाळ । नेत्रांसी दुकाळ पडिला थोर ।।
गुण गाय मुख आइकती कान । आमचें कारण तैसें नव्हे ।।
दरुषणें फिटे नेत्रांचा तो पांग । जेथें ज्याचा भाग घेईल तें ।।
तुका म्हणे ऐसें करीं नारायणा । माझी ही वासना ऐसी आहे ।।

ज्या ठिकाणी संतांची वस्ती आहे तेथे मुक्काम करावा हे बरे. कारण संत निजलेल्यांना जागे करतात त्यांची अज्ञानरूपी निद्रा घालवून आत्मज्ञानाची प्राप्ती करून देतात. त्यांचा तो व्यवहार आहे त्याची संगत धरावी व तो जिवेभावे आपलासा करावा. त्यांच्या हितातच आपले हित आहे, आणि त्याची साक्ष आपलेच चित्त देईल. त्यांच्याजवळ विषमता नाही. तुकाराम महाराज म्हणतात, संत आपल्या घरी आलेले बरे. माझी इंद्रिये आपसात भांडू लागली. कान जिभेला म्हणाले, तू नामस्मरण करून तृप्त झालीस. हात, पाय, कपाळ हे हरिचिंतनासाठी तळमळत आहेत. डोळ्यांना तर हरिदर्शन होतच नाही. वाचा हरिगुणगान करीत आहे ते कान ऐकत आहेत. इतर इंद्रियांना ते सुख मिळत नाही. डोळ्यांना हरीचे दर्शन झाले की त्याचे पांग फिटतील. तुकाराम महाराज म्हणतात, नारायणा, माझ्या बाबतीत तुम्ही असे करावे अशी माझी इच्छा आहे, अशी माझी वासना आहे.

।। पुंडलीक वरदा हरि विठ्ठल ।।

।। श्री पांडुरंग ।।

जन्मा येउनि तया लाभ झाला । बिडवई भेटला पांडुरंग ।।
संसारदु:खें नासियेलीं तेणें । उत्तम हें केणें नामघोष ।।
धन्य तेचि संत सिद्ध महानुभाव । पंढरीचा ठाव ठाकियेला ।।
प्रेमदाते तेच पतितपावन । धन्य दरुषण होय त्याला ।।
पावटणि पंथें झालिया सिद्धि । वोळगे समाधि सायुज्यता ।।
प्रेम अराणूक नाहीं भय धाक। मज तेणें सुख काय चिंता ।।
ते दुर्लभ संसारासी । जडजीव उद्धार लोकांसी ।।
तुका म्हणे त्यांसी । धन्य भाग्य दरूषणें ।।
सिद्धीचा दास नव्हें श्रुतींचा अंकिला । होईन विठ्ठला दास तुझा ।।
सर्व सुख असे माझिये मानसीं । राहिलों तयांसी नाश नाहीं ।।
तेणें पुण्य पाप न पाहें लोचनीं । आणीकावांचूनि पांडुरंगा ।।
तुका म्हणे तुझा होईन अंकिला । न भें मी विठ्ठला कळिकाळासी ।।

जन्माला येऊन ज्यांना पांडुरंग भेटला त्यांना खरोखर लाभ झाला आहे. ज्याने संसारदु:खांचा नाश केला असा हा नामघोषाचा उत्तम माल आहे जे संत, सिद्ध आणि महानुभाव पंढरपूरला पोहोचले त्यांचे संचित धन्य आहे. हे सिद्ध लोकांना हरी प्रेम देतात. पतित पावन करतात अशांचे दर्शन ज्यांना होईल ते धन्य होत. हे जेव्हा मार्गाने चालतात तेव्हा अष्टमहासिद्धी त्यांच्या पायाखालच्या पायऱ्या होतात. सायुज्यता आणि समाधी त्यांच्या दासी होतात. हरिनामाने त्यांना विश्रांती मिळाली आहे. त्यांना कसलीही भयभीती नाही जडजीवांचा उद्धार करणारे संत दुर्लभ आहेत. तुकाराम महाराज म्हणतात, ज्यांना अशांचे दर्शन होते ते धन्य होत. देवा मी अष्टसिद्धींचा किंवा श्रुतींचा नव्हे तर तुझा दास आहे. जे सुख माझ्या मनीमानसी आहे ते अविनाशी आहे. त्या सुखापुढे मी पापपुण्याचा विचार करीत नाही फक्त पांडुरंगाचा विचार करतो. मी भक्तिरस सोडणार नाही. तुझे नामचिंतन ह्रदयात असल्याने गर्भवासाचे भय नाही. तुकाराम महाराज म्हणतात मी तुझ्या आज्ञेत असल्याने मला काळाचे भय नाही.

।। पुंडलीक वरदा हरि विठ्ठल ।।

।। श्री पांडुरंग ।।

शुद्धाशुद्ध निवडे कैसें । चर्म मांस भिन्न नाहीं ।।
कांहीं अधिक नाहीं उणें । कवण्या गुणें देवासी ।।
उदक भिन्न असे काई । वाहाळ बावी सरिता नई ।।
सूर्य तेजें निवडे काय । रश्मी रसा सकळा खाय ।।
वर्णां भिन्न दुधा नाहीं । सकळां गाईं सारखें ।।
करितां भिन्न नाहीं माती । मडक्या गति भिन्न नांवें ।।
वर्ते एकविध अग्नि । नाहीं मनी शुद्धाशुद्ध ।।
तुका म्हणे पात्र चाड । किंवा विष अमृत गोड ।।
न धरी प्रतिष्ठा कोणाचीही यम । म्हणतां कां रे राम लाजा झणी ।।
सांपडे हातींचें सोडवील काळा । तो कां वेळोवेळां न ये वाचे ।।
तुका म्हणे हित तो म्हणा विठ्ठल । न म्हणे तो भोगील कळेल तें ।।

या शरीरातील त्वचा आणि मांस यात भेद नाही. मग शुद्धाशुद्ध कसे निवडावे ? देवाचे ठिकाणी हा कमी आणि तो अधिक असा भाव नाही. ओढा, विहीर, नदी, नद इतके प्रकार आहेत पण पाण्यात काही फरक आहे का, भेद आहे का ? सूर्यकिरण सर्वरस शोषतात पण त्यांचे तेज एकच असते. गाईचे अनेक रंग असतात पण दुधाचा रंग मात्र एकच पांढराशुभ्र असतो. मातीची भांडी वेगवेगळ्या आकारांची केली तरी मूळ एकच माती. अग्नि शुद्ध एकच असतो त्यात शुद्धाशुद्ध काही नसते. तुकाराम महाराज म्हणतात, पात्र कसे त्याला महत्त्व नाही. आत विष आहे की अमृत आहे हे पहाणे आवश्यक असते. यम हा इथे कोणी मोठा किंवा प्रतिष्ठित असला तरी त्याची पर्वा करीत नाही, तर मग रामनाम घेण्यात कसला संकोच आणि कसली लज्जा ? रामनाम जो काळाच्या तडाख्यात सापडेल, त्याला सोडवतो मग ओठी रामनाम का येत नाही ? तुकाराम महाराज म्हणतात, निदान स्वहितासाठी विठ्ठलाचे चिंतन करा, जर केले नाही तर भोगावे लागेल तेव्हा कळेल.

।। पुंडलीक वरदा हरि विठ्ठल ।।

।। श्री पांडुरंग ।।

नाहीं भ्यालों तरी पावलों या ठायां । तुम्हां आळवाया जवळिकें।।
सत्ताबळें आतां मागेन भोजन । केलें तें चिंतन आजिवरी ।।
नवनीतासाठीं खादला हा जीव । थोड्यासाठीं कींव कोण करी ।।
तुका म्हणे ताक न लगे हें घाटे । पांडुरंगा खोटें चाळवणें ।
सारीन तें आतां एकाचि भोजनें । वारीन मागणें वेळोवेळां ।।
सेवटीचा घास गोड करीं माते । अगे कृपावंते पांडुरंगे ।।
वंचूं नये आतां कांहींच प्रकार । धाकल्याचें थोर झाल्यावरी ।।
तुका म्हणे पोटीं बहु झाला वाव । कांहीं नेदी ठाव उरो मागें ।।
पोट धालें मग न लगे पंगती । झालिया निश्चिंती खेळ गोड ।।
आपुलिया हातें देईं वो कवळ । विठ्ठला शीतळ जीवनवरी ।।
घराचा विसर होईल आनंदें । नाचेन मी छंदें प्रेमाचिया ।।
तुका म्हणे तोंचवरी करकर । मग हें उत्तर खंडईल ।।

देवा, पांडुरंगा मी कुणालाही भ्यालो नाही त्यामुळे आज तुमच्याजवळ प्रार्थना करायला पोहोचलो आहे. आजपर्यंत मी तुमचे सतत चिंतन केले. आता त्या बळावर मी तुमचेकडे भोजन मागेन. जे लोण्यासारखे सर्वाचे सार आहे ते मिळावे म्हणून मी तुमचा जीव खाल्ला. त्याशिवाय अन्य फोलपटांसाठी कोण जीव पाखडील ? तुकाराम महाराज म्हणतात, देवा मला संसाराचे ताक नको, तसे कराल तर तुम्ही मला फसवल्यासारखे होईल. देवा, तुम्ही मला एकदा ब्रह्मरसाचे भोजन दिलेत तर मी वारंवार शेवटचा गोड घास तुम्ही मला खाऊ घाला. लहानाचा एकदा मोठा झाला की त्याची फसवणूक करू नये. तुकाराम महाराज म्हणतात, आता माझ्या पोटात पुष्कळ जागा आहे तेव्हा मी वाढलेले सर्व संपवीन. एकदा पोट भरले की, मग पंगतीला बसतो कोण ? एकदा चिंता संपली की, मग भक्तिचा खेळ बरा वाटतो. देवा, तू तुझ्या हाताने मला घास दे आणि नामरूपी थंड पाणी मला पाज. मग देहरूपी घराचे मला विस्मरण होऊन मी आनंदाने नाचेन. तुकाराम महाराज म्हणतात, असे तुम्ही करेपर्यंत माझ्या बोलण्याची कटकट होईल. मग माझे बोलणे थांबेल.

।। पुंडलीक वरदा हरि विठ्ठल ।।

।। श्री पांडुरंग ।।

दिला जीवभाव । तेव्हां सांडिला म्यां ठाव ।।
आतां वर्ते तुझी सत्ता । येथे सकल अनंता ।।
माझिया मरणें । तुम्हीं बैसविलें ठाणें ।।
तुका म्हणे कांहीं । मीं हें माझें येथें नाहीं ।।
बराडियाची आवडी पुरे । जया झुरे साठीं तें ।।
तैसें झालें माझ्या मना । नुठी चरणावरूनि ।।
भागलिया पेणें पावे । विसांवे ते ठाकणी ।।
तुका म्हणे छाया भेटे । बरें वाटे तापे त्या ।।
आतां द्यावें अभयदान । जीवन ये कृपेचें ।।
उभारोनि बाहो देवा । हात ठेवा मस्तकीं ।।
नाभी नाभी या उत्तरें । करुणाकरें सांतवीजे ।।
तुका म्हणे केली आस । तो हा दिस फळाचा ।।

देवा, मी जेव्हा तुम्हाला जीवभाव अर्पण केला तेव्हाच तो संपला. आता माझे वागणे तुमच्या सत्तेनुसार होत आहे. माझी देहबुद्धी मृत्यू पावली आहे आणि तिथे तुमचे ठाणे बसले आहे. तुकाराम महाराज म्हणतात, आता 'मी-माझे' काही उरले नाही. एखादा गरीब ज्यासाठी जीव टाकीत असतो, ते मिळाल्यावर त्याला आनंद होतो. तसे माझे झाले आहे. तुझ्या चरणांवरून माझी दृष्टी हलत नाही. एखादा वाटसरू बरीच चाल चालल्यावर मुक्कामाचे ठिकाणी पोहोचून त्याला विश्रांती मिळाली की तो समाधानी होतो. उन्हातून आलेल्या माणसाला सावली भेटली की बरे वाटते तसे माझे झाले आहे. देवा, आता मला तुमच्या कृपेचे अभयदान द्या. देवा तुमचा हात उंच करून माझ्या मस्तकावर ठेवा. 'भिऊ नकोस भिऊ नकोस' असे मला सांगून माझे सांत्वन करा. तुकाराम महाराज म्हणतात, ज्या आशेकडे मी डोळे लावून बसलो होतो तो फलद्रूप होण्याची वेळ आली आहे.

।। पुंडलीक वरदा हरि विठ्ठल ।।

।। श्री पांडुरंग ।।

बहुजन्में सोस केला । त्याचा झाला परिणाम ।।
विठ्ठलसें नाम कंठीं । आवडी पोटीं संचितें ।।
येथून तेथवरी आतां । न लगे चिंता करावी ।।
तुका म्हणे धालें मन । हेंचि दान शकुनाचें ।।
तुम्हांसी हें अवघें ठावें । किती द्यावें स्मरण ।।
कां बा तुम्ही ऐसें नेणें । निष्ठुरपणें टाळितसां ।।
आळवितां मायबापा । न ये कृपा अझूनि ।।
तुका म्हणे जगदीशा । काय असां निजेलें ।।
ठेवूनि इमान राहिलों चरणीं । म्हणउनि धनी कृपा करी ।।
आम्हांसी भांडार करणें जतन । आला गेला कोण उंच निंच ।।
करूनि सांभाळी राहिला निराळा । एक एक वेळां आज्ञा केली ।।
तुका म्हणे योग्यायोग्य हे विनीत । देवा नाहीं चित्त येथें देणें ।।

    गेले किती तरी जन्म मी तुमची हाव धरली होती. तिचा आज सुपरिणाम झाला. विठ्ठल हे नाम माझ्या कंठात, पोटात, हृदयात सर्वत्र राहिले आहे. आता या जन्मापासून अगदी पहिल्या जन्मापर्यंत चिंतेचे कारण नाही. तुकाराम महाराज म्हणतात मला आता आलेली तृप्ती हे शुकनाचे दान आहे. देवा, तुम्हाला माझी सर्व दुःखे माहीत आहेत तेव्हा त्यांची आठवण मी तुम्हाला कितीवेळा करून देऊ ? पण तरीही निष्ठुरपणे मला का टाळता ? तुमची मी इतकी आळवणी करतो आहे तरी मायबापा तुम्हाला माझी दया कशी येत नाही. तुकाराम महाराज म्हणतात हे जगदीशा, तुम्ही असे झोपून काय राहिला आहात ? मी देवाशी इमानदारीने वागलो म्हणून हा धनी माझ्यावर कृपा करतो आहे. त्याचे भांडार मी सांभाळतो आहे. आला-गेला पाहणे हे काम माझ्याकडे आहे. माझ्यावर हे काम सोपवून तो नामानिराळा राहिला आहे. आता कोण योग्य आणि कोण अयोग्य हे पाहण्याचे काम माझ्याकडे आहे. देवाने त्यात लक्ष घालण्याचं कारण नाही.

        ।। पुंडलीक वरदा हरि विठ्ठल ।।

।। श्री पांडुरंग ।।

आतां नव्हे गोड करिता संसार । आणीक संचार जाला माजी ।।
ब्रह्मरसें गेलें भरूनियां अंग । आधील तो रंग पालटला ।।
रसनेचिये रुची कंठीं नारायण । बैसोनियां मन निवविलें ।।
तुका म्हणे आतां बैसलों ठाकणीं । इच्छेची ते धणी पुरईल ।।
आतां कशासाठीं दुरी । अंतरी उरी राखिली ।।
करीं लवकरी मूळा । लहान तळामुळींचिया ।।
दोहीं ठायीं उद्वेग वाणें । दरुषणें निश्चिंती ।।
तुका म्हणे वेग व्हावा । ऐसी जीवा उत्कंठा ।।
पडिली हे रूढि परिचार । चालविती वेव्हार सत्य म्हूण ।।
मरणाची कां रे नाहीं आठवण । संचिताचें धन लाभ हेवा ।।
देहाचें भय तें काळाचें भातुकें। ग्रासूनि तें एकें ठेविलेंसे ।।
तुका म्हणे कांहीं उघडा रे डोळे । जागोनि अंधळे होऊं नका ।।

आता माझ्या हृदयात देवाचा संचार झाला आहे. त्यामुळे संसारात मला आता गोडी उरली नाही. ब्रह्मरसाने मी थबथबलो आहे. त्यामुळे माझा मूळ रंग पालटला आहे. जिव्हेवर आणि कंठामध्ये नारायणाची वस्ती झाली त्यामुळे मन शांत झाले. तुकाराम महाराज म्हणतात, आता मी एका ठिकाणी बसून राहिलो आहे. त्यामुळे माझी सर्व इच्छा पूर्ण होईल. आता देवा, तुमच्या आमच्यात अंतर कशासाठी ठेवले ? मूळच्या लहान रोपाला मुळापर्यंत तुझ्या दर्शनाने ओलावा दे. संसार आणि परमार्थ दोन्ही ठिकाणी जी उद्विग्न आहे. ती तुझ्या दर्शनाने दूर होईल व मनाचे समाधान होईल. तुकाराम महाराज म्हणतात, देवा, मला भेटण्यासाठी वेगाने ये, तुझ्या दर्शनाची माझी उत्कंठा अति वाढली आहे. हा संसार खरा आहे असे समजून चालण्याची रूढी पडली आहे. अरे, तुला मरणाचे स्मरण कसे नाही ? जे साठवाल तेच उपयोगी पडेल हे लक्षात ठेव. मृत्यूचे भय सोड. देह हा काळाचा ग्रास आहे. तुकाराम महाराज म्हणतात, अजून जागे व्हा, समजून उमजून आंधळे राहू नका.

।। पुंडलीक वरदा हरि विठ्ठल ।।

।। श्री पांडुरंग ।।

खोल ओलीं पडे तें पीक उत्तम । उथळाचा श्रम वायां जाय ।।

लटिक्याचे आम्ही नव्हों सांटेकरी । थितें घाली भरी पदरींचें ।।

कोणा इहलोकीं पाहिजे पसारा । दंभ पोट भरायाचे चाडे ।।

तुका म्हणे कसीं आगीं जें उतरे । तेंचि येथें सरे जाती शुद्ध ।।

गोमट्या बीजाचीं फळेंही गोमटीं । वाहे तेंचि पोटीं समतुक ।।

जातीच्या संतोषें चित्तासी विश्रांति । परतोनि मागुती फिरो नेणें ।।

खऱ्याचे पारखीं येत नाहीं तोटा । निवडे तो खोटा ढाळें दुरी ।।

तुका म्हणे मज सत्याची आवडी । करितां तांतडी येत नाहीं ।।

विश्वास तो देव । म्हणुन धरियेला भाव ।।

माझी वदवितो वाणी । जेणें धरिली धरणी ।।

जोडिलीं अक्षरें । नव्हती बुद्धीचीं उत्तरें ।।

नाहीं केली आटी । कांहीं मानदंभासाठीं ।।

कोणी भाग्यवंत । तया कळे हें उचित ।।

तुका म्हणे झरा । आहे मुळींचाचि खरा ।।

बी शेतात जेव्हा खोल अशा ओलीत पडेल तेव्हा उत्तम पीक येते. वरवर राहिले तर केलेले कष्ट वाया जातात. आम्ही खोटेपणात भागीदार होणार नाही. कारण तो मूर्खपणा वाढवतो. पोट भरण्यासाठी या इहलोकात ढोंगी साधुत्त्वाचा पसारा कुणाला हवा ? तुकाराम महाराज म्हणतात, जे सोने आगीत कसाला उतरते तेच खरे होय. चांगल्या बीजाची फळेही चांगली येतात. एकदा संतोष पावलेले चित्त मागे परत फिरत नाही. खऱ्यांच्या परीक्षकांना तोटा येत नाही. कारण ते खोट्याला दूर करतात. तुकाराम महाराज म्हणतात, मी सत्यप्रिय आहे म्हणून मला उतावळे होता येत नाही. माझा देवावर विश्वास आहे. ज्याने पृथ्वी धारण केली आहे, तोच माझेकडून बोलवितो. मी काही फार विचार करून बुद्धिकौशल्याने अक्षरांची जोडणी केली नाही. काही मान मिळावा म्हणून आम्ही ही खटपट केली नाही. भाग्यवंतानाच यातील खरे काय ते कळेल. तुकाराम माझ्या ठायी हा भक्तिप्रेमाचा मूळचाच झरा आहे.

।। पुंडलीक वरदा हरि विठ्ठल ।।

।। श्री पांडुरंग ।।

एका वेळे केलें रितें कलिवर । आतां दिली थार पांडुरंगा ।।

पाळण पोषण न लागता सोई । देहाचें तें कोई सर्व भाव ।।

माझिया मरणें झाली हे वसति । लागली ते ज्योती अविनाश ।।

झाला ऐसा एका धायें येथें नाहीं । तुका ऐसें कांहीं बोलों नये ।।

धरावें तें भय । जाती अंतरोनि पाय ।।

झाल्या तुटी देवासवें । काय वांचोनि करावें ।।

कोणासी पारिखें । लेखूं आपणासारिखें ।।

तुका म्हणे असो । अथवा हें आतां नसो ।।

आम्हांसी सांगाती । होती अराले ते होती ।।

येती आइकतां हांक। दोनी मिळोन म्हणती एक।।

आणिका उत्तरीं । नसे गोविली वैखरी ।।

तुका म्हणे बोल । खूण पहाती विठ्ठल ।।

शरीरातील कामक्रोध विकारांना हद्दपार करून शरीर रिकामे केले आणि आता पांडुरंगाला रहायला जागा दिली. आता देहाचे पालन पोषण करण्याचे काम माझ्याकडे नाही. माझ्या हृदयात अविनाशी ज्योती प्रकट झाली, ते माझ्या मरणामुळे घडले. तुकाराम महाराज म्हणतात, आता देहाचे ठिकाणी असलेली माझी आत्मबुद्धी राहिलेली नाही. आता माझ्याबद्दल कोणी काही बोलू नये. देवाचे पाय अंतरतील याबद्दल मनात भय बाळगावे. देवापासून दूर व्हावे लागले तर जगायचं कशासाठी ? देवावाचून मी कुणा परक्यांना आपले समजणार नाही. तुकाराम महाराज म्हणतात आता मला फक्त देव पाहिजे मग कुणी असो वा नसो. वृत्तीने स्थिर असणाऱ्यांशी आमचे मैत्र जुळले. मी हाक मारली की ते धावत येतात आणि आपण एकच आहोत असे म्हणतात, पण प्रत्यक्षात विठ्ठल नामात त्याची वाणी गुंतलेली नसते. तुकाराम महाराज म्हणतात, माझी वाणी विठ्ठलनामात रमलेली असते हे तुम्ही जाणता.

।। पुंडलीक वरदा हरि विठ्ठल ।।

।। श्री पांडुरंग ।।

करूनि चिंतन खेळे भोंवतालें । चित्त येथें आलें पायांपाशीं ।।
येथें नाहीं खोटा चालत परिहार । जाणसी अंतर पांडुरंगा ।।
सुखदु:खें तुज देऊनी सकळ । नाहीं ऐसा काळ केला आम्ही ।।
तुका म्हणे झाला देहाचा विसर । आतां आप पर नाहीं दोन्ही ।।
बोलणें तें आम्ही बोलों उपयोगी । पडिले प्रसंगीं काळा ऐसें ।।
जयामध्यें देव आदि मध्यें अंतीं । खोल पाया भिंतीं न खचेचि ।।
करणें तें आम्ही करूं एका वेळे । पुढिलिया बळें वाढी खुंटे ।।
तुका म्हणे असों आज्ञेचीं धारकें। म्हणऊनि एकें बोलें सारूं।।
तुझिया विनोदें आम्हांसी मरण । सोसियेला सीण बहु फेरे ।।
आतां आपणचि येसी तें करीन । नाम हें धरीन तुझें कंठीं ।।
वियोगेंचि आलों उसंतीत वनें । संकल्प हे मनें वाहोनियां ।।
तुका म्हणे वर्म सांपडलें सोपें । गोवियेलों पापें पुण्यें होतों ।।

देवा, तुमच्या पायांपाशी चित्त ठेवून, मी चिंतन करीन तुमच्या भोवती बागडतो आहे. देवा, तुमच्याजवळ खोटे बोलून चालत नाही कारण तुम्ही अन्तर्यामी आहात. आम्हाला जी सुख–दुःखे होतील ती आम्ही तुम्हाला अर्पण करून काळावर मात केली आहे. तुकाराम महाराज म्हणतात, आता देहाचा विसर झाल्याने तुझे माझे काही राहिले नाही, ज्या प्रसंगी जे बोलायला पाहिजे तेच आम्ही बोलू. पाया खोल घेऊन बांधलेली भिंत जशी खचत नाही. त्याप्रमाणे ज्यामध्ये ईश्वर साक्षीभूत आहे ते अविनाशी आहे. ज्यामुळे संचित कर्माचे परिणाम थांबतील असेच काही आम्ही करू. तुकाराम महाराज म्हणतात, आम्ही स्वामींचे आज्ञाधारक आहोत म्हणून एका नामाने आम्ही सर्व काही करू. देवा, तुझे विनोदाचे खेळ होतात पण आमचे मरण ओढवते. कारण जन्ममरणाच्या फेऱ्यांचे दुःख आम्ही भोगत आहोत. आता कंठी तुझे नाम धरीन म्हणजे मग तू येशील. तुझ्या वियोगामुळे अनेक जन्म मिळाले. अनेक संकल्प केले तुकाराम महाराज म्हणतात, पापपुण्यात मी अडकलो होते. आता तुझ्या प्राप्तीचे वर्म मला सापडले आहे.

।। पुंडलीक वरदा हरि विठ्ठल ।।

॥ श्री पांडुरंग ॥

काय तुमची यास वेंचते गांठोळी । माझी टाळाटाळी करीतसां ॥
चतुरांच्या राया अहो पांडुरंगा । ऐसें तरी सांगा निवडूनि ॥
कोण तुम्हां सुख असे या कौतुकें। भोगितां अनेक दुःखें आम्ही ॥
तुका म्हणे काय झालासी निर्गुण । आम्हां येथें कोण सोडवील ॥
निष्ठुर यासाठीं करितों भाषण । आहेसी सर्वज्ञ जाणता तूं ॥
ऐसें दुःख कोण आहे निवारिता । तो मी जाऊं आतां शरण त्यासी ॥
बैसलासी केणें करूनि एक घरीं । नाही येथें उरी दुसऱ्याची ॥
तुका म्हणे आलें अवघेंचि पायापें । आतां मायबापें नुपेक्षावें ॥
तुझें मजपाशीं मन । माझी तेथें भूक तान ॥
जिव्हा रते एके ठायीं । दुजें बोलायाचें काई ॥
माझिया कवतुकें। उभा पहासी भातुकें॥
तुका म्हणे साचें । तेथें मागील कईंचें ॥

देवा, तुम्ही माझी टाळाटाळी का करता यात काही तुमचे गाठोडे जाते का ? चतुरांचे राजेच असलेल्या पांडुरंगा तुम्हीच आता निवाडा करा. आम्ही अनेक प्रकारची दुःखे भोगत आहोत पण तुम्हाला ते सुखच वाटते. तुकाराम महाराज म्हणतात, देवा तुम्ही जर निर्गुण झालात तर या संसारातून आमची सुटका कोण करणार ? देवा तू सर्वकाही जाणणारा, सर्वज्ञ आहेस म्हणून आम्ही तुझ्याशी निष्ठुरपणे वागतो ते तुला उमगत असेलच. दुःख निवारणारा दुसरा कोणी आहे का, की ज्याला मी शरण जाऊ ? देवा, दुःख निवारण्याची सत्ता तू तुझ्या एका हाती ठेवली आहेस. तुकाराम महाराज म्हणतात, आता आम्ही तुझ्या पायांपाशी आलो आहोत तेव्हा आमची उपेक्षा करू नका. तुझे मन माझ्यापाशी आहे. त्यामुळे माझी तहानभूक तुझी होते. कारण उभयतांचे हृदय एकच आहे. माझी जीभ दुसरे काही बोलत नाही. केवळ तुझे नाम घेते. तुकाराम महाराज म्हणतात, देवा, आता पूर्व संचिताचे काय घेऊन बसलात ?

॥ पुंडलीक वरदा हरि विठ्ठल ॥

।। श्री पांडुरंग ।।

आहे तें सकळ प्रारब्धाचे हातीं । यावें काकुलती यासी आतां ।।
ऐसा माझ्या मनें सांगितला भाव । तोंवरिच देवा दुजा नाहीं ।।
अवघियांची जेव्हां सारावी करकर । भावबळें थार धरूं येसी ।।
तुका म्हणे तुज ठेवावें पुजून । आणीक तो गुण नाहीं येथें ।।
ऐसाचि तो गोवा । न पाहिजे केला देवा ।।
बहु आली दुरिवरी । ओढत हे भरोवरी ।।
आम्हांसी न कळे । तुम्ही झांकूं नये डोळे ।।
तुका म्हणे संगें । असों एक एका अंगें ।।
आवडी कां ठेवूं । बैसोनियां संगें जेवूं ।।
मागें नको ठेवूं उरी । माझी आण तुजवरी ।।
देखिले प्रकार । त्याचे पाहेन साचार ।।
तुका म्हणे बाळीं । केली चाहाडी सकळीं ।।

या आयुष्यात जे काही घडते ते सगळे प्रारब्धामुळे घडते. सर्व काही प्रारब्धाचे हाती आहे. आता देवाने आमची कीव करावी. माझ्या मनाने असा भाव सांगितला की देव दुसरा नाही. प्रपंचाची सगळी कटकट जेव्हा दूर होते तेव्हा भक्तिभावाने आम्ही तुझ्याकडे येतो. तुकाराम महाराज म्हणतात, देवा, तुझे पूजन करीत रहावे हे बरे, याशिवाय दुसरा पर्याय नाही. आता देवा तुम्ही आम्हाला प्रपंचाच्या गुंत्यात गुंतवू नका. सुखदु:खासह शरीराचे ओझे आम्ही सहन करू. आम्हाला खरंच काही कळत नाही. पण तुम्ही कानाडोळा करू नये. तुकाराम महाराज म्हणतात, देवा आपण एकमेकांच्या संगतीत राहू, आपण दोघे एका ठिकाणी बसून एका ताटात जेवू. तेवढीसुद्धा आवड शिल्लक ठेवायला नको. तुझे जेवणाचे प्रकार मी पाहिले आहेत. त्यातले खरे काय ते मी आता पाहीन. तुकाराम महाराज म्हणतात देव आमच्या बरोबर जेवतो, आमचे उष्टे खातो अशी गोकुळातल्या बाळगोपाळांनी माझ्याकडे चहाडी केली आहे.

।। पुंडलीक वरदा हरि विठ्ठल ।।

।। श्री पांडुरंग ।।

आतां बरें घरिंच्याघरीं । आपली उरी आपणापें ।।
वाइट बरें न पडे दृष्टि । मग कष्टी होईजेना ।।
बोलों जातां वाढे बोल । वायां फोल खटपट ।।
काकुलती यावें देवा । तों तों सेवा इच्छितो ।।
हिशोबाचे खटखटे । चढे तुटे घडेना ।।
तुका म्हणे काळों आलें । दुसरे भले तों नव्हे ।।
आधीं सोज्वळ करावा मारग । चालतां तें मग गोवी नाहीं ।।
ऐसा चालोनियां आला शिष्टाचार । गोवीचा वेव्हार पापपुण्य ।।
पळणें तें पळो सांडुनि कांबळें । उपाधीच्या मुळें लाग पावे ।।
तुका म्हणे येथें शूर तो निवडे । पडिले बापुडे कालचक्रीं ।।
जैस तैसा आतां । मज प्रमाण अनंता ।।
पायां पडणें न सोडीं । पोटीं तेंच वर तोंडीं ।।
एक भावें चाड । आदीं तेंची अंतीं गोड ।।
तुका म्हणे आम्हां । टळणेंचि नाहीं नेमा ।।

आता घरीच रहाणे बरे कारण त्यात आपला आपल्याशीच संबंध येतो, दुसऱ्याचे बरे वाईट काहीच दृष्टीस पडणार नाही मग कष्टी होण्याचे काय कारण ? शब्दाने शब्द वाढतो आणि बोलणे फुकट जाते. जो जो काकुळतीने आम्ही देवाजवळ येतो तो तो देव आमची सेवा इच्छितो. नुसत्या हिशेबाच्या खटपटीने काही होत नाही. तुकाराम महाराज म्हणतात, दुसरे चांगले नसतील तर त्यांच्याशी संबंध ठेऊ नये, आधी ज्या मार्गावर आपल्याला जायचे असेल तो मार्ग नीटनेटका करावा, म्हणजे त्या वाटेने जाण्यात कसलीही अडचण येत नाही. असा शिष्टाचार आहे. जर तुम्हाला परमार्थ हवा असेल तर देहबुद्धीची उपाधी आहे. तिच्यामुळेच पापपुण्य पाठलाग करतात, तुकाराम महाराज म्हणतात, जो खरा वैराग्यसंपन्न आणि विवेकी, शूर असेल तोच एक मुक्त होईल. बाकी सर्वजण देहबुद्धीत रमल्याने जन्ममरणाच्या फेऱ्यात अडकून राहतील.

।। पुंडलीक वरदा हरि विठ्ठल ।।

।। श्री पांडुरंग ।।

अनंताच्या ऐकों कीर्ति । ज्याच्या चित्तीं हरिनाम ।।

उलंघूनि गेले सिंधू । हा भवबंधू तोडोनियां ।।

हळूहळू तेचि वाहीं । चालों कांहीं अधिकारें ।।

खुंटुनियां गेले नावा । नाहीं हेवा खोळंबा ।।

न लगे मोल द्यावा रुका । भाव एका कारणें ।।

भीमातिरीं थडवा केला । उठा चला लवलाहें ।।

तुका म्हणे पाहतो वाट । उभा नीट पाउलीं ।।

तरीच म्यां देवा । साटी करुनियां जीवा ।।

येथें बैसलीं धरणें । दृढ काया–वाचा–मनें ।।

आवरिल्या वृत्ति । मन घेउनियां हातीं ।।

तुका म्हणे जरा । बाहेर येऊं नेदीं घरा ।।

ज्यांच्या ध्यानीमनी हरिनाम आहे आणि ज्यांनी भावबंधने तोडून भवसिंधु पार केला आहे. यांच्या गोष्टी मी ऐकल्या आहेत. त्याच वहिवाटीनुसार आम्ही आमच्या अधिकारानुसार वर्तन करू. ते ज्या हरिनामाच्या नौकेत बसून गेले ती आमच्यासाठी खुंटाला बांधली आहे. त्यामुळे इच्छेचा खोळंबा झाला नाही आणि कुठे विरोध झाला नाही. एक दमडीचेही मोल द्यावे न लागता त्यांच्या भक्तिभावामुळे त्यांचे कार्य पूर्ण झाले. तुकाराम महाराज म्हणतात, चंद्रभागेच्या तीरी सर्वांचा तारक, भवसिंधु पार नेणारा नाविक, विटेवर उभा राहून वाट पहात आहे, तिकडे चला, देवा, मी आपल्या जिवावर उदार होऊन बसलो आहे. मी मन माझ्या ताब्यात ठेवून माझ्या सर्व वृत्ती आवरल्या आहेत. ताब्यात ठेवल्या आहेत. तुकाराम महाराज म्हणतात, देवा, आता मी तुला जरा सुद्धा घराच्या बाहेर येऊ देणार नाही.

।। पुंडलीक वरदा हरि विठ्ठल ।।

।। श्री पांडुरंग ।।

अनेक दोषांचे काट। जे जे गादले निघोंट।
होती हरिनामें चोखट। क्षण एक न लागतां।।
तुम्ही हरि म्हणा हरि म्हणा। महादोषांचे छेदना।।
अति प्रीतीचा बांधला। नष्ट चांडाळीं रतला।
क्षण न लागतां नेला। वैकुंठासी हरि म्हणतां।।
अमित दोषाचें मूळ। झालें वाल्मिकासी सबळ।
झाला हरिनामें निर्मळ। गंगाजळ पैं जैसा।।
हरि म्हणतां तरेल। महादोषी उद्धरिले।
पहा गणिकेसी नेलें। वैकुंठासी हरि म्हणतां।।
हरिविण जन्म नको वायां। जैसी दर्पणींची छाया।
म्हणोनि तुका म्हणे पायां। शरण तया हरीसी।।

अनेकविध पापाचरणाने जे मलिन झाले आहेत ते हरिनामाने क्षणार्धात पापमुक्त होतात. म्हणून तुम्ही सदा हरिनामाचा उच्चार करीत रहा, त्यायोगे तुमचे महादोष, महापातकेही लयास जातील. अजामिळ हा अति प्रीतीने हीन स्त्रीशी रत झाला अशा नतद्रष्ट माणसाला नामस्मरणामुळे हरीने क्षणहि वेळ न दवडता वैकुंठाला नेले. अनेक ब्रह्महत्त्या करून पापांचा पुतळा झालेल्या वाल्मिकीला हरिनामामुळे गंगेसारखा निर्मळ केला अशा हरिनामाच्या उच्चाराने अनेक महादोषी, पापीजन उद्धारले आहेत. पिंगला ही गणिका महापापी, महादोषी असूनही तिने हरिनामाचा आश्रय केल्यामुळे तिला भगवंतांनी वैकुंठाला नेले. तुकाराम महाराज म्हणतात, ज्याप्रमाणे आरशातील प्रतिबिंबाला अर्थ नाही. त्याप्रमाणे हरिनामचिंतनावाचून जन्म व्यर्थ आहे. यासाठी मी श्रीहरीला शरण जातो.

।। पुंडलीक वरदा हरि विठ्ठल ।।

।। श्री पांडुरंग ।।

कां रे न भजसी हरी । तुज कोण अंगीकारी ।।
होईल यमपुरी । यमदंड यातना ।।
कोण जाली लगबग । काय करिसी तेथें मग ।।
कां रे भरला ताठा । करिती वोज नेतां वाटा ।।
तोंडा पडिली खिळणी । जिव्हा पिटिती वोढूनि ।।
कां रे पडिली जनलाज । कोण सोडवील तुज ।।
लाज धरीं म्हणे तुका । नको वायां जाऊं फुका ।।
वायां ऐसा जन्म गेला । हें विठ्ठला दुःख वाटे ।।
नाहीं सरता झालों पायीं । तुम्ही जईं न पुसा ।।
कां मी जातों संवसारीं । अद्यापवरीं भूमिभार ।।
तुका म्हणे पंढरीनाथा । सबल व्यथा भवरोग ।।

तू हरीचे भजन का रे करीत नाहीस ? हरिभजनावांचून तुझा स्वीकार कोण करणार आहे ? तू जेव्हा इहलोक सोडून यमपुरीला जाशील तेव्हा यम तुला ज्या शिक्षा देईल त्या शिक्षांनी तुला अतिशय यातना होतील. आत तुला कसली घाई झाली आहे. मग यमपुरीस गेल्यावर तुझे कसे काय होणार ? तू गर्वाने कितीही मस्त झालास, तुझ्या अंगात ताठा भरला असला तरी यमदूत तुला नीट रीतीने घेऊन जातील. आता नाम घेण्यासाठी तुझ्या तोंडाला कुलूप लागले आहे. तुझी जीभ ओढून तुला मारहाण करतील. तुला नाम घेण्याची लाज वाटते. का तर मग यमलोकी छळ सोसताना तुला सोडवायला कोण येईल ? तुकाराम महाराज म्हणतात, याची काही लाज धर आणि जन्म वाया घालवू नको. विठ्ठला, माझा जन्म असा वाया गेला याचे मला दुःख वाटते. तुम्ही हल्ली मला काही विचारीत नाही. त्यावरून मी तुमच्या मनातून उतरलो आहे असे वाटते. मग मी अजून या भूमीला भार होऊन संसारात का रमलो आहे ? तुकाराम महाराज म्हणतात, मी जबर भवरोगाने त्रस्त आहे.

।। पुंडलीक वरदा हरि विठ्ठल ।।

।। श्री पांडुरंग ।।

प्रेम नये सांगतां बोलतां दावितां । अनुभव चित्ता चित्त जाणे ।।
कासवीचें बाळ वाढे कृपादृष्टीं । दुधा नाहीं भेटी अंगसंगें ।।
पोटामध्यें कोणें सांगितलें सर्पा । उपजत लपा म्हणऊनि ।।
बोलो नेणें परी जाणे गोड क्षार । अंतरीं विचा त्यासी ठावा ।।
तुका म्हणे बरें विचारावें मनीं । आणिक भल्यांनीं पुसों नये ।।
नये ऐसें बोलों कठिण उत्तरें । सलगी लेंकुरें केली पुढें ।।
अपराध कीजे घडला तो क्षमा । शिकवा उत्तमा आमुचिया ।।
धरूं धांवे आगी पोळेल तें नेणे । ओढिलिया होणें माते बाळा ।।
तुका म्हणे भार ज्याचा जार त्यासी । प्रवीण येविशीं असा तुम्ही ।।

हरीविषयीचे प्रेम बोलून दाखवता येत नाही. त्याचे वर्णन करता येत नाही. मनाने त्याचा अनुभवच घ्यावा लागतो. कासवीचे पिल्लू स्तनपान न घेता केवळ कासवीच्या कृपादृष्टीने वाढते. सापाची पिल्ले जन्मल्याबरोबर लपून बसतात त्यांना तसे करा म्हणून ती पोटात असताना कोणी सांगत नाही. एखाद्या मुक्या माणसाला एखादा पदार्थ चाखावयास दिला तर त्याची गोड आंबट, खारट चव तो जाणतो; पण सांगू शकत नाही. तुकाराम महाराज म्हणतात हरिप्रेमाचा असाच प्रकार आहे. त्याचा आपणच विचार करावा. प्रत्येकाने मनात विचार करून पहावे, भल्याभल्यांनी हरिप्रेम कसे आहे हे विचारू नये. देवा, मी बालकाने तुमच्याशी सलगी केली आहे तेव्हा मला कठोर शब्दांनी बोलू नका. मी जो अपराध केला आहे. त्याबद्दल मला क्षमा करा. आम्हाला जे चांगले असेल ते शिकवा, आगीने हात भाजतो हे बालकाला कळत नाही मग त्याची आई त्याला मागे ओढते. तुकाराम महाराज म्हणतात, ज्याचा त्याचा भार त्याला वहायला लावून स्वत: अलिप्त रहाणारे मोठे चतुर आहात.

।। पुंडलीक वरदा हरि विठ्ठल ।।

।। श्री पांडुरंग ।।

काय करूं मज नागविलें अळसें । बहुत या सोसें पीडा केली ।।
हिरोनियां नेला मुखींचा उच्चार । पडिलें अंतर जवळीच ।।
द्वैताचिया कैसा सांपडलों हातीं । बहुत करिती ओढाओढी ।।
तुका म्हणे आतां आपुलिया सवें । न्यावें मज देवा सोडवूनी ।।
अभक्तांचे गांवीं साधु म्हणजे काय । व्याघ्रवाडां गाय सांपडली ।।
कसाबाचे आळी मांडिलें प्रमाण । बस्वण्णाची आण तया काई ।।
मोतियाची गोणी माळ्या ओळी नेली । पुसती केवढ्या केली पासरी हे ।।
केळी आणि बोरी वसती शेजारीं । संवाद कोणे परी घडे तेथें ।।
तुका म्हणे खीर केली कार्‍हेळ्याची । शुद्ध गोडी कैंची वसे तेथें ।।

देवा, काय करू या आळसाने मला नागवले आहे, लुटले आहे. या प्रपंचाच्या सोसाने मला फार पीडा झाली. या प्रपंचामुळे माझ्या ओठातला हरिनामाचा उच्चार हिरावला गेला आहे. त्यामुळे हरिमध्ये आणि माझ्यामध्ये अंतराय आला. द्वैताच्या भ्रमात मी सापडल्याने माझ्या मनाची ओढाताण होत आहे. तुकाराम म्हणतात, देवा यातून मला सोडवा आणि तुमच्यासमवेत घेऊन जा. ते अभक्त आहेत, जे भक्त नाहीत त्यांच्या गावी साधुची काय अवस्था होते ? तिथे साधु म्हणजे वाघाच्या गुहेत सापडलेली गाय होय. एखादा कसाई बैलाची शपथ घालू लागला तर तिच्यावर विश्वास ठेवता येई का ? भाजी विकणारा भाजी बाजारात एखादा मोती घेऊन गेला तर त्याला विचारतील 'मोती कसे पासरी दिले ?' केळी आणि बोरी जवळजवळ असतात पण त्यांच्यात काही सारखेपणा असतो का, त्यांच्यात काही संवाद होतो का ? तुकाराम महाराज म्हणतात, कडू कारल्याची खीर केली तरी ती गोड होते का ?

।। पुंडलीक वरदा हरि विठ्ठल ।।

।। श्री पांडुरंग ।।

भागल्यांचा तूं विसावा । करीन नांवा निंबलोण ।।
परमानंदा पुरुषोत्तमा । हरीं या श्रमापासूनि ।।
अनाथांच्या अंगीकार । करितां भार न मानिसी ।।
तुका म्हणे इच्छा पुरे । ऐसे धुरे हे विठ्ठले ।।
भेटीलागीं पंढरीनाथा ।। जीवा लागली तळमळ व्यथा ।।
कैं कृपा करिसी नेणें । मज दीनाचें धांवणे ।।
सीणलें माझें मन । वाट पाहतां लोचन ।।
तुका म्हणे भूक। तुझें पहावया मुख ।।
सांडियेली काया । वरी ओंवाळुनी पायां ।।
शरण शरण नारायणा । मज अंगीकारा दीना ।।
आलों लोटांगणीं । रुळें तुमचे चरणीं ।।
तुका म्हणे शीर । ठेवियलें पायांवर ।।

जे कोणी दमले भागले आहेत त्यांचा देवा तू विसावा आहेस. यासाठी मी तुझ्यावरून लिंबलोण उतरून टाकीन. हे परमानंदा, पुरुषोत्तमा तू मला श्रमांपासून मुक्त कर. तू न कुरकुरता अनाथांचा अंगिकार करतोस, त्यांचा तुला भार वाटत नाही. तुकाराम महाराज म्हणतात, हे विठाई माऊली आमची जी काही इच्छा असेल ती तू पूर्ण कर. पंढरीनाथा, तुझ्या भेटीसाठी माझा जीव तळमळतो आहे. मी दीन, गरीब, तुझा धावा करतो आहे तू कधी कृपा करशील हे मला माहीत नाही. तुझी वाट पाहताना मन दमले. तुझ्या वाटेकडे डोळे लावून डोळेही दमले. तुकाराम महाराज म्हणतात, तुझे मुख पाहण्याची भूक मला लगली आहे. तुझ्या पायांवरून माझा देह मी ओवाळून टाकला आहे. या गरीबांचा स्वीकार कर, मी तुम्हाला शरण आलो आहे. मी तुम्हाला लोटांगण घातले आहे. तुमच्या चरणांवर मी लोळतो आहे. मी तुमच्या पायांवर माझे मस्तक ठेवले आहे असे तुकाराम महाराज म्हणतात.

।। पुंडलीक वरदा हरि विठ्ठल ।।

।। श्री पांडुरंग ।।

उपजल्या काळें शुभ कां शकुन । आतां आवरोन राहिलेती ।।
नाहीं मागितली वचनाची जोडी । निष्काम रोकडी वरीवरि ।।
सत्याविण काय उगीच लांबणी । करियाची वाणी येर भूस ।।
तुका म्हणे ऐसी कोणा चाळवणी । न विचारा मनीं पांडुरंगा ।।
जेथें माझी दृष्टि राहिली बैसोन । तेथेंचि हें मन गुंडाळतें ।।
टाळावी ते पीडा आपुल्यापासून । दिठावलें अन्न ओकवितें ।।
तुम्हांसी कां कोडें कोणेही विशींचें । नवलाव याचें वाटतसे ।।
तुका म्हणे वेगीं उभारा जी कर । कीर्त मुखें थोर गर्जईन ।।
द्याल ऐसें दिसे । तुमचें साचपण इच्छे ।।
म्हणउनि न भंगे निर्धार । केले लोचन सादर ।।
तुका म्हणे कळे । काय लाभ कोणे वेळे ।।

ज्या वेळी माझ्या मनात तुमच्याविषयी भक्तिभाव निर्माण झाला तो शुभशकुन होता आणि आता तुम्ही लपून का बसता ? मी माझ्या मुखावाटे शब्दाला शब्द जोडून काव्य करावे असे काही मागणे मागितले नव्हते. दिखाऊ वैराग्य किंवा निष्कामताही मी मागितली नाही. सत्य प्राप्त झाल्याशिवाय उगीच लांबण कशाला लावयाची ? वाणी जर सफल झाली नाही तर ती भुसकटच की ! तुकाराम महाराज म्हणतात, अशी फसवाफसवी कुणाशी करावी याबद्दल तुम्ही विचार करीत नाही ! जिथे माझी दृष्टी स्थिरावली आहे, तिथे माझे मन घोटाळते आहे. माझी दृष्टी जिथे गेली आहे ते मला द्या, तुमची पीडा नाहीशी करा नाहीतर नजर लागलेले अन्न खाल्ल्यास ओकावे लागेल. तुम्हाला कसले संकट पडले आहे. याचे मला नवल वाटते. तुकाराम महाराज म्हणतात तुम्ही बाहु उभारून माझी इच्छापूर्ती केलीत तर मी तुमचे गुणगान करीन माझ्या अपेक्षेनुसार तुम्ही द्या. यातच तुमचे खरेपण आहे. म्हणून माझा निर्धार भंग पावला नाही आणि तुमच्याकडे मी डोळे लावून बसलो आहे. तुकाराम महाराज म्हणतात, तुमच्याकडून कोणता लाभ कधी होईल हे सांगता येते का ?

।। पुंडलीक वरदा हरि विठ्ठल ।।

॥ श्री पांडुरंग ॥

नव्हे मी शाहाणा । तरी म्हणा नारायणा ॥
तुम्हां बोलावया कांहीं । येच भरलोंसे वाहीं ॥
आणावेति रूपा । कोपलेती तरी कोपा ॥
कळोनि आवडी । तुका म्हणे जाते घडी ॥
पाहिजे तें आतां प्रमाण प्रत्यक्ष । आलियानें साक्ष खरें खोटें ॥
काय त्या दिवस उचिताचा आला । मागील जो केला श्रम होता ॥
ठेविलिया खूप करूनि संकेत । तयापाशीं चित्त लागलेंसे ॥
जाणसी गे माते लेंकराचा लाड । नये पडों आड निष्ठुरता ॥
तुका म्हणे आम्हीं करावें वचन । तुम्हांसी जतन करणें तें ॥
पडिला प्रसंग कां मी ऐसा नेणें । संकल्प ते मनें जिरवले ॥
चेष्टविलें तरी सांगावें कारण । भक्ती ते जीवन करावया ॥
तुका म्हणे जीवा लाविला तो चाळा । करावें गोपाळा शीघ्र दान ॥

देवा, नारायणा खरं म्हणजे मी काही शहाणा नाही; पण तुम्ही म्हणणार असाल तर म्हणा तुमच्या बरोबर काहीतरी बोलावे अशा इच्छेने भरलो आहे. काहीतरी करून बोलून तुम्हाला निर्गुण निराकार स्वरूपातून सगुण साकार रूपाला आणावयाचे आहे, मग तुम्ही रागावलात तरी चालेल. तुकाराम महाराज म्हणतात, आमची आवड तुम्हाला माहीत असूनही तुम्ही उशीर करीत आहात, वेळ कसा भराभरा पुढे चालला आहे. देवा,आता प्रत्यक्ष पुरावा हवा. अनुभवानेच खरे काय आणि खोटे काय हे समजते मी पूर्वी योग्य ती सेवा केली होती. त्या सेवेचे फळ मिळण्याची वेळ आली काय ? मी भक्त म्हणून तुमची सेवा करावयाची व तुम्ही सगुण रूप दाखवायचे असा आपला संकेत ठरला आहे. तिकडे माझे डोळे लागले आहेत. विठोमाउली, बालकाचे लाड कसे करायचे तू जाणतेस आता निष्ठुर होऊ नको. तुकाराम महाराज म्हणतात, आम्ही बोलावे ते तुम्ही खरे करून दाखवावे. निराशेचे प्रसंग, मी जाणतो म्हणून सर्व संकल्प मनाने नष्ट केले आहेत. भक्ती हेच आता जीवन. तुकाराम महाराज म्हणतात, देवा, मला तुमचा छंद लागेल. अशी बुद्धी द्या.

॥ पुंडलीक वरदा हरि विठ्ठल ॥

।। श्री पांडुरंग ।।

बहु कृपावंतें माझीं मायबापें । मी माझ्या संकल्पें अंतरलों ।।

संचितानें नाहीं चुकों दिली वाट । लाविलें अदट मजसवें ।।

आतां मी रुसतों न कळतां वर्म । परी ठावे धर्म सर्व देवा ।।

तुका म्हणे उभा राहिला न बैसे । आमुची या ऐसे उद्योग त्या ।।

जेथें जातों तेथें पडतो मतोळा । न देखिजे डोळां लाभ कांहीं ।।

कपाळींची रेखा असती उत्तम । तरि कां हा श्रम पावतों मी ।।

नव्हेचि तुम्हांस माझा अंगिकार । थीता संसार अंतरला ।।

भोग तंव झाला खरा भोगावा तो । भांडवल नेतो आयुष्यकाळ ।।

कोठें तुझी कीर्ति आइकिली देवा । मुकतों कां जीवा तुका म्हणे ।।

कां जी आम्हां होतें दोषांचें दर्शन । तुज समर्पून देहभाव ।।

तुका म्हणे पायीं केलें निवेदन । उचित तें दान करीं सत्ता ।।

माझे आईबाप कृपावंत आहेत; पण माझ्या संकल्पामुळे मी त्यांना अंतरलो. संचिताने मला वाट चुकू दिली नाही, भक्तिमार्गापासून दूर केले नाही. पण मला हे वर्म न कळल्यामुळे मी देवावर रुसतो, पण देव ते जाणतो तुकाराम महाराज म्हणतात तो देवा आम्हा पतितांना पावन करण्याच्या उद्योगाला लागला आहे. जिथे जावे, जिकडे जावे, तिकडे नुकसानच पदरी येते आहे. कुठेही डोळ्यांना काही लाभ दिसत नाही. माझ्या कपाळीची रेखा जर उत्तम असती तर असे श्रम मी कशाला केले असते ? देवा, माझा तुम्ही स्वीकार तर करीत नाही आणि संसारापासून तर मी दूर गेलो आहे. भोग मात्र खरेच भोगावे लागत आहेत. आणि आयुष्याचे भांडवल काळ नेतो आहे. तुकाराम महाराज म्हणतात, तुझी पतितपावन अशी कीर्ती कुठे ऐकली कोण जाणे, नाहीतर मी जिवाला मुकलो असतो. आम्ही आमचा देहभाव तुला अर्पण केल्यानंतर आम्हाला आमचे दोष कसे दिसतात ? दयावंता पांडुरंगा तुमचे हाती सर्व सत्ता आहे असे असताना आमच्यावर इतरांची सत्ता का ? तुकाराम महाराज म्हणतात, जे काही खरे आहे ते सांगितले. तुमच्या पायांशी निवेदन केले आता तुम्ही उचित ते दान द्यावे.

।। पुंडलीक वरदा हरि विठ्ठल ।।

।। श्री पांडुरंग ।।

माझे माथां तुझा हात । तुझे पायीं माझें चित्त ।।
ऐसी पडियेली गांठी । शरीरसंबंधाची मिठी ।।
येरयेरांपाशीं । सांपडोन गेलों ऐसी ।।
तुका म्हणे सेवा । माझी कृपा तुझी देवा ।।
देखिलें तें धरिन मनें । समाधानें राहेन ।।
भाव माझी सांठवण । जगजीवन कळावया ।।
आळवीन एकसरें । उत्तरें या करुणेच्या ।।
तुका म्हणे न योन रूपा । काय बापा करीसील ।।
वायां जाय ऐसा । आतां उगवावा फांसा ।।
माझें परिसावें गाऱ्हाणें । सुखदु:खांचीं वचनें ।।
हाचि आम्हां ठाव । पायीं निरोपाया भाव ।।
तुका म्हणे जार । तुझा तुज देवा भार ।।

देवा, माझ्या मस्तकावर तुमचा हात आणि तुमच्या पायी माझे चित्त, याप्रमाणे आपली गाठ पडून, शरीरसंबंध झाला आहे. अशा प्रकारे आपण परस्परांच्या तावडीत सापडलो आहे, तुकाराम महाराज म्हणतात, देवा मी तुमची सेवा करावी आणि तुम्ही माझ्यावर कृपा करावी. जे देवाचे रूप मी पाहिले आहे, ते चित्तात धरून ठेवीन आणि समाधानाने राहीन. जगजीवन परमेश्वराचे रूप साठविण्याचे पात्र माझा भाव आहे. तो जर प्रत्यक्षात मला दिसला तर करुणेच्या वचनांनी मी त्याची आळवणी करीन. तुकाराम महाराज म्हणतात, देवा, तू जर सगुण साकार रुपाला न येशील तर काय करशील ? ज्या संसारपाशाने मी वाया जाईन असे मला वाटते. तो तुम्ही नाहीसा करा. मी जी त्या संबंधात सुख-दु:खे सांगतो. ती ऐका. आमचा भाव तुझ्या पायी अर्पण करावा एवढेच आम्हाला ठाऊक आहे तुकाराम महाराज म्हणतात, देवा, तूच या देहाला जन्म दिला आहेस. त्याचा भार तुला होणार नाही.

।। पुंडलीक वरदा हरि विठ्ठल ।।

।। श्री पांडुरंग ।।

आतां येथें झाली जीवा संवसाटी । होतें तैसें पोटीं फळ आलें ।।
आतां धरिले ते न सोडीं चरण । सांपडलें धन निज ठेवा ।।
आतां हा आळस असो परता दुरी । नेदावी ते उरी उरों कांहीं ।।
आतां याचा मज न व्हावा विसर । भरोनि अंतर राहो रूप ।।
आतां लोकलाज न यो येथें आड । बहु झाला गोड ब्रह्मरस ।।
तुका म्हणे आतां जन्म हा सफळ । अंतरीं गोपाळ स्थिरावला ।।
अनंता जीवांचीं तोडिलीं बंधनें । मजहि काळें येणें कृपा कीजे ।।
अनंत पवाडे तुझे विश्वंभरा । भक्तकरुणाकरा नारायणा ।।
अंतरींचें कळों देईं गुह्य गुज । अंतरींचें बीज राखईन ।।
समदृष्टी तुझीं पाहेन पाउलें । धरीन संचलें हृदयांत ।।
तेणें या चित्ताची राहेल तळमळ । होतील शीतळ सकळ गात्रें ।।
तुका म्हणे शांति करील प्रवेश । मग नव्हे नाश अखंड तो ।।

देवा, माझा जीव मी आपल्यास अर्पण केला आहे त्यामुळे अपेक्षित फळ मला मिळाले. आता मी तुमचे पाय धरले आहेत ते मी कधीच सोडणार नाही. मला निजधन इथे सापडले आहे. माझा भजनाचा आळस मी घालवीन माझ्या अंत:करणात तुमचे जे रूप भरून राहिलो आहे त्याचा मला कधीही विसर पडू देऊ नका. लोकलज्जेचा विचार न करता गोड अशा ब्रह्मरसाचे मी पान करीन. तुकाराम महाराज म्हणतात, माझ्या हृदयात गोपाळ स्थिर झाला आहे. त्यामुळे माझा हा जन्म सफळ झाला आहे. देवा, आपण संसारबंधनातून अनेकांना मुक्त केले, हे विश्वंभरा, करुणाकरा नारायणा तुझी कीर्तीगान सर्वत्र गायिले जात आहे, तुझ्या अंतरीचे गूज मला कळले तर तेच बीज मी मनात राखून ठेवीन. तुझे समचरण डोळे भरून पाहीन आणि हृदयात साठवीन. त्यामुळे या चित्ताची तळमळ थांबेल आणि गात्रांना थंडावा मिळेल. तुकाराम महाराज म्हणतात, मग त्या योगे माझ्या मनात शांतीचा प्रवेश होईल आणि ती अविनाशी असेल.

।। पुंडलीक वरदा हरि विठ्ठल ।।

।। श्री पांडुरंग ।।

जेणें माझें चित्त राहे तुझ्या पायीं । आखंड तें देईं प्रेमसुख ।।
देहभाव राखें दीन करूनियं । जनाचारी वायां जाय तैसा ।।
द्रव्य दारा नको मानाची आवडी । कवणेविशीं गोडी प्रपंचाची ।।
तुझें नाम माझें धरूनियां चित्त । एकांत लोकांत सदा राहो ।।
तुका म्हणे तुझे जडोनियां पायीं । झालों उतराई पांडुरंगा ।।
काय सांगों आतां संतांचे उपकार । मज निरंतर जागविती ।।
काय द्यावें त्यांसी व्हावें उतराई । ठेवितां हा पायीं जीव थोडा ।।
सहज बोलणें हित उपदेश । करूनि सायास शिकविती ।।
तुका म्हणे वत्स धेनुवेचे चित्तीं । तैसे मज येती सांभाळीन ।।
देव जाणता देव जाणता । आपुलीया सत्ता एकाएकीं ।।
देव चतुर देव चतुर । जाणोनि अंतर वर्ततसे ।।
देव निराळा देव निराळा । अलिप्त विटाळा तुका म्हणे ।।

जेणे करून माझे चित्त तुझ्या पायी अखंड राहील असे प्रेमसुख तू मला दे. लोकव्यवहारात मी व्यर्थ ठरेन, अशी माझी देहस्थिती, दीनदुर्बळ करून टाका. बायको, पैसे, मानसन्मान या सर्वांबद्दल माझ्या मनात नावड निर्माण होऊ दे. माझ्या मनाने एकटा असलो किंवा लोकांमध्ये असलो तरी तुझ्या नामस्मरणात गुंग असावे. तुकाराम महाराज म्हणतात, तुझ्या पायी डोई ठेवून मी उतराई झालो. सतत मला जागृत ठेवणाऱ्या संतांचे उपकार किती सांगू ? त्यांच्या उपकाराची फेड करण्यासाठी माझ्याजवळ काही नाही फार तर माझे प्राण मी त्यांच्याचरणी अर्पण करीन पण त्याचे ते मोल कितीसे असणार ? संतांचे सहज बोलणे म्हणजे हितोपदेश. तुकाराम महाराज म्हणतात वासराबद्दल गाईच्या मनात जी ममता असते. तशा ममतेने संत माझे संरक्षण करतात. देव हा सर्व जाणत असतो. व त्याचीच सर्वत्र सत्ता असते. देव हा चुतर आहे तो प्रत्येकाचे मन जाणून त्याप्रमाणे वागतो. देव हा सर्वापेक्षा निराळा आहे. तो कोणत्याही मळाने माखला जात नाही.

।। पुंडलीक वरदा हरि विठ्ठल ।।

।। श्री पांडुरंग ।।

तरी भलें वायां गेलों । जन्मा आलों मागुता ।।
म्हणऊनि ठेलों दास । सावकाश निर्भयें ।।
उणें पुरें काय माझें । त्याचें ओझें तुम्हांसी ।।
सांभाळावें तें म्यां काई । अवो आई विठ्ठले ।।
भोग जया जाइन स्थळा । तुज गोपाळा विसरेंना ।।
आपलें म्यां एकसरें । करूनि बरें घेतलें ।।
तुका म्हणे नारायणा । आतां जाणा आपुलें ।।
तुम्हां उद्धरणें फार । मज दुसरी नाहीं थार ।।
आतां जैसें तैसें सोसा । काय करणें हृषीकेशा ।।
बरें न दिसेल ओळी । एका अन्न एका गाळी ।।
लावितां तों आभार । तुका विसरलेती फार ।।

माझा पूर्वीचा जन्म वाया गेला म्हणून मला पुन्हा जन्म मिळाला. सावकाशीने व निर्भयतेने मी हरिदास झालो. देवा, माझ्यातील अवगुणांचे तुम्हाला कसले ओझे ? अगे विठामाई मी कशाकशाचा सांभाळ करावा ? पूर्वकर्माचे भोग मी भोगेन पण गोपाळा तुला मी विसरणार नाही. एकदा मी माझे बरे करून घेतले, कल्याण करून घेतले. तुकाराम महाराज म्हणतात, नारायणा, आता तुमचे काय ते जाणा. देवा, तुम्हाला अनेकांचा उद्धार करावयाचा आहे पण मला मात्र तुमच्याशिवाय कुणाचाही आश्रय नाही. देवा आता आम्ही जसे आहोत तसे सोसून घ्या, अर्थात, तुम्हाला दुसरी वाट नाहीच आहे, अनेकजण पंक्तित भोजनासाठी बसले आहेत. त्यापैकी काही जणांना अन्न वाढावयाचे आणि काहीजणांना वगळायचे असे तुम्हाला करता येणार नाही. देवा, खरं तर तुम्ही मला विसरलेले आहात पण प्रत्यक्षात तुम्ही माझ्यावर जणू थोर उपकार करीत आहात असे दाखविता, असे तुकाराम महाराज म्हणतात.

।। पुंडलीक वरदा हरि विठ्ठल ।।

।। श्री पांडुरंग ।।

जो वितो तो माझा पिता । उखता तो उखत्यांचा ।।
जनार्दनीं सरती कर्मे । बाधा भ्रमें अन्यत्र ।।
अपसव्य सव्यामधीं । ऐसी शुद्धि न धरितां ।।
तुका म्हणे खांद्या पानें । सिंचतां भिन्न कोरडीं ।।
वैरागपरपाशीं रत्नाचिया खाणी । हेचि घ्यावी धणी फावेल तों ।।
येथें नाहीं तर्कवितर्काची चाड । होतसे निवाड खऱ्याखोट्यां ।।
उगाच सारावा वाढिला तो ठाव । वाढितिया भाव कळतसे ।।
तुका म्हणे नव्हे टांचणीचें पाणी । येथें झरवणी जैशा तैसें ।।
समर्थ या नांवें दीनांचा कृपाळ । हें तंव सकळ स्वामीअंगीं ।।
मज काय लागे करणें विनवणी । विदित चरणीं सकळ आहे ।।
दयासिंधु तुम्हां भांडवल दया । सिंचावें आतां या कृपामृतें ।।
तुका म्हणे अहो पंढरीनिवासे । बहु जीव आसे लागलासे ।।

ज्याने हे विश्व निर्माण केले तोच माझाही पिता, बाप आहे. सर्वांचाही जनक तोच आहे. त्या जनार्दनाला कर्मे अर्पण करावीत म्हणजे मोक्षाची वाट मोकळी होते. हे डावे हे उजवे असे मनात न आणता सर्व कर्मे ईश्वरार्पण करावी. झाडाला पाणी घालावयाचे असेल तर ते मुळाशी घातले पाहिजे. फांद्यांवर आणि पानांफुलांवर पाणी घातल्यास झाड टिकणार नाही असे तुकाराम महाराज म्हणतात, वैरागर नावाचा मणी जिथे सापडतो तिथे रत्नांच्या खाणी सापडतात. कारण वैरागर मण्याने वाळूच्या खड्याला स्पर्श केला की त्याचे रत्नात रूपांतर होते म्हणून रत्नांची आपली इच्छा तिथे पूर्ण करून घ्यावी. जिथे खऱ्या खोट्याचा निवाडा तर्क वितर्काशिवाय होतो. जेवायला बसल्यावर निवांत जेवावे, किती आणि काय वाढायचे ते वाढणाऱ्याला समजते. तुकाराम महाराज म्हणतात इथे पाणी विपुल आहे कारण इथे सदा वाहणारा झरा आहे. समर्था, दीनदयाळा मी काय तुझी विनवणी करणार, तुला सर्व काही ठावे आहे. तुकाराम महाराज म्हणतात, पंढरीनाथा, माझ्या आशा तुम्ही पूर्ण करा, तुमचेकडे माझा जीव लागला आहे.

।। पुंडलीक वरदा हरि विठ्ठल ।।

।। श्री पांडुरंग ।।

काय उरली ते करूं विनवणी । वेंचलों वचनीं पांडुरंगा ।।
अव्हेरलों आतां कैचें नामरूप । आदर निरोप तरि तो नाहीं ।।
माझा मायबाप ये गेलों सलगी । तों हे तुम्हां जगीं सोयरिक।।
तुका म्हणे आतां जोडोनियां हात । करीं दंडवत ठायींच्या ठायीं ।।
आवडी धरूनि करूं गेलों लाड । भक्ति प्रेमकोड न पुरेचि ।।
म्हणऊनि जीव ठेला आसावोनि । खेद होतो मनीं बहुसाल ।।
वेठीऐसें वाटे निर्फळ कारण । शीतळ होऊन खोडावलों ।।
तुका म्हणे सरतें नव्हेचि पायांपें । बळ केलें पापें नव्हेचि भेटी ।।
हा गे आतां हाचि लाहो । माझा अहो विठ्ठला ।।
दंडवत दंडवत । वेगळी मात न बोलें ।।
तुका म्हणे केल्या जमा । वृत्ति तमा भाजूनि ।।

देवा किती वेळ वाया गेला आता तुला कोणती विनंती करायची शिल्लक राहिली आहे म्हणून ती करू ? माझा तुम्ही अव्हेर केलात, आता माझी कीर्ती ती काय आहे. आता तुम्ही माझा आदर करीत नाही. मला एखादा निरोपही पाठवीत नाही. देवा तूंच माझा मायपिता आहेस, तुम्हीच माझे आप्त आहात आणि तुम्ही सर्व जग व्यापून राहिले आहात. तुकाराम महाराज म्हणतात, आता दोन्ही हात जोडून तुला मी ठायी ठायी दंडवत घालतो आहे. देवा मी तुमचे लाड करायला गेलो; पण तुम्ही आमच्या भक्तिप्रेमाला पुरेशी दाद देत नाही. याविषयी मी मोठी आशा बाळगून आहे पण तुम्ही मला निराश करीत असल्याने मी दुःखी आहे. वेठीला धरलेल्या बिगाऱ्यासारखी माझी स्थिती झाली आहे. या निष्फळतेमुळे मी लाकडाच्या खोडासारखा थंडावलो आहे. तुकाराम महाराज म्हणतात, आपण माझा स्वीकार करीत नाही. कारण मी पापी आहे. देवा, माझ्या विठ्ठला आता त्वरा करा, मी प्रत्येक प्राणीमात्रांपुढे दंडवत एवढाच शब्द उच्चारीन. वेगळ्या साधनांमागे कशाला लागावे. तुकाराम महाराज म्हणतात, मी माझा तमोगुण जाणून सात्त्विकवृत्ती स्वीकारली आहे.

।। पुंडलीक वरदा हरि विठ्ठल ।।

।। श्री पांडुरंग ।।

शिकविला तैसा पढों जाणे पुसां । कैंची साच दशा तैसी अंगीं ।।
स्वप्नींचिया सुखें नाहीं होत राजा । तैसा दिसे माझा अनुभव ।।
कासया हा केला जिव्हे अंलकार । पायांसी अंतर दिसतसे ।।
दर्पणीचें धन हातीं ना पदरीं । डोळां दिसे परी सत्याचिये ।।
आस केली तरी लाळचि घोटावी । ठकाठाकी तेवीं दिसतसे ।।
कवित्व रसाळ वदविली वाणी । साक्षही पुराणीं घडे ऐशी ।।
तुका म्हणे गुरें राखोनि गोवारी । माझीं म्हणे परि लाभ नाहीं ।।
अनुभव तो नाहीं तुमचिया दर्शनीं । आइकिलें कानें वदे वाणी ।।
जेविल्याचा कैसा अनुभव अंतरीं । म्हणतां मांडे पुरी काय होतें ।।
नाहीं नाहीं गेली तळमळ दातारा । कां जी हरिहरा चाळविलें ।।
पत्रीं कुशलता भेटीं अनादर । काय तें उत्तर येईल मानूं ।।
तुका म्हणे अहो चतुराशिरोमणि । किती माझी वाणी तुम्ही कोठें ।।

पोपटाला जसे शिकवावे तसा ते बोलतो पण त्याला त्याचा अर्थ थोडाच समजतो ? स्वप्नात राजेपद लाभले तरी प्रत्यक्षात राजा होत नाही. तसाच मला अनुभव येतो आहे. या जिव्हेला कवित्वाचा अलंकार दिल्याने तुझ्या-माझ्यात अंतराय आला आहे. आरशात दिसणारे धन प्रत्यक्षात पदरी पडत नाही. त्या धनाची आशा करणे चुकीचे आहे. त्याप्रमाणे देवा मलाही तुमची फसवाफसवी दिसते. माझ्या रसभरित कवित्वाने आणि त्याचे गायन हरीची प्राप्ती होते. याविषयी पुराणांचीही साक्ष आहे. तुकाराम महाराज म्हणतात, गुराखी माझी गुरे म्हणतो पण त्यात त्याचा काही लाभ आहे का ? देवा, तुमच्या दर्शनाचा अनुभव नाही. संतमुखाने मी जे ऐकले तेच माझी वाणी बोलते. पदार्थांची नावे घेऊन जेवल्याचा अनुभव येतो काय ? देवा माझ्या मनातील तळमळ जात नाही. यात मला फसवाफसवी वाटते. पत्रामध्ये चांगले चुंगले लिहायचे आणि प्रत्यक्ष भेटीत अपमान करायचा असे कसे चालेल ? बुडणाऱ्याला वाचवायला येतो म्हणून बुडू द्यायचे हे योग्य आहे का ? तुकाराम महाराज म्हणतात, हे चतुरशिरोमणी तुमच्या शक्तीपुढे माझी वाणी अपुरीच आहे.

।। पुंडलीक वरदा हरि विठ्ठल ।।

।। श्री पांडुरंग ।।

अभयदान मज देईं वो दातारा । कृपेच्या सागरा मायबापा ।।

देहभाव तुझ्या ठेवियेला पायीं । आणीक मी कांहीं दुजें नेणें ।।

सेवा भक्तिहीन नेणता पतित । आतां माझें हित तुझ्या पायीं ।।

तुका म्हणे तुझें नाम दीनानाथ । तें मज उचित करीं आतां ।।

तुका म्हणे माझें सर्वही साधन । नाम संकीर्तन विठोबाचें ।।

करावा वर्षाव । तृषाक्रांत झाला जीव ।।

पाहें आकाशाची वास । जाणता तूं जगदीश ।।

संयोगें विस्तार । वाढी लागे तो अंकूर ।।

तुका म्हणे फळ । चरणांबुज तें सकळ ।।

एकविध नारायण । तेथें विषमाचा सीण ।।

पालटोंचि भिन्न । न ये अणुप्रमाण ।।

अवघें सारावें गाबाळ । चुकवूनियां कोल्हाळ ।

आनंदाचें स्थळ । एकाएकीं एकांत ।।

तुका म्हणे आळस निद्रा । येथें देउनियां चिरा ।

देउनियां धीरा । मिठी जाणा जागृती ।।

देवा, दानशूरा, कृपासागरा तू मला अभयदान दे, आमचा देहभाव आम्ही तुझ्या पायी अर्पण केला आहे. तेव्हा आम्ही दुसरे काही जाणत नाही. देवा मी सेवाहीन व भक्तिहीन, नेणता, पापी आहे. माझे हित तुझ्या पायी आहे. तुकाराम महाराज म्हणतात, तुझे नाव दीनानाथ आहे तेव्हा माझ्यावर दया कर, विठोबाचे नामसंकीर्तन हेच माझे भक्तिसाधन आहे. देवा, मी तहानेला झालो आहे तेव्हा तुझ्या कृपेच्या जलधारांनी मला तृप्त कर. चिदाकाशरूपाने मी तुला पाहतो, तू जाणकार आहेस, तुझ्या कृपाजलामुळे माझ्या हृदयातील अंकुर वाढीला लागला आहे. हा अंकुर भक्तिचा आहे. ज्ञानाचा आहे. तुकाराम महाराज म्हणतात, तुझ्या चरणकमलांची प्राप्ती हेच फळ आहे. नारायण एकविध आहे. त्याच्याजवळ विषमता नाही. प्रपंचाचे अवघे कोल्हाळ, गबाळ दूर सारावे आणि हरिचिंतनाचा आनंद घ्यावा. तुकाराम महाराज म्हणतात, आळस, निद्रा यांच्यावर दगड मारून धैर्य धरावे व श्रीहरीच्या चरणांना मिठी मारावी.

।। पुंडलीक वरदा हरि विठ्ठल ।।

॥ श्री पांडुरंग ॥

भय होतें आम्हीपणें । पाठी येणें घातलें ।।
अवघा आपुलाचि देश । काळा लेश उरेचिना ।।
समर्थांचे नाम घेतां । मग चिंता काशाची ।।
तुका म्हणे नारायणें । केलें जिणें सुखाचें ।।
आतां कोठें धांवे मन । तुझे चरण देखिलिया ।।
भाग गेला सीण गेला । अवघा झाला आनंद ।।
प्रेमरसें बैसली मिठी । आवडी लाठी मुखासी ।।
तुका म्हणे आम्हां जोगें । विठ्ठल घोगें खरें माप ।।
विश्वीं विश्वंभर । बोले वेदांतींचें सार ।।
जगीं जगदीश । शास्त्रें वदती सावकाश ।।
व्यापिले हें नारायणें । ऐसीं गर्जती पुराणें ।।
सूर्याचिया परी । तुका लोकीं क्रीडा करी ।।

आमची देहबुद्धि नाहीशी झाल्यावर श्रीहरीने आम्हाला पाठीशी घातले. आता अवघा देश आपलाच आहे. म्हणून काळाचा जरासुद्धा प्रवेश इथे होणार नाही. सर्वसामर्थ्यशाली अशा देवाचे नाव घेतल्यावर काळजी कशाची ? तुकाराम महाराज म्हणतात, नारायणाने आमचे जिणे सुखाचे केले आहे. देवा मी तुझे चरण पाहिले आहेत आता कुठे माझे मन धावणार ? माझा सर्व शीण जाऊन मी आनंदमय झालो आहे. तुझ्याविषयीच्या प्रेमरसाने मन ओथंबून गेल्यामुळे नामस्मरणाची आवड माझ्या मनात निर्माण झाली आहे. तुकाराम महाराज म्हणतात, विठ्ठल हे माप मोठे आहे. पण ते आमच्याजोगे आहे. विश्वंभर सर्वव्यापी आहे. हे वेदान्तचा सांगतो. नारायणाने हे सर्व जग व्यापले आहे असे पुराणांचेही सांगणे आहे. सर्वत्र जनार्दनाचे वास्तव्य आहे असे संतही सांगून राहिले आहेत. ज्याप्रमाणे सूर्य जगाला प्रकाशित करतो; पण जगापासून अलिप्त राहतो त्याप्रमाणे जगदीश क्रीडा करीत आहे.

॥ पुंडलीक वरदा हरि विठ्ठल ॥

।। श्री पांडुरंग ।।

उदार चक्रवर्ती । वैकुंठींचा भूपति ।
पुंडलिकाचिया प्रीतीं । विटे उभा राहिला ।।
सर्वसिद्धींचा दातार । सवें आणिला परिवार ।
भक्तां अभयंकर । घ्या घ्या ऐसें म्हणतसे ।।
जेणें हें विश्व निर्मिलें । महर्षी देवां संस्थापिलें ।
एकवीस स्वर्गांतें धरिलें । सत्तामात्रें आपुलिया ।।
तुका म्हणे कृपावंत । इच्छिले पुरवी मनोरथ ।
रिद्धिसिद्धि मोक्ष देत । शेखीं संग आपुला ।
हेंचि माझें तप हेंचि माझें दान । हेंचि अनुष्ठान नाम तुझें ।।
हेंचि माझें तीर्थ हेंचि माझें व्रत । सत्य हें सुकृत नाम तुझें ।।
हाचि माझा धर्म हेंचि माझें कर्म । हाचि नित्यनेम । नाम तुझें ।।
हाचि कुळाचार, हाचि कुळधर्म । हाचि नित्यनेम नाम तुझें ।।
तुका म्हणे दुजें सांगायासी नाहीं । नामेंविण कांहीं धनवित्त ।।

वैकुंठीचा चक्रवर्ती सम्राट सर्व सिद्धींची प्राप्त करून देणाऱ्या देवाने आपल्याबरोबर आपला परिवार आणला आहे. आणि आपल्या भक्तजनांना 'घ्या, घ्या' असे म्हणत आहे. ज्याने हे विश्व निर्माण केले. महर्षींची संस्थापना केली, देवांची स्थापना केली आणि एकवीस स्वर्गांना आपल्या सत्तेखाली आणले आहे. तुकाराम महाराज म्हणतात, हा कृपाळू, कृपावंत आपल्या इच्छा पूर्ण करतो. ऋद्धि, सिद्ध किंवा मोक्ष जे मागतील ते देतो आणि शेवटी आपला सहवास देतो. देवा, माझे नामस्मरण हेच माझे तप, दान आणि अनुष्ठान आहे. हेच माझे तीर्थ, हेच माझे व्रत, हाच माझा धर्म, हेच माझे कर्म आणि हाच माझा कुळाचार आहे. नामोच्चार करणे हाच माझा नित्यनेम आहे आणि कुळधर्म आहे. मी निश्चयपूर्वक सांगतो.

तुकाराम महाराज म्हणतात की, माझा आचार, विचार, उच्चार सर्व काही तुझे नामस्मरण आहे. तुमच्या नामाशिवाय माझ्याजवळ अन्य धनवित्त, सोनेनाणे, संपत्ती किंवा दुसरे काही सांगण्यासारखे नाही.

।। पुंडलीक वरदा हरि विठ्ठल ।।

।। श्री पांडुरंग ।।

आलों उल्लंघूनि दुःखाचे पर्वत । पायांपाशीं हित तुमच्या तरी ।।
न देखेंचि लासा दुःखी होतें मन । कठिणें कठिण वाटतसे ।।
नव्हे सांडी परी वाटतें निरास । न ये माझा दिस संकल्पाचा ।।
तुका म्हणे तुम्हीं सदैव जी देवा । माझ्या हाचि जीवा एक ठाव ।।
किती सोसिती करंटीं । नेणों संसाराची आटी ।
सर्वकाळ पोटीं । चिंतेची हळहळ ।।
रिकामिया तोंडें राम । काय उच्चारितां श्रम ।
उफराटा भ्रम । गोवी विषय माजिरा ।।
कळतां न कळे । उघडे झांकियेले डोळे ।
भरलें त्याचे चाळे । अंगीं वारें मायेचें ।।
तुका म्हणे जन । ऐसें नांवबुद्धिहीन ।
बहुरंगें भिन्न । एकीं एक न मिळे ।।

देवा, तुमच्या चरणांपाशी माझे हित आहे. म्हणून दुःखांचे अनेक पर्वत उल्लंघून, ओलांडून मी आलो आहे. असे असून खरे हित मला मिळत नाही. या जाणीवेने मन दुःखी होते. कठीण वाटत आहे. देवा, आपण माझा त्याग केला नाही तरी निराशा वाटते. कारण माझ्या संकल्पाचा दिवस अजून येत नाही. तुकाराम महाराज म्हणतात, देवा, तुम्ही दैववान् आहात. पण माझ्या जिवाला तुम्ही हेच ध्येय आहे. हे करंटे लोक संसारासाठी काय काय सोसतील किती खटपटी, लटपटी, कष्ट करतील हे सांगता येणार नाही. सदैव हे चिंतते असतात. संसारातून थोडे रिकामपण मिळाल्यावर रामनाम घेतले, तर यांना काय श्रम होतील ? पण विषयासक्तिमुळे त्यांना उफराटा भ्रम होऊन ते गुंत्यात अडकतात. डोळे उघडे असून ते आंधळ्यासारखे वागतात आणि सर्व काही समजत असून अज्ञान पांघरतात. मायेचे वारे अंगात भरल्यामुळे त्यांचे हे चाळे चालतात. तुकाराम महाराज म्हणतात अशा लोकांना निर्बुद्ध म्हणावे कारण ते अनेकरंगी असतात. त्यामुळे त्यांचे स्वभाव परस्परांशी जुळत नाहीत.

।। पुंडलीक वरदा हरि विठ्ठल ।।

॥ श्री पांडुरंग ॥

स्वप्नींचे हें धन हातीं न पदरी । प्रत्यक्ष कां हरि होऊं नये ॥
आजुनि कां करा चाळवाचाळवी । सावकाशें द्यावी सत्य भेटी ॥
बोलोनियां फेडा जीवींचि काजळी । पाहेन कोमळीं चरणांबुजें ॥
तुका म्हणे माझ्या जीवींचिया जीवा । सारूनियां ठेव पडदा आतां ॥
येतील अंतरा शिष्टाचे अनुभव । तळमळे जीव तया सुखा ॥
आतां माझा जीव घेऊनियां बळी । बैसवावें ओळी संतांचिये ॥
तुका म्हणे आलों निर्वाणाचे वरी । राहों नेदीं उरी नारायणा ॥

स्वप्नात मिळले धन हातात येत नाही आणि पदरीही पडत नाही. तसे तुम्ही तुमचा मायेचा आभास टाकून प्रत्यक्ष प्रकट का होत नाही ? अजून चाळवाचाळवी फसवाफसवी करता, निदान सावकाशीने तरी मला दर्शन द्या. माझ्याशी संभाषण करून माझ्या जिवावरची काळजी नष्ट करा, म्हणजे तुमचे कोमल चरणकमल मी डोळे भरून पाहीन. तुकाराम महाराज म्हणतात, हे देवा, माझ्या जिवीच्या जिवा तुमच्या माझ्यामध्ये जो तुम्ही पडदा ठेवला आहे तो आता बाजूला सारा. पूर्वी जे महान संत होऊन गेले. त्यांच्यासारखे अनुभव सुख घेण्यासाठी माझा जीव तळमळतो आहे. देवा, आता माझा बळी घेऊन तरी मला त्या संतांच्या पंक्तिला बसवावे. तुकाराम महाराज म्हणतात मी आता निर्वाणावर आलो आहे. म्हणून मी आता मनात काहीही ठेवणार नाही.

॥ पुंडलीक वरदा हरि विठ्ठल ॥

।। श्री पांडुरंग ।।

जळो ते जाणीव जळो ते शाहाणीव । राहो माझा भाव विठ्ठलपायीं ।।
जळो तो आचार जळो तो विचार । राहो मन स्थिर विठ्ठलपायीं ।।
जळो हा लौकिक जळो दंभमान । लागो मना ध्यान विठ्ठलाचें ।।
जळो हें शरीर जळो हा संबंध । राहो परमानंद माझ्या कंठीं ।।
तुका म्हणे येथें अवघेंचि होय । धरीं मना सोय विठोबाची ।।
विश्वास धरूनि राहिलों निवांत । ठेवूनियां चित्ता तुझे पायीं ।।
तरावें बुडावें तुझिया वचनें । निर्धार हा मनें केला माझ्या ।।
न कळे हें मज साच चाळविलें । देसी तें उगलें घेइन देवा ।।
मागणें तें सरे ऐसें करीं देवा । नाहीं तरी सेवा सांगा पुढें ।।
करावें कांहीं कीं पाहावें उगलें । तुका म्हणे बोलें पांडुरंगा ।।

ती जाणीव जळून जावो, शहाणपणाची राख होऊ दे; पण विठ्ठलचरणी माझा भाव राहू दे. ते आचार, विचार जळून जावोत पण माझे मन विठ्ठलपायी स्थिर राहू दे. दंभ, मान, लौकिक सारं काही जळून जाऊ दे. पण माझ्या मनाला विठ्ठलाचे ध्यान लागो. हे माझे शरीर जळो, आप्तसंबंधीही जळोत पण माझ्या कंठी परमानंद विठ्ठल राहो म्हणजे झाले, तुकाराम महाराज म्हणतात, या योगे सर्व काही साध्य होईल यासाठी हे मना विठ्ठलाचा आश्रय घे. देवा, तुझ्यावर पूर्ण विश्वास ठेवून आणि चित्त तुझे चरणी लावून मी राहिलो आहे. आता तरावे, बुडावे हे सगळे तुझ्यावर अवलंबून आहे. तिथून आता माघार नाही असा माझ्या मनाने निश्चय केला आहे. खरोखर मला नादी लावलेले कळत नाही, तू देशील ते मी मुकाट्याने घेईन देवा, मला अशी देणगी दे की मला तुझ्याकडे काही मागावे लागणार नाही. आणि असे नाही केलेस, तर तुझी सेवा पुढे कशी करू हे सांग. तुकाराम महाराज म्हणतात, पांडुरंगा मी काही करावे की नुसते गप्प रहावे हे तूच मला सांग.

।। पुंडलीक वरदा हरि विठ्ठल ।।

।। श्री पांडुरंग ।।

मी तों बहु सुखी आनंदभरित । आहे साधुसंत मेळीकरीं ।।

कांहीं व्हावें ऐसें नाहीं माझ्या जीवा । आणीक केशवा तुजविण ।।

न लगे वैकुंठ मोक्ष सायुज्यता । सुख वाटे घेतां जन्म ऐसें ।।

मृत्यूलोकीं कोण धरिल वासना । पावावया जनासवें दु:ख ।।

तुका म्हणे तुझा दास ऐसें लोकां । कांहीं सकळिकां कळों यावें ।।

कळों आला भाव माझा मज देवा । वायांविण जीवा आट केली ।।

जोडुनि अक्षरें केली तोंडपिटी । न लगे शेवटीं हातीं कांहीं ।।

देव जोडे म्हणुनि सांगतसें लोकां । माझा मीच देखा दु:ख पावें ।।

तुका म्हणे माझे गेले दोन्ही ठाय । संसार ना पाय तुझे मज ।।

साधुसंतांच्या समुदायात मी आनंदाने चिंब झालो आहे आणि अतिशय सुखी झालो आहे. केशवा, मला तुझ्याशिवाय आणखी कोणी हवेसे वाटत नाही. वैकुंठ, मोक्ष, सायुज्यता यात मला काही रस वाटत नाही. हरिभक्ति करण्यासाठी जन्म घेत रहावे असे वाटते. एरवी या मृत्यूलोकात येऊन लोकसंगतीने दु:ख सोसण्यासाठी यावे असे कुणाला वाटणार आहे ? तुकाराम महाराज म्हणतात, मी तुझा सेवक आहे. म्हणून मला या सुखाची इच्छा आहे. हे एकदा सर्वांना कळू द्या. देवा, माझ्या जिवाला मी उगीच कष्ट दिले हे माझ्या लक्षात आले आहे. अक्षरांची जोडाजोड करून मी तोंड वाजवले पण हाती काहीच लागले नाही. हे माझ्या लक्षात आले आहे. या मार्गाने गेले असता देवाची प्राप्ती होते असे मी सांगतो पण मलाच प्रत्यक्षात दु:ख भोगावे लागत आहे. तुकाराम महाराज म्हणतात देवा, धड नाही संसार, धड नाही तुझे पाय अशा दोन्ही ठिकाणांची माझी फारकत झाली आहे.

।। पुंडलीक वरदा हरि विठ्ठल ।।

।। श्री पांडुरंग ।।

कावळ्याच्या गळां मुक्ताफळमाळा । तरी काय त्याला भूषण शोभे ।।
गजालागीं केला कस्तुरीचा लेप । तिचें तो स्वरूप काय जाणे ।।
बकापुढें सांगे भावार्थवचन । वाउगाचि सीण होय त्यासी ।।
तुका म्हणे तैसे अभाविक जन । त्यांसी वायां सीण करूं नये ।।
मायबापें सांभाळिती । लोभाकारणें पाळिती ।।
तैसा नव्हे देवराव । याचा कृपाळू स्वभाव ।।
मनासारिखें न होतां । बाळकासी मारी माता ।।
तुका म्हणे सांगूं किती । बाप लेंकासी मारिती ।।
धन मेळवूनि कोटी । सवें नये रे लंगोटी ।
पानें खाशील उदंडें । अंतीं जाशी सुकल्या तोंडीं ।।
पलंग न्याहाल्या सुपती । शेवटीं गोवऱ्या सांगाती ।।
तुका म्हणे राम । एक विसरतां श्रम ।।

कावळ्याच्या गळ्यात समजा, मोत्यांची माळ घातली तर त्याला काय ती शोभणार आहे ? हत्तीला कस्तुरीचा लेप सर्वांगाला दिला तर त्या लेपाचा गंध त्याला थोडाच कळणार ? बगळ्यापुढे अहिंसेच्या गोष्टी केला तर व्यर्थ शीण होणार. तुकाराम महाराज म्हणतात, त्याप्रमाणे ज्याच्या मनात भक्तिभाव नाही. त्याला व्यर्थ उपदेश करू नये. आईबाप मुलांचा सांभाळ करतात, त्यांना वाढवतात त्यांचे लाड करतात पण पुढे आपली मुले म्हातारपणी आपल्याला सांभाळतील या आशेने करतात. त्यांच्या मनात लोभ असतो. देवाचा स्वभाव तसा नसून या देवरावाचा स्वभाव कृपाळू आणि निर्लोभी आहे. मूल जर आईच्या मनाप्रमाणे वागले नाही तर आई त्याला धम्मकलाडू देते तर तुकाराम महाराज म्हणतात, बाप मुलांना किती मारतात म्हणून सांगू ? कोट्यावधि रुपये मानवा तू तुझ्या आयुष्यात मिळवलेस खरे पण जाताना तुझ्याबरोबर लंगोटी सुद्धा येणार नाही. कितीजरी पानांचे विडे खाल्लेस तरी जाताना सुकल्या तोंडानेच जावे लागणार आहे. पलंगावर मऊ गाद्या घालून झोपत असलास तरी शेवटी गोवऱ्यांवर शयन करावे लागणार आहे. तुकाराम महाराज म्हणतात, एक रामनामाचा तुला विसर पडला, तर तुझा जन्म फुकट गेला असे समज.

।। पुंडलीक वरदा हरि विठ्ठल ।।

।। श्री पांडुरंग ।।

बहुत असती मागें सुखी केलीं । अनाथा माउली जिवांची तूं ।।
माझिया संकटा न धरीं आळस । लावूनियां कासे पार पावीं ।।
कृपावंत करा ज्याचा अंगीकार । तया संवसार नाहीं पुन्हां ।।
विचारितां नाहीं दुजा बळिवंत । ऐसा सर्वगत व्यापी कोणी ।।
म्हणवूनी दिला मुळीं जीवभाव । देह केला वाव समाधिस्थ ।।
तुका म्हणे नाहीं जाणत आणिक। तुजविण एक पांडुरंग ।।
आम्हां देणें धरा सांगतों तें कानीं । चिंता पाय मनीं विठोबाचे ।।
तेणें माझे चित्ता होय समाधान । विलास मिष्टान्न न लगे सोनें ।।
व्रत एकादशी द्वारीं वृंदावन । कंठीं ल्या रे लेणें तुळसी माळा ।।
तुका म्हणे त्याचे घरींची उष्टावळी । मज ते दिवाळी दसरा सण ।।

देवा, तू पूर्वी अनेकांना सुखी केलेस, अनाथांची आई तू आहेस. माझ्यावर संकट आले असताना आळस करू नको. तुझ्या कासेला मला लाव आणि भवसागरातून मला पैलतीरी ने. देवा कृपावंता, तू ज्यांचा अंगिकार, स्वीकार करतोस त्यांना परत संसारदुःखात लोटत नाहीस. विचारांती एक गोष्ट लक्षात येते की, तुझ्यासारखा बलवान् कोणी नाही आणि सर्वव्यापी कोणी नाही. हे जाणून आधीच जीवभाव तुम्हाला अर्पण केला आणि देहाची आसक्ती सोडली आणि तुझ्या ध्यानात समाधिस्थ केला. तुकाराम महाराज म्हणतात, देवा, मी तुझ्याशिवाय काहीएक जाणत नाही. लोक हो, तुम्ही जर आम्हाला काही देत असाल तर एक गोष्ट तुमच्या कानात सांगतो की, विठोबाच्या पायांचे सदा चिंतन करा. ही देणगी तुम्ही मला द्याल तर मला बाकी मिष्टान्न भोजन, सोने असलं काही मला नको. तुम्ही गळ्यात तुळशीची माळ घाला, एकादशीचे व्रत करा. दारात तुळशी वृंदावन घालून त्याची पूजा करा. तुकाराम महाराज म्हणतात, असे जे वागतील त्यांचे उच्छिष्ट मला जरी मिळाले तरी मी तो दसरा दिवाळीचा सण समजेन.

।। पुंडलीक वरदा हरि विठ्ठल ।।

।। श्री पांडुरंग ।।

धन्य दिवस आजि डोळियां लाधला । आनंद देखिला धणीवरी ।।
धन्य झालें मुख निवाली रसना । नाम नारायणा घोष करी ।।
धन्य हें मस्तक सर्वांगा शोभलें । संतांचीं पाउलें लागताती ।।
धन्य आजि पंथें चालती पाउलें । टाळियां शोभले कर दोन्ही ।।
धन्य तुका म्हणे आम्हांसी फावलें । पावलों पाउलें विठोबाचीं
जुंझायाच्या गोष्टी ऐकतांचि सुख । करितां देहदु:ख थोर आहे ।।
तैसी हरिभक्ति सुळावरील पोळी । निवडे तो बळी विरळा शूर ।।
पिंड पोसिलिया विषयांचा पाइक। वैकुंठनायक कैंचा तेथें ।।
तुका म्हणे व्हावें देहासी उदार । रखुमादेवीवर जोडावया ।।

आजचा दिवस धन्य आहे. कारण विटेवर उभा राहिलेला पांडुरंग मी डोळ्यांनी पाहिला. मुख धन्य झाले. नारायण नामाचा घोष करून जिव्हा तृप्त झाली. मस्तकासहित सर्वांग संतांच्या पायी ठेवले. त्यामुळे ते धन्य झाले, शोभायमान झाले. या पंढरीच्या वाटेने माझे पाय चालले. त्यामुळे पाय धन्य झाले. या दोन्ही हातांनी टाळ्या वाजवून मी नामघोष केल्यामुळे हातांची शोभा वाढली. तुकाराम महाराज म्हणतात, श्री विठ्ठलाच्या चरणांपर्यंत आम्ही पोहोचलो. आम्ही धन्य झालो. लढाईच्या, युद्धाच्या गोष्टी करताना सुख वाटते पण प्रत्यक्षात लढाई करणाऱ्यांच्या वाट्याला मोठे दु:ख येते. तशी श्रीहरीची भक्ती हीदेखील सुळावरची पोळी आहे. तशी भक्ति करणारा शूर विरळाच असतो. ज्याला रखुमाई देवीच्या वराला, म्हणजे श्री विठ्ठलाला प्रसन्न करून घ्यावयाचे असेल, त्याने जिवावर उदार व्हावे असे तुकाराम महाराज म्हणतात.

।। पुंडलीक वरदा हरि विठ्ठल ।।

।। श्री पांडुरंग ।।

विठ्ठलावाचूंनि ब्रह्म जे बोलती । वचन तें संतीं मानूं नये ।।
विठ्ठलावाचूंनी ज्या ज्या उपासना । अवघाचि जाणा श्रमची तो ।
विठ्ठलावांचूनी सांगतील गोष्टी । वायां ते हिंपुटी होती जाणा ।।
विठ्ठलावांचूनि जें कांहीं जाणती । तितुल्या वित्पत्ति वाउगीया ।।
तुका म्हणे एक विठ्ठलचि खरा । येर तो पसारा वाउगाचि ।।
धन्यधन्य ज्यांसी पंढरीचा वास । धन्य ते जन्मास प्राणी आले ।।
चहूं खाणींमध्ये होत कोणी एक। त्रिगुण कीटक पक्षिराज ।।
उत्तम चांडाळ नर नारी बाळ । अवघेचि सकळ चतुर्भुज ।।
अवघा विठ्ठल तेथें दुजें नाहीं । भरला अंतर्बाहीं सदोदित ।।
तुका म्हणे तेथें होउनी राहेन । सांडोवा पाषाण पंढरीचा ।।

जे कोणी विठ्ठलाशिवाय ब्रह्म आहे असे म्हणतील त्यांचे बोलणे संतांनी मानू नये. विठ्ठलदेवा खेरीज ज्या ज्या उपासना असतील ते व्यर्थ श्रम आहेत, कष्ट आहेत हे जाणून घ्या. विठ्ठलाच्या गोष्टीशिवाय इतरांच्या गोष्टी जे करतील त्यांचे बोलणे वाया गेले असे समजा. विठ्ठलाशिवाय जे कोणी इतर काही जाणतील त्यांच्या विद्वत्तेला अर्थ नाही. तुकाराम महाराज म्हणतात, एक विठ्ठल तेवढा खरा आहे. बाकी सर्व पसारा खोटा आहे. ज्यांना ज्यांना पंढरीत रहायला मिळाले. ते ते सर्व धन्य होत. ज्यांचा जन्म पंढरीत झाला. मग जारज, अंडज, स्वेदज, उद्भिज्ज कोणत्याही खाणीचे पक्षी-प्राणी अथवा कीटक असतील तर ते धन्य होत. पंढरीतील स्त्रिया, पुरुष, बालके हे सर्व धन्य होत या पंढरीमध्ये सर्व काही अन्तर्बाह्य विठ्ठलरूप भरले आहे. तुकाराम महाराज म्हणतात, त्या पंढरी नगरीत मी एखादा टाकाऊ, बिनकामाचा दगड होऊनही पडून रहाण्यास तयार आहे.

।। पुंडलीक वरदा हरि विठ्ठल ।।

॥ श्री पांडुरंग ॥

त्रासला हा जीव संसारींच्या सुखा। तुजविण सखा नाहीं कोणी ॥
ऐसें माझे मनीं वाटे नारायणा। घालावी चरणावरी मिठी ॥
कईं ते सुंदर देखेन रूपडें। आवडीच्या कोडें आलिंगीन ॥
नाहीं पूर्व पुण्य मज पामरासी। म्हणोनि पायांसी अंतरलों ॥
अलभ्य लाभ कैंचा संचितावेगळा। विनवी गोपाळा दास तुका ॥
मोलाचें आयुष्य वेंचुनियां जाय। पूर्व पुण्यें होय लाभ याचा ॥
अनंत जन्मींचा शेवट पाहतां। नर देह हाता आला तुझ्या ॥
कराल ते जोडी येईल कार्यासी। ध्यावें विठ्ठलासी सुखालागीं ॥
सांचालिया धन होईल ठेवणें। तैसी नारायण जोडी करा ॥
करा हरिभक्ती परलोकीं ये कामा। सोडविल यमापासोनियां ॥
तुका म्हणे करा आयुष्याचें मोल। नका वेंचूं बोल नामेंविण ॥

देवा, या संसारातील खोट्या सुखांनी माझा जीव त्रासला आहे. या त्रासातून मुक्तता करणारा सहाय्यकारी असा तुझ्या वाचून मला कोणी नाही. देवा, नारायणा तुझ्या चरणांना मिठी घालावी असे वाटते. तुमचे अप्रतिम सुंदर रुपडे पाहून आवडीने तुम्हाला आलिंगन द्यावे असे वाटते. माझी कुठलीच पूर्वपुण्याई नाही. त्यामुळे तुझ्यापासून मी दुरावलो. तुकाराम महाराज म्हणतात, नशिबात असल्याशिवाय अलभ्य लाभ होत नाहीत, मी तुमचा दास असल्यामुळे तुम्हाला विनंती करीत आहे. लोक हो पूर्वसंचितामुळे तुम्हाला हा जन्म लाभला आहे तेव्हा हे मोलाचे आयुष्य वाया घालवू नका. हा नरदेह अनंत जन्मांचा शेवटचा टप्पा आहे. या जन्मी जे कराल ते कामी येणार आहे. यासाठी विठ्ठलाचे सातत्याने ध्यान करा. जसे धन सांचवून जमवून ठेवता त्याप्रमाणे नारायणाचा संग्रह करा. नामाला जोडून रहा. हरिभक्ति परलोकी तुमच्या उपयोगी पडेल ते तुम्हाला यमापासून सोडवील. तुकाराम महाराज म्हणतात तुम्ही तुमच्या जीवनाचे मोल ओळखा आणि नामस्मरणाशिवाय दुसरं काही बोलू नका.

॥ पुंडलीक वरदा हरि विठ्ठल ॥

॥ श्री पांडुरंग ॥

संसारा आलिया एक सुख आहे । आठवावे पाय विठोबाचे ।।
येणें होय सर्व संसार सुखाचा । न लगे दु:खाचा लेश कांहीं ।।
घेतील तयांसी सोपें आहे सुख । बोलियेलें मुखें नारायण ।।
सांगितली सोय करुणासागरें । तुम्हां कां हो बरें न वाटे तें ।।
तुका म्हणे तेणें उपकार केला । भोळ्या भाविकांला तारावया ।।
कैसी करूं आतां सांग तुझी सेवा । शब्दज्ञानें देवा नाश केला ।।
आतां तुझें वर्म न कळे अनंता । तुज न संगतां बुडूं पाहे ।।
स्नान संध्या केली आचाराची नासी । काय तयापासीं म्हणती एक ।।
बुडविली भक्ति म्हणती पाषाण । पिंडाचें पाळण स्थापुनियां ।।
न करावी कथा म्हणती एकादशी । भजनाची नासी मांडियेली ।।
न जावें देउळा म्हणती देव घरीं । बुडविलें यापरी तुका म्हणे ।।

संसारात आल्याचे एक सुख मात्र आहे. ते म्हणजे विठ्ठलभक्ति होतेच पण दु:खाचा लवलेश उरत नाही. जे कोणी हे सुख घेतील. त्यांना ते अगदी सुलभ सोपे आहे असे नारायणानेच सांगितले आहे. श्रीहरीनेच तुमच्या उद्धाराचा मार्ग सांगितला आहे. तो तुम्हाला सोयीचा का वाटत नाही ? तुकाराम महाराज म्हणतात, भोळ्या भाविकांना तारण्यासाठीच त्याने हा उपाय केला आहे. देवा, आता मी तुझी कशी सेवा करू हे सांग. शब्दज्ञान्यांनी सर्वनाश केला आहे. देवा, तू जर मला आता सेवेचे वर्म सांगितले नाहीस तर संसारात परत बुडण्याचा प्रसंग येईल. स्नानसंध्येवर या शब्दपंडितांनी अविश्वास दाखवला, श्रीहरी हा पाषाण आहे असा प्रचार करून देहाची कौतुके वाढवली. श्रीहरीची कथा व एकादशी करू नये, भजन करू नये असेही तो म्हणतात. तुकाराम महाराज म्हणतात या पाखंड्यांच्या मते देव आपल्या हृदयमंदिरातच आहे, मग त्याच्या दर्शनासाठी देवळात कशाला जायला हवे ! अशा प्रकारे यांनी बुडवले आहे !

॥ पुंडलीक वरदा हरि विठ्ठल ॥

।। श्री पांडुरंग ।।

स्त्रिया पुत्र कलत्र हे तंव मायावंत । शेवटींचा अंत न पवे कोणी ।।
यमाचिये हातीं बांधोनियां देती । भूषणेंही घेती काढूनियां ।।
ऐसिया चोरांचा कैसा हा विश्वास । धरिली तुझी कास तुका म्हणे ।।
जन्म मृत्यू फार झाले माझ्या जीवा । ऐका माझा धांवा पांडुरंगा ।
सिणलों बहुत करितां येरझारा । रखुमाईंच्या वरा पावें वेगीं ।।
तुका म्हणे तूं गा पतितपावन । घेईं माझा सीण जन्मांतर ।।
आलियां संसारा उठा वेग करा । शरण जा उदारा पांडुरंगा ।।
देह हें काळाचें धन कुबेराचें । तेथें मुनष्याचें काय आहे ।।
निमित्याचा धनी केला असे प्राणी । तुका म्हणे म्हणोनि व्यर्थ गेला ।।

बायको, मुले, आप्त हे सर्व मायावंत आहेत. त्यातील कोणी शेवटी उपयोगी पडणारे नाहीत. उलट यमाच्या हाती देताना अंगावरची वस्त्रेभूषणे काढून घेतील. तुकाराम महाराज म्हणतात अशा चोरांचा विश्वास कसा धरावा. म्हणून मी तुमच्या पायी लागलो आहे. देवा, पांडुरंगा या जन्ममरणाच्या फेऱ्यात अडकून मी अनेक जन्ममृत्यू पाहिले, सोसले. या येरझारांनी मला शीण आला आहे म्हणून पांडुरंगा मी तुझा धावा करतो आहे. तू आता मला वेगाने प्रसन्न हो. तुकाराम महाराज म्हणतात, पतित पावन देवा, जन्मजन्मांतरीचे माझे दुःख तू हरण कर. तुम्ही जे कोणी संसारात आले असतील. ते सर्वजण उठा आणि वेगाने, लवकरात लवकर त्या उदार पांडुरंगाला शरण जा. देह हा काळाचे व धन हे कुबेराचे आहे, इथे माणसाचे काय आहे ? देणारा देव आणि नेणारहि देवच, इथं माणसाची कसली म्हणून सत्ता नाही. तुकाराम महाराज म्हणतात, माणूस हा एक निमित्त मात्र आहे; पण त्याला हे वेळीच न समजल्याने त्याचा जन्म व्यर्थ गेला.

।। पुंडलीक वरदा हरि विठ्ठल ।।

।। श्री पांडुरंग ।।

भूमीवरी कोण ऐसा । गांजूं शके हरिच्या दासा ।।
सुखें नाचा हो कीर्तनीं । जयजयकारें गर्जा वाणी ।।
काळा सुटे पळ । जाती दुरितें सकळ ।।
तुका म्हणे चित्तीं । साच माना हे निश्चिंतीं ।।
मिळे हरिदासांची दाटी । रीग न होय शेवटीं ।।
तेथें काय म्यां करावें । माझें कोणें आइकावें ।।
कसें तुज लाजवावें । भक्त म्हणोनियां भावें ।।
नाचतां न ये ताली । न ये वाजवितां टाळी ।।
अति मंडित भूषणें । शरीर माझें दैन्यवाणें ।।
तुका म्हणे कमळापति । मज द्यावें त्यांचे हातीं ।।
जाणों नेणों काय । चित्तीं धरूं तुझे पाय ।।
आतां हेंचि वर्म । गाऊं धरूनियां प्रेम ।।
काय सांडूं मांडू । भावें हृदयींच कोंडूं ।।
तुका म्हणे देवा । जन्मोजन्मीं मागें सेवा ।।

हरीच्या दासाला त्रास देईल असा कोणी या जगात आहे का ? या करिता लोक हो तुम्ही सुखाते कीर्तनात नाचा, हरिनामाची गर्जना करा, हरीचा जयजयकार करा त्यामुळे काळ पळत सुटतो आणि पापे दूर जातात, नाहीशी होतात. तुकाराम महाराज म्हणतात, तुम्ही ही निश्चयपूर्वक खरे आहे असे समजा, देवा, तुझ्याजवळ हरिदासांची दाटी झाली आहे. त्यामुळे शेवटीसुद्धा मला तिथे प्रवेश मिळत नाही. तिथे मी काय करणार, माझे कोण ऐकणार. मी तुझा लाडका भक्त आहे म्हणून तुला मी लाजवावे काय ? मला तालावर नाचता येत नाही, हाताने नीट टाळीही वाजवता येत नाही. त्यांचे अंग माळा, मुद्रा, भूषणांनी नटलेले आहे पण मी मात्र दीनवाणा आहे. तुकाराम महाराज म्हणतात हे कमलापती मला तुम्ही या संतांच्या हाती घ्या. मी काय जाणतो काय जाणत नाही हे मला माहीत नाही, पण तुझे पाय मात्र मी चित्ती धरून ठेवतो. यावाचून मी दुसरं काही जाणत नाही. मी तुला मनोभावे हृदयात कोंडून ठेवीन. तुकाराम महाराज म्हणतात, देवा तुझी ही सेवा जन्मोजन्मी घडावी एवढेच मागणे आहे.

।। पुंडलीक वरदा हरि विठ्ठल ।।

।। श्री पांडुरंग ।।

कठिण नारळाचें अंग । बाहेरी भीतरींचें चांग ।।
तैसा करीं कां विचार । शुद्ध कारण अंतर ।।
वरि कांटे फणसफळा । माजि अंतरीं जिव्हाळा ।।
मिठें रुचविलें अन्न । नये सतंत कारण ।।
ऊंस बाहेरी दिसे काळा । माजी रसाचा आगळा ।।
तुका म्हणे मोल गोडी । काय चाड वरल्या खोडी ।।
माझें मागणें तें किती । दाता लक्ष्मीचा पति ।।
जाणे तान्हेल्याची तान । पीतां गंगा नव्हे न्यून ।।
कल्पतरू झाला देता । तेथें पोटाचा मागता ।।
तुका म्हणे संतां ध्यातां । परब्रह्मची आलें हातां ।।
आम्हां केलें गुणवंत । तें उचित राखावें ।।
तुका म्हणे विश्वंभरा । दृष्टि करा सामोरी ।।

नारळाचे कवच कठीण असते पण आतील खोबरे आणि पाणी गोड असते. लोक हो, यावरून विचार करा, मन शुद्ध असणे हे महत्त्वाचे आहे. फणसाचे अंगी बाहेरून काटे असतात; आत मधुर गरे असतात. मिठामुळे अन्नाला चव येते, ऊस बाहेरून कठीण काळा दिसतो; पण आत उत्तम असा गोड रस भरलेला असतो. तुकाराम महाराज म्हणतात, आतील मधुरतेला मोल आहे. बाकीच्या खोडी काय करायच्या ! लक्ष्मीपती सारखा दाता असल्यावर माझे मागणे ते किती ! एखाद्याला तहान लागली आणि त्याने गंगाजल प्राशन केले तर गंगेचे पाणी काही कमी होत नाही इच्छिलेले देणाऱ्या कल्पतरूजवळ एखाद्या पोटासाठी मागू लागला तर त्याला पोटभर मिळणारच. तुकाराम महाराज म्हणतात, संतांचे ध्यान केले तर परब्रह्मसुद्धा हाती येते. विश्वंभरा आम्हाला तुम्ही गुणवंत केले आहे तेव्हा आमचे योग्य तसे रक्षण करा, तुमची दृष्टि आमच्याकडे वळवा, आमच्या समोर करा.

।। पुंडलीक वरदा हरि विठ्ठल ।।

॥ श्री पांडुरंग ॥

पहा ते पांडव अखंड वनवासी । परि त्या देवासी आठविती ॥
प्रल्हादासी पिता करितो जाचणी । परि तो स्मरे मनीं नारायण ॥
सुदामा ब्राह्मण दरिद्रें पीडिला । नाहीं विसरला पांडुरंगा ॥
तुका म्हणे तुझा न पडावा विसर । दु:खाचे डोंगर झाले तरी ॥
जन्ममरणांची कायसी चिंता । तुझ्या शरणागतां पंढरीराया ॥
वदनीं तुझें नाम अमृतसंजीवनी । असतां चक्रपाणी भय काय ॥
हृदयीं तुझें रूप बिंबलें साकार । तेथें कोण पार संसाराचा ॥
तुका म्हणे तुझ्या नामाची पाखर । असतां कळिकाळा पायांतळीं ॥
क्षमा शस्त्र जया नराचिया हातीं । दुष्ट तयाप्रति काय करी ॥
तृण नाहीं तेथें पडिला दावाग्नि । जाय तो विझोन आपसया ॥
तुका म्हणे क्षमा सर्वांचें स्वहित । धरा अखंडिता सुखरूप ॥

पांडव हे अखंड वनवासी होते; पण देवाची त्यांना सतत आठवण होती. प्रल्हादाचा त्याच्या पित्याने पुष्कळ छळ केला. सुदामा दारिद्र्याचने पिडला; पण देवाला विसरला नाही. पांडुरंगाला विसरला नाही. तुकाराम महाराज म्हणतात, देवा दु:खाचे डोंगर जरी कोसळले तरी तुझा विसर पडू देऊ नको. हे पंढरीनाथा, तुला जे शरण आले आहेत त्यांना जन्ममरणाची काय चिंता ? हे चक्रपाणी तुझ्या नावाची अमृतसंजीवनी मुखामध्ये असेल तर भीती कसली ? तुझे सगुण साकार रूप हृदयसंपुटात साठवलेले असेल तर संसाराचा काय पाड ? तुकाराम महाराज म्हणतात, देवा तुझ्या नामाची पाखर असल्यावर आम्ही कळिकाळालाही पायाखाली तुडवतो. ज्या पुरुषाच्या हाती क्षमा नावाचे शस्त्र आहे, त्याच्यापुढे दुष्टांचे काय चालणार ? जिथे गवताचे पातेही नाही तिथे तेथे प्रळयाग्नि जरी भडकला तरी तो आपोआप विझून जातो. तुकाराम महाराज म्हणतात, क्षमा ही सर्वांच्या हिताची असते यासाठी सर्व सुखांचे मूळ जी क्षमा तिचा अंगिकार करा.

॥ पुंडलीक वरदा हरि विठ्ठल ॥

।। श्री पांडुरंग ।।

भोगीं जाला त्याग । गीतीं गातां पांडुरंग ।
इंद्रियांचा लाग । आम्हां वरूनि चुकला ।।
करूनि ठेविलों निश्चळ । भय नाहीं तळमळ ।
घेतला सकळ । अवघा भार विठ्ठलें ।।
तळीं पक्षिणीचे परी । नखें चोंची चारा धरी ।
आणुनियां घरीं । मुखीं घाली बाळका ।।
तुका म्हणे ये आवडी । आम्ही पायीं दिली बुडी ।
आहे तेथें जोडी । जन्मांतरींचें ठेवणें ।।
कोण आमचीं योगतपें । करूं बापें जाणावीं ।।
गीत संतसंगें गाऊं। उभीं ठाऊं जागरणीं ।।
आमुचा तो नव्हे लाग । करूं त्याग जावया ।।
तुका म्हणे इंद्रियांसी । येचिं रसीं रंगवूं ।।

पांडुरंगाचा नामघोष संगीतमय केल्यामुळे भोगाचे त्यागात रूपांतर झाले. इंद्रियांचे आमच्यावरील वर्चस्व नाहीसे झाले. अंत:करण निश्चल केले. त्यामुळे कसलीही भीती किंवा तळमळ नाही. कारण आमचा सर्व भार विठ्ठलाने आपल्या शिरी घेतला आहे पक्षीण ज्याप्रमाणे जिथून मिळेल तिथून चारा नखाचोचीत धरून आणते आणि आपल्या पिलांना भरवते. तुकाराम महाराज म्हणतात, त्याप्रमाणे आम्ही विठ्ठलचरणी बुडी दिली आहे. जन्मांतरीची ही ठेव आहे. योगतपादि साधनांनी देवाला प्रसन्न करून घेणे आमच्या बापालाही जमणार नाही. आम्ही संतांच्या संगतीने देवाची गाणी गाऊ आणि जागरणे करू. सर्व विषयांचा त्याग करावा हे खरे पण तेवढी आमच्या इंद्रियात शक्ति नाही. तुकाराम महाराज म्हणतात, आम्ही हरिनामरूपी रसाने आमच्या इंद्रियांना रंगवू, भिजवून टाकू.

।। पुंडलीक वरदा हरि विठ्ठल ।।

।। श्री पांडुरंग ।।

संतचिन्हें लेउनि अंगीं । भूषण मिरविती जगीं ।।
पडिले दु:खाचे सागरी । वहावले भवपुरीं ।।
काम क्रोध लोभ चित्तीं । वरिवरि दाविती विरक्ती ।।
आशापाशीं बांधोनि चित्त । म्हणती झालों आम्ही मुक्त।।
त्यांचे लागले संगती । झाली त्यांची तेचि गति ।।
तुका म्हणे शब्दज्ञानें । जग नाडियेलें तेणें ।।
हेचि व्हावी माझी आस । जन्मोजन्मीं तुझा दास ।।
पंढरीचा वारकरी । वारी चुकों नेदीं हरी ।।
संतसंग सर्व काळ । अखंड प्रेमाचा कल्लोळ ।।
चंद्रभागे स्नान । तुका मागें हेंचि दान ।।

जे लोक संतांच्या खुणा, संतचिन्हे अंगावर घालून भूषण म्हणून जगात मिरवतात ते लोक दु:खाच्या भवसागरात पडून वहात जात आहेत. त्यांच्या मनात कामक्रोध अजूनही आहेत पण वरवर मात्र ते आपण विरक्त आहोत असे दाखवीत आहेत. अनेक आशांमध्ये त्यांचे चित्त गुंतलेले असूनही आम्ही मुक्त झालो आहोत असे ते सांगतात. अशा लोकांची जे संगत धरतील त्यांची तीच गती होईल. तुकाराम महाराज म्हणतात, अशा ढोंगी संतानी कोरडे शब्दज्ञान देऊन जगाला नाडले आहे. फसवले आहे. देवा, जन्मोजन्मी तुझा दास होऊन रहावे अशी माझ्या मनीची इच्छा आहे. देवा मी पंढरीचा वारकरी असावे, माझी वारी कधी चुकू नये, चुकवू नये. सदासर्व काळ मी संताच्या संगतीत असावे आणि प्रेमाचा अखंड कल्लोळ चालावा. तुकाराम महाराज म्हणतात देवा, मला नित्य चंद्रभागेचे स्नान घडेल, हेच दान द्यावे.

।। पुंडलीक वरदा हरि विठ्ठल ।।

।। श्री पांडुरंग ।।

सारासार विचार करा उठाउठी । नाम धरा कंठीं विठोबाचें ।।
तयाच्या चिंतेनें निरसेल संकट । तराल दुर्घट भवसिंधु ।।
जन्मोनियां कुळीं वाचे स्मरे राम । धरी हाचि नेम अहर्निशीं ।।
तुका म्हणे कोटी कुळें ती पुनीत । भावें गातां गीत विठोबाचें ।।
द्रव्य घेऊनियां कथा जरी करीं । तरी भंगो हरी देह माझा ।।
माझी कथा करा ऐसें म्हणें कोणा । तरी नारायणा जिव्हा झडो ।।
साह्य तूं झालासी काय उणें तूपें । आणीक भूतांपें काय मागों ।।
तुका म्हणे सर्व सिद्धि तुझे पायीं । तूं माझा गोसावी पांडुरंगा ।।
जरि हा हो कृपा करिल नारायण । तरी हेंचि ज्ञान ब्रह्म होय ।।
कोठोनियां कांहीं न लगे आणावें । न लगे कोठें जावें तरावया ।।
रात्रंदिवस आम्हां युद्धाचा प्रसंग । अंतर्बाह्य जग आणि मन ।।
जीवाही आगोज पडती आघात । येऊनियां नित्य नित्य वारूं।।
तुका म्हणे तुझ्या नामाचिया बळें । अवघीयांचें काळें केलें तोंड ।।

लोक हो, तुम्ही सारासार विचार करून उठा आणि विठोबाचे नाव कंठी धरा. त्याच्या चिंतनाने संकटे सरतील आणि हा दुर्घट भवसागर तुम्ही पार कराल. ज्या कुळात जन्म घेऊन नामस्मरणाचा अहर्निश नेम चालतो. तुकाराम महाराज म्हणतात, अशी कोट्यवधी कुळे श्रद्धेने विठ्ठलनाम घेतील तर पवित्र होतील. जर पैसे घेऊन मी कथा कीर्तने करू लागलो, तर माझ्या देहाचे तुकडे होवोत. 'माझी कथा करा' असे जर मी कुणाला म्हणालो तर माझी जीभ झडून जाऊ दे. देवा, तुझे सहाय्य असल्यावर मला कुणापाशी काय मागायचे ? तुझ्या पायी सर्व सिद्धी आहोत तू पांडुरंग माझा स्वामी आहेस असे तुकाराम महाराज म्हणतात. जर या नारायणाने कृपा केली तर जे ज्ञान आहे ते ब्रह्म होईल. दुसरीकडे कुठे जावयास नको किंवा तरणोपायासाठी कुठे जाणे नको. रात्रंदिवस आमचे मन आणि जग यात युद्ध चाललेले असते. आघात होतात त्यांचे निवारण करावे लागते. तुकाराम महाराज म्हणतात, तुझ्या नामाच्या योगे सर्वांची तोंडे काळी केली आहेत.

।। पुंडलीक वरदा हरि विठ्ठल ।।

।। श्री पांडुरंग ।।

आणिकांच्या घातें मानितां संतोष । सुख दु:ख दोष अंगीं लागे ।।
ऐसे मनीं वाहूं नये ते संकल्प । करूं नये पाप भांडवल ।।
किल्मिषाची चित्तीं राहातां कांचणी । अनीत जडोनी ठाव जाळी ।।
तुका म्हणे कोपें घडे पुण्यक्षय । होणार तें होय प्रारब्धेंची ।।
संतांचा पढीयावो कैशापरि लाहो । नामाचा आठवो कैसा राहे ।।
हेचि थोर चिंता लागली मनासी । निजतां निद्रेसी न लागे डोळा ।।
जेवितां जेवणीं न लगे गोड धड । वाटतें काबड विषयसुख ।।
ऐसिया संकटीं पावें कृपानिधि । लावीं संतपदीं प्रेमभावें ।।
तुका म्हणे आम्ही नेणों कांही हित । तुजविण अनाथ पांडुरंगा ।।

दुसऱ्याचा घात किंवा दु:ख पाहण्यात आनंद मानला तर सुख आणि दु:ख दोन्ही होते. म्हणून अशा प्रकाराचे संकल्प किंवा विचार मनात आणू नयेत आणि पापाचे भांडवल जमवू नये. केलेल्या कृत्याची मनाला कांचणी लागत असेल तर अनीतीचा मार्ग अवलंबिला जाऊन पुण्य भस्म होते. तुकाराम महाराज म्हणतात राग येण्याने पुण्यक्षय होतो. जे व्हावयाचे ते प्रारब्ध कर्मानुसार घडत असतेच. माझ्या मनाला एकच काळजी लागून राहिली आहे की, संतांचे प्रेम मला कसे मिळेल, आणि मनात नाम सतत कसे राहील ! या चिंतेमुळे धड जेवण जात नाही, झोप लागत नाही. विषयसुख हे कचरा वाटते आहे. अशा संकटसमयी देवा तू आम्हाला प्रसन्न हो आणि आमचे मन संतचरणी लाव. तुकाराम महाराज म्हणतात, आम्हाला आमचे हित काही कळत नाही. पांडुरंगा तुझ्याशिवाय आम्ही अनाथ झालो आहोत.

।। पुंडलीक वरदा हरि विठ्ठल ।।

।। श्री पांडुरंग ।।

न घडे मायबापा बाळकाचा घात । आपणा देखत होऊं नेदी ।।
कां मी मनीं चिंता वाहूं भय धाक। काय नव्हे एक करितां तुज ।।
वर्म जाणे त्याच्या हिताचे उपाय । तान भूक वाहे कडिये खांदीं ।।
तुका म्हणे तूं गा कृपावंता भारी । ऐसें मज हरी कळो आलें ।।
करावे कीर्तन । मुखें गावे हरिचे गुण ।।
मग कांहीं नव्हे बाधा । काम दुर्जनाची क्रोधा ।।
शांतिखड्ग हातीं । काळासी ते नागविती ।।
तुका म्हणे दाता सखा । ऐसा अनंता सारिखा ।।
काय साधनांच्या कोटी । केल्या आटी होती त्या ।।
देव कृपा करी जरी । होय उजरी स्वरूपीं ।।
केले होती व्यर्थ श्रम । उपरम न होतां ।।
तुका म्हणे कळों आलें । सर्व जालें आपरूप ।।

आईबापांच्या देखत बालकाचा घात होऊ शकत नाही. इतकेच नव्हे तर त्याला कुणी त्रास दिला तरी ते आईबापांना सहन होत नाही. देवा, तसा तू आमचा मायबाप असल्याने मी मनात भीती किंवा काळजी कशाला बाळगू ? बालकाचे हित कशात आहे त्याचे वर्म आईबाप जाणतात, त्याची तहानभूक सांभाळतात, त्याला कडेखांद्यावर घेतात. हरि तू कृपावंत आहेस याविषयी माझी खात्री पटली आहे असे तुकाराम महाराज म्हणतात, कीर्तन करावे, हरिनाम गावे, मग कामक्रोधाची किंवा दुर्जनांची बाधा होणार नाही. शांतिरूपी खड्ग ज्यांच्या हाती आहे ते कळिकाळालाही नमवितात. तुकाराम महाराज म्हणतात, अनंतासारखा आपला दाता सखा आहे. तेव्हा आपणास कमी काय पडणार आहे ? कितीतरी साधनांची मेहनत केली तरी ती व्यर्थ जात आहे. देवकृपा झाली तर स्वरूपाचे ज्ञान होईल. जर पश्चात्ताप झाला नाही. तर श्रम वायां जातील. तुकाराम महाराज म्हणतात, देवाने कृपा केली तर सर्व काही आत्मरूप झाले आहे हे समजेल.

।। पुंडलीक वरदा हरि विठ्ठल ।।

।। श्री पांडुरंग ।।

भक्तींचें तें वर्म जयाचिये हातीं । तया घरीं शांति क्षमा दया ।।
अष्ट महासिद्धि वोळगती द्वारीं । न वजती दूरी दवडितां ।।
तेथें दुष्ट गुण न मिळे नि:शेष । चैतन्याचा वास झाला माजी ।।
संतुष्ट हें चित्त सदा सर्वकाळ । तुटली हळहळ त्रिगुणांची ।।
तुका म्हणे त्याचा देव सर्व भार । चालवी कामार होऊनियां ।।
पुण्य फळलें बहुतां दिवसां । भाग्यउदयाचा ठसा ।
जालों सन्मुख तो कैसा । संतचरण पावलों ।।
आजि फिटलें माझें कोडें । भव दु:खाचें सांकडें ।
कोंदाटलें पुढें । परब्रह्म सांवळें ।।
भक्ति आम्हीं केली सांडुनी उद्वेग । पावला हें संग सुख याचें ।।
सुख आम्हां झालें धरितां याचा संग । पळाले उद्वेग सांडूनियां ।।
तुका म्हणे सुख बहु झालें जीवा । घडली या सेवा विठोबाची ।।

ज्याला हरिभक्तीचे वर्म समजले त्याच्या घरी दया, क्षमा, शांती, नांदत आहेत असे समजावे. अष्ट महासिद्धी दारात उभ्या राहून त्याच्या सेवेस सिद्ध असतात त्यांना हाकलून लावले तरी त्या जात नाहीत. त्यांच्या हृदयात श्रीहरीरूपी चैतन्य वास करीत असल्यामुळे त्यांच्याजवळ दुष्टता अशी नसतेच. त्यांचे मन सदासर्वदा स्वस्थ असते कारण सत्त्वरजतम या त्रिगुणांपासून ते मुक्त झालेले असतात. तुकाराम महाराज म्हणतात, देव त्यांचा सेवक होऊन त्यांचा योगक्षेम चालवतो. माझे पुण्य आज फळास आले माझे भाग्य उदयाला आले. कारण मी आज संत चरणापाशी पोहोचलो. आज माझे प्रपंचातले प्रश्न संपले आणि सावळ्या परब्रह्माचे मला सर्वत्र दर्शन घडू लागले. आम्ही मनातील इतर विचार बाजूला सारून भक्ति केली त्यामुळे हरिच्या सहवासाचे सुख आम्हाला मिळाले. तुकाराम महाराज म्हणतात, या विठ्ठलाची सेवा आमच्या हातून घडली त्यामुळे आम्हाला मोठे सुख होत आहे.

।। पुंडलीक वरदा हरि विठ्ठल ।।

॥ श्री पांडुरंग ॥

हरिदासाचिये घरीं । मज उपजवा जन्मांतरीं ।।
म्हणसी कांहीं मागा । हेंचि दे गा पांडुरंगा ।।
संतां लोटांगणीं । जातां लाज नको मनीं ।।
तुका म्हणे अंगीं । शक्ती देईं नाचें रंगीं ।।
काय आम्हीं केलें ऐसें । नुद्धरिजेसें सांगावें ।।
हरिण कोल्हे वैकुंठवासी । कोण त्यांसी अधिकार ।।
गजा नाड्या सरोवरीं । नाहीं हरी विचारलें ।।
तुका म्हणे गणिका नष्ट । माझे कष्ट त्याहूनि ।।
रंगी रंगें नारायण । उभा करितों कीर्तन ।।
हातीं घेऊनियां वीणा । कंठीं राहें नारायणा ।।
देखिलीसे मूर्ति । माझ्या हृदयाची विश्रांति ।।
तुका म्हणे देवा । देईं कीर्तनाचा हेवा ।।

देवा, मला पुढचा जन्म हरिदासाच्या घरी दे. पांडुरंगा, तू जर काही मला माग म्हणत असलास तर मी हेच मागीन. संतांना साष्टांग नमस्कार घालताना मनात लाज नसावी. देवा तुझ्या रंगात नाचण्याची मला शक्ति दे असे तुकाराम महाराज म्हणतात, देवा तुम्ही आमचा उद्धार करायला तयार नाही. याचे कारण मला कळेल का, आम्ही असे काय केले ? हरीण कोल्हे वगैरे पशूंना तुम्ही वैकुंठवासी केले त्यांना कोणता अधिकार होता ? गजेंद्राला सुसरीने धरल्यावर त्याच्या अधिकाराचा विचार न करता तुम्ही त्याचा उद्धार केलात 'रघु रघु' असे पोपटाला म्हणणाऱ्या फालतू गणिकेचा तुम्ही स्वीकार केलात. तुकाराम महाराज म्हणतात, मी तिच्याहून अधिक पातकी आहे का ? मी उभ्याने कीर्तन करताना नारायण रंगात रंगून जातो. देवा तू हाती वीणा घेऊन माझ्या कंठात रहा मी तुझी मूर्ती जेव्हा पाहतो तेव्हा माझ्या मनाला विश्रांती मिळते. तुकाराम महाराज म्हणतात, मला तुमच्या कीर्तनाच्या नादी लावा.

॥ पुंडलीक वरदा हरि विठ्ठल ॥

।। श्री पांडुरंग ।।

परिसें गे सुनेबाई । नको वेंचूं दूध दहीं ।।
आवा चालिली पंढरपुरा । वेसीपासुनि आली घरा ।।
ऐके गोष्टी सादर बाळे । करीं जतन फुटकें पाळें ।।
माझे हातींचा कलवडू । मजवांचूनि नको फोडूं ।।
वळवटक्षिरीचें लिंपन । नको फोडूं मजवांचून ।।
उखळ मुसळ जातें । माझें मन गुंतलें तेथें ।।
भिक्षुक आल्या घरा । सांग गेली पंढरपुरा ।।
भक्षीं मपित आहारु । नको फारसी वरो सारूं।।
सून म्हणे बहुत निकें। तुम्ही यात्रेसि जावें सुखें ।।
सासूबाई स्वहित जोडा । सर्व मागील आशा सोडा ।।
सूनमूखींचें वचन कानीं । ऐकोनि सासू विवंची मनीं ।।
सवतीचे चाळे खोटे । म्यां जावेंसें इला वाटे ।।
आतां कासया यात्रे जाऊं। काय जाउनि तेथें पाहूं ।।
मुलें लेंकरें घरदार । माझें येथेंचि पंढरपूर ।।
तुका म्हणे ऐसे जन । गोवियेलें मायेंकरून ।।

सूनबाई ऐक माझे, दूध, दही, उगीच खर्च करू नकोस. पंढरपूराला निघालेली सासू वेशीपासून परत आली आणि सुनेला म्हणाली, ''माझे फुटके पाळे सांभाळ, गोवऱ्यांची रास मी आल्याशिवाय मोडू नकोस. खीर करण्यासाठी मी शेवया ज्या मातीच्या भांड्यांचे तोंड लिंपून बंद करून ठेवल्या आहेत. ते भांडे मी आल्याशिवाय फोडू नको. उखळ, मुसळ व जाते यात माझे मन गुंतले आहे. कोणी भिक्षुक आला तर त्याला काही देऊ नको. माझी सासू पंढरपूरला गेली आहे असे सांग. तू बेताने जेव फार व्यय करून को. सून म्हणाली. 'फार चांगले आहे. आता तुम्ही आनंदाने पंढरपूरला जावे. सासूबाई तुम्ही तुमचे हित बघा. मागचे सर्व सोडा' सुनेचे बोलणे ऐकून सासू विचारात पडली. म्हणू लागली ही मला सवतीसारखी वाटते. मीच जावे असे तिला वाटते आता कशाची मी जाते. मुलेबाळे घरदार हेच माझे पंढरपूर. तुकाराम महाराज म्हणतात असे हे जग मायेने भारले गेले आहे.

।। पुंडलीक वरदा हरि विठ्ठल ।।

।। श्री पांडुरंग ।।

भ्रतारासी भार्या बोले गुज गोष्टी । मज ऐसी कष्टी नाहीं दुजी ।।
अखंड तुमचें धंद्यावरी मन । माझें तों हेळण करिसी सर्व ।।
जोडितसां तुम्ही खाती येर चोर । माझीं तंव पोरें हळहळती ।।
तुमची व्याली माझे डाईं हो पेटली । सदा दुष्ट बोली सोसवेना ।।
दुष्टवृत्ति नंदुली सदा द्वेष करी । नांदों मी संसारीं कोण्या सुखें ।।
जावा दीर कांहीं धड ही न बोले । नांदों कोणाखाली कैसी आतां ।।
माझ्या अंगसंगें तुम्हांसी विश्रांती । मग धडगति नाहीं तुमची ।।
ठाकतें ठमकतें जीव मुठी धरूनि । परि तुम्ही अजूनि न धरा लाज ।।
वेगळें निघतां संसार करीन । नाहीं तरी प्राण देतें आतां ।।
तुका म्हणे झाला कामाचा अंकित । सांगे मनोगत तैसा वर्ते ।।

रात्री एकांतात बायको नवऱ्याशी गुजगोष्टी करताना म्हणाली, माझ्यासारखी दुःखी कुणी जगात नसेल. तुमचे लक्ष सदासर्वदा तुमच्या धंद्याकडे असते आणि घरामध्ये सर्वजण माझी हेळसांड करतात. तुम्ही कष्ट करून पैसे मिळवता; पण घरातले चोर फुकट खातात आणि माझी पोरे मात्र भुकेने तडफडतात. तुमची आई, माझी सासू माझ्या मत्सराने नुसती पेटली आहे. तिचे घालून पाडून बोलणे मला सोसत नाही. दुष्ट असलेली माझी नणंद माझा नेहमी द्वेष करते, आता या संसारात मी कशी नांदू ? माझ्या सहवासात तुम्हाला थोडी विश्रांती मिळते; पण मी मेल्यावर मात्र तुमची धडगत नाही. मी आपली कशी तरी नटून थटून जीव मुठीत धरून जगत असते पण तुम्हाला अजून त्याची लाज वाटत नाही. तुम्ही जर वेगळे निघालात तरच मी आता संसार करीन नाहीतर प्राण देईन. तुकाराम महाराज म्हणतात नवरा कामाधीन झाल्यामुळे बायको जे म्हणेल जसे म्हणेल तसा वागतो.

।। पुंडलीक वरदा हरि विठ्ठल ।।

।। श्री पांडुरंग ।।

वरीवरी बोले युद्धाचिया गोष्टी । परसैन्या भेटी नाहीं झाली ।।

पराव्याचे भार पाहुनियां दृष्टी । कांपतसे पोटीं थरथरां ।।

मनाचा उदार रायाचा जुंझार । फिरंगीचा मार मारीतसे ।।

धन्य त्याची माय धन्य त्याचा बाप । अंगीं अनुताप हरिनामें ।।

तुका म्हणे साधु बोले खड्ग धार । खोंचतें अंतर दुर्जनाचें ।।

गंधर्वनगरीं क्षण एक न राहावें ।। तौंचि पैं करावें मूळक्षेत्र ।।

खपुष्पाची पूजा बांधोनि निर्गुणा । लक्ष्मीनारायणा तोषवावें ।।

वंध्यापुत्राच्या लग्नाचा सोहळा । आपुलिया डोळां पाहों वेगीं ।।

मृगजळा पाहे घालूनि सज्ञाना । तापलिया जना निववावें ।।

तुका म्हणे मिथ्या देहेंद्रियकर्म । ब्रह्मार्पण ब्रह्म होय बापा ।।

वरवर तो युद्धाच्या गोष्टी बोलतो पण कुठपर्यंत, जोपर्यंत परक्या सैन्याची आणि त्याची गाठभेट झाली नाही तोपर्यंत. परक्यांचे सैन्य पाहिल्यावर त्याचे हृदय थरथरा कापू लागते. जो खरा जिवावर उदार झाला आहे तो राजाचा झुंजार सैनिक शत्रूवर घाव घालतो. असाच मनीमानसी पश्चात्ताप होऊन जो सदासर्वदा हरिनामात मग्न होतो. त्याचे आईबाप धन्य होत. तुकाराम महाराज म्हणतात, खऱ्या साधुचे बोलणे तलवारीसारखे धारदार असते, त्याच्यामुळे दुर्जनांचे अंतःकरण भेदले जाते. आकाशातील ढगांची गंधर्वनगरी जरासुद्धा स्थिर रहात नाही. जर ती स्थिर झाली तर तिथे रहावे. आकाशपुष्पांची सूत्रहीन माळ करून देवाला संतोषावे हा भ्रम आहे. वांझ स्त्रीच्या पुत्राचा लग्नसोहळा डोळ्यांनी पहावा किंवा मृगजळाची पाणपोई घालून तहानलेल्यांना शांत करावे असे कधी होईल का ? तुकाराम महाराज म्हणतात, हे जसे सर्व मिथ्या आहे. त्याप्रमाणे इंद्रियांची कर्मेही खोटी आहेत. बाळांनो, ती ब्रह्मार्पण करून तुम्ही ब्रह्म व्हा.

।। पुंडलीक वरदा हरि विठ्ठल ।।

।। श्री पांडुरंग ।।

पवित्र तें कुळ पावन तो देश । जेथें हरिचे दास जन्म घेती ।।
कर्मधम त्यांचा जाला नारायण । त्यांचेनि पावन तिन्ही लोक।।
वर्ण अभिमानें कोण जाले पावन । ऐसें द्या सांगून मजपाशीं ।।
अंत्यजादि योनि तरल्या हरिभजनें । तयाचीं पुराणें भाट जालीं ।।
वैश्य तुळाधार गोरा तो कुंभार । धागा हा चांभार रोहिदास ।।
कबीर मोमीन लतिफ मुसलमान । सेना न्हावी आणि विष्णुदास ।।
कान्होपात्रा खादु पिंजारी तो दादु । भजनीं अभेदु हरिचे पायीं ।।
चोखामेळा बंका जातीचा महार । त्यासी सर्वेश्वर ऐक्य करी ।।
नामयाची जनी कोण तिचा भाव । जेवी पंढरीराव तियेसवें ।।
मैराळ जनक कोण कूळ त्याचें । महिमान तयाचें काय सांगों ।।
यातायातीधर्म नाहीं विष्णुदासा । निर्णय हा ऐसा वेदशास्त्रीं ।।
तुका म्हणे तुम्ही विचारावे ग्रंथ । तारिले पतित नेणों किती ।।

जिथे हरीचे दास जन्म घेतात ते कुळ पवित्र आहे, तो देह पावन आहे. त्यांचे कर्मधर्म नारायणच झाल्यामुळे त्यांच्यामुळे तिन्ही लोक पावन झाले आहेत. उत्तम वर्गाभिमाने कोणी पावन झाले असे कळले तर मला सांगा. हरिभजनांनी कनिष्ठ जातीजमातीचे लोक अंत्यजदेखील तरले. त्यांची कीर्ती पुराणे गातात. तुलाधार वाणी, गोराबा कुंभार, आणि रोहिदास हा चांभार, कबीर मोमीन, लतीफशा हे मुसलमान, सेना नावाचा न्हावी, हे विष्णुदास झाले. कान्होपात्रा ही गणिका, खोदू नावाचा तृतीय पंथी, दादू पिंजारी हे श्रीहरीचे भजन केल्यामुळे हरिचरणांशी पोहोचले. चोखामेळा आणि बंका हे महार असूनही देवाने त्यांच्याशी ऐक्य केले. नामदेवाची मोलकरीण जनी तिच्याबरोबर पंढरीनाथ जेवत असत. असा तिचा मोठा भाव होता. मैराळनामक भक्ताचे कुळ माहीत नाही पण तो नीच असून हरिभजनाने श्रेष्ठ झाला. त्याचा महिमा काय सांगू ? विष्णुदासांना जात नाही असे वेदही सांगतात. तुकाराम महाराज म्हणतात, हरिनामाने किती पातकी तरले यासाठी ग्रंथच पहावे लागतील.

।। पुंडलीक वरदा हरि विठ्ठल ।।

।। श्री पांडुरंग ।।

सात दिवसांचा जरी झाला उपवासी। तरी कीर्तनासी टाकूं नये ।।
फुटो हें मस्तक तुटो हें शरीर। परि नामाचा गजर सोडूं नये ।।
शरीराचे हात दोन्ही तेही भाग। परि कीर्तनाचा रंग सांडों नये ।।
तुका म्हणे ऐसा नामीं ज्या निर्धार। तेथें निरंतर देव असे ।।
पहिली माझी ओंवी ओवीन जगत्र। गाईन पवित्र पांडुरंग ।।
दुसरी माझी ओंवी दुजें नाहीं कोठें। जनीं वनीं भेटे पांडुरंग ।।
तिसरी माझी ओंवी तिला नाहीं ठाव।अवघाचि देव जनीं वनीं ।।
चवथी माझी ओंवी वैरिलें दळण। गाईन निधान पांडुरंग ।।
पांचवी माझी ओंवी माझिया माहेरा। गाईन निरंतरा पांडुरंग ।।
साहावी माझी ओंवी साहाही आटले। गुरुमूर्ति भेटली पांडुरंग ।।
सातवी माझी ओंवी आठवे वेळोवेळां। बैसलासे डोळां पांडुरंग ।।
आठवी माझी ओंवी अठ्ठावीस युगें। उभा चंद्रभागे पांडुरंग ।।
नववी माझी ओंवी सरलें दळण। चुकलें मरण संसारींचें ।।
दहावी माझी ओंवी दहा अवतारा। न यावें संसारा तुका म्हणे ।।

सात दिवसांचा उपवास झाला तरी एखाद्याने कीर्तनातून उठून जाऊ नये. मग मस्तक फुटो, शरीर तुटो, नामाचा गजर त्याने सोडू नये. शरीराचे दोन भाग झाले तरी कीर्तन सोडू नये. तुकाराम महाराज म्हणतात, असा निर्धार ज्याच्याजवळ आहे तेथे निरंतर देव असतो. हे तिन्ही लोक पांडुरंगमय आहेत. ही माझी पहिली ओवी. सर्वत्र जनीवनी पांडुरंगच आहे ही माझी दुसरी ओवी, माझ्या तिसऱ्या ओवीला ठावठिकाणा नाही, कारण मला सर्वत्र देवच दिसतो. मी दळण दळीत चौथी ओवी गातो म्हणून पांडुरंग निधान गातो. पाचवी ओवी माझे मायबाप पांडुरंगासाठी माझ्या माहेरासाठी. सहावी माझी ओवी जिथे शास्त्रे पोचत नाहीत. त्या गुरूमूर्ती पांडुरंगासाठी. डोळ्यांत भरलेल्या पांडुरंगासाठी सातवी ओवी, अठ्ठावीस युगे भीमातीरी विटेवर उभ्या राहिलेल्या पांडुरंगासाठी. नवव्या ओळीत माझे दळण संपले. जन्ममरण चुकले. दहावी ओवी दहा अवतारांना गातो, तुकाराम महाराज म्हणतात, मला पुन्हा संसारास येणे नाही.

।। पुंडलीक वरदा हरि विठ्ठल ।।

।। श्री पांडुरंग ।।

बहुतां जन्मा अंतीं जन्मलासी नरा । देव तूं सोयरा करीं आतां ।।
करीं आतां बापा स्वहिताचा स्वार्थ । अनर्थाचा अर्थ सांडीं आतां ।।
सांडीं आतां कुडी कल्पनेची वाट । मार्ग आहे नीट पंढरीचा ।।
पंढरीस जावें सर्व सुख घ्यावें । रूप तें पाहावें विटेवरी ।।
विटेवरी नीट आनंदाचा कंद । तुका नाचे छंदें नामघोषें ।।
स्वर्गींचे अमर इच्छितताती देवा । मृत्युलोकीं व्हावा जन्म आम्हां ।।
नारायणनामें होऊं जीवन्मुक्त। कीर्तनीं अनंत गाऊं गीतीं ।।
वैंकुंठींचे जन सदा चिंतिताती । कईं येथें येती हरिचे दास ।।
यमधर्म वाट पाहे निरंतर । जोडोनियां कर तिष्ठतसे ।।
तुका म्हणे पावावया पैल पार । नाममंत्र सार भाविकासी ।।
गंगा गेली सिंधुपाशीं । जरी तो ठाव नेदी तिशीं ।।
तिनें जावें कवण्या ठायां । मज सांगा पंढरिराया ।।

हे मानवा–नरा, अनेक जन्मांच्या शेवटी तुला हा मानव देह प्राप्त झाला आहे तेव्हा तू आता देवाला आपला करून घे. अरे ज्या द्रव्यलोभात अनेक मोह दडले आहेत, अनर्थ लपले आहेत. तो तू आता सोड आणि स्वहिताचा स्वार्थ साधून घे. आता कुकल्पनांचा मार्ग सोड आणि पंढरीची वाट धर. पंढरीला जा, विटेवरील विठोबाचे रूप नीट न्याहाळ आणि सर्व सुख मिळव. तुकाराम महाराज म्हणतात, तो आनंदाचा कंद विटेवर उभा आहे आणि मी त्याच्या नामघोषाच्या नादात नाचतो आहे. अमर असलेले देव मृत्यूलोकी जन्मण्याची इच्छा धरतात. कारण कीर्तनात गाऊन नाचून नामघोष करून जीवन्मुक्त व्हावे असे त्यांनाही वाटते. वैकुंठवासी वैकुंठात हरिदासांची वाट पहात असतात. त्याचप्रमाणे हरिभक्तांची हात जोडून यमधर्म तिष्ठत उभा आहे. तुकाराम महाराज म्हणतात, नाममंत्र हाच पैलपार नेणार आहे. गंगा समुद्राकडे गेली आणि समुद्राने तिला ठाव दिला नाही तर तिने कोठे जावे हे पंढरीराया तुम्हीच मला सांगा असे तुकाराम महाराज म्हणतात.

।। पुंडलीक वरदा हरि विठ्ठल ।।

॥ श्री पांडुरंग ॥

एक म्हणती आम्ही देवची पैं झालों । ऐसें नका बोलों पडाल पतनीं ।।
एक म्हणती आम्ही देवाचीं पैं रूपें । तरी तुमचिया बापें न चुके जन्म ।।
देवें उचलिली स्वमुखें मेदिनी । तुमचेनी गोणी नुचलवे ।।
देवें मारियेले दैत्य दानव मोठे । तुमचेनी न तुटे तृणमात्र ।।
राया विठोबाचें पद जो अभिलाषी । पातकाची राशी तुका म्हणे ।
काय करूं न करीं धंदा । चित्त गोविंदा तुझे पायीं ।।
ऐसा संकल्पाचे संधी । माझे बुद्धि धीर द्यावा ।।
कुटुंबाचा तुम्हां भार । मज व्यवहार निमित्त ।।
तुका म्हणे करितां काम । हृदयीं नाम धरीन ।।
एक ब्रह्मचारी गाढवा झोंबतां । हाणोनियां लाता पळालें तें ।।
गाढवही गेलें ब्रह्मचर्य गेलें । तोंड काळें झालें जगामाजी ।।
हें ना तैसें झालें हें ना तैसें झालें । तुका म्हणे गेलें वायांचि तें ।।

काही भोंदु असे म्हणतात की आम्ही देवच झालो आहोत. पण मी त्यांना सांगतो, असे बोलू नका. तुमचे पतन होईल. काहीजण म्हणतात, आम्ही देवाचीच रूपे आहोत, पण असे म्हणून त्यांच्या बापाला तरी पुनर्जन्म चुकेल का ? देवाने वराह अवतारात एका दातावर पृथ्वी उचलली होती आणि तुम्हाला भरलेले पोते तरी उचलते का ? देवाने मोठमोठ्या दानवांना मारले आणि तुमच्यात गवताची काडी तुटत नाही. तुकाराम महाराज म्हणतात अशा प्रकारे देवपद घेऊ पहाणारे पातकी आहोत. देवा आता मी कसलाच धंदा करीत नाही कारण गोंविदा तुझे पायी चित्त लागले आहे. आता माझे संकल्प पूर्ण व्हावेत म्हणून तुम्ही मला धीर द्यावा. सर्व कुटुंबाचा भार मी तुमच्यावर सोपवला आहे. मी व्यवहारात निमित्त आहे. तुकाराम महाराज म्हणतात, काम करतानाही देवा मी तुझे नाव हृदयी धरीन. एक कामातुर ब्रह्मचारी गाढविणीच्या मागे लागला तेव्हा तिने त्याला लाथा मारल्या. त्यामुळे गाढवही गेले आणि ब्रह्मचर्यही गेले, जगात मात्र तोंड काळे झाले. तुकाराम महाराज म्हणतात, हेही नाही, आणि तेहि नाही असा तो वाया गेला.

॥ पुंडलीक वरदा हरि विठ्ठल ॥

।। श्री पांडुरंग ।।

कार्तिकीचा सोहळा । चला जाऊं पाहूं डोळां । आलें वैकुंठ जवळां । सन्निध पंढरीये ।।
पीक पिकलें घुमरी । प्रेम न समाये अंबरीं । अवघी मातली पंढरी । घरोघरीं सुकाळ ।।
चालती स्थिर स्थिर । गरुड टकयांचे भार । गर्जती गंभीर । टाळ श्रुति मृदंग ।।
मिळालिया भद्रजाती । कैशा आनंदें डुल्लती । शूर उटावती । एका एक आगळे ।।
नामामृत कल्लोळ । वृंदें कोंदलीं सकळ । आलें वैष्णवदळ । कळिकाळ कांपती ।।
आस करिती ब्रह्मादिक। देखुनि वाळवंटींचें सुख ।
धन्य धन्य मृत्युलोक। म्हणती भाग्याचा कैसा ।।
मरण मुक्ति वाराणसी । पितृऋण गया नासी । उधार नाहीं पंढिरीसी । पायांपाशीं विठोबाच्या ।।
तुका म्हणे आतां । काय करणें आम्हां चिंता । सकळ सिद्धींचा दाता । तो सर्वथा नुपेक्षी ।।
ऐसी विष्णुची नगरी । चतुर्भुज नरनारी । सुदर्शन घरटी करी । रीग न पुरे कळिकाळा ।।
तें सुख वर्णावया गति । एवढी कैंची मज मति । जे पंढरपुरा जाती । ते पावती वैकुंठ ।।
तुका म्हणे या शब्दाचा । जया विश्वास नाहीं साचा । तो अधम जन्मांतरींचा । जया पंढरी नावडे ।।

चला कार्तिकीचा सोहळा पाहू, वैकुंठ पंढरीच्या समीप आले आहे. हरिनामाचे घनदाट पीक पिकले आहे प्रेम हे आभाळात मावेनासे झाले आहे. हरिनामाने पंढरपूरवासी मस्त झाले आहेत. परमार्थाचा घरोघरी सुकाळ झाला आहे. वैष्णव हातात गरुडध्वज घेऊन हळू हळू पावले टाकीत आहेत. हरिनामाचा गंभीर घोष ते टाळ मृदंगाच्या सहाय्याने करीत आहेत. नामाचा कल्लोळ करून त्यांनी विश्व कोंदटले आहे. असे विष्णुदासांचे सैन्य पाहून. कळिकाळही कंपित झाला आहे. हे वाळवंटीचे सुख ब्रह्मादिकांनाही हवेसे वाटते आणि म्हणून ते मृत्यूलोकाची स्तुती करतात, येथील लोक धन्य आहेत म्हणतात. काशीला मरण आले तर मुक्ति मिळते.गयेला श्राद्ध केले तर पितृऋण फिटते; पण पंढरीरायाच्या पायापाशी सर्वकाही प्राप्त होते. तुकाराममहाराज म्हणतात, आता आम्हाला कसलीही काळजी नाही. तो सर्व सिद्धींचा दाता काही आमची उपेक्षा करणार नाही. पंढरी ही विष्णुनगरी असून तेथील सर्वजण चतुर्भुज आहेत. त्यांच्या रक्षणासाठी सुदर्शन सभोवती फिरत आहे. त्यामुळे कळिकाळाला तेथे प्रवेश मिळत नाही. त्या सुखाचे वर्णन करण्याइतकी बुद्धी माझ्याकडे नाही. जे पंढरपूरला जातात ते वैकुंठाला जातात. तुकाराममहाराज म्हणतात, यावर जो विश्वास ठेवीत नाही. तो जन्मजन्मांतरीचा अधम होय.

।। पुंडलीक वरदा हरि विठ्ठल ।।

।। श्री पांडुरंग ।।

न कळे तत्त्वज्ञान मूढ माझी मति । परि ध्यातों चित्तीं चरणकमळ ।।

आगमाचे भेद मी तों काय जाणें । काळ तो चिंतनें सारीतसें ।।

कांहीं नेणे परि म्हणवितों दास । होईल त्याचा त्यास अभिमान ।।

संसाराची सोय सांडिला मारग । दुराविलें जग एका धायें ।।

मागिल्या लागाचें केलेंसे खंडण । एकाएकीं मन राखियेलें ।।

तुका म्हणे अगा रखुमादेवी वरा । भक्त करुणाकरा सांभाळावें ।।

इतुलें करीं देवा ऐकें हे वचन । समूळ अभिमान जाळीं माझा ।।

इतुलें करीं देवा ऐकें हे गोष्टी । सर्व समदृष्टी तुज देखें ।।

इतुलें करी देवा विनवितों तुज । संतचरणरज वंदी माथां ।।

इतुलें करीं देवा ऐकें हे मात । हृदयीं पंढरीनाथ दिवसरात्रीं ।।

भलतिया भावें तारीं पंढरीनाथा । तुका म्हणे आतां शरण आलों ।।

मला मूढमतीला कसलंही तत्त्वज्ञान समजत नाही ; पण मी विठ्ठलाच्या चरणकमळांचे मनोमनी ध्यान करीत असतो. मी शास्त्र वगैरे काही जाणत नाही. पण मी अधिकाधिक वेळ नामस्मरणात घालवतो. मी अज्ञ असून तुमचा दास म्हणवितो आणि त्याबद्दलचा अभिमान बाळगतो. संसार सोडला आणि रस्ताही सोडला. एका घावात सर्व जग नाहीसे केले. मागील संचिताचे खंडण करून मी एकटा मन राखीत आहे. तुकाराम महाराज म्हणतात, रखुमाईदेवीवरा करुणा करा. भक्ताला सांभाळा. देवा, माझा अभिमान जाळून टाक मला सर्वत्र समदृष्टीने पहाण्याची बुद्धि दे. देवा संतचरणांची धूळ माझ्या मस्तकी असावी इतकेच कर. देवा, पंढरीनाथा तुझे रूप रात्रंदिवस माझ्या हृदयात साठून राहील इतकेच कर. तुकाराम महाराज म्हणतात, देवा, तुला मी शरण आलो आहे. आता तू कोणत्याही भावनेने माझा तारक हो.

।। पुंडलीक वरदा हरि विठ्ठल ।।

।। श्री पांडुरंग ।।

पुण्यपर उपकार पाप ते परपीडा । आणिक नाहीं जोडा दुजा यासी ।।
सत्य तोचि धर्म असत्य तें कर्म । आणिक हें वर्म नाहीं दुजें ।।
गति तेचि मुखीं नामाचें स्मरण । अधोगति जाण विन्मुखता ।।
संतांचा संग तोचि स्वर्गवास । नर्क तो उदास अनर्गळा ।।
तुका म्हणे उघडें आहे हित घात । जयाचें उचित करा तैसें ।।
न वजे वायां कांहीं ऐकतां हरिकथा । आपण करितां वायां न वजे ।।
न वजे वायां कांहीं देवळासी जातां । देवासी पूजितां वायां न वजे ।।
न वजे वायां कांहीं केलिया तीर्थ । अथवा कां व्रत वायां न वजे ।।
न वजे वायां झालें संतांचें दर्शन । शुद्ध आचरण वायां न वजे ।।
तुका म्हणे भाव असतां नसतां । सायास करितां वायां न वजे ।।

लोकांवर उपकार करणे हे पुण्य आणि त्यांना त्रास किंवा पीडा देणे हे पाप. याखेरीज दुसरे पापपुण्य नाही. सत्य हाच धर्म, खोटे बोलण्याचे कर्म करून पाप वाढते याशिवाय दुसरे मर्म नाही. श्रीहरीचे नामस्मरण करणे हीच गति आणि नामस्मरणापासून विन्मुख होणे म्हणजे अधोगती, संतसंगती म्हणजे स्वर्गवास आणि संतांविषयी उदास होणे हा नरकवास. तुकाराम महाराज म्हणतात, हित कशात आहे आणि घात कशात आहे हे सांगितले, काय स्वीकारायचे ते ज्याने त्याने ठरवावे. हरिकथा आपण श्रवण केली किंवा सांगितली तरी वाया जाता नाही. देवळात जाऊन देवाचे दर्शन घेतले किंवा घरी पूजा केली तरी वायां जात नाही. तीर्थयात्रेला गेले किंवा एखादे व्रत केले तरी वाया जात नाही. संतांचे दर्शन वाया जाणार नाही. किंबहुना, कोणतेही चांगले आचरण वाया जाणार नाही. तुकाराम महाराज म्हणतात, भाव असो वा नसो सत्कर्म कधीही वायां जात नाही.

।। पुंडलीक वरदा हरि विठ्ठल ।।

।। श्री पांडुरंग ।।

कोण आम्हां पुसे सिणलें भागलें । तुजविण उगले पांडुरंगा ।।
कोणापाशीं आम्हीं सांगावें सुखदुःख । कोण तानभूक निवारील ।।
कोण या तापाचा करी परिहार । उतरील पार कोण दुजा ।।
कोणापें इच्छेचें मागावें भातुकें। कोण कवतुकें बुझावील ।।
कोणावरी आम्हीं करावी हे सत्ता । होईल साहाता कोण दुजा ।।
तुका म्हणे अगा स्वामी सर्वजाणा । दंडवत चरणा तुमच्या देवा ।।
अवीट हें क्षीर हरिकथा माउली । सेवितां सेविली वैष्णवजनीं ।।
अमृत राहिलें लाजोनि माघारें । येणें रसें थोरें ब्रह्मानंदें ।।
पतित पातकी पावनपंगती । चतुर्भुज होती देवाऐसे ।।
सर्व सुखें तया मोहोरती ठायां । जेथें दाटणी या वैष्णवांची ।।
तुका म्हणे केली साधना गाळणी । सुलभ कीर्तनीं होउनी ठेला ।।

देवा, आम्ही दमलो तर आम्हाला तू दमलास का ? असे तुझ्याशिवाय विचारणारा कोण आहे ? आम्ही आमचे सुख-दुःख कोणाजवळ सांगावे, आमची तहानभूक कोण निवारील ? आमच्या त्रिविध तापांचा परिहार कोण करील आणि भवसागरापलिकडे आम्हाला कोणा नेईल ? जो खाऊ आम्हाला खावासा वाटतो तो आम्ही कुणाजवळ मागावा ? तुझ्यावाचून कोडकौतुक करून आमचे समाधान करणारा दुसरा कोणी नाही. आम्ही कोणावर मालकी सांगावी, तुझ्याशिवाय आमचे अपराध सहन करणारा कोण आहे ? तुकाराम महाराज म्हणतात, स्वामी देवा, तू सर्वज्ञ आहेस, तुमच्या चरणी माझे दंडवत. हरिकथा माऊलीचे हे दूध अवीट गोडीचे आहे. वैष्णव त्याचे सेवन करतात. त्याच्यापुढे अमृतहि लज्जित झाले आहे. पापी लोकांनी वैष्णवांच्या पंक्तिला बसून हरिकथारूपी अमृतांचे सेवन केले तर ते देवासारखे चतुर्भुज होतात. जिथे वैष्णव आहेत तिथे सर्व सुखे वळतात. तुकाराम महाराज म्हणतात, श्रीहरीची प्राप्ती कीर्तनाने सुलभ झाली. बाकीची साधने गाळून हे सार निघाले आहे.

।। पुंडलीक वरदा हरि विठ्ठल ।।

।। श्री पांडुरंग ।।

सेत करा रे फुकाचें । नाम विठोबारायाचें ।।
नाहीं वेठी जेवा सारा । जाहाती नाहीं म्हणियारा ।।
सरिक नाहीं दुसरा । धनी सारा तुझा तूं ।।
जप तप नांगरणी । न लगे आटी दुनवणी ।।
कर्म कुळवणी । न लगे धर्म पाळी दोन्ही ।।
ज्ञानपाभारी तीफणी । न लगे करावी पेरणी ।।
बीज न लगे संचिताचें । पीक पिकलें ठायींचें ।।
नाहीं यमाचें चोरटें । विठ्ठल पागोऱ्याच्या नेटें ।।
पीक न वजे हा भरंवसा । करी उद्योग तो पिसा ।।
सराई सर्व काळ । वायां न वजे घटिकापळ ।।
प्रेम पिकलें अपार । नाहीं सांठवावया थार ।।
ऐसिये जोड जो चुकला । तुका म्हणे धिग त्याला ।।

विठोबाचे नाव घेऊन शेत करा. इथे बिगारी, सारा, अन्नखर्च, काही नाही. कोणी हुकुम करणाराही नाही. या शेताचा एकमेव मालक तूच आहेस. कोणी भागीदार वगैरे नाही. या शेताला जपतपाची नांगरणी आणि पिकातील गवत काढायला दुसरा कुणी नको. षड्कर्म, धर्म याची कुळवणी नको, ज्ञानाची तिफण नको, पेरणीचेही काम नाही. हरिनामरूपी शेत आधीच पिकले आहे तेव्हा संचिताचे बी लावण्याचे कामच उरले नाही. विठ्ठल चिंतनरूपी गोफण असल्यामुळे यमरूपी चोरांचा त्रास नाही. आणि विशेष म्हणजे हे पीक कधीही बुडणार नाही. तेव्हा शेतासाठी वेगळा उद्योग करील किंवा शेताची काळजी करील त्याला वेडाच म्हणावे लागेल. या शेताला बारा महिने हंगाम असतो. घटकापळ वायां जात नाही. श्रीहरि प्रेमाचे पीक अपरंपार पिकले पण याची साठवण करायलाच जागा नाही. तुकाराम महाराज म्हणतात, जो याचा लाभ घेणार नाही. त्याचा धिक्कार असो.

।। पुंडलीक वरदा हरि विठ्ठल ।।

॥ श्री पांडुरंग ॥

पराविया नारी रखुमाईसमान । हें गेलें नेमून ठायींचेंची ।।
जाईं वो तूं माते न करीं सायास । आम्ही विष्णुदास नव्हों तैसे ।।
न साहावे मज तुझें हें पतन । नको हें वचन दुष्ट वदों ।।
तुका म्हणे तुज पाहिजे भ्रतार । तरी कां इतर लोक थोडे ।।
स्त्रियांचा तो संग नको नारायणा । काष्ठा या पाषाणा मृत्तिकेच्या ।।
नाठवे हा देव न घडे भजन । लांचावलें मन आवरेना ।।
दृष्टिमुखें मरण इंद्रियांच्या द्वारें । लावण्य तें खरे दुःखमूळ ।।
तुका म्हणे जरी अग्नि जाला साधु । परी पावे बाधू संघट्टणें ।।

परस्त्रिया आम्हाला रखुमाईप्रमाणे आहेत हे कधीच ठरून गेले आहे. माते, तू आम्हाला वश करण्याचा प्रयत्न करू नकोस. आम्ही विष्णुदास या जातीतले नाही. तुझे हे पापकृत्य मला सहन होत नाही. आता आणखी वाईटसाईट बोलू नको. तुकाराम महाराज म्हणतात, तुला नवरा पाहिजे असेल तर मीच कशाला हवा, जगात काय, इतर पुरुष थोडे आहेत ! हे नारायणा, मला स्त्रीसंग नको मग त्या मातीच्या लाकडाच्या किंवा दगडाच्या केलेल्या जरी असल्या तरी कारण एकदा स्त्री संगात माणूस अडकला की त्याला देव आठवत नाही, भजन होत नाही आणि मोहून गेलेले मनही आवरत नाही. त्यांना इंद्रियाद्वारे दृष्टीने पाहिले की जणू मरणच. स्त्रीचे लावण्य किंवा सौंदर्य हे खरे तर दुःखाचे मूळ आहे. तुकाराम महाराज म्हणतात, अग्नि हा साधु झाला तरी त्याला आलिंगन दिल्यावर चटकाच बसणार !

॥ पुंडलीक वरदा हरि विठ्ठल ॥

।। श्री पांडुरंग ।।

धना गुंतलें चित्त माझें मुरारी । मन घेऊनी हिंडवी दारोदारीं ।
मन हिंडतां न पुरे यासि कांहीं । मही ठेंगणी परि तें तृप्त नाहीं ।।
पाहतां न दिसे निज शुद्ध मती । पुढें पडिलों इंद्रियां थोर घातीं ।
जिवा नास त्या संगती दंड बेडी । हरी शीघ्र या दुष्टसंगासी तोडीं ।।
अशीं आणिकें काय सांगों अनंता । मोहो पापिणी दुष्ट माया ममता ।
काम क्रोध ही यातना थोर करी । तुजवांचुनी सोडवी कोण हरि ।।
निज देखतां निज हें दूरि जाये । निद्रा आळस दंभ या भीत आहें ।
तयां वस्ति देहीं नको देऊं देवा । तुजवांचुनी आणिक नास्ति हेवा ।।
करीं घातपात शंका लाज थोरी । असे सत्य भाव बहु भक्ति दूरी ।
नको मोकलूं दीनबंधू अनाथा । तुका वीनवी ठेवुनी पायिं माथा ।।

कृष्णा कन्हैय्या, मुरारी धनसंपत्तीत माझे मन गुंतले आहे. मी त्याच्या ताब्यात गेल्यामुळे ते मला दारोदार हिंडवीत आहे. त्याला हिंडायला थोडी जागा पुरत नाही. सर्व पृथ्वीदेखील याला फिरायला कमी पडते आहे, ती फिरूनही ते तृप्त होत नाही. तसे पहायला गेले तर माझे मन शुद्ध नाही. मी इंद्रियांच्या आघातात सापडलो आहे. याच्यामुळे जिवाला दंडाबेडी पडते आणि नाश होतो म्हणून या दुष्ट संगतीपासून मला तोड. अनंता आणखी असे किती प्रकार सांगू मोह, पापिणी, माया, ममता, क्रोध इत्यादींमुळे मी देवापासून दुरावला जातो आहे. देवा त्यांच्यापासून मला तुझ्याशिवाय कोण सोडवणार ? निद्रा, आळस, अहंकार याचे मला भय वाटते. देवा या देही त्यांची वस्ती होऊ देऊ नका. मला देवा, तुझ्यावांचून दुसरे कोणी नको. तुकाराम महाराज म्हणतात शंका, लाज या गोष्टी घातपात करणाऱ्या आहेत. त्यामुळे सत्य आणि भक्तिभाव या गोष्टी लांबच राहिल्या आहेत. हे दीनबंधू देवा या अनाथाचा त्याग करू नको अशी तुका तुझ्या पायावर मस्तक ठेवून विनंती करीत आहे.

।। पुंडलीक वरदा हरि विठ्ठल ।।

।। श्री पांडुरंग ।।

नको कांही पडों ग्रंथाचिये भरीं । शीघ्र व्रत करीं हेंचि एक।।
देवाचिये चाडे आळवावें देवा । ओस देहभावा पाडोनियां ।।
साधनें घालिती काळाचिये मुखीं । गर्भवास सेखीं न चुकती ।।
उधाराचा मोक्ष होय नव्हे ऐसा । पतनासी इच्छा आवश्यक।।
रोकडी पातली अंगसंगें जरा । आतां उजगरा कोठवरी ।।
तुका म्हणे घालीं नामासाठीं उडी । पांडुरंग थडी पाववील ।।
नाहीं देवापाशीं मोक्षाचें गांठोळें । आणूनी निराळें द्यावें हातीं ।।
इंद्रियांचा जय साधूनियां मन । निर्विषय कारण असे तेथें ।।
उपास पारणीं अक्षरांची आटी । सत्कर्मां शेवटीं असे फळ ।।
आदरें संकल्प वारीं अतिशय । सहज तें काय दु:ख जाणे ।।
स्वप्नींच्या घायें विवळासी वायां । रडे रडतियासवें मिथ्या ।।
तुका म्हणे फळ आहे मूळापाशीं । शरण देवासी जाय वेगीं ।।

तू ग्रंथ वाचण्याच्या भरीस पडू नको मी सांगतो ते एक व्रत लगेच कर. देवाची इच्छा मनात धरून देहभाव विसरून देवाची प्रार्थना कर. यापेक्षा इतर साधनांचा जर तू अवलंब केलास तर तुला ती मृत्यूपाशी पोचवतील आणि तुझा जन्म मरणाचा फेरा काही चुकणार नाही. मेल्यावर मोक्ष मिळून न मिळाल्यासारखाच आहे. म्हणून मुद्दाम पाप करून पतन व्हावे अशी इच्छा कशासाठी करावी ? आता वार्धक्य, म्हातारपण आले आहे आता तरी जागा हो. तुकाराम महाराज म्हणतात, पांडुरंगाचे नाव जे घेतील. त्यांच्यासाठी पांडुरंग धावत येईल आणि भवसागरापलिकडे पोचवील मोक्ष हा मिळवावा लागतो. देवाजवळ काही मोक्षाचे गाठोडे नाही. इंद्रियांवर विजय मिळवणे म्हणजे मोक्षच. व्रते, उपोषणे, पारणे, पठणे या कर्मांपासून त्याच फळाची प्राप्ती होते. आपुलकीने संसार करणे सोडावे म्हणजे दु:खाचा नाश होईल. स्वप्नातील जखमांनी विव्हळू नकोस. तुकाराम महाराज म्हणतात, देवाला शरण जा, म्हणजे तुला फलप्राप्ती होईल.

।। पुंडलीक वरदा हरि विठ्ठल ।।

२९१

।। श्री पांडुरंग ।।

सत्य गुरुरायें कृपा मज केली । परि नाहीं घडली सेवा कांहीं ।।
सांपडविलें वाटे जातां गंगास्नाना । मस्तकीं तो जाणा ठेविली कर ।।
भोजना मागती तूप पावशेर । पडिला विसर स्वप्नामाजी ।।
कांहीं कळे उपजला अंतराय । म्हणोनियां काय त्वरा जाली ।।
राघवचैतन्य केशवचैतन्य । सांगितली खूण माळिकेची ।।
बाबाजी आपलें सांगितलें नाम । मंत्र दिला रामकृष्णहरि ।।
माघशुद्ध दशमी पाहूनी गुरुवार । केला अंगीकार तुका म्हणे ।।
माझिये मनींचा जाणोनियां भाव । तो करी उपाव गुरुराजा ।।
आवडीचा मंत्र सांगितला सोपा । जेणें नव्हे गुंपा कांहीं कोठें ।।
जाती पुढें एक उतरले पार । हा भवसागर साधुसंत ।।
जाणत्या नेणत्या ज्या जैसी आवडी । उतार सांगडी तापे पेटे ।।
तुका म्हणे मज दावियेला तारू। कृपेचा सागरु पांडुरंग ।।

हे सद्गुरु राजा, तुम्ही माझ्यावर कृपा केलीत पण माझ्या हातून तुमची काही सेवा घडली नाही. गंगेवर स्नानासाठी जाताना गुरुंनी मला गाठले व माझ्या मस्तकावर हात ठेवला. पावशेर तुपाची त्यांनी भोजनासाठी मागणी केली पण स्वप्नात मला त्याचा विसर पडला. माझ्याकडून सेवा नीट घडली नसावी म्हणून त्यांनी स्वप्नात येऊन मला आदेश दिला असावा. राघव चैतन्य, केशव चैतन्य ही परंपरा ऐकवली आणि स्वत:चे बाबाजी असे नाव सांगून 'रामकृष्ण हरि' हा मंत्र दिला. तुकाराम महाराज म्हणतात, त्या दिवशी गुरुवार माघ शुद्ध दशमी हा दिवस होता. त्या दिवशी मी मंत्रग्रहण केले. माझ्या मनातल्या भावना ओळखून गुरुराजाने उपाय सांगितला. सोपा सुलभ आवडीचा मंत्र-रामकृष्ण हरि हा सांगितला. या मंत्रपठणामुळे मन कोठे गुंतत नाही. कित्येक साधुसंत या मंत्राच्या सामर्थ्याने भवनदीपार करून गेले. ज्ञानी वा अज्ञानी सर्वांना तारणारी सांगड म्हणजे हा मंत्र. तुकाराम महाराज म्हणतात, भवनदी पार करून नेणारे हे तारू मला संतांनी दाखवले. हे कृपासागर पांडुरंगामुळेच घडले.

।। पुंडलीक वरदा हरि विठ्ठल ।।

२९२

।। श्री पांडुरंग ।।

सांडुनियां पंढरीराव । कवणातें म्हणों देव ।।
बहु लाज वाटे चित्ता । आणीकातें देव म्हणतां ।।
सांडुनियां हिरा । कोणें वेचाव्या त्या गारा ।।
तुका म्हणे हरिहर । ऐसी सांडुनियां धुर ।।
बहुत गेलीं वायां । न भजतां पंढरीराया ।।
करिती कामिकांची सेवा । लागोन मागोन खात्या देवा ।।
अवघियांचा धनी । त्यासी गेलीं विसरोनी ।।
तुका म्हणे अंतीं । पडती यमाचिये हातीं ।।
असो आतां ऐसा धंदा । तुज गोविंदा आठवूं ।।
रक्षिता तूं होसी जरी । तरी काय येरीं करावें ।।
काया वाचा मन पायीं । राहे ठायीं करूं तें ।।
तुका म्हणे गाइन गीतीं । रूप तें चित्तीं धरूनियां ।।

पंढरीचा पांडुरंग सोडून मी कुणाला देव म्हणू ? त्यांच्यावाचून आणिक कुणाला देव म्हणायला मला फार लाज वाटते. अमूल्य असा हिरा प्राप्त झाला असतान गारा कोण वेचीत बसेल ? तुकाराम महाराज म्हणतात, ज्याचे अंगी जणू हरिहरच आहेत. असा देव सोडणार कोण ? पांडुरंगाची सेवा न करता अनेकजण वायां गेले आहेत. लोकांना पीडा देऊन पोटाला मागणारे अशा खात्या देवांची लोक सेवा करतात. सर्वांचा जो स्वामी त्याला ते लोक विसरले. तुकाराम महाराज म्हणतात, त्यामुळे हे लोक शेवटी यमाचे हाती पडतील. गोविंदा आता सतत तुझे स्मरण करण्याचा उद्योग आम्ही करू. तू जर आमचा रक्षणकर्ता आहेस तर इतर दैवते कशाला हवीत ? ज्यामुळे कायावाचामने आम्ही तुझे पायी राहू असेच आम्ही वागू. तुकाराम महाराज म्हणतात, देवा, सदासर्वकाळ तुझे रूप चित्तामध्ये धरून आम्ही राहू.

।। पुंडलीक वरदा हरि विठ्ठल ।।

।। श्री पांडुरंग ।।

काय करूं आतां माझिया संचिता । तेणें जीववित्ता साटी केली ।।
न म्हणावें कोणी माझें हें करणें । हुकूम तो येणें देवें केला ।।
करूनी मोकळा सोडिलों भिकारी । पुरविली तरी पाठी माझी ।।
पाणिया भोंपळा जेवावया पानें । लाविली वो येणें देवें आम्हां ।।
तुका म्हणे यासी नाहीं वो करुणा । आहे नागवणा ठावा मज ।।
नको धरूं आस व्हावें या बाळांस । निर्माण तें त्यासं त्यांचें आहे ।।
आपुला तूं गळा घेईं उगवूनी । चुकवीं जाचणी गर्भवास ।।
ऐवज देखोनी बांधितील गळा । म्हणोनी निराळा पळतसें ।।
देखोनियां त्यांचा अवघड मार । कांपे थरथर जीव माझा ।।
तुका म्हणे जरी आहे माझी चाड । तरी करीं वाड चित्त आतां ।।

आता माझ्या प्रारब्ध कर्माला मी काय करू या देवाने माझे चित्त आपल्यात गुंतवून ठेवले. यात माझे काही कर्तृत्व नाही, जे केले आहे ते देवाने केले आहे. मला भिकारी करून याने मला सोडले आहे पण तरीही तो माझा पाठीराखा आहेच. पाण प्यावयासाठी वाळक्या भोपळ्याचे भांडे आणि खायला पाने अशी देवाने आमची सोय केली आहे. तुकाराम महाराज म्हणतात या देवाला आमची कीव नाही, तो सर्वस्व घेणारा आहे. हे मला आधीपासून माहीत होते. आपल्य मुलांना अमुक मिळावे म्हणून तू आशा धरून बसू नको. त्यांच्या प्रारब्धाने त्यांची सोय लावली आहे. सर्व मोहापासून तू दूर रहा व जन्ममरणाचा फेरा चुकव. तुझ्याजवळ ऐवज दिसला तर यमदूत तुला बांधतील म्हणून सर्व सोडून पळतो आहे. यमदूतांची अवघड शिक्षा ऐकून माझा जीव थरथर कापतो आहे. तुकाराम महाराज म्हणतात जर तुला माझी जरूर असेल तर मन मोठे कर विचारी कर, धैर्यवान हो.

।। पुंडलीक वरदा हरि विठ्ठल ।।

।। श्री पांडुरंग ।।

सांगा दास नव्हे तुमचा मी कैसा । ऐसें पंढरीशा विचारूनी ।।
कोणासाठीं केली प्रपंचाची होळी । या पायां वेगळी मायबापा ।।
नसेल तो द्यावा सत्यत्वासी धीर । नये भाजूं हीर उफराटे ।।
तुका म्हणे आम्हां आहिक्य परत्रीं । नाहीं कुळगोत्रीं तुजविण ।।
अनन्यासाठी ठाव एक काजें । एकाविण दुजें नेणें चित्त ।।
न पुरतां आली देशधडी व्हावें । हें काय बरवें दिसतसे ।।
लेंकराचा भार माउलीचे शिरीं । निढळ तें दुरी धरिलिया ।।
तुका म्हणे किती घातली लांबणी । समर्थ होऊनी केवढ्यासाठीं ।।
रूपीं गोवियेलें चित्त । पायीं राहिलें निश्चिंत ।।
तुम्ही देवा अवघेचि गोमटे । मुख देखतां दुःख न भेटे ।।
झाली इंद्रियां विश्रांति । भ्रमतां पीडित होती ।।
तुका म्हणे भेटी । सुटली भवबंदाची गांठी ।।

अहो पंढरीराया मी तुमचा दास कसा नाही हे मला सांगा. देवा, तुमच्यासाठी मी प्रपंचाची होळी केली. सत्यासाठी आपण मला धीर द्यावा. बी रूजू नये म्हणून यत्न करू नयेत. तुकाराम महाराज म्हणतात, इहपरलोकी आमच्या कुलगोत्रात दुसरे कोणी नाही. जे भक्त देवाची अनन्य भावे भक्ति करतात. त्या सर्वांचे एकच कार्यस्थळ आहे. त्याशिवाय दुसरं काही त्यांना माहीत नाही. त्यांना न विचारता गाव सोडून जाणे बरे दिसते कां ? लेकराचा भार आईवर असतो, त्या बाळाला आईने जर टाकून दिले तर ते पोरकें होईल. तुकाराम महाराज म्हणतात, देवा तुम्ही समर्थ आहात तरी ही लांबण का लावता ? देवा तुमच्या रूपात माझे चित्त गोविले आहे म्हणून तुमच्या पायी मी निश्चिंत आहे देवा तुम्ही अति उत्तम आहात. तुमचे दर्शन घेतली की, दुःखे दूर पळतात. इंद्रियांना विश्रांती मिळते. तुकाराम महाराज म्हणतात, देवा तुमची भेट झाल्यामुळे भवबंधाची गाठ सुटली.

।। पुंडलीक वरदा हरि विठ्ठल ।।

।। श्री पांडुरंग ।।

थोर अन्याय केला । तुझा अंत म्यां पाहिला ।
जनाचिया बोला । साठीं चित्त क्षोभाविलें ।।
भागविलासी केला सीण । अधम मी यातीहीन ।
झांकूनी लोचन । दिवस तेरा राहिलों ।।
अवघें घालूनियां कोडें । तानभुकेचें सांकडें ।
योगक्षेम पुढें । तुज करणें लागलें ।।
उदकीं राखिले कागद । चुकविला जनवाद ।
तुका म्हणे ब्रीद । साच केलें आपुलें ।।
कापो कोणी माझी मान । सुखें पीडोत दुर्जन ।
तुज होय सीण । तें मी न करीं सर्वथा ।।
चुकी झाली एकवेळा । मजपासूनी चांडाळा ।
उभें करोनियां जळा । माजी वह्या राखिल्या ।।
नाहीं केला हा विचार । माझा कोण अधिकार ।
समर्थासी भार । न कळे कैसा घालावा ।।
गेलें होऊनियां मागें । नये बोलों तें वाउगें ।
पुढिलिया प्रसंगें । तुका म्हणे जाणावें ।।

देवा, तुला संकटात टाकून मी मोठा अन्याय केला. मी तुझा अंत पाहिला, सत्त्व पाहिले लोकांच्या बोलण्याने मी क्षुब्ध झालो. वह्या बुडवल्यामुळे लोक माझ्याबद्दल काहीबाही बोलू लागले. मी तुला त्रास दिला. मी अधम, हीन जातीचा आहे. मी इंद्रायणीकाठी डोळे मिटून तेरा दिवस उपवास केला. तहानभुकेचे साकडे मी तुझ्यावर घातल्यामुळे माझ्या योगक्षेमाचा भार तुझ्यावर पडला. देवा, पाण्यातही तू माझ्या कागदाचे, वह्यांचे रक्षण केलेस आणि मला लोकपवादापासून सोडवलेस आणि आपले ब्रीद राखलेस असे तुकाराम महाराज म्हणतात, माझी मान कोणी कापली तरी चालेल. दुष्टांनी माझा कितीही छळ केला तरी मी सहन करीन. पण तुला शीण होईल असे वर्तन माझ्या हातून घडणार नाही. तुला वह्यांचे रक्षण करायला लावले ही माझी मोठी चुकी झाली. मला उभे करून जाळा. तुकाराम महाराज म्हणतात झाले ते होऊन गेले. आता पुढे सावध रहावे.

।। पुंडलीक वरदा हरि विठ्ठल ।।

॥ श्री पांडुरंग ॥

समर्पक वाणी । नाहीं ऐकिजेसी कानीं ॥

आतां भावें करूनी साचा । पायां पडिलों विठोबाच्या ॥

न कळे उचित । करूं समाधान चित्त ॥

तुका म्हणे विनंति । विनविली धरा चित्तीं ॥

रुळे महाद्वारीं । पायांखालील पायरी ॥

तैसें माझें दंडवत । निरोप सांगतील संत ॥

पडे दंडकाठी । देह भलतीसवा लोटी ॥

तुका म्हणे बाळ । लोळे न धरितां सांभाळ ॥

परिसोनी उत्तर । जाब देईजे सत्वर ॥

जरी तूं होसी कृपावंत । तरी हा बोलावीं पतित ॥

नाणीं कांहीं मना । करूनी पापाचा उगाणा ॥

तुका म्हणे नाहीं । काय शक्ती तुझे पायीं ॥

तुम्ही ऐकावी अशी माझी समर्पक वाणी नाही. मी आता मनोभावे विठोबाच्या पाया पडतो आहे. ज्यामुळे तुमच्या चित्ताला समाधान मिळेल असे मी काही करू शकत नाही. तुकाराम महाराज म्हणतात मी जी विनंती करतो आहे ती चित्ती धरा. महाद्वारातील सर्व पायऱ्यांखालची जी पायरी तिथे मी दंडवत घालीन. तसा माझा साष्टांग नमस्कार सर्व संत सांगतील. उभी काठी जशी एकदम पडते तसा मी तुम्हाला साष्टांग नमस्कार घालीन. तुकाराम महाराज म्हणतात, मूल जसे स्वतःचा सांभाळ न करता आईपुढे लोळते तसा देवा मी तुमच्यापुढे लोळेन. देवा, माझे हे बोलणे ऐकून त्वरित उत्तर पाठवावे. तुम्ही जर खरोखरच कृपाळू असाल तर या पतिताला बोलावून घ्यावे. माझ्या पापांचा नाश करावा. उगीच काहीबाही मनात आणू नये. तुकाराम महाराज म्हणतात, तुझ्याजवळील शक्तीचा उपयोग कर.

॥ पुंडलीक वरदा हरि विठ्ठल ॥

।। श्री पांडुरंग ।।

माहेरींचा काय येईल निरोप । म्हणऊनी झोंप नाहीं डोळां ।।
वाट पाहें आस धरूनियां जीवीं । निढळा हे ठेवीं वरी बाहे ।।
बोटावरी माप लेखितों दिवस । होतों कासावीस धीर नाहीं ।।
काय नेणों संतां पडिला विसर । कीं नव्हे सादर मायबाप ।।
तुका म्हणे तेथें होईल दाटणी । कोण माझें आणी मना तेथें ।।
परि तो आहे कृपेचा सागर । तोंवरी अंतर पडों नेदी ।।
बहु कान दृष्टी आइके देखणा । पुरोनियां जना उरलासे ।।
सांगितल्याविणें जाणे अंतरींचें । पुरवावें ज्याचें तैसें कोड ।।
बहुमुखें कीर्ति आइकिली कानीं । विश्वासही मना आहे माझ्या ।।
तुका म्हणे नाहीं जात वायांविण । पाळितो वचन बोलिला तें ।।

माहेरचा काय निरोप केव्हा येईल या विचाराने डोळ्यांवर झोप नाही, कपाळावर हात ठेवून मी मोठ्या आशेने वाट पाहतो आहे. बोटांनी मी दिवस मोजतो आहे. जीव कासावीस होतो आहे. धीर अजिबात निघत नाही. संत माझा निरोप सांगायला विसरले की आईबापांनीच माझा निरोप घेण्याची तयारी दर्शवली नाही, काही कळत नाही. तुकाराम महाराज म्हणतात आईबापांजवळ दाटी असेल तिथे माझे कोण मनावर घेणार ! पण ते कृपेचा सागर आहेत ते अंतराय येऊ देणार नाहीत. त्यांना ऐकण्याकरिता कान व पहाण्यासाठी दृष्टि पुरेशी आहे. तो जगाला पुरून उरला आहे. तो अंत:करणातले जाणतो व मागितल्याशिवाय इच्छा पुरवतो. अनेकांच्या तोंडून मी त्याची कीर्ती ऐकली, माझाही त्याच्यावर पूर्ण विश्वास आहे. तुकाराम महाराज म्हणतात, तो जो वचन बोलतो तो ते पाळतो. त्याचा शब्द कधी वायां जात नाही.

।। पुंडलीक वरदा हरि विठ्ठल ।।

।। श्री पांडुरंग ।।

पाईकपणें जोतिला सिद्धांत । शूर धरी मात वचन चित्तीं ।।
पाईकीवांचून नव्हे कधीं सुख । प्रजांमध्ये दु:ख न सरे पीडा ।।
तरि व्हावें पाईक जिवाचे उदार । सकळ त्यांचा भार स्वामी वाहे ।।
पाईकीचें सुख जया नाहीं ठावें । धिग त्यांनीं जियावें वायांविण ।।
तुका म्हणे एका क्षणाचा करार । पाईक अपार सुख भोगी ।।
पाईकीचें सुख पाईकासी ठावें । म्हणोनियां जीवें केली साटी ।।
येतां गोळ्या बाण साहिले भडमार । वर्षतां अपार वृष्टि वरी ।।
स्वामी पुढें व्हावें पडतां भांडण । मग त्या मंडण शोभा दावी ।।
पाईकांनी सुख भोगिलें अपार । सुख आणि धीर अंतर्बाही ।।
तुका म्हणे याही सिद्धांताच्या खुणा । जाणे ते शहाणा करी तो भोगी ।।

पाईकपणाचा, सेवकवृत्तीचा जो सिद्धांत सांगितला आहे तो शूर असेल तो मनात धरील आणि त्याप्रमाणे वर्तणूक करील. देवाचा पाईक, सेवक झाल्याशिवाय कधीही सुख मिळणार नाही. एकूण लोकांमध्ये जी प्रापंचिक दु:खे आहेत ती कधी संपणार नाहीत. यासाठी मनुष्याने जिवावर उदार होऊन देवाचे सेवकपद स्वीकारावे, मग त्यांचा योगक्षेम देव चालवतो. ज्यांना सेवकपणाचे सुख माहीत नाही त्यांचे जिणे व्यर्थ होय. तुकाराम महाराज म्हणतात, प्रसंग पडला तर क्षणभर जरी देवाची सेवा करण्याचा निश्चय केला तरी सेवकाला अपार सुख मिळेल, सेवकपणाचे सुख सेवकालाच माहीत असते. लोकनिंदेच्या गोळ्या, बाण यांचा भडिमार मी सहन केला. याप्रमाणे युद्धसमयी जो सेवक शत्रूचा भडिमार सहन करतो. त्यांच्या अंगावर त्या जखमा अलंकारासारख्या शोभतील. जो सेवक अन्तर्बाह्य धीर करतो तो सुख भोगतो. तुकाराम महाराज म्हणतात मी सिद्धांताच्या खुणा सांगितल्या आहेत. त्याप्रमाणे वर्तन करणारा सुख भोगील.

।। पुंडलीक वरदा हरि विठ्ठल ।।

२९९

।। श्री पांडुरंग ।।

तारी ऐसे जड । उदकावरी जो दगड ।।
तो हा न करी तें काई । कां रे लीन व्हा ना पायीं ।।
शिळा होती मनुष्य झाली । ज्याच्या चरणाचे चाली ।।
वानरां हातीं लंका । घेववीली म्हणे तुका ।।
राम राम उत्तम अक्षरें । कंठीं धरिलीं आपण शंकरें ।।
कैसीं तारक उत्तम तिहीं लोकां । हळाहळ शीतळ केलें शिवा देखा ।।
हाचि मंत्र उपदेश भवानी । तिच्या चुकल्या गर्भांधियोनि ।।
जुनाट नागर नीच नवें । तुका म्हणे म्यां धरिलें जीवें भावें ।।

सेतुबंधनाचे वेळी ज्याने पाण्यावर दगड तरंगविले तो राम करील तर काय होणार नाही ? मग असे असूनही त्याच्या चरणी लीन का होत नाही ? शिळा होऊन पडलेल्या अहिल्येला त्यानं पूर्ववत मनुष्यरूप दिले. तुकाराम महाराज म्हणतात, ज्याने वानरांच्या सहाय्याने लंका जिंकली असा श्रीराम समर्थ आहे. राम राम ही अक्षरे शंकराने आपल्या कंठात जणू धारण केली. ती तिन्ही लोकांना तारक तर आहेतच पण शंकराला विषपानाने जो दाह झाला होता तो शमला आणि त्याचा कंठ शीतळ झाला. अशी ही उत्तम अक्षरे तिन्ही लोकांना तारणारी आहेत. याच नामाचा उपदेश शंकरांनी भवानीला केला. त्यामुळे गर्भवासातून तिची मुक्तता झाली. तुकाराम महाराज म्हणतात, श्रीराम ही अक्षरे सनातन असली तरी ती नित्यनूतन आहेत म्हणून ती अक्षरे मी जिवेभावे जपत असतो.

।। पुंडलीक वरदा हरि विठ्ठल ।।

।। श्री पांडुरंग ।।

पाहा हो कलिचें महिमान । असत्यासी रिझलें जन ।
पापा देती अनुमोदन । करिती हेळण संतांचें ।।
ऐसें अधर्माचें बळ । लोक झकविले सकळ ।
केलें धर्माचें निर्मूळ । प्रळयकाळ आरंभला ।।
थोर या युगाचें आश्चर्य । ब्रह्मकर्म उत्तम सार ।
सांडूनियां द्विजवर । दावलपीर स्मरताती ।।
ऐसे यथार्थाचे अनर्थ । झाला बुडला परमार्थ ।
नाहीं झाली ऐसी नीत । हा हा भूत पातलें ।।
शांति क्षमा दया । भावभक्ति सत्क्रिया ।
ठाव नाहीं सांगावया । सत्वधैर्य भंगिलें ।।
राहिले वर्णाश्रमधर्म । अन्यान्य विचरती कर्म ।
म्हणवितां रामराम । श्रम महा मानिती ।।

लोक हो, कलियुगाचे महिमान ऐका, पहा. या कलियुगात लोक असत्यात रमले असून संतांची टिंगलटवाळी करतात. पापाला प्रोत्साहन देतात. अधर्माच्या बळाने लोकांची फसवणूक झाली असून. खरा धर्म लोप पावला आहे. प्रलय काळाचा आरंभ झाला आहे. या कलियुगाचे मला एक आश्चर्य वाटते की श्रेष्ठ वर्ण ब्राह्मण हे आपले नित्यकर्म सोडून पीराचे पूजन करतात. असा सगळा अनर्थ झाला असून परमार्थ असा उरलाच नाही. लोक हाय हाय करीत आहेत. शांती, दया, क्षमा, भावभक्ति, सत्त्वगुण यांचा ठावठिकाणा उरलेला नाही. लोक आपल्या वर्णाश्रम धर्मानुसार मुळीच वागत नाहीत. कनिष्ठ उच्च वर्गीयांप्रमाणे व उच्चवर्गीय कनिष्ठांप्रमाणे वागतात. लोकांना रामनाम घेण्याचा उपदेश केला तर त्यांना तो मोठा त्रास वाटतो असे तुकाराम महाराज म्हणतात.

।। पुंडलीक वरदा हरि विठ्ठल ।।

॥ श्री पांडुरंग ॥

थेर भोरपाचेविशीं । धांवती भूतें आमिषां तैसी ।
कथा पुराण म्हणता सिशीं । तिडिक उठी नकरियाची ॥
विषयलोभासाठीं । सर्वार्थेंसीं प्राण साटी ।
परमार्थी पीठ मुठी । मागतां उठती सुनींसीं ॥
धनाढ्य देखोनि अनामिक। तयातें मानिती आवश्यक।
अपमानिले वेदपाठक। सात्विक शास्त्रज्ञ संपन्न ॥
पुत्र ते पितियापाशीं । सेवा घेती सेवका ऐसी ।
सुनांचिया दासी । सासा झाल्या आंदण्या ॥
कामिनी विटंबिल्या कुळवंती । वदनें दासींची चुंबिती ।
सोंवळ्याची स्फीती । जगीं मिरविती पवित्रता ॥
मद्यपानाची सुराणी । नवनीता पुसे न कोणी ।
केळवल्या व्यभिचारिणी । दैन्यवाणी पवित्रता ॥
होम हरपलीं हवनें । यज्ञयाग अनुष्ठानें ।
जपतपादि साधनें । आचरणें भ्रष्टली ॥

रस्त्यावर भूतबळी टाकला तर त्यासाठी भूते जशी धावतात तसे लोक नाटके तमाशा पहाण्यासाठी धावत सुटतात. कथापुराणाचे नाव काढले, तर त्यांचे मस्तकात तिडीक उठते. विषय लोभाने ते प्राण गमवायलाही तयार आहेत. कुणी नुसतं मूठभर पीठ मागितलं तर कुत्र्याप्रमाणे मागणाऱ्याच्या मागे लागतात. कनिष्ठ जातीच्या धनवानाचा मानसन्मान करतात आणि एखादा सात्त्विक, वेदशास्त्रसंपन्न गरीब ब्राह्मण असला तर त्याचा अपमान करतात. मुलगा बापाकडून सेवा करून घेतो. सासवांना सुनांच्या स्वाधीन रहावे लागून आंदण दिलेल्या दासींप्रमाणे त्यांना वागावे लागते. कुळवान् स्त्रियांची विटंबना करतात आणि दासींचे मुके घेतात. बहुतेकांना मद्यपान प्रिय असल्यामुळे लोण्याला कोण विचारीत नाही. व्यभिचारी स्त्रियांचे कौतुक करतात आणि पतिव्रतांना दीन समजतात. होम-हवने, यज्ञयाग जपतपादि साधने भ्रष्ट झाली आहेत.

॥ पुंडलीक वरदा हरि विठ्ठल ॥

।। श्री पांडुरंग ।।

गीता लोपली गायत्री । भरले चमत्कार मंत्रीं ।

अश्वाचियेपरी विकिती । कुमारी वेदवक्ते ।।

कैसें विनाशकाळाचें कौतु । राजे झाले प्रजांचे आंतक ।

पिते पुत्र सहोदर एकएक । शत्रुघातें वर्तती ।।

पूर्वीं होतें भविष्य केलें । संतीं तें यथार्थ झालें ।

ऐकत होतों तें देखिलें । प्रत्यक्ष लोचनीं ।।

आतां असो हें अवघें । गति नव्हे कलीमध्यें ।

करुणा भाका वेगें । देवासी स्मरावें अंतरीं रे ।।

अगा ये वैकुंठनायका । काय पाहातोसि या कौतुका ।

कलीनें गांजिलें लोकां । देतो हांका सेवक तुकयाचा ।।

गीता लोपली नाहीशी झाली. ब्राह्मण गायत्री मंत्र जपेनासे झाले. जिथे काही चमत्कार आहे ते शिकतात. वेदपाठी घोड्याची विक्री करावी. त्याप्रमाणे मुली विकतात. वेदपाठक वेदाचा तिरस्कार करतात. या विनाशकाळाचे काय कौतुक सांगावे. राजे आपल्या प्रजेच्या जिवावर उठतात. बापलेक व भाऊ भाऊ परस्परांचे वैरी होतात. पूर्वी संतांनी जे भविष्य केले होते ते प्रत्यक्षात उतरले आहे. आता हे असे प्रकार असल्यामुळे कलियुगात कुणाला सद्गति मिळण्याची शक्यता कमी. यासाठी सज्जनहो देवाची प्रार्थना करा, करुणा भाका. तुकाराम महाराजांचे सेवक म्हणतात, वैकुंठनायका, तू या कलीचे काय कौतुक पहातोस. या कलीने लोकांना गांजले आहे म्हणून तू धावून ये आणि त्यांची मुक्तता कर म्हणून मी तुला हाका मारीत आहे.

।। पुंडलीक वरदा हरि विठ्ठल ।।

।। श्री पांडुरंग ।।

अवघे गोपाळ म्हणती या रे करूं काला ।
काय कोणाची सिदोरी ते पाहों द्या मला ।
नका कांहीं मागें पुढें ठेवूं खरेंच बोला ।
वंची वंचला तोचि रे येथें भोंवंडा त्याला ।।
एकीं एकें वाटा लाविलीं भोळीं नेणतीं मुलें ।
आपण घरींच गुंतले माळा नासिलीं फुलें ।
गांठींचें तें सोडूं नावडे खाय आइतें दिलें ।
सांपडलें वेठी वोढी रे भार वाहतां मेलें ।।
तुका म्हणे आतां कान्होबा आम्हां वाटोनी द्यावें ।
आहे नाहीं आम्हांपाशीं तें तुज अवघेंचि ठावें ।
मोकलितां तुम्ही शरण आम्हीं कवणासी जावें ।
कृपावंतें कृपा केली रे पोट भरे तों खावें ।।

सगळे गोपाळ एकत्र आले आणि म्हणू लागले आपण काला करू या. कोणाची काय शिदोरी आहे ती मला पाहू द्या. मागेपुढे काही ठेवू नका आणि काय असेल ते खरेच सांगा. जो कोणी इथे फसवाफसवी करील तोच फसवला जाईल. त्याला हाकलून द्या. कित्येक भोळ्या अज्ञानांना परमार्थाच्या वाटेला लावले पण स्वत: मात्र देहबुद्धीच्या घरात गुंतून राहिले. माळाफुलांनी शिष्यांकडून पूजा करून घेऊन त्या माळा फुलांचा नाश केला. पदरचे, स्वत:चे खर्च करणे त्यांच्या जिवावर येते. ते आयते, दिलेले खातात. ते जन्ममृत्यूच्या वेढ्यात सापडून देहाचे ओझे बाळगण्यात अभिमान मानतात. तुकाराम महाराज म्हणतात मग गोपाळ म्हणाले, ''कान्होबा, आता शिदोऱ्यांची वाटणी करावी. आमच्याजवळ काय आहे नाही हे तुला माहीत आहे. तू आम्हाला सोडलेस तर आम्ही कोठे जावे ? कृपाळू देवाने कृपा केल्यावर पोटभर खावे''.

।। पुंडलीक वरदा हरि विठ्ठल ।।

।। श्री पांडुरंग ।।

खेळ मांडियेला वाळवंटी घाई । नाचती वैष्णव भाई रे ।
क्रोध अभिमान केला पावटणी । एक एक लागती पायीं रे ।।
नाचती आनंदकल्लोळीं । पवित्र गाणें नामावळी रे ।
कळिकाळावरी घातली कास । एक एकाहुनी बळी रे ।।
गोपिचंदन उटी तुळसीच्या माळा । हार मिरवत गळां रे ।
टाळ मृदंग घाई पुष्पांचा वरुषाव । अनुपम्य सुखसोहळा रे ।।
वर्णाभिममान विसरलीं याति । एका एकां लोटांगणीं जाती रे ।
निर्मळ चित्तें झालीं नवनीतें । पाषाण पाझर सुटती रे ।।
होतो जयजयकार गर्जत अंबर । मातले वैष्णव वीर रे ।
तुका म्हणे सोपी केली पायवाट । उतरावया भवसागर रे ।।

अरे, वैष्णव भाईंनी वाळवंटामध्ये हरिभजनाचा खेळ घाईघाईने मांडला आहे. क्रोध आणि अभिमान यांना पायांसाठी तुडवून ते एकमेकांच्या पाया पडतात. श्रीहरीचे नाव घेत आनंदकल्लोळ करतात आणि त्याची अनेक पवित्र नावे घेतात. कळिकाळाशी लढण्यासाठी ते सिद्ध आहेत आणि ते एकापेक्षा एक बलाढ्य आहेत. सर्वांगाला त्यांनी गोपीचंदनाची उटी लावलेली असून गळ्यात तुळशीच्या माळा घातल्या आहेत. टाळ मृदंगाचा यांचा घोष निनादत असून फुलांचा वर्षाव होतो आहे. असा नुसता अनुपम सोहळा चालला आहे. वर्णाभिमान आणि जात विसरून सर्वजण एकमेकांना लोटांगण घालत आहेत. त्यांची चित्ते लोण्याप्रमाणे शुद्ध झालेली असून त्यांच्यासंगतीने पाषाणहृदयींनाही पाझर फुटतो आहे. या नादाने लुब्ध होऊन सर्वांची जणू समाधी लागली आहे. तुकाराम महाराज म्हणतात, येथे हरिनामाचा गजर होत आहे. आकाशही गर्जत आहे. अशा प्रकारे वैष्णववीरांनी मस्त होऊन भवसागर पार करण्याची वाट सोपी केली आहे.

।। पुंडलीक वरदा हरि विठ्ठल ।।

।। श्री पांडुरंग ।।

चला बाई पांडुरंग पाहूं वाळवंटी ।
मांडियेला काला भोंवतीं गोपाळांची दाटी ।।
आनंदें कवळ देती एकामुखीं एक।
न म्हणती सान थोर अवघीं सकळीक।।
हमामा हुंबरी पांवा वाजविती मोहरी ।
घेतलासे फेर माजी घालुनियां हरी ।।
लुब्धल्या नारी नर अवघ्या पशुयाती ।
विसरली देहभाव शंका नाहीं चित्ता ।।
यादवांचा राणा गोपीमनोहर कान्हा ।
तुका म्हणे सुख वाटे देखोनियां मना ।।
आजी ओस अमरावती । काला पाहावया येती ।
देव विसरती । देहभाव आपुला ।।
जया सुखाची शिराणी । तींच पाउलें मेदिनीं ।
तुका म्हणे मुनी । धुंडितांही न लाभती ।।

चला, बाई वाळवंटात जाऊन पांडुरंगाला पाहू. त्यांनी काला करायला सुरुवात केली आहे. आणि भोवती गोपाळांची दाटी झाली आहे ते एकमेकांना काल्याचे घास भरवीत आहेत. लहान मोठे हा फरक राहिलेला नाही. हुंबरे, पावा वाजवीत आहेत आणि श्रीहरिभोवती फेर धरीत आहेत. त्यामुळे सर्वजण आपला देहभाव विसरले आहेत. आणि त्यांच्या मनात कसल्याही शंका नाहीत. पुष्पांचा वर्षाव व आरत्यांची दाटी झाली. यादवांचा राणा, मनोहर कान्हा पाहून तुकाराम महाराज म्हणतात. मोठे सुख झाले. देवनगरी अमरावती ओस पडली आहे. सर्व देव देहभाव विसरून काला पहायला आले आहेत. तुकाराम महाराज म्हणतात सर्व सुखांचा शिरोभाग अशी श्रीहरीची पाऊले पृथ्वीवर आहेत; पण शोध करूनही ती ऋषिमुनींना सापडत नाहीत.

।। पुंडलीक वरदा हरि विठ्ठल ।।

।। श्री पांडुरंग ।।

आजी कां वो तूं दिससी दुश्चित्ती । म्हणिये काम न लगे तुझ्या चित्तीं ।
दिलें ठेवूं तें विसरसी हातीं । नेणों काय बैसला हरि चित्तीं वो ।
होतें तैसें तें उमटलें वरी । बाह्यो संपादणी अंतरींची चोरी ।
नाहीं मर्यादा नि:संग बावरी । मन हें गोविंदीं देह काम करी वो ।।
नाहीं करीत उत्तर कोणासवें । पराधीन भोज दिलें खावें ।
नाहीं अचळ सांवरावा ठावें । देखो उदासीन तुझे गे देहभावें वो ।।
पराभक्ति हे शुद्ध तुम्ही जाणा । तुका म्हणे ऐसें कळों यावें या जना वो ।।

सासू सुनेला विचारते आज तू अस्वस्थ का आहेस. सांगितलेले काम तू करीत नाहीस. जे सांगितले ते तू विसरतेस. तुझ्या मनात हरीने वस्ती केली की काय देवजाणे ! तसे असेल तर ते आता कळले आहे. तू मनात हे गुपित लपवून बाह्य व्यवहार करीत होतीस पण आता खरे काय ते बाहेर आले आहे. तुला आता मर्यादा राहिलेली नाही. मन हे गोविंदमय झालं आहे. पण शरीर मात्र काम करते आहे. कोणाशी काही बोलत नाहीस, कुणी काही दिले तर खातेस, तुला वस्त्रांची शुद्ध नाही, तुझा देहभाव उदास झाला आहे. तुकाराम महाराज म्हणतात याप्रमाणे सासू सुनांचे भांडण लावून कृष्ण कौतुकाचे खेळ खेळत आहे.

।। पुंडलीक वरदा हरि विठ्ठल ।।

।। श्री पांडुरंग ।।

हरी तुझी कांति रे सांवळी । मी रे गोरी चांपेकळी ।
तुझ्या दर्शनें होईन काळी । मग हें वाळी जन मज ।।
उगला राहें न करी चाळा । तुज किती सांगों रे गोवळा ।
तुझा खडबड कांबळा । अरे नंदबाळा अलगटा ।।
मज ते हांसतील जन । धि:कारिती मज देखोन ।।
अंगींचें तुझें देखोनी लक्षण । मग विटंबना होईल रे ।।
तुज तंव लाज भय शंका नाहीं । मज तंव सज्जन पिशुन व्याही ।
आणीक मात बोलूं कांहीं । कसी भीड नाहीं तुज माझी ।।
वजन मोडी नेदी हात । कळलें न साहेची भात ।
तुकयास्वामी गोपीनाथ । जीवनमुक्त करूनी भोगी ।।

कृष्णा, तू सावळा आहेस आणि मी चाफेकळीसारखी गोरी आहे तुझ्या दर्शनाने मीही काळी होईल मग लोक माझा धिक्कार करतील. म्हणून तू उगी रहा, असे भलतेसलते चाळे करू नकोस. तुझं खरखरीत घोंगडं आहे. उगीच चाळे करून मला लोकनिंदा ऐकायला लावू नको. तुझी लक्षणे पाहून माझी विटंबना होईल. तुला भय, लाज किवा शंका नाही पण मला मात्र सगेसोयरे आप्त आहेत. आणखी मी तिला किती आणि काय सांगू. तुला माझी भीड कशी वाटत नाही ? तुकाराम महाराज म्हणतात, माझा स्वामी गोपींना दिलेले वचन मोडतो पण त्यांचा धरलेला हात सोडत नाही. त्याला काही सांगायला गेले तर तो ऐकत नाही. देव त्यांचा स्वीकार करतो आणि त्यांना जीवन्मुक्त स्थितीला नेतो.

।। पुंडलीक वरदा हरि विठ्ठल ।।

।। श्री पांडुरंग ।।

मनोरथ जैसे गोकुळींच्या जना । पुरवावी वासना तयापरी ।।
ऋण फेडावया अवतार केला । अविनाश आला आकारासी ।।
सीण झाला वसुदेव देवकीस । वधी बाळें कंस दुराचारी ।।
पुण्यकाळ त्यांचा राहिलासे उभा । देवकीच्या गर्भा देव आले ।।
गर्भासी तयांच्या आले नारायण । तुटलीं बंधनें आपेंआप ।।
आपोआप बेड्या तुटल्या शृंखळा । वंदाच्या आर्गळा कुलपें कोंडे ।।
कोंडमार केला होता बहु दिस । सोडवी निमिष न लागतां ।।
नंदाघरीं जातां येतां वसुदेवा । नाहीं जाला गोवा सवें देव ।।
सवें देव तया आड नये कांहीं । तुका म्हणे नाहीं भय चिंता ।।

गोकुळवासी यांच्या जशा इच्छा होत्या तशा श्रीहरीने पुरवल्या, त्यांचे ऋण फेडण्यासाठी तो अविनाश, निराकार आकाराला आला त्याने अवतार घेतला. वसुदेव देवकीचा भयंकर छळ झाला. त्यांची मुले कंसाने मारली. मग मात्र देवकीचा पुण्योदय झाला तिच्या गर्भात प्रत्यक्ष देवच आले. साहजिकच त्यामुळे सर्व बंधने आपोआप तुटली. नारायणाचा जन्म होताच बेड्या तुटल्या, कुलपे निघाली, कवाडे उघडती, अडसर तुटले. कंसाने त्या दोघांना खूप वर्षे कोंडून ठेवले होते, पण एका क्षणात देवाने त्यांची मुक्तता केली. वसुदेव बाळकृष्णाला घेऊन गोकुळात गेला, नंदाघरी देवाला ठेवला पण कसलाही गोंधळ झाला नाही. की कुठला अडथळा आला नाही. तुकाराम महाराज म्हणतात, ज्यांचे समवेत देव आहे. त्यांना कुठलाही अडथळा येत नाही, त्यांना कसलेही भय किंवा चिंता नसते.

।। पुंडलीक वरदा हरि विठ्ठल ।।

।। श्री पांडुरंग ।।

तुका म्हणे पुन्हा न येती मागुल्या । कृष्णासीं खेळतां दिवस गमे ।।
दिवस राती कांहीं नाठवे तयांसी । पाहतां मुखासी कृष्णाचिया ।।
ताटस्थ राहिलें सकळ शरीर । इंद्रियें व्यापार विसरलीं ।।
विसरल्या तान भूक घरदार । नाहीं हा विचार असों कोठें ।।
विसरल्या आम्ही कोणी ये जातीच्या । वर्णाही चहूंच्या एक जाल्या ।।
चित्तीं तो गोविंद लटिकें दळण । करिती हें जन करी तैसें ।।
जन करी तैसा खेळतील खेळ । अवघा गोपाळ करूनियां ।।
त्यांनीं केला हरि सासुरें माहेर । बंधू हे कुमर दीर भावें ।।
भावना राहिली एकाचिया ठायीं । तुका म्हणे पायीं गोविंदाचे ।।

तुकाराम महाराज म्हणतात कृष्णाशी खेळता खेळता त्यांना दिवसरात्र कळेनाशी झाली. त्यांना पुन्हा प्रपंचात येण्याचे कारण उरले नाही. श्रीकृष्णाचे मुखदर्शन झाल्यावर त्यांचे शरीर तटस्थ राहिले. इंद्रिये आपला व्यापार विसरली. तहानभूक, घरदार सर्वकाही त्या विसरल्या. आपल्या घरादाराचीही त्यांना आठवण राहिली नाही. इतकेच नव्हेतर आपण कोठे आहेत हेहि त्यांना समजेनासे झाले. आपण कोणत्या जातीच्या आहेत हेही त्या विसरल्या. चारही वर्णाच्या ललना एकत्र येऊन खेळू लागल्या. त्यांच्या मनीमानसी श्रीकृष्ण भरून राहिला असल्यामुळे बाह्यत: त्या दळण कांडण वगैरे प्रापंचिक कामे करीत असल्या तरी सगळे लटिके, खोटे होते. कृष्ण त्यांच्या चित्तात भरून राहिलेला असल्यामुळे त्या प्रपंचाचा खेळ वरवर खेळतात. त्यांचे सासर-माहेर, दीर, भावजय, भाऊ, आई-वडील सर्व काही कृष्णच आहे. तुकाराम महाराज म्हणतात त्यांची सर्व भावना श्रीकृष्णचरणी जडलेली आहे.

।। पुंडलीक वरदा हरि विठ्ठल ।।

॥ श्री पांडुरंग ॥

नारायण भूतीं न कळे जयांसी । तयां गर्भवासी येणें जाणें ॥
येणें जाण होय भूतांच्या मत्सरें । न कळतां खरें देव ऐसा ॥
देव ऐसा जया कळला सकळ । गेली तळमळ द्वेषबुद्धी ॥
बुद्धीचा पालट नव्हे कोणे काळीं । हरि जळीं स्थळीं तयां चित्तीं ॥
चित्त तें निर्मळ जैसें नवनीत । जाणिजे अनंत तयामाजी ॥
तयामाजी हरि जाणिजे त्या भावें । आपलें परावें सारिखेंचि ॥
चिंतनें तयाच्या तरती आणीक। जो हें सकळीक देव देखे ॥
देव देखे तोही देव कैसा नव्हे । उरला संदेह काय त्यासी ॥
काया वाचा मनें पूजावे वैष्णव । म्हणऊनी भाव धरूनियां ॥
तो तयां कळला आरुषां गोपाळां । दुर्गमा सकळां साधनांसी ॥
सीण उरे तुका म्हणे साधनाचा । भाविकांसी साचा भाव दावी ॥

सर्वव्यापी नारायण आहे हे ज्यांना समजले नाही. त्यांना जन्ममरणाचा फेरा चुकवता येणार नाही. प्राणीमात्रांचा मत्सर करून देवाला समजून घेतले नाही तर जन्ममरण अटळ होय. ज्याला सर्वव्यापी देव आहे हे कळले तो कुणाचा द्वेष करीत नाही किंवा कुणाचा मत्सर करीत नाही. जळी, स्थळी, काष्ठी, पाषाणी देवच आहे. अशी एकदा धारणा झाली की त्याची बुद्धि पालटत नाही. ज्याचे चित्त लोण्याप्रमाणे निर्मळ आहे. त्याने देव जाणला असे समजावे. जो आपले आणि परके असा भेदभाव करीत नाही त्याचे हृदयात श्रीहरी आहे असे समजावे. सर्व ठिकाणी देव पहाणाराच्या चिंतनाने प्राणीमात्र तरतात. जो सर्व ठिकाणी देव पाहतो तो तद्रूपच आहे. अशा वैष्णवांची पूजा कायावाचामने करावी. जो देव सर्व साधनांना दुर्लभ आहे. आहे तो गोपाळांना कळला. तुकाराम महाराज म्हणतात, देव भावाचा भुकेला आहे. बाकी सर्व खटपटी व्यर्थ आहेत.

॥ पुंडलीक वरदा हरि विठ्ठल ॥

।। श्री पांडुरंग ।।

शुभ मात तिहीं आणिली गोपाळीं । चेंडू वनमाळी घेउनी आले ।।
हरुषली माता केलें निंबलोण । गोपाळां वरून कुरवंडी ।।
थोर सुख जालें ते काळीं आनंद । सांगती गोविंद वरी आला ।।
आले वरी बैसोनियां नारायण । काळ्या नाथून वहन केलें ।।
नगराबाहेरी निघाले आनंदें । लावूनियां वाद्यें नाना घोष ।।
नारायणापुढें गोपाळ चालती । आनंदें नाचती गाती गीत ।।
तंव तो देखिला वैकुंठीचा पति । लोटांगणीं जाती सकळही ।।
सकळांसी सुख एक दिलें देवें । मायबाप भावें लोकपाळां ।।
मायबापा देवा नाहीं लोकपाळ । सारिखीं सकळ तुका म्हणे ।।

श्रीहरीने डोहातून चेंडू आणल्याची वार्ता यशोदेला समजली. तशी ती आनंदाने बहरून गेली. तिने कृष्णावरून लिंबलोण उतरून टाकले. सर्व गोकुळ तिथे जमले. काळ्या कालिया सर्पाचे मर्दन करून, वाहन करून नारायण डोहातून वर आले. असे जो तो सांगू लागला. निरनिराळे वाद्यघोष आनंदाने वाजवीत श्रीहरीची त्यांनी मोठी मिरवणूक काढली. पुढे कृष्ण आणि मागे पौरजन गोकुळवासी आनंदाने नाचत हसत चालले आहेत. त्यावेळी त्या वैकुंठीच्या स्वामीला पाहून सर्वांनी लोटांगणे घातली. हरिला आलिंगने देऊन सर्वजण जणू हरिरूप झाले. स्वत:ला विसरले, आपले आईबाप व गोकुळवासी जन, गोपाळ या सर्वांना श्रीहरीने सुख दिले. तुकाराम महाराज म्हणतात, पण प्रत्यक्षात देवाला आईबाप आणि इतरेजन असा भेद नसतो. त्याच्या दृष्टीने सर्व सारखीच आहेत.

।। पुंडलीक वरदा हरि विठ्ठल ।।

।। श्री पांडुरंग ।।

म्हणविती भक्त हरीचे अंकित । करितो अनंत हित त्यांचें ।।
त्यांसी राखे बळें आपुले जे दास । कळिकाळासी वास पाहों नेदी ।।
पाऊस न येतां केली यांची थार । लागला तुषार येऊं मग ।।
शिळांचिये धारीं वरुषला आकांत । होता दिवस सात एकसरें ।।
एकसरें गिरि धरिला गोपाळीं । होता भाव बळी आम्हीं ऐसे ।।
ऐसें कळों आलें देवाचिया चित्ता । म्हणे तुम्ही आतां हात सोडा ।।
भार आम्हांवरी घालूनी निराळा । राहिलासी डोळा चुकवूनी ।।
आसुडिल्या माना हात पाय नेटें । तंव भार बोटें उचलिला ।।
लटिकाची आम्हीं सीण केला देवा । कळों आलें तेव्हां सकळांसी ।।
आलें कळों तुका म्हणे अनुभवें । मग अहंभावें सांडवले ।।

जो भक्त आपण हरीचे अंकित आहोत असे म्हणते त्याचेच भगवंत हित करतो. जे त्याचे दास आहेत त्यांचे तो रक्षण करतो, कलिकाळालाही त्यांच्याकडे पाहू देत नाही. पाऊस येण्यापूर्वीच देवाने त्यांच्या आसऱ्याची व्यवस्था केली मग तुषार येऊ लागले आणि शिळांची वृष्टि गोवर्धन पर्वतावर होऊ लागली. प्रचंड पर्जन्यधारा बरसू लागल्या. सर्व गोपाळांनी गोवर्धन पर्वत उचलून धरला. सात दिवस हा वर्षाव चाललेला होता. गोपाळ म्हणाले आम्ही होतो बलाढ्य म्हणून हे जमले. तशी देव म्हणाले, ''आता तुम्ही हात सोडा'' गोपाळ त्यावर हसले व म्हणाले हा पर्वत उचलताना आम्हाला जख्मा झाल्या. गुडघे, कोपरे फुटली, तू आमच्यावर भार घालून मोकळा झालास. निमित्ताला तू आपले बोट टेकवलेस.'' त्यावर भगवंतांनी बोटाचा आधार कमी करताच गोपाळांच्या मानांना हिसके बसले. मग देवाने बोटावर पर्वत पेलला. आपली चूक गोपाळांना कळली व ते देवाला म्हणाले,''आम्ही खोटेच श्रम केले हे आता आम्हाला कळले आमचा अभिमान संपला ! सर्वजणांनी देवाला दंडवत घातले. तुकाराम महाराज म्हणतात, त्यांना खरी गोष्ट कळल्यावर त्यांचा अहंकार ओसरला.

।। पुंडलीक वरदा हरि विठ्ठल ।।

।। श्री पांडुरंग ।।

नाचतां देखिलीं गाई वत्सें जन । विस्मित होऊन इंद्र ठेला ।।
लागला पाऊस शिळांचिये धारीं । वांचली हीं परी कैसीं येथें ।।
येथें आहे नारायण संदेह नाहीं । विघ्न केलें ठायीं निर्विघ्न तें ।।
विचारितां उचलिला गोवर्धन । अवतार पूर्ण कळों आला ।।
त्यांच्या पुण्या पार कोण करी लेखा । नोहे चतुर्मुखा ब्रह्मयासी ।।
करिते हे झाले स्तुति सकळिक । देव इंद्रादिक गोविंदाची ।।
करितील वृष्टि पुष्पवरुषाव । देवाआदिदेव पूजियेला ।।
नामाचा गजर गंधर्वांचीं गाणीं । आनंद त्रिभुवनीं न माये तो ।।
तो सुखसोहळा अनुपम्य रासी । गोकुळीं देवांसी दोहीं ठायीं ।।
भावना भेदाची जाय उठाउठी । तुका म्हणे भेटी गोविंदाचे ।।

गाई गोपाळ वासरे सर्वजण नाचत आहेत ते पाहून इंद्राला आश्चर्य वाटले. इथे शिळांचा आणि शिळांप्रमाणे प्रचंड पाऊस पडला तरी हे कसे वाचले ? या ठिकाणी प्रत्यक्ष नारायण आहे म्हणून हे सर्व वाचले. त्याने विघ्न हरण केले. थोडा विचार केल्यावर सर्व गोवर्धन पर्वत देवाने उचलला हे इंद्राच्या लक्षात आले आणि इथे पूर्णावतार आहे हे त्याला समजले. या गोपालांच्या पूर्वपुण्याईची गणती कोणी करावी ? ब्रह्मदेवालाही ती जमणार नाही. मग इंद्रादि सर्व देव श्रीकृष्णाची स्तुती करू लागले. सर्वांनी पुष्पवर्षाव करून देवाची पूजा केली. नामाचा गजर केला, गंधर्व गाणी गाऊ लागले आणि त्यांनी त्रिभुवन दुमदुमले. याप्रमाणे गोकुळात आणि स्वर्गात जो अनुपम सुखसोहळा झाला त्याचे वर्णन करून सांगता येत नाही. असा दोन्ही ठिकाणी देवाने सुखाचा वर्षाव केला त्यामुळे वैरभाव संपला. भेदभावना गेली असे तुकाराम महाराज म्हणतात.

।। पुंडलीक वरदा हरि विठ्ठल ।।

।। श्री पांडुरंग ।।

रचियेला गांव सागराचे पोटीं । जडोनी गोमटीं नानारत्नें ।।
रत्नें खणोखणीं सोनियाच्या भिंती । लागलीया ज्योति रविकळा ।।
कळा सकळही गोविदांचे हातीं । मंदिरें निगुतीं उभारिलीं ।।
उभारिलीं दुर्गें दारवंटे फांजी । कोटि चर्या माजी शोभलिया ।।
शोभलें उत्तम गांव सागरांत । सकळांसहित आले हरि ।।
आले नारायण द्वारका नगरा । उदार या शूरां मुगुटमणी ।।
निवडीना याति समानचि केलीं । टणक धाकुलीं नारायणें ।।
नारायणें दिलीं अक्षयी मंदिरें । अभंग साचारें सकळांसी ।।
सकळही धर्मशीळ पुण्यवंत । पवित्र विरक्त नारी नर ।।
रचिलें तें देवें न मोडे कवणा । बळियांचा राणा नारायण ।।
बळबुद्धीनें तीं देवाच सारिखीं । तुका म्हणे मुखीं गाती ओंव्या ।।

नाना रत्ने जडवून देवाने समुद्राच्या पोटात एक गाव रचला. गावातील घरांच्या भिंती रत्नांच्या आणि सोन्याच्या होत्या. त्यामुळे सूर्यप्रकाशासारखा प्रकाश सर्वत्र पसरला. सर्व प्रकारच्या कलाकौशल्यात देव निपुण असल्यामुळे उत्तम प्रकाराची मंदिरे, घरे उभारली. सभोवती दुर्ग उभारले. वेशी बांधवल्या अशा प्रकारे शोभिवंत झालेल्या नगरात सर्वांसह देव रहायला आले. शूरशिरोमणी नारायण द्वारकेचा रहिवासी झाला. निरनिराळ्या प्रकारची घरे तयार करून ती भेदभाव न करता पौरजनांना दिली ती उत्तम बांधलेली होती. सर्व प्रजाजन धर्मशील, पुण्यवंत, पवित्र आणि विरक्त होते. जे गाव देवाने निर्मिले ते कोणालाही मोडता येणे शक्य नव्हते; कारण त्याचा रक्षणकर्ता सर्वात बलवान असा नारायण होता. तुकाराम महाराज म्हणतात, द्वारकेचे रहिवासी बुद्धिमान, सद्वर्तनी, बलवान होते. त्यांच्यामुखी देवाची गाणी सदासर्वदा असत.

।। पुंडलीक वरदा हरि विठ्ठल ।।

॥ श्री पांडुरंग ॥

मना वाटे तैसीं बोलिलों वचनें । केली धीटपणें सलगी देवा ॥

वाणी नाहीं शुद्ध याति एक ठाव । भक्ति नेणें भाव नाहीं मनीं ॥

नाहीं झालें ज्ञान पाहिलें अक्षर । मानी जैसें थोर थोरी नाहीं ॥

नाहीं मनीं लाज धरिली आशंका । नाहीं भ्यालों लोकां चतुरांसी ॥

चतुरांच्या राया मी तुझें अंकित । जालों शरणागत देवदेवा ॥

देवा आतां करीं सरतीं हीं वचनें । तुझ्या कृपादानें बोलिलों तीं ॥

तुझें देणें तुझ्या समर्पूनीं पायीं । झालों उतराई पांडुरंगा ॥

रंकाहूनी रंक दास मी दासांचें । सामर्थ्य हें कैसें बोलावया ॥

बोलावया पुरे वाचा माझी कायी । तुका म्हणे पायीं ठाव द्यावा ॥

देवा, माझ्या मनात आले तसे बोललो. वाटेल तसे शब्द बोलून मी तुझ्याशी धीटपणाने सलगी केली. माझी वाणी शुद्ध नाही, जात शुद्ध नाही. मनात भक्तिभावाचा अभावच आहे. माझे काही वाचनही नाही आणि श्रेष्ठ लोकांनी मला मान द्यावा असे माझे थोरपण नाही असे असून तुझे गुणगान करताना मी लाज धरली नाही की मनात संशय आणला नाही. चतुर पंडितांची भीती बाळगली नाही. हे चतुरांच्या राजा मी तुझा अंकित होऊन तुला शरण आलो आहे. देवा, आता माझ्या वाणीतून जे प्रकट झाले ते खरे करून दाखवावे कारण ही तुझीच कृपा आहे. तुम्ही मला जे काही दिले ते मी तुमच्या चरणी अर्पण करून पांडुरंगा उतराई झालो आहे. देवा मी गरीबाहून गरीब आणि तुमचा दासानुदास आहे; पण तुमच्यापुढे मला बोलण्याची शक्ति आली आहे. तुकाराम महाराज म्हणतात, देवा तुझे गुणवर्णन करावयाचे सामर्थ्य माझ्या वाचेत नाही. पण तरीही तुमच्या पायी मला जागा द्यावी.

॥ पुंडलीक वरदा हरि विठ्ठल ॥

।। श्री पांडुरंग ।।

पांडुरंगा करूं प्रथम नमन । दुसरें चरणां संतांचिया ।।
या मनासी लागो हरिनामाचा छंद । आवडी गोविंद गावयासी ।।
सीण झाला मज संसारसंभ्रमें । सीतळ या नामें झाली काया ।।
या सुखा उपमा नाहीं द्यावयासी । आलें आकारासी निर्विकार ।।
नित्य धांवे तेथें नामाचा गजर । घोष जयजयकार आईकतां ।।
तांतडी ते काय हरिगुण गाय । आणीक उपाय दुःखमूळ ।।
दुरी अंतरला नामनिंदकासी । जैसें गोचिडासी क्षीर राहे ।।
जाणते नेणते करा हरिकथा । तराल सर्वथा भाक माझी ।।
नाहीं भय भक्ता तराया पोटाचें । देवासी तयाचें करणें लागे ।।
लागे पाठोवाटी पाहे पायांकडे । पीतांबरें खडे वाट झाडी ।।
माझिया जीवाची केली सोडवण । ऐसा नारायण कृपाळू हा ।।
भेदाभेद नाहीं चिंता दुःख कांहीं । वैकुंठ त्या ठायीं सदा वसे ।।

पांडुरंगा, पहिल वंदन तुला करतो आणि दुसरे संतचरणी करतो. या मनाला हरिनामाचा छंद लागो आणि तुझे गीत गाण्याची आवड माझ्या मनात उपजो. या संभ्रमात टाकणाऱ्या संसाराने मला शीण झाला आहे. पण तुझ्या नामस्मरणाने तो शीण उणा होऊन काया शीतळ झाली. या सुखाला उपमा तरी कोणती देणार, निराकार देव आकाराला आला हे केवढे सुख. नामाचा जयजयकार व नामघोष ऐकल्यावर देव तिथे धावत येतो. यासाठी सतत हरिगुण गावेत त्याशिवाय बाकी सर्व दुःख आहे. नामाची निंदा करणारा जो असतो तो गाईच्या कासेजवळ जाऊनही दूध न पिता रक्त पिणाऱ्या गोचिडासारखा असतो. जाणत्यांनो, नेणत्यांनो हरिकथा करा तरच तराल. हरिकीर्तन करणारांनी पोटाची काळजी करू नये देव ते सर्व करतो. भक्त जिकडे जातील, तिकडे देव धावतो. आपल्या पीतांबराने वाटेतले खडे झाडतो. माझ्या जिवाची सोडवण करणारा हा कृपाळू नारायण आहे. ज्यांच्याजवळ भेदाभेद नाही, कसली चिंता नाही तिथे देव राहतो.

।। पुंडलीक वरदा हरि विठ्ठल ।।

।। श्री पांडुरंग ।।

लाभ तयां झाला संसारा येऊनी । भगवंत ऋणी भक्तीं केला ।।
गोड एक आहे अविट गोविंद । आणिक ते छंद नाशिवंत ।।
विनवितां दिवस बहुत लागती । म्हणुनियां चित्तीं देव धरा ।।
धरा पाय तुम्हीं संतांचे जीवेंसी । वियोग तयासी देव नाहीं ।।
मरणाचे अंतीं राम म्हणे जरी । न लगे यमपुरी जावें तया ।।
तयासी उत्तम ठाव पैं वैकुंठी । वसे नाम कंठीं सर्वकाळ ।।
सुखाचा सागरू आहे विटेवरी । कृपादान करी तोचि एक।।
एक चित्त करूं विठोबाचे पायीं । तेथें उणें कांहीं एक आम्हां ।।
आम्हांसी विश्वास त्याचिया नामाचा । म्हणउनि वाचा घोष करूं।।
नासे संवसार लोभ मोहो माया । शरण जातां या विठोबासी ।।
शिकविलें मज मूढा संतजनीं । दृढ या वचनीं राहिलोंसें ।।
राहिलोंसें दृढ विठोबाचे पायीं । तुका म्हणे कांहीं न लगे आतां ।।

या संसारी येऊन ज्यांनी भक्तिमार्गाने देवाला ऋणी करून ठेवले, त्यांनाच लाभ झाला. गोविदांची गोडी अवीट आहे, बाकीचे छंद टिकणारे नाहीत. पुन्हा मनुष्य जन्म मिळवण्यासाठी फार मोठा अवधि जावा लागेल यासाठी श्रीहरी चित्ती धरावा. किंवा संतांचे पाय धरावे, कारण संत आणि देव हे निराळे नाहीत. मरणाचे वेळी रामनामाचा उच्चार केला तर नरकवास टळेल. ज्याचे ओठी सर्वकाळ नाम आहे त्याला वैकुंठात उत्तम स्थान प्राप्त होते. विटेवर सुखाचा सागर उभा आहे. आणि तोच कृपा करणारा आहे. आम्ही विठोबाचे पायी एक चित्त करू तर आम्हाला कधीच काही कमी पडणार नाही. आमचा त्या नामावर संपूर्ण विश्वास आहे म्हणून आम्ही वाचेने सतत नामघोष करू. विठ्ठलाला शरण जाताच संसारातील लोभ, मोह, माया वगैरे नाहीसे होईल. मी मूढ असून मला संतांनी हे शिकवले आणि मी त्यावर विश्वास ठेवला आहे. तुकाराम महाराज म्हणतात मी त्या विश्वासाने विठोबाचे चरणी राहिलो आहे. त्याशिवाय दुसरे काही नको.

।। पुंडलीक वरदा हरि विठ्ठल ।।

।। श्री पांडुरंग ।।

गाईन ओंविया पंढरीचा देव । आमुचा तो जीव पांडुरंग ।।
रंगलें हें चित्त माझें तया पायीं । म्हणुनियां घेईं हाचि लाहो ।।
लाहो करीन मी हाचि संवसारीं । राम कृष्ण हरि नारायण ।
नारायण नाम घालितां तुकासी । न येती या रासी तपतीर्थें ।।
विषयीं गुंतलीं विसरलीं तुज । कन्या पुत्र भाज धनलोभें ।।
तळमळ त्यांची तरीच शमेल । जरी हा विठ्ठल आठविती ।।
राम हा उच्चार तरीच बैसे वाचे । अनंता जन्मांचें पुण्य होय ।।
पुण्य ऐसें काय रामनामापुढें । काय ते बापुडे यागयज्ञ ।।
यागयज्ञ तपें संसारदायकें। न सुटे एके नामेंविण ।।
नामेंविण भवसिंधु पावे पार । ऐसा हा विचार नाहीं दुजा ।।
विठोबाचे आम्ही लाडके डिंगर । कांपती असुर काळ धाकें।।
धाक तिहीं लोकीं जयाचा दरारा । स्मरण हें करा त्याचें तुम्ही ।।

मी पंढरीच्या पांडुरंगाच्या ओव्या गाईन कारण तो माझा जीव आहे. त्याच्या पायीं माझे चित्त जडले म्हणून त्याच्याच नावाचा सोस करीत आहे. मी संसारात असूनही रामकृष्ण हरि नारायण या नावाचा लोभ धरतो या नामाची बरोबरी तप आणि तीर्थे करू शकणार नाहीत. बायका मुले आणि पैसा या विषयात गुंतल्यामुळे हे लोक देवाला विसरले. जर त्यांनी विठ्ठलाचे स्मरण केले तरच त्यांच्या मनाची तळमळ शांत होईल. रामनामाचा उच्चार हे अनेक जन्मांचे पुण्य होय. या नामापुढे यज्ञयागही बापुडे आहेत. कारण यज्ञयागामुळे संसारच होणार आहे आणि हरिनामाशिवाय त्यातून सुटका नाही. भवसिंधु पार करावयाचा असेल तर नामच तारक आहे. त्याशिवाय इतर विचार व्यर्थ होत. आम्ही विठोबाचे लाडके भक्त आहात, त्यामुळे कळिकाळही आम्हाला घाबरतो. तिन्ही लोकांत ज्याचा धाक आणि दरारा आहे त्या विठ्ठलाचे स्मरण करा.

।। पुंडलीक वरदा हरि विठ्ठल ।।

।। श्री पांडुरंग ।।

नारायण जे विसरले संवसारीं । तयांसी अघोरीं वास सत्य ।।
सत्य मानूनियां संतांच्या वचना । जा रे नारायणा शरण तुम्ही ।।
तुम्ही नका मानूं कोणाचा विश्वास । पुत्र पत्नी आस धन वित्त ।।
धन वित्त लोभ माया मोहपाश । मांडियेले फांसे यमदूतीं ।।
रिकामिक देहा होय नव्हे मना । चिंतेचिये घाणा जुंपिजेसी ।।
गति हे उत्तम व्हावया उपाव । आहे धरा पाव विठोबाचे ।।
तेणें वाळवंटीं उभारिला कर । कृपेचा सागर पांडुरंग ।।
चेवले जे कोणी देहअभिमानें । त्यांसी नारायणें कृपा केली ।।
कृपाळू हा देव अनाथा कोंवसा । आम्हीं त्याच्या आशा लागलोंसों ।।
लावियेलें कासे येणे पांडुरंगें । तुका म्हणे संगें भक्तांचिया ।।

जे या संसारात नारायणाला विसरतात त्यांना भीषण असा नरकवास सोसावा लागतो. संतवचने खरी मानून लोक हो नारायणाला शरण जा. तुम्ही बायकामुले धन, वित्त यावर विश्वास ठेवू नका. त्यांच्या मोहात पडू नका. कारण हे सर्व यमदूताचे फासे आहेत. एक वेळ देहाला रिकामपण येते; पण मनाला रिकामपण येत नाही. कारण ते चिंतेच्या घाण्याला जुंपलेले आहे. आपल्याला उत्तम गती प्राप्त व्हावी असे वाटत असेल तर विठोबाचे पाय धरा. कृपासागर पांडुरंग लोकांना वाळवंटात हात उभारून लोकांना बोलावतो आहे. ज्यांनी देहाभिमान टाकला त्यांच्यावर नारायण कृपा करतो. अनाथांवर कृपा करणारा हा देव आहे म्हणून आम्ही त्याच्या आशेवर आहोत. तुकाराम महाराज म्हणतात, या पांडुरंगाने भवसागरातून पार करण्याची आशा आम्हाला दाखवली आहे आणि भक्तांची सोबत दिली आहे.

।। पुंडलीक वरदा हरि विठ्ठल ।।

।। श्री पांडुरंग ।।

नामदेवें केले स्वप्नामाजी जागें । सवें पांडुरंगें येऊनियां ।।
सांगितलें काम करावें कवित्व । वाउगें निमित्य बोलों नको ।।
माप टाळी सळ धरिली विठ्ठलें । थापटोनी केलें सावधान ।।
प्रमाणाची संख्या सांगे शत कोटी । उरले ते शेवटीं लावी तुका ।।
द्याल ठाव तरी राहेन संगती । संतांचे पंगती पायांपाशीं ।।
आवडीचा ठाव आलोंसें टाकून । आतां उदासीन न धरावें ।।
शेवटील स्थळ नीच माझी वृत्ति । आधारें विश्रांती पावईन ।।
नामदेवापायीं तुक्या स्वप्नीं भेटी । प्रसाद हा पोटीं राहिलासे ।।

नामदेव महाराजांनी मला स्वप्नात जागे केले. तेव्हा त्यांच्याबरोबर पांडुरंगही होते. त्यांनी मला कवित्व करण्याची आज्ञा दिली. इतर काही बोलू नकोस असे सांगितले. माप करताना विठ्ठलाने हिशेब ठेवून माप टाकले आणि थापटून जागे, सावध केले. नामदेव महाराज तुकाराम महाराजांना म्हणाले, मी शंभर कोटी अभंग लिहिण्याचा संकल्प केला होता पैकी शहाण्णव कोटी लिहून झाले उरलेले चार कोटी अभंग तू लिही आणि माझा संकल्प पूर्ण कर. देवा, तुम्ही आश्रय दिलात तर तुमच्या संगतीत राहून संतांची पंगत पाहून त्यांचे पाय धरीन. मी माझ्या आवडीच्या ठिकाणी आलो तेव्हा आता मला उदास करू नये, निराश करू नये. मी खालच्या जातीतला माणूस असून माझा धंदाहि खालच्या दर्जाचा आहे; पण जर तुमचा आधार मिळाला तर मला विश्रांती मिळेल. तुकाराम महाराज म्हणतात, स्वप्नात नामदेव महाराजांची भेट झाल्यामुळे काव्य करण्याची स्फूर्ति झाली. हा त्या परमेश्वराचाच प्रसाद होय.

।। पुंडलीक वरदा हरि विठ्ठल ।।

।। श्री पांडुरंग ।।

याती शूद्र वंश केला वेवसाव । आदि तो हा देव कुळपूज्य ।।
नये बोलों परि पाळिलें वचन । केलियाचा प्रश्न तुम्हीं संतीं ।।
संवसारें जालों अतिदु:खें दु:खी । मायबाप सेखीं क्रमिलिया ।।
दुष्काळें आटिलें द्रव्य नेला मान । स्त्री एकी अन्न अन्न करितां मेली ।।
लज्जा वाटे जीव त्रासलों या दु:खें । वेवसाव देखें तुटी येतां ।।
देवाचें देऊळ होतें जें भंगलें । चित्तासी तें आलें करावेंसें ।।
आरंभी कीर्तन करीं एकादशी । नव्हतें अभ्यासीं चित्त आधीं ।।
कांहीं पाठ केलीं संतांची उत्तरें । विश्वासें आदरें करोनियां ।।
गाती पुढें त्यांचें धरावें ध्रुपद । भावें चित्त शुद्ध करोनियां ।।
संतांचें सेविलें तीर्थ पायवणी । लाज नाहीं मनीं येऊं दिली ।।

मी शूद्र वंशातला जातीतला असून मी वाण्याचा व्यवसाय केला. आमच्या कुळामध्ये पांडुरंग हे जणू कुलदैवतच आहे. खरं म्हणजे मी सांगायला नको पण तुम्ही विचारलेत म्हणून सांगतो. संसाराच्या दु:खाने अतिशय दु:खी झालो. हे जग सोडून आईबाप गेले. दुष्काळामुळे हातीचा पैसा संपला, मान गेला. एक बायको अन्न अन्न करून मेली. या सगळ्यामुळे अतिशय लाज वाटू लागली. धंद्यामध्येही तोटा येऊ लागला हे पाहिले. आमचे देवाचे देऊळ मोडकळीस आले होते त्याचा जीर्णोद्धार करावा असे मनात आले व त्या देवळात एकादशीच्या दिवशी पहिले कीर्तन केले. त्यावेळी कीर्तनासाठी जो अभ्यास आवश्यक असतो तो काही केला नव्हता. मग विश्वासाने आणि आदराने काही संत साहित्याचे वाचन केले. जे वारकरी संत कीर्तनात अभंग गात त्यांना साथ केली. त्यांच्या मागे उभे राहून शुद्ध चित्ताने ध्रुपद गात असे. संतांच्या पायाचे तीर्थ घेतले व त्यात काही संकोच किंवा लज्जा मनात आणली नाही.

।। पुंडलीक वरदा हरि विठ्ठल ।।

।। श्री पांडुरंग ।।

ठाकला तो कांहीं केला उपकार । केलें हें शरीर कष्टवूनी ।।
वचन मानिलें नाहीं सुहृदांचें । समूळ प्रपंचें वीट आला ।।
सत्यअसत्यासी मन केलें ग्वाही । मानियेलें नाहीं बहुमत ।।
मानियेला स्वामी गुरूचा उपदेश । धरिला विश्वास दृढ नामीं ।।
यावरी या झाली कवित्वाची स्फूर्ति । पाय धरिले चित्तीं विठोबाचे ।।
निषेधाचा कांहीं पडिला आघात । तेणें मध्यें चित्त दुखविलें ।।
बुडविल्या वह्या बैसलों धरणें । केलें नारायणें समाधान ।।
विस्तारीं सांगतां बहुत प्रकार । होईल उशीर आतां पुरे ।।
आतां आहे तैसा दिसतो विचार । पुढील प्रकार देव जाणे ।।
भक्तां नारायण नुपेक्षी सर्वथा । कृपावंत ऐसा कळों आलें ।।
तुका म्हणे माझें सर्व भांडवल । बोलविले बोल पांडुरंगें ।।

शक्य होईल, तेवढा दुसऱ्यावर प्रसंगी शरीराला कष्ट देऊन उपकार केला. आपल्या आप्तेष्टांचे मत मानले नाही, कारण प्रपंचाचा मला अगदी वीट आला होता. खऱ्या खोट्याचा निर्णय माझ्या मनाने मीच केला. स्वप्नात गुरुने केलेला उपदेश मानून हरिनामावर दृढ विश्वास ठेवला. मग झाली कविता करण्याची स्फूर्ति तशी मी विठ्ठलचरण मनात साठवले. माझ्या कवित्वाचा काहीजणांनी निषेध केला. त्यामुळे मनाला दु:ख झाले. त्यांनी माझ्या अभंगाच्या वह्या पाण्यात बुडवल्या. या वह्यांसाठी मी इंद्रायणीतीरी तेरा दिवस धरणे धरून उपोषण केले नंतर नारायणाने पाण्यातून वह्या काढून माझ्या हाती देऊन माझे समाधान केले असं सगळं मी विस्तारपूर्वक सांगू लागलो तर उशीर होईल, म्हणून आता थांबतो. सद्य:स्थिती सर्वांना दिसत आहेच. पुढे काय होईल नारायण जाणे. नारायण भक्ताची उपेक्षा करीत नाही. तो कृपाळू आहे हे समजावे. तुकाराम महाराज म्हणतात, माझे एकमेव, सर्व भांडवल पांडुरंग आहे. त्यानेच हे बोल बोलविले.

।। पुंडलीक वरदा हरि विठ्ठल ।।

।। श्री पांडुरंग ।।

बोलावा विठ्ठला पाहावा विठ्ठल । करावा विठ्ठल जीवभाव ।।
येणें सोसें मन झालें हांवभरी । परत माघारी घेत नाहीं ।।
बंधनापासूनी उकलली गांठी । देत आलें मिठी सावकाश ।।
तुका म्हणे देह भरिला विठ्ठलें । काम क्रोधें केलें घर रितें ।।
साधनाच्या कळा आकार आकृती । कारण नवनीति मंथनाचें ।।
पक्षीयासी नाहीं मार्गी आडताळा । अंतरिक्षीं फळासीची पावे ।।
झालों बारा बळी । गेलों मरोनी ते काळीं ।।
दोहींकडे पाहे । तुका आहे तैसा आहे ।।
कांहीं जाणों नये पांडुरंगावीण । पाविजेल सीण संदेहानें ।।
भलतिया नांवें आठविला पिता । तरी तो जाणता कळवळा ।।
अहंकार जातो गोरवितां वाणी । सर्व गात्रां धणी हरिकथा ।।
तुका म्हणे उपजे वेल्हाळ आवडी । करावा तो घडोघडी लाहो ।।

विठ्ठल बोलावा म्हणजे सदासर्वदा विठ्ठलाचे नाव घ्यावे, विठ्ठलावर जिवाभावाने प्रेम करावे. या सोसामुळे मन हावभरी होते आणि संसारी परत येत नाही. संसार बंधनाची गाठ सुटल्यावर श्रीहरीला सावकाशीने मिठी मारता आली. तुकाराम महाराज म्हणतात अशा प्रकारे मन श्रीविठ्ठलाने भारून आणि भरून गेल्यामुळे कामक्रोधादि विकार नाहीसे झाले. हरिप्राप्तीची अनेक साधने आहेत ती कलाकुसरीने जोडावयाची असतात. ज्याप्रमाणे ताक घुसळून लोणी काढतात. त्याप्रमाणे सर्व साधनांच्या मंथनाने हरिरूपी नवनीतच मिळते. एखाद्या उंच वृक्षास फळ लागले असता पक्षी अडथळ्याविना तिथे झटकन पोचतात. जन्मल्या दिवसापासून तेराव्यापर्यंत माझे सर्व विधी झाले. देहबुद्धीने मी मेलो आहे. तुकाराम महाराज म्हणतात, मी प्रपंच आणि देव दोन्हीकडे पहात असल्याने आहे तसाच आहे. पांडुरंगाशिवाय दुसरं काही मी जाणत नाही. देवाला कोणत्याही नावाने हाक मारली तरी तो द्रवतो. त्याच्या नावाने वाचेला अलंकार घातला तर अहंकार जातो. तुकाराम महाराज म्हणतात, पांडुरंगाची आवड निर्माण होईल असे घडीघडी करावे.

।। पुंडलीक वरदा हरि विठ्ठल ।।

।। श्री पांडुरंग ।।

पांगुळ झालों देवा नाहीं हात ना पाय । बैसलों जयावरी सैराट तें जाय ।
खेटितां कुंप कांटीं खुंट दरडी न पाहे । आधार नाहीं मज कोणि । मज बाप ना माये ।।
दाते हो दान करा जाते पंढरपुरा । न्या मज तेथवरी अखमाचा सोयरा ।।
हिंडतां गव्हानें गा शिणलों येरझारीं । न मिळेची दाता कोणी जन्म दुःख निवारी ।
कीर्ति हे संतामुखीं तोचि दाखवा हरी । पांगुळां पाय देतो नांदे पंढरपुरी ।।
या पोटाकारणें गा झालों पांगिला जना । न सरेचि मायबाप भिके नाहीं खंडणा ।
पुढारा म्हणती एक तया नाहीं करुणा । श्वान हें लागे पाठीं आशा बहु दारुणा ।।
काय मी चुकलों गा मागें नेणवेचि कांहीं । न कळेचि पापपुण्य येथें आठव नाहीं ।
मी माजी भुललों गा दीप पतंगासोई । द्या मज जीवदान संत महानुभाव कांहीं ।।
दुरोनी आलों मी गा दुःख झालें दारुण । यावया येथवरी होतें हेंचि कारण ।
दुर्लभ भेटी तुम्हां पायीं झाले दरुषन । विनवितो तुका संतां दोन्ही कर जोडून ।।

देवा, मी पांगळा झालो आहे. मला हात नाहीत, पाय नाहीत. माझे मन सैरावैरा धावते आहे. ते काटेकुटे, दरडी, खुंट काही पहात नाही. मला माझ्या आईबापांचा आधार नाही. पंढरीच्या यात्रेकरूंनो मला दान द्या. मला तेथपर्यंत सोबत करा. तुम्ही आंधळ्यापांगळ्यांचे सोयरे आहात. अनेक जन्मांच्या येरझारांनी मी श्रमलो आहे. जन्ममरणाचे दुःख, निवारण करणारा मला अजून कोणी भेटला नाही. संतमुखाने मी ज्याची कीर्ती ऐकली तो श्रीहरी मला दाखवा. पांगळयांना पाय देणारा पंढरीनाथ पंढरीत वावरतो आहे. पोटासाठी मी लोकानुनय करतो. मी प्रत्येकाला आईबाप म्हणतो, आणि ते म्हणणे संपत नाही. भीक मागणेही संपत नाही, काहींना माझी दया येत नाही व ते 'पुढे जा' म्हणतात. आशा हे कुत्रे माझ्यामागे लागले आहे. माझे काय चुकले हे मला कळत नाही. पूर्वजन्मीचे चुकून समजत नाही. दिव्याला भुलून पतंग मरतो तसे माझे झाले आहे. तेव्हा संतांनो, मला जीवनदान द्या. तुकाराम महाराज म्हणतात, मी खूप लांबून आलो आहे. हेच माझे दुःख आहे. तुमची भेट अवघड असून मला तुमच्या पायांचे दर्शन झाले आता मला पांडुरंगाची भेट घडवा.

।। पुंडलीक वरदा हरि विठ्ठल ।।

।। श्री पांडुरंग ।।

देखत होतों आधीं मागें पुढें सकळ। मग हे दृष्टि गेली वरी आलें पडळ।
तिमिर कोंदलेंसे वाढे वाढतां प्रबळ। भीत मी झालों देवा काय झाल्याचें फळ।।
आतां मज दृष्टि देईं पांडुरंगा मायबापा। शरण मी आलों तुज निवारूनियां पापा।
अंजन लेववूनी करीं मारग सोपा। जाईन सिद्धपंथें अवघ्या चुकतील खेपा।।
होतसे खेद चित्ता कांहीं नाठवे विचार। जात होतों जनामागें तोही सांडिला आधार।
हा ना तो ठाव झाला अवघा पडिला अंधार। फिरलीं माझीं मज कोणी। न देती आधार।।
जोंवरी चळण गा तोंवरी म्हणती माझा। मानिती लहान थोर देहसुखाच्या काजा।
इंद्रियें मावळलीं आला बागुल आजा। कैसा विपरीत झाला तोचि देह नव्हे दुजा।।
गुंतलों या संवसारें कैसा झालोंसें अंध। मी माझें वाढवूनी मायातृष्णेचा बाध।
स्वहित न दिसेचि केला आपुला वध। लागले काळ पाठीं सवें काम क्रोध।।
लागती चालतां ग गुणदोषांच्या ठेंसा। सांडिली वाट मार्ग झालों निराळा कैसा।
पाहातों वाट तुझी थोर करूनी आशा। तुका म्हणे वैद्यराजा पंढरीच्या निवासा।।

आधी मला सगळे जग, मागेपुढे दिसत होते पण नंतर डोळ्यांवर पटल आले आणि डोळे गेले. सर्वत्र अंधार अंधार आणि तो वाढतो आहे. मनुष्यजन्माला येऊन आंधळा झालो आता माझा काय उपयोग ? देवा, पांडुरंगा मी तुला शरण आलो आहे. मला दृष्टी दे. माझ्या पापांचे निवारण कर. माझ्या डोळ्यांत अंजन घालून माझी वाट सोपी कर. मग मी ज्या मार्गाने साधुसंत गेले त्या स्थिर पंथे जाईन म्हणजे माझ्या जन्ममरणाच्या फेऱ्या चुकतील. आता माझे मन दुःखी आहे. ज्या लोकांमागे मी जात होतो, या लोकांनीही मला सोडून दिले आहे. माझी आप्त मंडळी फिरली, आधार तुटला, ना इकडे ना तिकडे अशी माझी अवस्था झाली. जोपर्यंत माझी इंद्रिये प्रबल होती तोपर्यंत सर्वजण मला मान देत होते. पण आता इंद्रिय शिथिल झाल्यामुळे मला बागुलबुवा आजोबा म्हणतात. तोच देह पण आता विपरीत झाला आहे. संसारात गुंतल्यामुळे मी आंधळा झालो आहे. मायेचा अभिमान वाढला आहे. माझे काही हित होईलसे वाटत नाही. कामक्रोध काळपाठी लागला आहे. तुकाराम महाराज म्हणतात, गुणदोषांच्या ठेचा मला लागत आहेत, मी वाटेपासून दूर गेलो आहे वैद्यराज पंढरीनाथ मी मोठ्या आशेने तुझी वाट पहातो आहे.

।। पुंडलीक वरदा हरि विठ्ठल ।।

।। श्री पांडुरंग ।।

राम राम दोनीं अक्षरें । सुलभ आणि सोपारें ।
जागा मागिले पाहारें । सेवटींचें गोड तेंचि खरें गा ।।
रामकृष्ण वासुदेवा । जाणवी जनांसी वाजवी चिपळिया ।
टाळ घागऱ्याघोषें गा । रामकृष्ण वासुदेवा ।।
गाय वासुदेव वासुदेव । भिन्न नाहीं आणिका नांवा ।
दान जाणोनियां करी यावा । न ठेवीं उरी कांहीं ठेवा गा ।।
सुपात्रीं सर्वभाव । मी तों सर्व वासुदेव ।
जाणती कृपाळु संत महानुभाव । जया भिन्न भेद नाहीं ठावा गा ।।
शूर दान जीवें उदार । नाहीं वासुदेवीं विसर ।
कीर्ति वाढे चराचर । तुका म्हणे तया नमस्कार गा ।।

राम राम ही दोन अक्षरे, अगदी सोपी आणि सुलभ आहेत. त्यांचा जप करा, शेवटच्या प्रहरात सावध रहा. ज्याचा शेवट गोड ते सर्वच गोड. तो वासुदेव पायात घागऱ्या बांधून हाती चिपळ्या घेऊन रामकृष्णाचा नामघोष करीत आहे. वासुदेव आपलेच गुण गातो आहे. त्याच्या नावात वेगळेपणा नाही हे जाणवून त्याला दान करा. मनात काही ठेवू नका. मी वासुदेव सर्वव्यापी आहे. हे महानुभाव आणि कृपाळू संत सर्वभावे जाणतात. त्यांच्याजवळ भेदभाव नसतो. तुकाराम महाराज म्हणतात, ज्यांना वासुदेवाचा विसर पडत नाही. तेच दानशूर व उदास आहेत. म्हणून त्यांची कीर्ती चराचरात वाढली आहे. माझा त्यांना नमस्कार आहे.

।। पुंडलीक वरदा हरि विठ्ठल ।।

।। श्री पांडुरंग ।।

राजस सुंदर बाळा । पाहों आलिया सकळा वो ।।
बिंबीं बिंबोनि ठेली । माझी परब्रह्म वेल्हाळा वो ।।
कोटि रविशशि । जिच्या आंगींचिया लीळा वो ।।
राजस विठाबाई । माझें ध्यान तुझे पायीं वो ।।
त्यजूनियां चौघांसी । लावीं आपुलिये सोई वो ।।
सुकुमार साजिरीं । कैसीं पाउलें गोजिरीं वो ।।
कंठीं तुळसीमाळा । उभी भीवरेच्या तीरीं वो ।।
दंत हिरया ज्योति । शंखचक्र मिरवे करीं वो ।।
निर्गुण निराकार । वेदां न कळेचि आकार वो ।।
येऊनी पंढरपुरा । अवतरली सारंगधरा वो ।
देखोनी भक्तिभाव । वोसरली अमृतधारा वो ।
देऊनी प्रेमपान्हा । तुकया स्वामीनें किंकरा वो ।।

राजस, सुंदर, विठाबाई सर्वांना पहायला आणि तिला पहायला सकळ आले आहेत. कोटिचंद्र, सूर्यांची तिची प्रभा आहे. ती परब्रह्मस्वरूप आहे. हे सुंदर विठाई तुझ्या पायी माझे लक्ष असू दे. स्थूल, सूक्ष्म, कारण, महाकारण या चार देहाचा निरास करून तुझ्या स्वरूपात माझे चित्त ठेव. तू सुकुमार साजिरी आहेस. तुझी पावले गोजिरी आहेत. गळ्यात तुळशीची माळ घातली आहेस आणि भीवरातीरी उभी आहेस. तुझ्या दातांची ओळ हिऱ्यासारखी चमकत असून शंख आणि चक्र तुझ्या हातात शोभून दिसत आहेत. तू निर्गुण निराकार असून वेदांनाहि तू समजली नाहीस. ही विठाबाई पंढरपूरला येऊन प्रकट झाली. भक्तजनांचा भक्तिभाव पाहून तिने अमृतधारांचा वर्षाव केला. आपल्या सेवकांना प्रेमपान्हा पाजला असे तुकाराम महाराज म्हणतात.

।। पुंडलीक वरदा हरि विठ्ठल ।।

।। श्री पांडुरंग ।।

देव ते संत देव ते संत । निमित्य त्या प्रतिमा ।।
मी तों सांगतसें भावें । असे ठावें सकळां ।।
निराकारी ओस दिशा । येथें इच्छा पुरतसे ।।
तुका म्हणे रोकडें केणें । सेवितां येणें पोट धाय ।।
उदार कृपाळा अगा देवांच्या देवा । तुजसवें पण आतां आमुचा दावा ।।
कैसा जासी सांग आतां मजपासूनी । केलें वाताहत दिलें संसारा पाणी ।।
अवघीं आवरूनी तुझे लाविलीं पाठीं । आतां त्या विसर सोहंकोहंच्या गोष्टी ।।
तुका म्हणे आतां चरणीं घातली मिठी । पडिली ते पडो तुम्हां आम्हांसी तुटी ।।

देव हाच संत आहे व संत हेच देव आहेत या दोघांच्या प्रतिमा या केवळ निमित्तमात्र
आहेत. मी मोठ्या भविकपणाने हे सांगत आहे; पण हे सर्वांना माहीत असावे. निराकार
स्वरूपात सर्व काही शून्य आहे पण सगुण असेल तिथे म्हणजे संतांपाशी इच्छा पूर्ण होते.
तुकाराम महाराज म्हणतात, संत हा रोकडा माल आहे. त्याच्या सेवनाने इच्छा पूर्ण होतात.
अगा देवांच्या देवा तू कृपाळू असू उदार आहेस. आता तुझ्यापाशी मी भांडण मांडणार
आहे. आता माझ्यापासून तू दूर कसा जाशील हे सांग. तुझ्यासाठी मी संसाराचा त्याग
केला. माझी सर्व इंद्रिये आवरून तुझ्या पाठीशी लावली आता तू सोहंकोहंच्या गोष्टी सोडून
दे. तुकाराम महाराज म्हणतात आता आम्ही तुझ्या चरणांना मिठी घातली आहे. मग तुमची
आम्हाला तुटी पडली तरी चालेल.

।। पुंडलीक वरदा हरि विठ्ठल ।।

।। श्री पांडुरंग ।।

करूनी विनवणी पायीं ठेवितों माथा । परिसावी विनंती माझी पंढरीनाथा ।।
अखंडित असावेंसे वाटतें पायीं । साहोनी संकोच ठाव थोडासा देईं ।।
असा नसो भाव आलों तुझिया ठाया । कृपादृष्टीं पाहे मजकडे पंढरीराया ।।
तुका म्हणे आम्ही तुझीं वेडीं वांकुडीं । नामें भवपाश होतें आपुल्या तोडीं ।।
झाली होती काया । बहु मळिण देवराया ।।
तुझ्या उजळली नामें । चित्त प्रक्षाळिलें प्रेमें ।।
अनुतापें झाला झाडा । प्रारब्धाचा नितोडा ।।
तुका म्हणे देह पायीं । ठेवुनि झालों उतराई ।।
आजी आनंदु रे एकी परमानंदु रे । जया श्रुति नेति म्हणती गोविंदु रे ।।
विठोबाचीं वेडी आम्हां आनंदु सदा । गाऊ नाचो वाहूं टाळी रंजवूं गोविंदा ।।
सदा सण साच आम्हां नित्य दिवाळी । आनंदें निर्भर आमचा कैवारी बळी ।।
तुका म्हणे नाहीं जन्ममरणाचा धाक। संत सनकादिक हे तें आमुचें कवतुक।।

देवा, तुझी विनवणी करून तुझ्या पायांवर मी माझे मस्तक ठेवतो. पंढरीनाथा, आता माझी एक विनंती ऐका. तुमच्या पायी अखंडित असावे असे मला वाटते. म्हणून थोडा संकोच करून मला थोडी जागा द्या. पंढरीराया माझ्या मनात भक्तिभाव असो वा नसो. मी तुमच्यापाशी आलो आहे. माझ्याकडे एकदा तुमची कृपादृष्टी टाका. तुकाराम महाराज म्हणतात, देवा आम्ही तुझे वेडेवाकडे भक्त आहोत, म्हणून तुम्ही आपल्या नामाने आमची भवबंधने तोडून टाका. देवराया, माझ्या मलीन देहाची शुद्धी तुझ्या नामामुळे झाली. तुझ्याविषयीच्या प्रेमाने चित्त धुतले गेले आहे. पश्चातापाने पाप जुळून गेले. प्रारब्धहि तुटले. तुकाराम महाराज म्हणतात, तुझ्या पायी देह ठेवून मी तुझा उतराई होईन. आज आम्हाला परमानंद झाला आहे. जे वेदश्रुतींना समजले नाही ते आम्हाला नामस्मरणाने समजले. आम्हाला आनंदाचा दिवाळीचा सण नेहमीचाच आहे. आणि आमचा साह्यकारी देव असल्याने आनंदच आनंद आहे. तुकाराम महाराज म्हणतात, आम्हाला जन्ममरणाचा धाक नाही. सनकादिक संत हे आमचे कौतुकाचे विषय आहेत.

।। पुंडलीक वरदा हरि विठ्ठल ।।

।। श्री पांडुरंग ।।

आहा आहा रे भाई । गंगा नव्हे जळ । वृक्ष नव्हे वड पिंपळ ।
तुळसी रुदाक्ष नव्हे माळ । श्रेष्ठ तनु देवाचिया ।।
चंद्र सूर्य नव्हती तारांगणें । मेरू तो नव्हे पर्वतासमान ।
शेष वासुकी नव्हे सर्प जाण । विखाराच्या सारिखे ।।
गरुड नव्हे पाखरूं। ढोर नव्हे नंदिकेश्वरु ।
झाड नव्हे कल्पतरु । कामधेनु गाय न म्हणावी ।।
कूर्म नव्हे कांसव । डुकर नव्हे वराह ।
ब्रह्मा नव्हे जीव । स्त्री नव्हे लक्ष्मी ।।
गवाक्ष नव्हे हाड । पाटाव नव्हे कापड ।
परीस नव्हे दगड । सगुण ते ईश्वराचे ।।
मुक्ताफळें नव्हेती गारा । खड्याऐसा नव्हे हिरा ।
जीव नव्हे सोइरा । बोळवीजे स्वइच्छेनें ।।
गांव नव्हे द्वारावती । रणछोड नव्हे मूर्ति ।
तीर्थ नव्हे गोमती । मोक्ष घडे दर्शनें ।।
कृष्ण नव्हे भोगी । शंकर नव्हे जोगी । तुका पांडुरंगीं । हा प्रसाद लाधला ।।

अरे, भाईंनो, गंगेचे पाणी इतर पाण्यासारखे नाही. वडपिंपळ ही झाडे इतर झाडांसारखी नाहीत. तुळशीच्या किंवा रुद्राक्षांच्या माळा इतर माळांसारख्या नव्हेत. हे सर्व देवाची अंगे आहेत. संत, सूर्यचंद्राची गणना करू नये. इतर पर्वतांसारखा मेरू पर्वत किंवा इतर विषारी सर्पांप्रमाणे शेष वासुकी आहेत असे म्हणू नये. गरूड हे पाखरू नाही, नंदिकेश्वराची गणना गुराढोरांत करू नये. कल्पवृक्षाला झाड समजू नये. आणि कामधेनुला गाय म्हणू नये. विष्णुचे अवतार कूर्म व वराह यांना कासव व डुक्कर म्हणू नये. सर्वांसारखा ब्रह्मदेव नाही आणि लक्ष्मी ही इतर स्त्रियांसारखी स्त्री नाही. महावस्त्र इतर कापडांसारखे नाही. हाडात गाईचे शिंग धरू नये. परिस हा दगड नव्हे, हे सर्व देवाचे अंश आहेत. मोती गारा नव्हेत, हिरा खडा नव्हे. जीव हा देवाचा अंश असल्याने आपल्या इच्छेनुसार त्याला घालविता येत नाही. द्वारका हे गाव नव्हे, रणछोड मूर्ति नाही, गोमती तीर्थ नव्हे, कृष्ण भोगी नव्हे, शंकर जोगी नव्हे, तुकाराम महाराज म्हणतात, पांडुरगाच्या कृपेने मला प्रसाद मिळाला.

।। पुंडलीक वरदा हरि विठ्ठल ।।

।। श्री पांडुरंग ।।

आजी दिवस झाला । धन्य सोनियाचा भला ।।
जाल संतांचे पंगतीं । बरवें भोजन निगुती ।।
रामकृष्णनामें । बरवीं मोहियेलीं प्रेमें ।।
तुका म्हणे आला । चवी रसाळ हा काला ।।
तुम्ही तरी सांगा कांहीं । आम्हांविशीं रखुमाबाई ।।
कांहीं उरलें तें ठायीं । वेगीं पाठवूनी देईं ।।
टोकत बैसलों देखा । इच्छितसें ग्रासा एका ।।
प्रेम देउनि बहुडा झाला । तुका म्हणे विठ्ठल बोला ।।
वाटे पाहें बाहे निढळीं ठेवूनियां हात । पंढरीचे वाटे दृष्टि लागलेंसे चित्त ।।
कईं येतां देखें माझा मायबाप । घटिका बोटें दिवस लेखीं धरूनियां माप ।।
सुखसेजे गोड चित्तीं न लगे आणीक। नाठवे घर दार तान पळाली भूक।।
तुका म्हणे धन्य दिवस ऐसा तो कोण । पंढरीचे वाटे येतां मूळ देखेन ।।

आज अगदी सोन्याचा दिवस झाला. संतांच्या पंगतीला बसून परमार्थाचे भोजन झाले. रामकृष्ण या नामाचिंतनामुळे भोजनातील पक्वान्ने मधुर झाली. तुकाराम महाराज म्हणतात हरी नामचिंतनाचा काला मोठा रसाळ आणि चवदार झाला आहे. रखुमाबाई, तुम्ही तरी आमच्याविषयी देवाजवळ काही सांगा. देवाला म्हणावे, तुमच्या ताटात जे काही उरले असेल ते खाली पाठवून दे. एका घासासाठी मी वाट पहात बसलो आहे. तुकाराम महाराज म्हणतात, प्रेम देऊन परती झाली आता विठ्ठल बोला. कपाळावर हात ठेवून मी श्रीहरीची वाट पहात आहे. माझे चित्त आणि मन पंढरीच्या वाटेकडे लागले आहे. मायबाप पंढरीनाथ कधी पाहीन असे झाले आहे. घटका दिवस मी बोटे घालून मोजत आहे. अंथरुणावर पडल्यावर झोप येत नाही. दुसरे काही गोड लागत नाही. घरदाराची आठवण होत नाही. तहानूभकही पळाली. तुकाराम महाराज म्हणतात पंढरीच्या वाटे मला नेण्यासाठी आलेले माझे आईबाप मी कधी पाहीन, तो धन्य दिवस कधी येईल ?

।। पुंडलीक वरदा हरि विठ्ठल ।।

।। श्री पांडुरंग ।।

तुझें दास्य करूं आणिका मागों खावया ।
धिग् झालें जिणें माझें पंढरीराया ।।
काय गा विठोबा तुज आतां म्हणावें ।
शुभाशुभ गोड तुम्हां थोरांच्या दैवें ।।
संसाराचा धाक निरंतर आम्हांसी ।
मरण भलें परि काय अवकळा ऐसी ।।
तुझे शरणांगत शरण जाऊं आणिकांसी ।
तुका म्हणे कवणा लाज हें कां नेणसी ।।
पुरविली आळी । जे जे केली ते ते काळीं ।।
माय तरी ऐसी सांगा । कृपाळुवा पांडुरंगा ।।
घेतले नुतरी । उचलोनी कडियेवरी ।।
तुका म्हणे घांस । मुखीं घाली ब्रह्मरस ।।

पंढरीनाथा, आम्ही तुझे दास्य करतो आणि इतरांकडे खायला मागू ? धिक्कार असो या जिण्याला. अगा विठोबा आता तुला काय म्हणावे तुमच्या थोरांच्या दैवाने शुभाशुभ गोड होते. आम्हाला संसाराचा निरंतर धाक वाटतो. या विटंबनेपेक्षा मरण बरे. देवा आम्ही तुम्हाला शरण आले, असून आता कोणाला शरण जाण्याची वेळ आमच्यावर आली तर त्याची लाज कोणाला ? देवा, तुम्ही आमचे सर्व हट्ट पुरवलेत, आम्ही जे जे मागितले ते ते दिलेत. कृपाळू पांडुरंगा, तुझ्यासारखी आई कोठे आहे ? तिने एकदा उचलून कडेवर घेतले की ती खाली ठेवीत नाही. तुकाराम महाराज म्हणतात, ती ब्रह्मरसाचे घास मुखी घालते.

।। पुंडलीक वरदा हरि विठ्ठल ।।

।। श्री पांडुरंग ।।

रत्नजडित सिंहासन । वरी बैसले आपण ।।
कुंचे ढळती दोहीं बाहीं । जवळी राही रखुमाई ।।
नाना उपचारीं । सिद्धि वोळगती कामारी ।।
हातीं घेऊनी पादुका । उभा बंदीजन तुका ।।
हिरा शोभला कोंदणीं । जडित माणिकांची खाणी ।।
तैसा दिसे नारायण । मुख सुखाचें मंडण ।
कोटि चंद्रलीळा । पूर्णिमेच्या पूर्ण कळा ।।
तुका म्हणे दृष्टि धाये । परतोनि माघारी ते न ये ।।
उभारिला हात । जगीं जाणविली मात ।।
दैव बसले सिंहासनीं । आल्या याचकांची होय धनी ।।
एकाच्या कैवाडें । उगवे बहुतांचें कोडें ।।
दोहीं ठायीं तुका । नाहीं पडों देत चुका ।।

रत्नजडित सिंहासनावर श्रीविठ्ठल विराजमान झाले आहेत. दोन्ही बाजूंनी त्यांच्यावर मोरपिसांचे कुंचे ढळले जात आहेत. शेजारी रखुमाईराही आहेत. नाना प्रकारचे उपचार करणाऱ्या सिद्धी दासी झाल्या आहेत. तुकाराम महाराज म्हणतात, मी एखाद्या बंद्यासारख्या हातात पादुका घेऊन उभा आहे. कोंदणात हिरा शोभावा किंवा जडलेल्या माणिकांची खाण असावी तसे नारायणाचे मुख सुशोभित सुंदर दिसते आहे. कोट्यवधि पूर्ण चंद्राचे तेजाप्रमाणे देवाचे तेज आहे. तुकाराम महाराज म्हणतात, एकदा त्याच्याकडे पाहिले की दृष्टी हलत नाही. संसाराचा विचारही मनात येत नाही. मी हात उभारून हे जगाला सांगतो आहे. देव सिंहासनावर बसले आहेत आणि प्रत्येक याचकाची इच्छा पूर्ण करीत आहेत. एका पुंडलीकामुळे देव पंढरपुरी आले पण अनेकांना तृप्त करीत आहेत. तुकाराम महाराज म्हणतात, मी देव आणि जग दोन्ही ठिकाणी आपले कर्तव्य बजावीत आहे.

।। पुंडलीक वरदा हरि विठ्ठल ।।

।। श्री पांडुरंग ।।

जीवेंसाठी यत्नभाव । त्याची नाव बळकट ।।
पैल तीरा जातां कांहीं । संदेह नाहीं भवनदी ।।
विश्वासाची धन्य जाती । तेथें वस्ती देवाची ।।
तुका म्हणे भोळियांचा । देव साचा अंकित ।।
आशीर्वाद तया जाती । आवडीं चित्तीं देवाची ।।
कल्याण तों असे क्षेम । वाढो प्रेम आगळें ।।
भक्तिभाग्य गांठीं धन । त्या नमन जीवासी ।।
तुका म्हणे हरिचे दास । तेथें आस सकळ ।।
अभय उत्तरीं संतीं केलें दान । जालें समाधान चित्त नेणें ।।
आतां प्रेमरसें न घडे खंडण । द्यावें कृपादान नारायणा ।।
आलें जें उचित देह विभागासी । तेणें पायांपाशीं उभीं असों ।।
तुका म्हणे करी पूजन वैखरी । बोबडा उत्तरीं गातों गीत ।।

जिवावर उदार होऊन प्रयत्न करणे म्हणजे दृढ प्रयत्न होय, तोच भवनदीतून पैलतीरी जाईल. श्रीहरीवर पूर्ण विश्वास ठेवणाऱ्यांची जात धन्य आहे. कारण तिथे देवाची वस्ती असते. तुकाराम महाराज म्हणतात, देव भोळ्या भक्तांना अंकित असतो. ज्यांच्या मनात देवाची आवड आहे. अशांना माझ्या आशीर्वाद आहे. त्यांचे कल्याण असो, क्षेम असो आणि त्यांचे देवाविषयीचे प्रेम सतत वाढावे. ज्यांच्याजवळ श्रीहरीप्रेम आहे. त्यांना माझा नमस्कार असो तुकाराम महाराज म्हणतात जे हरीचे दास आहेत. तिथे माझ्या आशा गुंतल्या आहेत. मला अभय देऊन, तू भिऊ नकोस. असे सांगून संतांनी मला अभय दिले, त्यामुळे मन समाधान पावले. नारायणा तुमच्याविषयी मनात जो प्रेमरस आहे तो कधी आटू देऊ नका. आमच्या देहाच्या वाटणीला जे आले ते आम्ही केले, त्यामुळेच आम्ही तुझ्या पायांजवळ उभे आहोत. तुकाराम महाराज म्हणतात, माझी वाणी तुझे गुणगान करीत आहे. बोबड्या बोलांनी मी गातो आहे.

।। पुंडलीक वरदा हरि विठ्ठल ।।

॥ श्री पांडुरंग ॥

उठा सकल जन उठिले नारायण । आनंदले मुनिजन तिन्ही लोक॥
करा जयजयकार वाद्यांचा गजर । मृदंग विणे अपार टाळ घोष ॥
जोडोनियां कर मुख पाहा सादर । पायावरी शिर ठेवूनियां ॥
तुका म्हणे काय पढियंतें मागा । आपुलालें सांगा दु:ख सकळ ॥
घडिया घालूनी तळीं चालती वनमाळी । उमटती कोमळीं कुंकुमाचीं ॥
वंदा चरणरज अवघे सकळ जन । तारियेले पाषाण उदकीं जेणें ॥
पैसे धरूनी चला ठाकत ठायीं ठायीं । मौन धरूनी कांहीं न बोलावें ॥
तुका अवसरू जाणवितो पुढें । उघडिलें महाल मंदिर कवाडें ॥

उठा, उठा सर्वजण उठा, नारायण उठले आहेत. तिन्ही लोकांतील ऋषिमुनींना आनंद झाला आहे. त्याला नमस्कार करा, वाद्यांचा गजर करा, मृदंग वीणा वाजवा, टाळांचा अपार घोष करा. दोन्ही हात जोडून आणि पायांवर मस्तक ठेवून श्रीमुखाचे दर्शन घ्या. तुकाराम महाराज म्हणतात, तुम्हाला देवाजवळ काय मागायचे असेल ते मागा. आपली सुख-दु:खे सांगा, पायघड्यांवरून वनमाळी चालले आहेत. त्यांची कुंकमासारखी पावले वस्त्रावर उमटत आहेत. लोक हो ज्यांच्यामुळे पाषाण पाण्यावर तरंगले. त्याच्या पायधूळीला वंदन करा मध्ये देवाला जाण्यासाठी जागा ठेवा, काही बोलू नका. तुकाराम महाराज म्हणतात, मी पुढे जाऊन तुम्हाला आवश्यक त्या सूचना देतो आहे, आणि आता महाल मंदिराची महाद्वारे उघडली आहेत.

॥ पुंडलीक वरदा हरि विठ्ठल ॥

।। श्री पांडुरंग ।।

शब्दाची पैं रत्नें करूनी अलंकार । तेणें विश्वंभर पूजियेला ।।
भावाचे उपचारें करूनी भोजन । तेणें नारायण जेवविला ।।
संसारा हातीं दिले आंचवण । मुखशुद्धि मन समर्पिलें ।।
रंगली इंद्रियें सुरंग तांबूल । माथां तुळसीदळ समर्पिलें ।।
एकभाव दीप करूनी निरांजन । देऊनी आसन देहाचें या ।।
न बोलोनी तुका करी चरणसेवा । निजविलें देवा माजघरीं ।।
उठोनियां तुका गेला निजस्थळा । उरले राउळामाजी देव ।।
नेउल जालें सेवका स्वामीचें । आज्ञे करुनी चित्त समाधान ।।
पहुडलिया हरी अनंतशयनावरी । तेथें नाहीं उरी कांहीं काम ।।
अवघियांस बाहेर घालुनि गेला तुका । सांगितलें लोकां निजले देव ।।

शब्दांची रत्ने आणि अलंकार तयार करून मी विश्वंभराची पूजा केली आहे. भक्ति भावाचे उपचार करून त्याला नारायणाला जेवविला आहे. संसार त्याच्या हाती सोपवून आंचवण घातली आहे. मुखशुद्धीसाठी मी त्याला माझे मनच अर्पण केले आहे. श्रीहरीच्या रंगाने रंगलेल्या माझ्या इंद्रियांचा सुरंगी विडा मी त्याला दिला आहे. आणि त्याच्या मस्तकावर तुलसीदल अर्पण केले आहे. एकाग्र चित्ताचे निरांजन करून मी त्याला ओवाळले आहे आणि माझ्या देहाचेच आसन त्याला दिले आहे. न बोलता तुकाराम देवाची चरणसेवा करतो आहे आणि हृदयाच्या माजघरात त्याला झोपवले आहे. तुका उठून स्वगृही गेला. त्यामुळे देवळात देव एकटेच राहिले आहेत. स्वामींच्या आज्ञेवरून चित्ताला समाधान मिळाले. याचे सेवकाला नवल वाटते. शेषशय्येवर हरि पहुडले आहेत. त्यामुळे आता काम असे काही उरलेच नाही. तुकाराम महाराज म्हणतात सर्वांना बाहेर घालवून मीही बाहेर गेलो आणि देव निजले आहेत असे सर्वांना सांगितले.

।। पुंडलीक वरदा हरि विठ्ठल ।।

।। श्री पांडुरंग ।।

आरुष शब्द बोलों मनीं न धरावें कांहीं । लडिवाळ बाळकें तूचि आमुची आई ।।
देईं गे विठाबाई प्रेमभातुकें। अवघिया कवतुकें लहानां थोरां सकळां ।।
सांडूनियां भीड धीटपणातें वाणी । घेतलें पाहिजें केलें लेंकुरें ते कानीं ।।
तुका म्हणे थोड्यासाठीं काशाची आटी । झाली असे भेटी धुरेसंवसाटी ।।
तुका म्हणे आम्ही तुझीं वेडीं वाकुडीं । नामें भवपाश आतां आपुले तोडीं ।।
कळस वाहियेला शिरीं । सहस्रनामें पूजा करीं ।।
पीक पिकलें पिकलें । धन दाटोनियां आलें ।।
तुका म्हणे पोट । भरलें वारला बोभाट ।।

हे आई, विठाबाई मी तुझा लाडका बाळ आहे. तू माझी आई आहेस जर मी तुला एखादा दुसरा वेडावाकडा शब्द बोललो असलो तर मनावर घेऊ नकोस. विठाबाई, तू तुझ्या प्रेमाचा खाऊ लहान–थोरांना कौतुकाने खाऊ घाल. आम्ही बालके तुझ्याबद्दल भीडभाड न धरता धीटपणाने जे बोललो ते तू ऐकून घेतले पाहिजेस. तुकाराम महाराज म्हणतात आमच्या भाषणात काही चुकी झाली असेल तर एवढ्यासाठी आम्हाला दूर ठेवण्याची खटपट करू नका. तुकाराम महाराज म्हणतात, देवा, आम्ही बालके वेडीवाकडे कशीही असलो तर तुझे नाम आम्ही घेतले आहे. तेव्हा संसार पाशातून आम्हाला सोडव, आमचा संसारपाश तोडून टाक. कळस डोक्यावरून वाहतो आहे. सहस्त्रनामांनी मी देवाची पूजा करतो. घनदाट पीक पिकले आहे. तुकाराम महाराज म्हणतात, पोट भरल्यामुळे सर्व कामांचे बिनबोभाट निवारण झाले आहे.

।। पुंडलीक वरदा हरि विठ्ठल ।।

।। श्री पांडुरंग ।।

विठ्ठल आमचें जीवन । आगमनिगमाचें स्थान ।
विठ्ठल सिद्धीचें साधन । विठ्ठल ध्यान विसांवा ।।
विठ्ठल कुळींचे दैवत । विठ्ठल वित्त गोत चित्त ।
विठ्ठल पुण्य पुरुषार्थ । आवडे मात विठ्ठला ।।
विठ्ठल विस्तारला जनीं । सप्तहि पाताळें भरुनि ।।
विठ्ठल जीवाचा जिव्हाळा । विठ्ठल कृपेचा कोंवळा ।
विठ्ठल प्रेमाचा पुतळा । लावियेलें चाळा विश्व विठ्ठल ।।
विठ्ठल बाप माय चुलता । विठ्ठल भगिनी भ्राता ।
विठ्ठलेंविण चाड नाहीं गोता । तुका म्हणे आतां नाहीं दुसरें ।।

विठ्ठल हाच आमचे जीवन आहे, येण्याजाण्याचे स्थान आहे. विठ्ठल हेच आमच्या सिद्धींचे साधन आहे. विठ्ठल हाच आमचा विसावा आहे. विठ्ठल आमचे कुलदैवत आहे. विठ्ठल हेच आमचे गोत, वित्त आणि चित्त आहे. धर्म, अर्थ, काम आणि मोक्ष हे चारही पुरुषार्थ विठ्ठलच आहे आणि हेच विठ्ठलाला आवडते. सप्त पाताळे भरून विठ्ठल विश्वंभर विस्तारला आहे. त्रिभुवनात दाटला आहे. विठ्ठल ऋषिमुनींच्या मनीमानसी विठ्ठल आहे. विठ्ठल आमचा जीवीचा जिव्हाळा आहे. कृपेबाबत विठ्ठल कोवळा आहे. ज्याने अवघ्या विश्वाला चाळा लावला आहे. तो विठ्ठल प्रेमाचा साक्षात् पुतळा आहे. विठ्ठलच माझे आईवडील आणि चुलते, भाऊ, बहीण सर्व गोत आहे. विठ्ठलावाचून मला आता कोणी नको. तुकाराम महाराज म्हणतात, माझ्या मनात विठ्ठलावाचून दुसरा विषय नाही.

।। पुंडलीक वरदा हरि विठ्ठल ।।

।। श्री पांडुरंग ।।

काय मी उद्धार पावेन । काय कृपा करील नारायण ।
ऐसें सांगा तुम्ही संतजन । करा समाधान चित्त माझें ।।
काय हें खंडईल कर्म । पारुषतील धर्माधर्म ।
कासयानें तें कळेल वर्म । म्हणऊनी श्रम वाटतसे ।।
काय हे स्थित राहेल बुद्धी । कांहीं अरिष्ट न येल मधीं ।
धरील जाईल तें सिद्धि । शेवट कधीं तो मज न कळे ।।
काय ऐसें पुण्य होईल गांठीं । घालीन पायीं देवाचे मिठी ।
मज तो कुरवाळील जगजेठी । दाटईन कंठीं सद्गदित ।।
काय हे निवतील डोळे । सुख तें देखोनी सोहळे ।
संचित कैसें तें न कळे । होतील डोहळे वासनेसी ।।
ऐसी चिंता करी सदा सर्वकाळ । रात्रीदिवस हेचि तळमळ ।
तुका म्हणे नाहीं आपुलें बळ । जेणें फळ पावे निश्चयेंसी ।।

माझा उद्धार होईल का, नारायण माझ्यावर कृपा करील कां हे संतजनांनो, मला सांगा आणि माझ्या चित्ताचे समाधान करा. माझे संचित, प्रारब्ध नष्ट होईल का आणि धर्म नाहीसा होईल का ? ज्यामुळे हे नाहीसे होईल त्याचे वर्म मला कसे कळेल हे न समजल्यामुळे माझ्या मनाला कष्ट होत आहेत. माझी बुद्धि स्थिर कशी राहील, मधेअधे काही अरिष्ट तर होणार नाही. मी जो संकल्प केला आहे. तो सिद्धीस जाईल ना, त्याचा शेवट काय होईल हे मला माहीत नाही. देवाच्या चरणांना मिठी घालण्याइतके माझे पुण्य आहे का. तो जगजेठी मला जेव्हा कुरवाळील, तेव्हा माझा कंठ सद्गदित होईल. श्रीहरीचे, सुखसोहळे पाहून माझे डोळे निवतील. माझे संचित काय आहे हे मला माहीत नाही, का वासनेचे डोहाळे मला लागतील. तुकाराम महाराज म्हणतात, मी सदासर्वकाळ चिंता करीत आहे. रात्रंदिवस तळमळतो आहे. पण निश्चयपूर्वक फळ मला प्राप्त होईल एवढे बळ माझ्याजवळ नाही.

।। पुंडलीक वरदा हरि विठ्ठल ।।

॥ श्री पांडुरंग ॥

विषयओढीं भुलले जीव । आतां यांची कोण करील कींव ।
नुपजे नारायणीं भाव । पावोनी ठाव नरदेह ॥
कोण सुख धरलें संसारीं । पडोनी काळाच आहारीं ।
माप या लागलें शरीरीं । झालियावरी सळे वोढिती ॥
बापुडीं होतील शेवटीं । आयुष्यासवें झालिया तुटी ।
भोगिले मागें पुढें ही कोटी । होईल भेटी जन्माशीं ॥
जुंतिलें घाणां बांधोनि डोळे । मागें जोडी आर तेणेंही पोळे ।
चालिलों किती तें न कळे । दुःखे आरंबळे भूक तान ॥
एवढें जयाचें निमित्त । प्रारब्ध क्रियामाण संचित ।
तें हें देव मानूनी अनित्य । न करिती कां नित्य नामस्मरण ॥
तुका म्हणे न वेंचतां मोल । तो हा यासी महाग विठ्ठल ।
वेंचितां फुकाचेचि बोल । केवढें खोल अभागिया ॥

विषयाची ओढ असल्यामुळे सर्व जीव भुलून गेले आहेत. आता त्यांच्यावर दया कोण करणार ? नरदेहाची प्राप्ती झाली असूनही नारायणाविषयी त्यांच्या मनात भक्तिभाव निर्माण होत नाही. काळाच्या आहारी गेलेले असताना त्यांना संसारात कसले सुख मिळते ? या शरीराचे दिवस भरले की यमदूत ओढून नेतील. आयुष्य संपत आले की ते दीनवाणे होतील. पूर्वी अनेक जन्म झाले, पुढेही होतील. बैलाचे डोळे बांधून त्याला घाण्याला जुपंतात तो फिरायला कसर करू लागला तर त्याला आरीने टोचतात. त्यामुळे त्याला त्रास होतो. आपण किती फिरलो हेही कळत नाही. तहानभूक भागविली जात नाही. प्रारब्ध, क्रियामाण, संचित एवढेच जन्माचे निमित्त आहे तर देहाची अनित्यता लक्षात घेऊन ते देवाचे नामस्मरण का करीत नाहीत ? तुकाराम महाराज म्हणतात, किंमत न देता विठ्ठलाचे चिंतन होते तरी याला का ते महाग झाले आहे. फुकटचे विठ्ठलनाम घेणे या अभाग्याला अवघड झाले आहे.

॥ पुंडलीक वरदा हरि विठ्ठल ॥

।। श्री पांडुरंग ।।

कोण सुख धरोनी संसारीं । राहों सांग मज बा हरी ।
अवघ्य नाशिवंता परी । थिता दुरी तूंही अंतरसी ।।
प्रथम केला गर्भीं वास । काय ते सांगावे सायास ।
दु:ख भोगिलें नवही मास । आलों जन्मास येथवरी ।।
बाळपण गेलें नेणतां । तारुण्यदशे विषयव्यथा ।
वृद्धपणीं प्रवर्तली चिंता । मरें मागुता जन्म धरीं ।।
क्षण एक तोही नाहीं विसावा । लक्ष चौऱ्यांशीं घेतल्या धांवा ।
भोवांडिती पाठी लागल्या हांवा । लागो आगी नांवा माझ्या मीपणा ।।
आतां पुरे ऐसी भरोवरी । रंक होउनी राहेन द्वारीं ।
तुझा दास मी दीन कामारी । तुका म्हणे करीं कृपा आतां ।।

संसार करून माणसाला कोणते सुख प्राप्त होते ? हे देवा, तू मला सांग. हे सर्व नाशवंत आहे आणि संसाराचा मोह धरला तर तू दूर जातोस. प्रथम मातेच्या गर्भात वास्तव्य केले, तेथे अंग मुडपून बसून अनेक महिने काढावे लागले, ते कष्ट काय सांगावेत ? त्यानंतर जन्म झाला. बालपण न समजताच कधी आणि कसे गेले हे कळलेच नाही. तरुणपणी विषयवासनेकडे ओढला गेलो. तीच व्यथा झाली म्हातारपणी चिंतेने ग्रासले. मेलो की पुन्हा पुन्हा जन्म घ्यावा लागणार ! क्षणाचीही विश्रांती नाही. विषयाची हाव चौऱ्यांशी लक्ष योनीतून फिरवतो. माझ्या मीपणाला आता आग लागो. तुकाराम महाराज म्हणतात, आता प्रपंचाचा खटाटोप पुरे झाला. देवा, तुझ्या दारात गरीब होऊन पडून राहीन. तू सांगितलेले काम करणारा मी तुझा हरकाम्या आहे. दास आहे. आता माझ्यावर कृपा कर.

।। पुंडलीक वरदा हरि विठ्ठल ।।

।। श्री पांडुरंग ।।

सुख या संतसमागमें। नित्य दुणावे तुझिया नामें।
दहन होती सकळ कर्में। सर्वकाळ प्रेमें डुल्लतसें।।
म्हणोनी नाहीं कांहीं चिंता। तूंचि आमुचा मातापिता।
बहिणी बंधु आणि चुलता। आणिकां गोतां सर्वां ठायीं।।
ऐसा हा कळला निर्धार। माझा तुज न पडे विसर।
अससी देऊनियां धीर। बाह्य अभ्यंतर मजजवळी।।
दु:ख तें कैसें नये स्वप्नासी। भुक्तिमुक्ति झाल्या कामारी दासी।
त्यांचें वर्म तूं आम्हापाशीं। सुखें राहिलासी प्रेमाचिया।।
जेथें तुझ्या कीर्तनाचा घोष। जळती पापें पळती दोष।
काय तें उणें आम्हां आनंदास। सेवूं ब्रह्मरस तुका म्हणे।।

संतांच्या सहवासाचे सुख तुझे नाम घेतल्याने दुप्पट होते. सर्व पापे जळून जातात आणि सर्व काळ प्रेमाने डुलत रहातो. त्यामुळे आम्हाला कसलीही चिंता नाही तूच आमचा मायबाप, चुलता आणि आप्त आहेस, भाऊ तूच आणि बहिणीही तूच. अशा प्रकारचा निर्धार आम्ही केल्यापुढे देवा, आम्हाला तुझा विसर पडत नाही आणि तुला आमचा विसर न होवो. आम्हाला धीर देऊन तू आमच्याजवळच राहिला आहेस. आता बाहेर तूच आहेस. दु:ख कसे असते हे स्वप्नात देखील आम्हाला कळत नाही. भोग व चारही मुक्ति या आमच्या दासी झाल्या आहेत. कारण तू प्रेमाने आमच्या समीप राहिला आहेस. जिथे कीर्तनाचा घोष चालतो. जे तुझे कीर्तन करतात त्यांची पापे जळून जातात, दोष पळून जातात. तुकाराम महाराज म्हणतात, आम्ही ब्रह्मरसाचे सेवन करीत असल्यामुळे आमच्या आनंदास पारावार नाही.

।। पुंडलीक वरदा हरि विठ्ठल ।।

।। श्री पांडुरंग ।।

देवा तूं आमचा कृपाळ । भक्तप्रतिपाळ दीनवत्सल ।
माय तूं माउली स्नेहाळ । भार सकळ चालविसी ।।
तुज लागली सकळ चिंता । राखणें लागे वाकडें जातां ।
पुढती निरविसी संतां । नव्हे विसंबतां धीर तुज ।।
आम्हां भय चिंता नाहीं धाक। जन्म मरण कांहीं एक।
जाला इहलाकीं परलोक। आलें सकळिक वैकुंठ ।।
न कळे दिवस कीं राती । अखंड लागलीसे ज्योति ।
आनंदलहरीची गति । वर्णूं किती तया सुखा ।।
तुझिया नामाचीं भूषणें । तों यें मज लेवविलीं लेणें ।
तुका म्हणे तुझिया गुणें । काय तें उणें एक आम्हां ।।

देवा तू आमचा कृपाळू आहेस, भक्तांचा प्रतिपाळ करणारा दीन वत्सल आहेस. तू स्नेहाळ मायमाऊली आहेस. आमचा योगक्षेम तूच चालवतोस. तुलाच आमची सगळी चिंता आहे. आम्ही वेडेवाकडे वागू लागलो तर तूच आमचा रक्षणकर्ता होतोस. पुढे तू आम्हाला संतांवर सोपवतोस. आम्हाला दूर करण्याचा धीर तुला होत नाही. आम्हाला भय, चिंता, धाक किंवा जन्ममरणाची चिंता नाही. आम्हाला इहलोकीच परलोकीचे सुख मिळाले आहे. इथे वैकुंठच जणू आले आहे. रात्र किंवा दिवस आम्हाला काही कळत नाही. अखंड ज्योत लागली आहे असे वाटते. या आनंद लहरींमुळे होणाऱ्या सुखाचे की वर्णन कसे करू ? तुकाराम महाराज म्हणतात, देवा तुझ्या नामाची भूषणे तुझ्या नामाचे अलंकार तू आम्हाला घातले आहेस. आता आम्हाला काय कमी आहे ?

।। पुंडलीक वरदा हरि विठ्ठल ।।

।। श्री पांडुरंग ।।

बरवें झालें आलों या जन्मासी । जोड जोडिली मनुष्यदेहाऐसी ।
महालाभाची उत्तम रासी । जेणें सर्व सुखासी पात्र होईजे ।।
दिली इंद्रियें हात पाय कान । डोळे मुख बोलावया वचन ।
जेणें तूं जोडसी नारायण । नासे जीवपण भवरोग ।।
तिळेंतिळ पुण्य सांच पडे । तरि हें बहुतां जन्मीं जोडे ।
नाम तुझें वाचेसी आतुडे । समागम घडे संतांचा ।।
ऐसियें पावविलों वो ठायीं । आतां मी कायी होऊं उतराई ।
येवढा जीव ठेवीन पायीं । तूं वो माझे आई पांडुरंगे ।।
नाहीं या आनंदासी जोडा । सांगतां गोष्टी लागती गोडा ।
आलासी आकारा आमुच्या चाडा । तुका म्हणे भिडा भक्तीचिया ।।

देवा, हा मनुष्यदेह मिळाला, हा जन्म मिळाला ही एक फार चांगली गोष्ट झाली. हा नरदेह ही महालाभाची रास आहे. त्यामुळे सर्व सुखे मिळतात. हात, पाय, कान, बोलायला तोंड, पहायला डोळे ही इंद्रिये तू दिलीस. ज्याचा योग्य उपयोग केला तर नारायणाची प्राप्ती होऊ शकेल. संसारव्यथा नाहीशा होतील. भवरोग संपेल. परमार्थामुळे तिळतिळ का होईना पुण्यसंचय होतो. नामाची वाणीला आवड निर्माण होते आणि संतांची संगत लाभते. आता तुम्ही मला अशा ठिकाणी आणले आहे की मी तुमचे ऋण कसे फेडू, तुमचा उतराई कसा होऊ असा मला प्रश्न पडला आहे. विठोमाऊली माझा जीव तुझ्या पायी ठेवीन. तुकाराम महाराज म्हणतात, या आनंदाला तो नाही. या गोष्टी करताना गोड वाटतात, आमच्या भीडेमुळे आणि भक्तिमुळे तुम्ही साकार झाला आहात.

।। पुंडलीक वरदा हरि विठ्ठल ।।

।। श्री पांडुरंग ।।

होतों तें चिंतित मानसीं । नवस फळले नवसीं ।
जोडिते नारायणा ऐसी । अविट ज्यासी नाश नाहीं ।।
धरिले जीवें न सोडीं पाय । आलें या जीवित्वाचें काय ।
कैं हे पाविजेती ठाव । लाविली सोय संचितानें ।।
मज तों पडिली होती भुली । चित्ताची अपसव्य चाली ।
होती मृगजळें गोवी केली । दृष्टि उघडली बरें झालें ।।
आतां हा सिद्धि पावो भाव । मध्यें चांचल्यें न व्हावा जीव ।
ऐसा तुम्हां भाकीतसें कींव । कृपाळुवा जगदानिया ।।
कृपा या केली संतजनीं । माझी अळंकारिली वाणी ।
प्रीती हे लाविली कीर्तनीं । तुका चरणीं लोळतसे ।।

ज्याचे मी सतत चिंतन करीत होतो आणि मी जो नवस केला होता तो आज फलद्रुप, झाला. ज्याची गोड अवीट आहे आणि ज्याचा नाश होत नाही. त्या नारायणाची मला प्राप्ती झाली. आता प्राण गेला तरी मी याचे पाय सोडणार नाही ? कारण या स्थळाची मला प्राप्ती कधी होणार आहे ? माझ्या संचिताने माझी ही सोय लावली आहे. माझ्या चित्ताची चाल उलटी होती, मला भूल पडली होती. प्रपंचरूपी मृगजळाने मला गोंधळात टाकले होते. आता मला दृष्टि आली हे बरे झाले. कृपाळू विठ्ठला, आता माझ्या मनात जो भक्तिभाव निर्माण झाला आहे. तो सिद्धीस जाऊ दे. मध्येच मनात चंचलपणाला अवसर मिळू देऊ नका अशी मी करुणा भाकत आहे. तुकाराम महाराज म्हणतात, संतजनांनी माझ्यावर कृपा केली. माझी वाणी हरिनामाने अलंकृत केली, कीर्तनाची मला गोडी लावली त्यामुळेच मी आज हरिचरणांवर लोळतो आहे.

।। पुंडलीक वरदा हरि विठ्ठल ।।

।। श्री पांडुरंग ।।

तुझिया पार नाहीं गुणां । माझी अल्प मति नारायणा ।
भवतारक जी सुजाणा । एक विज्ञापना पायापाशीं ।।
काय जाणावें म्यां दीनें । तुझिये भक्तींचीं लक्षणें ।
धड तें तोंड धुऊं नेणें । परि चिंतनें काळ सारीं ।।
न लवीं आणीक कांहीं पिसें । माझिया मना वायां जाय ऐसें ।
चालवीं आपुल्या प्रकाशें । हातीं सरिसें धरोनियां ।।
तुज हे समर्पिली काया । जीवें भावें पंढरीराया ।
सांभाळीं समविषम डाया । करीं छाया कृपेची ।।
चतुर तरी चतुरां राव । जाणता तरी जीवांचा जीव ।
न्यून तो कोण एक ठाव । आरुष भाव परि माझा ।।
होतें तें माझें भांडवल । पायापें निवेदिले बोल ।
आदरा ऐसें पाविजे मोल । तुका म्हणे साच फोल तूं जाणसी ।।

देवा, तुझ्या गुणांना पार नाही, पण माझी बुद्धि मात्र अल्प आहे. तुम्ही भवतारक आहात, सुजाण आहोत, तुमच्या पायापाशी माझी एक विनंती आहे. देवा, तुझी भक्तिची लक्षणे मला गरिबाला काय समजणार ? मला धड तोंड धुता येत नाही; पण मी तुमच्या चिंतनात काळ घालवीत आहे. देवा हे चिंतन व्यर्थ जाईल असे दुसरे कसले वेड मला लावू नका. माझा हात धरून मला तुमच्या प्रकाशात चालवा. पंढरीराया जिवाभावानं ही काया तुम्हाला अर्पण केली आहे. आता तुमच्या कृपेच्या छायेत मला ठेवा. समविषमाच्या भेदभावात मला पाडू नको. तू इतका देवा, चतुर आहेस की जेवढे जगात चतुर असतील. त्यांचा सर्वांचा तू राजा आहेस. जाणता इतका आहेस की सर्व जीवांचा तू जीव आहेस. तुझ्याठायी कोणतेही न्यून नाही; पण माझा भावच वेडावाकडा आहे. तुकाराम महाराज म्हणतात, माझी खरी जी स्थिती होती. ती तुमच्या पायी निवेदन केली. आता जसा आदर असेल तसे मोल मिळेल. माझे बोलणे खरे आहे. फोलपट आहे हे तूच जाणतोस.

।। पुंडलीक वरदा हरि विठ्ठल ।।

।। श्री पांडुरंग ।।

बरें झालें आजीवरी । नाहीं पडिलों मृत्यूचे आहारीं ।
वांचोन आलों एथवरी । उरलें तें हरी तुम्हां समर्पण ।।
दिला या काळें अवकाश । नाहीं पावलें आयुष्यनाश ।
कार्या कारण उरलें शेष । गेलें तें भूस जावो परतें ।।
बुडणें खोटें पावतां थडी । स्वप्नीं झाली ओढाओढी ।
नासली जागृतीची घडी । साच जोडी शेवटीं गोड घास ।।
तुम्हांसी पावविली हांक। तेणें निरसला धाक।
तुमचें भातें हें कवतुक। जे शरणागत लोक रक्षावे ।।
रवीच्या नांवें निशीचा नाश । उदय होतांचि प्रकाश ।
आतां कैंचा आम्हां दोष । तूं जगदीश कैवारी ।।
आतां जळो देह सुख दंभ मान । न करीं तयाचें साधन ।
तूं जगदीश नारायण । आलों शरण तुका म्हणे ।।

देवा, आजपर्यंत आम्ही मृत्यूच्या दाढेत सापडला नाही हे बरे झाले. आता आजवर वाचल्यामुळे जे आयुष्य उरले आहे ते तुम्हाला समर्पण केले आहे. मला काळाने अवकाश दिल्यामुळे माझे सर्व आयुष्य नाश पावले नाही. आता पूर्वीचे आयुष्य फोलपटाप्रमाणे फुकट गेले ते जावो, आता जे काही आयुष्य शिल्लक आहे त्याचा मी सदुपयोग करीन. एखादा कुणी पाण्यात बुडता बुडता कडेला लागला तर त्याचे बुडणे खोटे किंवा स्वप्नातले दु:ख जागे झाल्यावर नाहीसे होते किंवा जेवताना शेवटी गोड घास मिळाला तर जसा आनंद होतो तसा तुमच्या प्राप्तीचा मला आनंद झाला आहे. मी तुम्हाला हाक मारली व ती तुम्ही ऐकली त्यामुळे मी निर्भय झालो. शरणागताचे रक्षण करावे असे कौतुक तुम्ही करता. सूर्योदयानंतर अंधाराचा नाश होतो. त्याप्रमाणे तू आमचा कैवारी असल्यावर आमच्याजवळ दोष कसे राहतील ? आता देहसुख, दंभ, मान जळून जावो, मी त्यासाठी प्रयत्न करणारा नाही, तू सर्व जगाचा स्वामी नारायण आहेस म्हणून मी तुला शरण आलो आहे.

।। पुंडलीक वरदा हरि विठ्ठल ।।

।। श्री पांडुरंग ।।

आतां माझा नेणों परतों भाव । विसावोनि पायीं ठेविला जीव ।
सकळ लाभांचा हा ठाव । ऐसा वाव झाला चित्ताठायीं ।।
भांडवल गांठीं तरि विश्वास । झालों तों झालों निश्चयें दास ।
न पाहें मागील ते वास । पुढती सोस सेवेचाचि ।।
आहे हें निवेदिलें सर्व । मी माझें हें मोडियेला गर्व ।
अकाळीं काळ अवघें पर्व । झाला भरवंसा कृपें लाभाचा ।।
वेव्हारीं वेव्हारा अनंत । नाहीं यावांचूनी जाणत ।
तरी हें समाधान चित्त । लाभ हानि नाहीं येत अंतरा ।।
करूनी नातळों संसारा । अंग भिन्न राखिला पसारा ।।
कळवळा तो जीवनीं खरा । बीजाचा थारा दुरी आघात ।।
बहुमतांपासूनि निराळा । होऊनी राहिलों सोंवळा ।
बैसला रूपाचा कळवळा । तुका म्हणे डोळां लेइलों तें ।।

मी देवाच्या पायी विसावलो आहे. आता तो भाव परत येऊ देऊ नका. तिथे सर्व लाभ आहेत हे माझ्या चित्तात ठसले आहे. विश्वास हेच माझ्या गाठी असले भांडवल आहे. म्हणून मी निश्चयपूर्वक तुमचा दास झालो आहे. आता मागचे काही पहायचे नाही. आता सेवेचाच सोस करायचा असे मी ठरवले आहे. मला जे काही सांगायचे होते ते सर्व सांगून झाले. माझा गर्व आता अगदी पार मोडला आहे. आता कोणताही काळ हा शुभकाळच झाला आहे. कारण कृपेचा लाभ होईल. असा विश्वास आला आहे. आता मी केवळ आनंदाचाच व्यवहार करीत आहे. त्याशिवाय दुसरे काही मला ठावें नाही. लाभ हानीचा विचार मनात येत नसल्यामुळे चित्ताला समाधान लाभले आहे. संसारात असूनही त्यामुळे मी अलिप्त राहिलो आहे. संसाराचा पसारा मी निराळा ठेवला आहे. नामरूपी बीजाची वस्ती ह्रदयात असल्यामुळे सर्व आघात नष्ट झाले. तुकाराम महाराज म्हणतात, बहुमतापासून दूर मी सोवळा राहिले आहे. देवाचे रूप मनात आणि डोळ्यांत भरून राहिले आहे.

।। पुंडलीक वरदा हरि विठ्ठल ।।

।। श्री पांडुरंग ।।

हातींचें न संडावें देवें । शरण आलों जीवें भावें ।
आपुलें ऐसें म्हणावें । करितों जीवें निंबलोण ।।
बैसतां संतांचे पंगती । कळों आलें कमळापति ।
आपुलीं कोणीच नव्हती । निश्चय चित्तीं दृढ झाला ।।
येती तुझिया भजना आड । दाविती प्रपंचाचें कोड ।
सुखें निंदोत हे जन । न करीं तयांशीं वचन ।
आदिपिता तूं नारायण । जोडी चरण तुमचे ते ।।
आपलें आपण न करूं हित । करूं हें प्रमाण संचित ।
तरी मी नष्टचि पतित । तुका म्हणे मज संत हांसती ।।

देवा, मी तुम्हाला जिवेभावे शरण आलो आहे. तुम्ही मला आपला म्हणा. तुमच्यापासून मला दूर घालवू नका. माझा जीव मी तुमच्यावरून ओवाळून टाकीन. ज्यांना आपण आपले आप्त वगैरे समजतो ती आपली नसतात. हे संतांच्या पंगतीला बसल्यावर मला कळून आले आणि मनात ही भावना पक्की झाली. तुझ्या भजनात ती मंडळी अडथळे आणतात. ज्यांना प्रपंचाची गोडी आहे. मी त्यांच्याशी बोलत नाही. तू आदि पिता नारायण आहेस, तुमच्या चरणांचीच मला गोडी आहे. त्यांचीच मला प्राप्ती करून घ्यावयाची आहे. तुकाराम महाराज म्हणतात, नशिबात असेल तसे होईल. असे म्हणून मी जर माझे हित साधले नाही तर माझ्यासारखा नतद्रष्ट आणि पातकी मीच, असे समजून संत मला हसतील, माझी चेष्टा करतील.

।। पुंडलीक वरदा हरि विठ्ठल ।।

।। श्री पांडुरंग ।।

बुरवें झालों लागलों कारणीं । तुमचे राहिलों चरणीं ।
फेडीन संतसंगती धणी । गर्जइल गुणीं वैखरी ।।
न वंचे शरीर सेवेसी । काया वाचा आणि मनेंसी ।
झालों संतांची आदणी दासी । केला याविशीं निर्धार ।।
जीवनीं राखिला जिव्हाळा । झालों मी मजसी निराळा ।
पंचभूतांचा पुतळा । सहज लीळा वर्ततसें ।।
जयाचें जया होईल ठावें । लाहो या साधियेला भावें ।
ऐसें होतें राखियलें जीवें । येथूनी देवें भोवडुनी ।।
आस निरसली ये खेपे । अवघे पंथ झाले सोपे ।
तुमचे दीनबंधु कृपें । दुसरें कांपे सत्ताधाकें।।
अंकिलेपणें आनंदरूप । आतळों नये पुण्य पाप ।
सारूनी ठेविलें संकल्प । तुका म्हणे आपेआप एकाएकीं ।।

देवा, मी तमुच्या चरणी लागलो, तुमच्या कारणी लागलो हे बरेच झाले. आता संतसंगतीने माझी वाणी तुझ्या गुणांची गर्जना करील, माझी इच्छा त्यामुळेच पूर्ण होईल. कायावाचामने करून मी तुमची सेवा करीन. तुमच्या सेवेसाठी हे शरीर झिजवीत, फसवणूक करणार नाही. आंदण दिलेली संतांची मी जणू दासी आहे. मी जीवनात तुमच्याविषयी जिव्हाळा राखला, त्यामुळे मी माझ्याशीच निराळा झालो. आता हा पंचमहाभुतांचा पुतळा सहज वर्तन करीत आहे. ज्याचे आम्ही भजन करतो त्याला हे समजावे म्हणून जिवाभावाने त्वरा केली. या जन्माच्या खेपेस सगळ्या वाटा सोप्या झाल्या. हे दीनबंधु तुमच्या धाकामुळे कळिकाळालासह सर्व माझ्यापाशी येण्यास थरथरा कापत आहेत. तुकाराम महाराज म्हणतात, असा मी तुमचा अंकित होऊन आनंदरूप झालो आहे. त्यामुळे पापपुण्य मला स्पर्श करीत नाही. मी सर्व संकल्प बाजूला सारले आहेत. आणि आता अगदी एकटा राहिलो आहे.

।। पुंडलीक वरदा हरि विठ्ठल ।।

॥ श्री पांडुरंग ॥

अवघ्या दशा येणें साधती । मुख्य उपासना सगुणभक्ति।
प्रगटे हृदयींची मूर्ति । भावशुद्धि जाणोनियां ॥
बीज आणि फळ हरीचें नाम । सकळ पुण्य सकळ धर्म ।
सकळां कळांचें हें वर्म । निवारी श्रम सकळही ॥
जेथें कीर्तन हें नामघोष । करिती निर्लज्ज हरीचे दास ।
सकळ वोथंबले रस । तुटती पाश भवबंधाचे ॥
येती अंगा वसती लक्षणें । अंतरीं देवें धरिलें ठाणें ।
आपणचि येती तयाचे गुणें । जाणें येणें खुंटे वस्तीचें ॥
न लगे सांडावा आश्रम । उपजले कुळींचे धर्म ।
आणीक न करावे श्रम । एक पुरे नाम विठोबाचें ॥
वेदपुरुष नारायण । योगियांचें ब्रह्म शून्य ।
मुक्त आत्मा परिपूर्ण । तुका म्हणे सगुण भोळ्या आम्हां ॥

देवाच्या सगुण स्वरूपाची भक्ति करणे हीच मुख्य उपासना आहे. याच उपासनेने सर्व अवस्था साधता येतात व शुद्ध भाव जाणून भक्ताच्या हृदयात श्रीहरि प्रकटतो. श्रीहरीचे नाम हेच बीज आणि हेच फळ सर्व पुण्य; सर्व धर्म हरिनामच आहे. सर्व फळांचे वर्म आणि जन्ममृत्यूच्या निवारक श्रीहरीच आहे. जिथे हरीचे दास निर्लज्जपणे हरिनामाचा घोष त्या ठिकाणी नवरस ओंथबंतात आणि भवबंधने तुटतात, जन्ममृत्यूचे श्रम संपतात. ज्याच्या हृदयात देव वस्तीला येतो तिथे सर्व ज्ञान येते आणि त्याच्या गुणांमुळे जन्ममरणाचा फेरा चुकतो. यासाठी कुळधर्म, वर्णाश्रम हे काही नको. आणखी कुठले श्रमही करावे लागत नाहीत. एक विठोबाचे नाव पुरे होते. तुकाराम महाराज म्हणतात, नारायण वेदपुरुष आहे असे काहीजण मानतात तर काहीजण ब्रह्म शून्य म्हणतात. तर मुक्त लोक परिपूर्ण आत्मा समजतात. पण आम्हा भोळ्या भाविकांना मात्र विटेवरचे सगुण रूप भावते.

॥ पुंडलीक वरदा हरि विठ्ठल ॥

।। श्री पांडुरंग ।।

हेंचि भवरोगाचें औषध । जन्म जरा तुटे व्याध ।
आणीक कांहीं नव्हे बाध । करील वध षड्वर्गा ।।
सांवळें रूप ल्यावें डोळां । सा चौ अठरांचा गोळा ।
पदर लागों नेदी खळा । नाममंत्र माळा विष्णुसहस्त्र ।।
भोजन न द्यावें अन्न । जेणें चुके अनुपान ।
तरीच घेतल्याचा गुण । होईल जाण सत्य भाव ।।
नये निघों आपुलिया घरा । बाहेर लागों नये वारा ।
बहु बोलणें तें सारा । संग दुसरा वर्जावा ।।
पासी तें एक द्यावें वरी । नवनीताची होईल परी ।
होईल घुसळिलें तें निवारी । सार भीतरी नाहीं तया ।।
न्हायें अनुतापीं पांघरें दिशा । स्वेद निघों दे अवघी आशा ।
होसील आधीं होतासी तैसा । तुका म्हणे दशा भोगीं वैराग्य ।।

हरिनाम हेच भवरोगावरचे औषध आहे. या औषधाने जराजन्मादि विकार नष्ट होतात. आणि कोणतीही बाधा न होता षड्रिपुंचा नाश होतो. श्रीहरीचे सावळे रूप म्हणजे चार वेद, सहा शास्त्रे, अठरा पुराणे यांचा मेळा आहे. तो तू डोळ्यांत साठवून ठेव. विष्णुसहस्त्रनाम नित्य जपत जा. खलप्रवृत्तीचा स्पर्शही होऊ देऊ नको. ज्यामुळे अनुपान चुकेल असे खाऊ नये तरच वरील औषधाचा गुण येईल. हे खरे आहे. आपल्या घरातून बाहेर येऊ नये. अहंकाराचा वारा लागू देऊ नये. फार बोलू नये. जगाचा संबंध टाळावा. जे आपल्याजवळ आहे ते श्रीहरीला द्यावे, म्हणजे नवनीत दिल्यासारखेच होईल. घुसळलेले ताक म्हणजे संसार, तो टाक, त्यात काही अर्थ नाही. तुकाराम महाराज म्हणतात. अनुतापाने स्नान करावे. दिशा पांघराव्या, आशारूपी घाम बाहेर काढावा म्हणजे तुला वैराग्यदशा प्राप्त होईल.

।। पुंडलीक वरदा हरि विठ्ठल ।।

।। श्री पांडुरंग ।।

मागुता हाचि जन्म पावसी । भोगिलें सुखदुःख जाणसी ।
हें तों न घडे रे सायासीं । कां रे अंध होसी जाणोनियां ।।
लक्ष चौऱ्यांशीं न चुके फेरा । गर्भवासीं यातना थोरा ।
येऊनी पडसी संदेहपुरा । वोळसा थोर मायाजाळीं ।।
नरदेह निधान लागलें हातीं । उत्तम सार उत्तम गति ।
होईन देवचि म्हणती ते होती । तरि कां चित्तीं न धरावें ।।
क्षण एक मन स्थिर करूनी । सावध होईं डोळे उघडोनी ।
पाहें वेद बोलिले पुराणीं । तुका विनवणी करीतसे ।।

मी या जन्मात पुष्कळ सुखदुःख भोगले आहे. म्हणून आपल्याला पुन्हा मनुष्यजन्मच मिळेल असे तुला वाटत असेल तर तो एक भ्रम आहे अशी गोष्ट तू प्रयत्न केलास तरी घडणार नाही. खरं तर ते तुला माहीत आहे तरी देखील तू आंधळ्यासारखा वागत आहेस चौऱ्यांशीलक्ष योनीतून फिरणे चुकणार नाही. गर्भवासाच्या यातना सोसणे, जन्मल्यावर संशयात पडणे, मायाजळात सापडणे चुकणार नाही. नरदेहासारखे निधान लाभले आहे ते उत्तम आहे. सार आहे, उत्तम गती देणारे आहे. मी देव होईन असा एखाद्याने संकल्प केला तर हरिभक्ति केल्याने तेही होईल. क्षणभर तू आपले मन स्थिर कर, सावध हो. डोळे उघडून पहा आणि वेदपुराणे काय सांगत आहेत हे पहा असे तुकाराम महाराज म्हणतात.

।। पुंडलीक वरदा हरि विठ्ठल ।।

।। श्री पांडुरंग ।।

हरि तैसे हरिचे दास । नाहीं तयां भय मोह चिंता आंस ।
होऊनि राहाती उदास । बळकट कांस भक्तीची ।।
धरूनी पाय त्याजिलें जन । न लगे मान मृत्तिका धन ।
कंठीं नामामृत पान । न लगे आन ऐसें झालें ।।
वाव तरी उदंडच पोटीं । धीरसिंधु ऐसे जगजेठी ।
कामक्रोधा न सुटे मिठी । गिऱ्हे तरी वेठीं राबवितो ।।
बळें तरी नागवती काळा । लीन तरी सकळांच्या तळा ।
उदार तरी देहासी सकळां । जाणोनी कळा सर्व नेणते ।।
संसार तो तयांचा दास । मोक्ष तो पाहातसे वास ।
रिद्धिसिद्धि देशवट त्रास । न शिवती यास वैष्णवजन ।।
जन्ममृत्यू स्वप्नांसारिखें । आप त्यां न दिसे पारखें ।
तुका म्हणे अखंडित सुखें । वाणी वदे मुखें प्रेमामृताची ।।

जसे श्रीहरि आहेत. तसेच हरीचे दासहि आहेत. त्यांना कसलीही आशा नाही, भय नाही, मोह नाही, चिंता नाही. उदास स्थितीत राहून त्यांनी भक्तिची कास बळकट धरली आहे. त्यांनी हरीचे पाय धरले असून लोकांचा त्याग केला आहे. त्यांना कसलाही मानसन्मान नको. संपत्ती तर त्यांना मृत्तिकेसमान, मातीप्रमाणे आहे. श्रीहरीच्या नामामृताखेरीज त्यांना दुसरे काही नको. त्यांच्या हृदयात उदंड अवकाश आहे. ते समुद्राप्रमाणे धैर्यधर आहेत. त्यांनी श्रीहरिचरणांना जी गच्च मिठी मारली आहे. जी कामक्रोधांनाही सोडवता येत नाही. कामक्रोधांना ते बिगाऱ्यासारखे राबवतात. हरिदास एवढे बलिष्ठ आहेत की ते कळिकाळालाही नमवतात. इतके नम्र असतात की सर्वात शेवटी, तळाशी असतात. ते देहाविषयी उदास असतात. सर्व कळा जाणूनही ते अजाण आहोत असे दाखवतात. संसार हा त्यांचा दास असतो आणि मोक्ष त्यांची वाट पहात असतो. ते ऋद्धिरिद्धीच्या पलिकडे पोहोचले आहेत. तुकाराम महाराज म्हणतात, त्यांना जन्ममृत्यू स्वप्नासमान आपले परके हा भेद त्यांच्याकडे नाही, ते सदासुखी असतात आणि सतत नामस्मरण करतात.

।। पुंडलीक वरदा हरि विठ्ठल ।।

।। श्री पांडुरंग ।।

बहुत जाचलों संसारीं । वसें गर्भीं मातेच्या उदरी ।
लक्ष चौऱ्यांशीं योनीद्वारीं । झालों भिकारी याचक।।
जिणें पराधीन आणिकां हातीं । दृढ पाशीं बांधलों संचितीं ।
प्रारब्ध क्रियमाण सांगाती । भोवांडिती सत्ता आपुलिया ।।
न भरे पोट नाहीं विसांवा । नाहीं नेम एक ठाव गांवा ।
नाही सत्ता न फिरे ऐसी देवा । लाही जीवा खापरीं तडफडी ।।
काळ बहुत गेले ऐसिया रीती । आणीक पुढेंही नेणों किती ।
खंडणा नाहीं पुनरावृत्ती । मज कल्पांतीं तरी वेगळें ।।
ऐसें दुःख कोण हरील माझें । कोणा भार घालूं आपुलें ओझें ।
भवसिंधुतारक नाम तुझें । धांवसी काजें आडलिया ।।
आतां धांव घालीं नारायणा । मजकारणें रंका दीना ।
गुण न विचारीं अवगुणा । तुका करुणा भाकीतसे ।।

या संसारात मला अतिशय त्रास झाला. आईच्या पोटात गर्भावस्थेत राहिलो. चौऱ्यांशी लक्ष योनींतून फिरणारा मी भिकारी याचक झालो. माझे जगणे पराधीन झाले. संचिताच्या बळकट पाशात मी बांधला गेलो. प्रारब्ध आणि क्रियामाण माझ्यासमवेत असून मला आपल्या सत्तेने भोवंडत, फिरवत आहेत. इतके फिरूनही पोट भरत नाही. विश्रांती नाही आणि एका ठिकाणी एका गावात राहणेही जमत नाही. जोंधळे भाजताना, खापरात लाहीची जशी तडफड होते. तशी माझी तडफड चाललेली आहे. अशा प्रकारे पुष्कळ काळ गेला आणि पुढे किती जाणार आहे हे माहीत नाही. कल्पान्त झाला तरी या गोष्टींची पुनरावृत्ती जगणे आणि मरणे हे चालूच आहे. याला खंड नाही. माझे असे दुःख कोण नाहीसे करील ? मी माझा भार कुणावर टाकू ? तुझे नाम भवसिंधुतारक आहे, जो तुझे नाव घेईल. त्याच्या सुटकेसाठी तुम्ही धावता. तुकाराम महाराज म्हणतात, या गरिबांसाठी देवा आता तुम्ही धाव घ्या, माझ्या गुणावगुणांचा विचार करू नका. मी तुमची करुणा भाकतो.

।। पुंडलीक वरदा हरि विठ्ठल ।।

।। श्री पांडुरंग ।।

ऐक पांडुरंगा एक मात । कांहीं बोलणें आहे एकांत ।
आम्हां जरी तारील संचित । तरी उचित काय तुझें ।।
उसनें फेडितां धर्म तो कोण । काय तया मानवेल जन ।
काय गा मिरवूनी भूषण । वायां थोरपण जनामध्यें ।।
अन्न जरी न मिळे तयासी देणें । आगांतुक पात्र उचित दान ।
उपकार तरी धन मंत्रीपणें । जरी देणें घेणें नाहीं आशा ।।
शूर तो तयासी बोलिजे जाणा । पाठीशीं घालून राखे दीना ।
पार पुण्या नाहीं त्या भूषणा । ऐक नारायणा वचन हें ।।
आतां पुढें बोलणें तें काईं । मज तारिसी तरीच सही ।
वचन आपुलें सिद्धी नेईं । तुका म्हणे तईं मज कळसी ।।

हे पांडुरंगा, जरा एक ऐका, मला तुम्हाला एकांतात काही सांगायचे आहे, तुमच्याशी काही बोलायचे आहे. ते असे की आमचे संचित आम्हाला तारणार असेल तर त्यात उचित, योग्य असे तुमचे काम काय ? घेतलेले उसने परत करणे यात कोणता धर्म आहे ? लोकांना ते मानवेल का ? मग देवा, थोरपणाचे भूषण लोकांमध्ये का मिरवावे ? एखाद्याला अन्न मिळत नसेल तर ते त्याला द्यावे. एखादा न बोलवता, आगांतुक आला तरी त्याला योग्य ते दान द्यावे. जर काही मिळवण्याची आशा नसेल तर वैद्याने रोग्यास फुकट औषध द्यावे. जो गोरगरिबांचा पाठीराखा आहे तो शूर होय. त्याच्या पुण्याईला व भूषणाला पार नाही. नारायणा, हे माझे बोलणे ऐका, तुकाराम महाराज म्हणतात, आता आणखी काही बोलायचे तरी काय ? मला तू तारशील तर पुरे. पतिताला पावन करण्याचे ब्रीद तू प्रत्यक्षात आणशील. त्याचवेळी तू खरोखरच पतितपावन आहेस हे मला कळेल.

।। पुंडलीक वरदा हरि विठ्ठल ।।

।। श्री पांडुरंग ।।

चांगलें नाम गोमटें रूप । निवती डोळे हरती ताप ।
विठ्ठल विठ्ठल हा जप । प्रगट स्वल्प अति सार ।।
शस्त्र हें निर्वाणींचा बाण । निकट समय अवसान ।
कोठें योजेल दशदान । खंडी नारायण दु:ख चिंतनें ।।
सकळ श्रेष्ठांचें हें मत । पावे सिद्धी पाववी अनंत ।
म्हणोनी व्हावें शरणागत । आहे उचित एवढेंचि ।।
म्हणोनी रुसलों संसारा । सर्प विखार हा पांढरा ।
तुजशीं अंतर रे दातारा । याचि दावेदारानिमित्त ।।
येणें मज भोगविल्या खाणी । नसता छंद लाविला मनीं ।
माजलों मी माझें भ्रमणीं । झाली बोडणी विटंबना ।।
पावलों केलियाचा दंड । खाणी भोगिल्या याती उदंड ।
आतां केला पाहिजे खंड । तुका दंडवत घाली देवा ।।

श्रीहरीचे नाव, चांगले रूप, गोमटे म्हणजे सुंदर आहे. त्याला पहाताच सर्व ताप नाहीसे होतात. विठ्ठलनामाचा जप काही गुप्त नाही. प्रगटच आहे आणि तो स्वल्प असून सार आहे. श्रीहरीचे नामरूपी शस्त्र अगदी अखेरच्या क्षणी योजण्याचे आहे. त्याच्यापुढे गोदान, भूदान, सुवर्णदान इत्यादी दहा दाने काहीच नाहीत. नारायण हा भक्तांनी चिंतन केल्यावर त्यांचे दु:ख विमोचन करतो. असे सर्व श्रेष्ठांचे मत आहे. तो अनंतच फलसिद्धीपर्यंत पोचवतो म्हणून भक्तजनांनी त्याला शरण जाणे हेच योग्य ठरेल. संसार हा शुभ्र विषारी साप असल्यामुळे मी संसार सोडला आहे. त्याच्यावर मी रुसलो. रागावलो आहे. या संसाराचे मला अनेक खाणी भोगविल्या. देहप्रपंचाचा नसता छंद मला लावला. त्यामुळे मी मस्तवाल झालो त्याचे फळ म्हणजे माझी विटंबना झाली, तुकाराम महाराज म्हणतात, मी अनेक जन्म सोसले आता ते थांबवले पाहिजे म्हणून देवा, मी तुम्हाला दंडवत घालतो.

।। पुंडलीक वरदा हरि विठ्ठल ।।

।। श्री पांडुरंग ।।

चांगला तरी पूर्णकाम । गोड तरी याचें नाम ।
दयाळु तरी अवघा धर्म । भला तरी दासा श्रम होऊं नेदी ।।
उदार तरी लक्ष्मीयेसी । जुंझार तरी कळिकाळासी ।
चतुर तरी गुणांचीच रासी । जाणतां तयासी तो एक।
जुनाट तरी बहु काळा । न कळे जयाची लीळा ।
नेणतां गोवळीं गोवळा । लाघवी अबलाभुलवणा ।।
गांढ्या तरी भावाचा अंकित । बराडी तरी उच्छिष्टाची प्रीत ।
ओंगळ तरी कुब्जेशीं रत । भ्याड अनंत बहु पापा ।।
खेळ तो येणेंचि खेळावा । नट तो येणेंचि आवगावा ।
लापोनी जीवीं न कळे जीवा । धरितां देवा नातुडसी ।।
उंच तरी बहुतचि उंच । नीच तरी बहुतचि नीच ।
तुका म्हणे बोलिलों साच । नाहीं आहाच पूजा केली ।।

देव हा चांगला तर आहेच पण पूर्णकाम असून त्याच्या नावात गोडवा आहे. प्रत्येक धर्म दया करा असे सांगतो. तो आपल्या भक्ताला कोणतेही कष्ट होऊ देत नाही. तो उदार आणि श्रीमंत आहे. लक्ष्मी त्याची दासी आहे. शूरपणात तो कळिकाळाला हरवतो. तो चतुर तर आहेच पण गुणांची राशी आहे. त्याला तोच एक जाणेल. तो पुरातन आहे. त्याची लीला कुणालाही कळणार नाही. गवळी होऊन त्याने गोपींना भुलवले होते. तो अडाणी वाटला तरी भावाचा अंकित आहे, भक्तांचे उच्छिष्ट तो सेवन करतो. कुब्जेशीही तो रत होतो, पातक्यांना त्याचे भय वाटते. तो नाना खेळ करतो, आणि नटाप्रमाणे नाना वेष धारण करतो. तो जिवात लपलेला असून ते जिवाला समजत नाही. उंच इतका की त्याच्याइतका उंच कोणी नाही आणि सूक्ष्म इतका की अणुरेणूही मोठे वाटावे. तुकाराम महाराज म्हणतात, मी जे सांगितले ते सर्व खरे आहे, उगीच त्याची मी पूजा केली नाही.

।। पुंडलीक वरदा हरि विठ्ठल ।।

।। श्री पांडुरंग ।।

काय आम्ही भक्ति करणें कैसी । काय एक वाहावें तुम्हांसी ।
अवघा भरोनी उरलासी । वाणीं खाणीं रसीं रूपीं गंधीं ।।
कसें करूं इंद्रियां बंधन । पुण्यपापाचें खंडण ।
काय व्रत करूं आचरण । काय तुजविणें उरलें तें ।।
काय डोळे झांकूनियां पाहूं । मंत्रजप काय ध्याऊं।
कवणें ठायीं धरूनी भाव । काय तें वाव तुजविण ।।
काय हिंडों कवण दिशा । कवणे ठायीं पाय ठेवूं कैसा ।
काय तूं नव्हेसी न कळे ऐसा । काय मी कैसा पाहों आतां ।।
तुझिया नामाची सकळ । पूजा अर्चन मंत्र माळ ।
धूप दीप नैवेद्य फळ तांबूल । वाहूं पुष्पांजुळ तुका म्हणे ।।

देवा, आम्ही तुझी भक्ति कशी करावी. तुम्हाला काय वाहावे ? कारण सर्व व्यापूनही तू उरला आहेस. रुपरसगंधात आणि अनेक खाणीत तूच आहेस. आम्ही आपल्या इंद्रियांना कसे आवरावे. पापपुण्याचा नाश करण्यासाठी कोणते व्रत आचरावे ? तू नाहीस अशी कोणती जागा शिल्लक आहे ? मी डोळे झाकून काय पाहून, कोणत्या मंत्राचा जप करून तुझे ध्यान करून कुठे भाव धरू, तुझ्याशिवाय जगात कुठे काही आहे काय ? मी कोणत्या दिशेला जाऊ. तुझ्याशिवाय कोणती जागा रिकामी आहे. तुकाराम महाराज म्हणतात, देवा, तुझ्या नामघोषाचाच उपयोग करून धूप, दीप, नेवैद्य, तांबूल, फल सर्व काही उपचार नामानेच करीत. तुळशीच्या व फुलांच्या माळा नामाच्याच करीन आणि तुझ्या गळ्यात घालीन. नाम हीच फुले अंजलिमध्ये घेऊन तुला वाहीन.

।। पुंडलीक वरदा हरि विठ्ठल ।।

।। श्री पांडुरंग ।।

शरीर दु:खाचें कोठार । शरीर रोगाचें भांडार ।
शरीर दुर्गंधाची थार । नाहीं अपवित्र शरीरा ऐसें ।।
शरीर उत्तम चांगलें । शरीर सुखाचें घोसुलें ।
शरीरें साध्य होय केलें । शरीरें साधलें परब्रह्म ।।
शरीर विटाळाचें आळें । मायामोहपाश जाळें ।
पतन शरीराच्यामुळें । शरीर काळें व्यापिलें ।।
शरीर सकळ ही शुद्ध । शरीर निधींचाही निध ।
शरीरें तुटे भवबंध । वसे मध्यभागीं देव शरीरा ।।
शरीर अविद्येचा बांधा । शरीर अवगुणांचा रांधा ।
शरीरीं वसे बहुत बाधा । नाहीं गुण सुधा एक शरीरीं ।।
शरीरा सुख नेदावा भोग । न द्यावें दु:ख न करीं त्याग ।
शरीर वोखटें ना चांग । तुका म्हणे वेग करीं हरिभजनीं ।।

शरीर हे दु:खाचे कोठार, रोगांचे भांडार, दुर्गंधीला आधार आहे. शरीरासारखे अपवित्र दुसरे काही नाही. परमार्थासाठी मनुष्याचा देह उत्तम आहे. शरीर हा सुखाचा घड आहे. शरीर ज्याची प्राप्ती करू पाहील ते होईल. शरीराने परब्रह्माची प्राप्ती होते. शरीर हे गोठलेला विटाळ असून मोहमायापाशाचे जाळे आहे. शरीर हे अधोगतीला, पतनाला कारणीभूत आहे आणि ते काळाने व्याप्त आहे. शरीर शुद्ध आहे आणि त्यात परमार्थ धनाची ठेव आहे. शरीरात देवाची वस्ती आहे आणि शरीरामुळेच भावबंध तुटतात. शरीर हा अविद्येचा गोळा असून शरीरात एकही गुण नाही. तुकाराम महाराज म्हणतात, अशा या शरीराला सुखोपभोग देऊ नयेत वा त्यांचा त्याग करून दु:खही देऊन नये. कारण हे शरीर चांगलेही नाही, वाईटही नाही. त्याचा उपयोग श्रीहरीच्या भजनासाठी करावा.

।। पुंडलीक वरदा हरि विठ्ठल ।।

।। श्री पांडुरंग ।।

इतुलें करीं भलत्यापरी । परद्रव्य परनारी ।
सांडुनी अभिलाष अंतरीं । वर्ते वेव्हारीं सुखरूप ।।
न करीं दंभाचा सायास । शांती राहें बहुवस ।
जिव्हे सेवीं सुगंधरस । न करीं आळस रामनामीं ।।
जनमित्र होईं सकळांचा । अशुभ न बोलावी वाचा ।
संग न धरावा दुर्जनाचा । करीं संतांचा सायास ।।
करिसी देवाविणा आस । अवघी होईल निरास ।
तृष्णा वाढविसी बहुवस । कधीं सुखास न पवसी ।।
धरूनी विश्वास करीं धीर । करितां देव हाचि निर्धार ।
तयाचा वाहे योगक्षेमभार । नाहीं अंतर तुका म्हणे ।।

कोणत्याही कसल्याही प्रकाराने परद्रव्य आणि परनारीची इच्छा तुझ्या मनात येत असेल तर ती काढून टाक. ही भावना मनात ठेवू नकोस. तरच सुखाने जगता येईल. दांभिकपणे वागू नकोस. शांत मनाने रहा. जिभेने आळस न करता रामनामरूपी सुखरस सेवन कर. जगाचा मित्र हो. तोंडाने अशुभ बोलू नकोस. दुर्जनाची संगत धरू नकोस आणि संतसहवासासाठी प्रयत्नशील रहा. देवावाचून जी आशा करशील, ती निष्फळ होईल. फार हाव धरलीस तर तुला कधीही सुख मिळणार नाही. तुकाराम महाराज म्हणतात, देवावर संपूर्ण विश्वास ठेव. सर्व कर्ता करविता देवच आहे हे विसरू नको म्हणजे अशा लोकांचा योगक्षेम देवच चालवतो. त्यांना तो अंतर देत नाही.

।। पुंडलीक वरदा हरि विठ्ठल ।।

३६२

।। श्री पांडुरंग ।।

संसारसिंधु हा दुस्तर । नुलंघवे उलंघितां पार ।
बहुत वाहाविलें दूर । न लगेचि तीर पैल थडी ।।

किती जन्म झाला फेरा । गणित नाहीं जी दातारा ।
पडिलों आवर्तीं भोंवरा । बहुतां थोरा वोळसिया ।।

वाढलों परि नेणती बुद्धि । नाहीं परतली धरिली शुद्धि ।
मग म्यां विचारावें कधीं । ऐसी संधी सांडुनियां ।।

अनेक खाणी आहार निद्रा । भयमैथुनाचाचि थारा ।
बालत्व तारुण्य जरा । प्रधान पुरा भोग तेथें ।।

ऐसीं उलंघूनी आलों स्थळें । बहु या भोवांडिलों काळें ।
आतां हें उगवावें जाळें । उजेडाचे बळें दिवसाच्या ।।

सांडूं या संसाराची वाट । बहु येणें भोगविले कष्ट ।
दावी सत्य ऐसें नष्ट । तुका म्हणे भ्रष्ट झालों देवद्रोही ।।

संसार सागर हा पार करणे ही फार मोठी अवघड गोष्ट आहे. ती पार करणे शक्य होत नाही. पुष्कळजण या समुद्रातून वाहून गेले; पण पैलथडीला काही पोहोचले नाहीत. हे दातारा आतापर्यंत जन्ममरणाच्या किती फेऱ्या झाल्या याची गणती नाही. प्रचंड अशा जन्ममृत्यूच्या भोवऱ्यात सापडून मी फिरत आहे. शरीर वाढले पण बुद्धि वाढली नाही. तिने परमार्थाकडे वळवण्याचे कार्य केले नाही. मग हा नरदेह प्राप्त झाला असता. मी परमार्थाची संधी कशी साधू ? अनेक खाणीत आहार, निद्रा, भय, मैथुन हेच आहे. बालपण, तारुण्य, वार्धक्य हे सर्व जन्मातील भोग आहेत. अशा प्रकारे अनेक जन्म मी मागे टाकीत आलो, काळाने मला पुष्कळ फिरवले, आता देहादि प्रपंचाच्या जाळ्यातून नरजन्माच्या प्रकाशाने सुटका करून घ्यावी. संसार हा खोटा असून खऱ्यासारखा भासतो. तुकाराम महाराज म्हणतात, मी परमार्थापासून दूर गेलो आहे. देवद्रोही झालो आहे.

।। पुंडलीक वरदा हरि विठ्ठल ।।

।। श्री पांडुरंग ।।

विठ्ठल भीमातीरवासी । विठ्ठल पंढरीनिवासी ।
विठ्ठल पंडुलीकापासीं । कृपादानविसीं उदार ।
विठ्ठल स्मरण कोंवळा । विठ्ठल गौरवीं आगळा ।
आधार ब्रह्मांडा सकळा । विठ्ठल लीलाविग्रही ।।
उभाचि परि न मानी सीण । नाहीं उद्धरितां भिन्न ।
समर्थांचे घरी एकचि अन्न । आर्तभूता क्षणोक्षणी सांभाळ ।।
रुचीचे प्रकार । आणितानी आदरे ।।
कोठेंही न पडे अंतर । थोरांसी थोर धाकुट्यां धाकुटा ।।
करितां बळ धरितां नये । झोंबतां डोळे मनेंच होय ।
अपुल्या उद्देशाची सोय । जाणे हृदयनिवासी ।।
पान्हा तरी आल्या अंतर तेथें । तों नाहीं भरिलें रितें ।
करितों सेवन आइतें । तुका म्हणे चित्तें चित्त मेळवूनी ।।

भीमातीरी पंढरपूर नगरीत विठ्ठल हा देव आहे. हा पुंडलीकाजवळ उभा असून भक्तजनांवर कृपा करणारा उदार आहे. हा स्मरणाला कोवळा, मऊ, मृदू आहे. तो सर्वश्रेष्ठ आहे. याचा अवघ्या ब्रह्मांडाला आधार आहे. विटेवर उभा असून त्याचा तो शीण मानीत नाही. भेदभाव न ठेवता तो भक्तांचा उद्धार करतो. समर्थांच्या घरी सर्वांना एकच अन्न वाढतात. त्याप्रमाणे हा भुकेल्यांना सांभाळतो. पदार्थ मोठ्यांना जास्त, लहानांना कमी असे त्यांच्याकडे नाही. कितीही प्रयत्न केले तरी हाती लागत नाही. त्याचे रूप डोळ्यात भरले की मनच तदाकार होते. आपला हेतु हृदयस्थ श्रीहरी जाणतो. तुकाराम महाराज म्हणतात, प्रत्येक भक्ताला तो प्रेमपान्हा देतो. तो कधी रिकामा होत नाही. अशा त्या प्रेमाचे सेवन मी हरीच्या चित्तात माझे चित्त मिळवून करतो.

।। पुंडलीक वरदा हरि विठ्ठल ।।

।। श्री पांडुरंग ।।

श्रीअनंता मधूसूदना । पद्मनाभा नारायणा ।
जगव्यापका जनार्दना । आनंदघना अविनाशा ।।
सकळदेवाधिदेवा । कृपाळुवा जी केशवा ।
महानंदा महानुभावा । सदाशिवा सहजरूपा ।।
चक्रधरा विश्वंभरा । गरुडध्वजा करुणाकरा ।
सहस्त्रपादा सहस्त्रकरा । क्षीरसागरा शेषशयना ।।
कमलनयना कमलापति । कामिनीमोहना मदनमूर्ति ।
अगा ये सगुणा निर्गुणा । जगज्जनित्या जगज्जीवना ।
वसुदेवदेवकीनंदना । बाळरांगणा बाळकृष्णा ।।
तुका आला लोटांगणीं । मज ठाव द्यावा चरणीं ।
हेचि करीतसें विनवणी । भवबंधनीं सोडवावें ।।

श्रीअनंता, मधुसूदना, पद्मनाभा, नारायणा जगव्यापका, जनार्दना, आनंदाचा केवळ घन असलेल्या जनार्दना, सकळ देवाधिदेवा, कृपाळू केशवा तू भक्तजनांना आनंद देणारा, महानुभाव देणारा, सदाशिवा तू सहजरूपा आहेस. तू हाती चक्र धरून विश्वाचे रक्षण करतोस, तू विश्वंभर आहेस. तुझ्या ध्वजावर गरूड आहे, तू करुणाकर आहेस. तुझे कमळासारखे नेत्र असून, तू लक्ष्मीचा पति आहेस. तुझ मदनमूर्ति कामिनींना मोह घालणारी आहे, तू शेषाच्या किंवा वराहाच्या रूपाने पृथ्वी धारण केलीस. तू सगुण आहेस निर्गुणही आहेस. तू जगपिता आहेस, तू वसुदेव देवकीचा पुत्र होऊन रांगत होतास म्हणून तू बाळकृष्ण आहेस. तुकाराम महाराज म्हणतात, मी तुला लोटांगण घालातो, तुमच्या चरणी मला जागा द्या. भवबंधनातून सोडवा अशी मी तुम्हाला विनवणी करतो.

।। पुंडलीक वरदा हरि विठ्ठल ।।

।। श्री पांडुरंग ।।

गरुडाचे पायीं । ठेवीं वेळोवेळां डोई ।।
वेगीं आणावा तो हरी । मज दीनातें उद्धरीं ।।
पाय लक्ष्मीच्या हातीं । तिशीं यावें काकुलती ।।
तुका म्हणे शेषा । जागें करा हृषीकेशा ।।
आपुल्या माहेरा जाईन मी आतां । निरोप या संतांहातीं आला ।।
सुख दुःख माझें आइकिलें कानीं । कळवळा मनीं करुणेचा ।।
करुनी सिद्ध मूळ साउलें भातुकें। येती दिसे एकें न्यावयासी ।
त्याचि पंथें माझें लागलेंसे चित्त । वाट पाहे नित्य माहेराची ।।
तुका म्हणे आतां येतील न्यावया । अंगें आपुलिया मायबाप ।।
आम्ही जातों तुम्ही कृपा असों द्यावी । सकळां सांगावी विनंति माझी ।।
वाढवेळ झाला उभा पांडुरंग । वैकुंठा श्रीरंग बोलावितो ।।
अंतकाळीं विठो आम्हांसी पावला । कुडीसहित झाला गुप्त तुका ।।

मी गरुडाच्या पायांवर वारंवार मस्तक ठेवीत आहे. माझा गरीबाचा उद्धार करण्यासाठी त्याने वेगाने श्रीहरीला घेऊन यावे. श्रीहरीचे चरण लक्ष्मीच्या हाती आहेत म्हणून तिला विनवितो की, श्रीहरीला पाठवा. तुकाराम महाराज म्हणतात, अहो, शेषमहाराज, हृषिकेशाला जागे करा. आता मी माहेराला आपल्या आईबापांकडे जाईन, कारण संताहाती तसा निरोप आला आहे. त्याने माझे सुख-दुःख ऐकले आणि त्याला माझी करुणा आली. मला नेण्याची त्याने सिद्धता केली असून मला खाऊ पाठवला आहे. त्याच्या वाटेकडे मी डोळे लावून बसलो आहे. तुकाराम महाराज म्हणतात, आता मायबाप स्वत: न्यायला येतील. आता आम्ही जातो आमच्यावर कृपा असू द्यावी. अशी सर्वांना माझी विनंती आहे. श्रीहरी आम्हाला वैकुंठाला नेण्यासाठी आले आहेत ते खूप वेळ उभे आहेत. तुकाराम महाराज म्हणतात, विठोबा आम्हाला अंतकाळी पावला. एवढे बोलून तुकाराम महाराज सदेह वैकुंठास गेले.

।। पुंडलीक वरदा हरि विठ्ठल ।।